ரொமிலா தாப்பர் (1931)

ஜவஹர்லால் நேரு பல்கலைக்கழகத்தின் வரலாற்று ஆய்வுகள் மையம் நிறுவப்பட்டபோதிலிருந்து பணியாற்றிய பேராசிரியர். ஏற்கனவே டெல்லி பல்கலைக்கழகத்தில் 7 ஆண்டுகாலம் பணியாற்றியிருந்த, சர்வதேசப் புகழ்பெற்ற வரலாற்றாளர். வரலாற்றினை இந்தியவியலிலிருந்து சமூக அறிவியல்களை நோக்கி நகர்த்தியவர். சமூக பண்பாட்டு மானுடவியல், புவியியல், அரசியல் பார்வைகளுடன் வரலாற்றை அணுகவேண்டும் என வற்புறுத்தி வருபவர். தரவுகள், ஆதாரங்கள் முழுமையாகக் கிடைக்கும் பட்சத்தில் தனது முந்தைய நிலைப்பாடுகளை மாற்றிக் கொள்ளத் தயங்காதவர். *Early India : From the Origins to AD 1300* என்னும் இவரது நூல் அதிகமாக வாசிக்கப்பட்டது.

வரலாற்று ஆய்வுக்காக சர்வதேச வாழ்நாள் சாதனையாளர் விருது பெற்றுள்ளவர். இருமுறை பத்மபூஷண் விருது அறிவிக்கப்பட்டும் நிராகரித்துள்ளவர்.

பாரம்பரிய இந்தியப் பண்பாடுகள்

உடனிகழ்காலக் கடந்த காலங்கள்

ரொமிலா தாப்பர்

தமிழில்

சா. தேவதாஸ்

எதிர் வெளியீடு

பாரம்பரிய இந்தியப் பண்பாடுகள்
உடனிகழ்காலக் கடந்த காலங்கள்
ரொமிலா தாப்பர்
தமிழில்: சா. தேவதாஸ்
மெய்ப்புத் திருத்தம்: மே.கா. கிட்டு

முதல் பதிப்பு: செப்டம்பர் 2020
எதிர் வெளியீடு,
96, நியூ ஸ்கீம் ரோடு, பொள்ளாச்சி – 642 002
தொலைபேசி: 04259 226012, 99425 11302

விலை: ரூ. 350

Indian Cultures as Heritage: Contemporary Pasts
Romila Thapar

Copyright © Romila Thapar 2018
First Published in English by Aleph Book Company in 2018
Tamil Edition Copyright © Ethir Veliyeedu

Translated by Sa. Devadoss
First Edition: September 2020
Published by
Ethir Veliyeedu, 96, New Scheme Road, Pollachi- 642 002.
email: ethirveliyedu@gmail.com
www.ethirveliyedu.in
Price: ₹ 350

ISBN: 978-93-87333-99-4
Wrapper: Santhosh Narayanan
Printed at Jothy Enterprises, Chennai.

All rights reserved. No part of this book may be reprinted or reproduced or utilised in any form or by any electronic, mechanical or other means, now known or hereafter invented, including photocopying and recording, or in any information storage or retrieval system, without permission in writing from the Publisher.

பொருளடக்கம்

முகவுரை ... 7

முன்னுரை: பண்பாடுகளை வரையறுத்தல் ... 9

1. பாரம்பரியமாகப் பண்பாடுகள் ... 49
2. பாரம்பரியம்: உடனிகழ்காலக் கடந்த காலம் ... 73
3. காலத்திற்கு முந்தைய காலம் ... 95
4. பண்பாடாக அறிவியல் ... 120
5. பண்பாடுகளைக் கட்டவிழ்க்கும் பெண்கள் ... 147
6. பாகுபடுத்தும் பண்பாடு ... 172
7. அறிவு பாரம்பரியமாக ... 210

பின்னுரை ... 262

குறிப்புகள் ... 294

சொற்கள் / தொடர்கள் பயன்பாடு ... 296

நூற்பட்டியல் ... 298

சா. தேவதாஸ்

நவீன தமிழ் இலக்கியத்தின் மொழிபெயர்ப்புப் பணியில் மிகப்பெரும் பங்கு வகிக்கும் சா. தேவதாஸ், தமிழின் குறிப்பிடத்தகுந்த விமர்சகர்களில் ஒருவர். கூட்டுறவுத் துறையில் துணைப்பதிவாளராக இருந்து ஓய்வு பெற்று ராஜபாளையத்தில் வசித்துவருகிறார். இதுவரை ஆறு கட்டுரை நூல்களையும், 30 மொழிபெயர்ப்புகளையும் தமிழுக்குத் தந்துள்ளார். இடலோ கால்வினோ, பாப்லோ நெரூதா, ஹென்றி ஜேம்ஸ் போன்றவர்களின் முக்கியப் படைப்புகளை மொழிபெயர்த்துள்ளார். இவர் மொழிபெயர்த்த 'லடாக்கிலிருந்து கவிழும் *நிழல்*' எனும் நூலுக்காக, 2014ஆம் ஆண்டின் சாகித்ய அகாடமி விருது கிடைத்திருக்கிறது. பல்வேறு இலக்கிய ஆளுமைகளை தமிழுக்கு அறிமுகப்படுத்தி உள்ளார்.

முகவுரை

இந்நூலை ஒன்றிணைத்துக் கொண்டிருந்தபோது நான் கேட்டுக்கொண்ட கேள்விகள் பல. அவை பாரம்பரியம் மற்றும் பண்பாட்டின் விரிவான பிரச்சனைகளைச் சுற்றிவந்தன. பாரம்பரியமும் பண்பாடும் விவாதிக்கப்படுகையில், பொதுவாகக் கேட்கப்படாதவையாக இருந்தன சில கேள்விகள். மூன்று நூற்றாண்டுகளுக்கு முன்னர் இவ்விரண்டின் வரையறைகளும் தெளிவானவையாக சிக்கலற்றவையாக இருந்தன. ஆனால் இப்போது ஒரு சமூகத்தை உருவாக்கும் பல பண்பாடுகளையும் அதன் பாரம்பரியத்தின் பெருக்கத்தையும் அங்கீகரிக்கும் வரையறைகளின் வரிசையே உள்ளன. இங்கே எனது முயற்சி பலவற்றில் ஒரு சிலவற்றைப் பரிசீலிப்பதும், ஆரம்ப காலங்களில் வரையறுக்கப்பட்டபடி பண்பாட்டினைப் பற்றி நாம் பேசுகையில், ஏராளமானவற்றை விட்டுவிடுகிறோம் என்று உணர்த்துவது மட்டும்தான்.

பண்பாடு மற்றும் பாரம்பரியம் இரண்டுமே, அவற்றின் கடந்த காலத்தையோ நிகழ்காலத்தையோ குறிப்பிடுகின்ற ஒரு சூழலை வேண்டியுள்ளன-வாழ்தல் அமைப்புகள் என நாம் காணுகின்றவற்றை பண்பாடுகளுக்குத் திசைவழி தர நாம் இப்போது இணங்குகின்ற அமைப்புகள்-பிரதிநிதித்துவம் செய்வதாக அங்கீகரிக்கப்பட முடியும். அவற்றின் பிணைப்புகள் வரலாற்றாளர்களுக்குப் புலப்படாது இருக்கலாம். அல்லது எனது அக்கறை பண்பாடுகளின் சூழலைத் தேடுவதாக இருந்திருக்கலாம்-சிலவற்றையே நான் பரிசீலித்துக் கொண்டிருந்தாலும்- குறிப்பிட்ட ஒழுங்கிலும் இல்லாமல், இதுவும் தொடர்பு கொண்டிருத்தலை எடுத்துக் காட்டுகிறது. ஆதலின் எனது குவிமையம், பொருட்களை விடவும் சூழல்கள் மீதுதான். ஏற்கனவே சொல்லப்பட்டிருந்தது போல, பொருட்கள் ஒளிவட்டத்தைக் கொண்டுள்ளன. ஒவ்வொன்றையும் அதன்

சூழலில் காண்பது அவ்வொளிவட்டத்தை உயர்த்துகிறது. ஆனால் இதுவும் ஒரு வரலாற்றாளரின் பீடிப்பாகவே இருக்கக்கூடும்.

கடந்த காலத்தில் நாம் பண்பாட்டினைத் தனித்ததாக, அத்தனித்துவத்தில் ஒவ்வொன்றையும் பிரதிநிதித்துவப் படுத்துவதாகப் பெரிதும் கருதியுள்ளோம் என்பது இந்நூலில் எனது இன்னொரு வாதமாகும். இத்தனித்தன்மைக்கு வாழும் அமைப்பை, மேட்டுக்குடியின் சிந்தனையைப் பொதுவாக தெரிவு செய்துள்ளோம் அல்லது குறைந்தபட்சம் பெருமிதத்திற்குரிய இடத்தை அளித்துள்ளோம். நாகரிகத்தை ஆக்கியது 'உயரிய' பண்பாடு, எஞ்சியது அவ்வளவாக முக்கியத்துவம் பெறவில்லை. ஆனால் இப்போது, பண்பாடுகளின் சூழல்களைத் தேடிச் செல்கையில், மேலிருந்து கீழே வரையிலும் படிமுறையிலான ஆதாரங்களிலிருந்து நிறையவே வருவதை அறிவோம் மற்றும் அது ஒத்துக்கொள்ளப்பட வேண்டியுள்ளது. இந்நூலிலுள்ள எனது அக்கறை, பண்பாடுகளுக்கு அடையாளம் தந்திடும் பல்வேறான சூழல்களில் ஒருசிலவற்றின் மீது, நாம் பண்பாடென்று அழைத்திடும் ஒவ்வொன்றும் சூழல்களின் மதகு வழியே எடுத்துச் செல்லப்பட வேண்டும் என்பதால், மாறாக வெளிப்படையானவை தவிர்த்து சூழல்கள் உள்ளனவா என விசாரித்தறிவது நல்லது என்பதே எனது வாதம்.

இந்நூலை எழுதுகையில், சமீப ஆண்டுகளில் பல்திறமான பார்வையாளர்களுக்கு நான் வழங்கிய சில சொற்பொழிவுகளிலிருந்து ஒரு பாதியும், வெளிவந்த கட்டுரைகளிலிருந்து ஒருபாதியும் எடுத்துள்ளேன். இவற்றைக் கடந்த சில மாதங்களில் திருத்தியும் மாற்றியும் தந்துள்ளேன். ஒரு சில மையக் கருத்துகளை எடுத்துக் கொண்டு, இந்தியப் பண்பாடுகளின் எடுத்துரைப்புக்கு பங்களித்திருப்பதாக எப்படி அவற்றைப் பார்க்க முடியும் என்பதே எனது உத்தேசமாயிருந்தது.

அலெப்பினைச் சேர்ந்த டேவிட் டேவிதார் மற்றும் அயேன்லா ஒஸுகும் ஆகியோரது விமர்சனக் குறிப்புகளுக்கும் பிரதி மீதான எதிர்வினைகளுக்கும் நன்றி பாராட்ட விரும்புகிறேன்.

ரொமிலா தாப்பர்
புதுடெல்லி
டிசம்பர் 2017

முன்னுரை

பண்பாடுகளை வரையறுத்தல்

வெவ்வேறான சிந்தனைகளையும் செயல்களையும் குறிப்பிடுகையில், பண்பாடு எனும் சொல்லை மிக இயல்பாகப் பயன்படுத்துகிறோம். பண்பாடு என்னும் பொதுவான தொடரின் நமது புரிதலுக்கு முக்கியத்துவமானது என்று நான் கருதும், அகராதியின் மூன்று அர்த்தங்களின் மீது கவனக்குவிப்பு செய்து, பண்பாடுகளை வரையறுத்திடும் என் முயற்சியை ஆரம்பிக்க விரும்புகிறேன். அதன் அடிப்படைப் பயன்பாடு, பெயர்ச்சொல்லாக என்பதை விடவும் வினைச்சொல்லாகவே இருப்பதை பெரிதும் மறந்துவிடுகிறோம், ஏனெனில் வினைச் சொல்லில் அமைந்துள்ள நடவடிக்கைகளிலிருந்தே பெயர்ச்சொல் பின்தொடர்கிறது. இவ்வகையில், பண்பாடுசெய் (*To Culture*) என்பது பண்படுத்து என்று பொருள்படும். இது குறைந்தது மூன்று செயல்பாடுகளை உள்ளடக்கியது:

i) நுண்ணுயிரிகளைச் செயற்கையாக வளர்த்தல்;

ii) ஒருவரது வாழ்வின் அபிப்பிராயங்களை நடையுடை பாவனைகளை நடவடிக்கைகளை திருத்தி மேம்படுத்துவது;

iii) நாம் நாகரிகம் என்றழைப்பதை அல்லது உயர்ந்தபட்ச பண்பாடு என்றெண்ணப்படுவதை, உருவாக்குவதில் பங்கேற்பது என மனதின் மீது கவனம் செலுத்துவது. சுருக்கமாகச் சொல்வதானால், இயற்கையாயிருப்பதை மெருகேற்றுவதிலும் மறுவரையறை செய்வதிலுமான மனித முயற்சியின் தலையீடே பண்பாடு என வாதிட முடியும், ஆனால் தனிநபரின் வாழ்வில் அது படிப்படியாக வேறு பரிமாணங்களைக் கொண்டுவிடுகிறது மற்றும் தனி

நபருக்கும் சமூகத்திற்கும் இடையிலான கலந்துறவாடலில் இன்னும் கூடுதலாகக் கொண்டுவிடுகிறது.

சமூகம் பற்றிப் பேசுகையில், இச் சொல்லுக்கும் வரையறுத்தல் அவசியமாகிறது. ஒத்துக்கொள்ளப்பட்டதும் கண்டுணரக் கூடியதுமான சில அமைப்புகளைப் பின்தொடரும் மக்களுக்கு இடையிலான, கலந்துறவாடல்களின் வலைப்பின்னலிலிருந்து எழுவதே சமூகம் என்று கூறப்பட்டுள்ளது. இவை இவ் வலைப்பின்னலை நிர்வகிக்கும் தகுதிநிலை, படிமுறை, சமுதாய உணர்வு ஆகிய கருத்துகளால் நிர்ணயிக்கப்படுகின்றன. பொருளாதார வளங்கள், தொழில்நுட்பம், விழுமிய அமைப்புகள் என்பது போல ஒரு சமூகம் எப்படிச் செயல்படுகிறது என்பதின் அடிப்படைகளை கட்டுப்படுத்துவோரால் அவை பெரிதும்-எப்போதும் இல்லையெனினும்-திசைவழி காட்டப்படுகின்றன. சமூகத்தின் இவ்வம்சங்களை கட்டுப்படுத்துவோருக்கான விளக்கமும் நியாயமும், அதன் சித்தாந்தம் மற்றும் வடிவம் சார்ந்த பிரச்சனையை அறிமுகம் செய்கிறது. சமூகத்தின் பகுதி பகுதியாக வேறுபடுத்திக்காட்டக்கூடியதாக உருக்கொள்ளும் அமைப்புகள் அதன் பண்பாடுகளாக அடிக்கடி அழைக்கப்படுகின்றன.

பெரும்பாலான ஆரம்பநிலைச் சமூகங்கள் ஏற்றத்தாழ்வுகளை பதிவு செய்கின்றன. அவற்றின் உறுப்பினர்களுக்கு கிட்டும் செல்வம் மற்றும் தகுதிநிலை வாய்ப்பு வேறுபடும். எனவே சமத்துவக் கருத்து பலபரிமாணங்களைப் பெற்றுள்ளது. கடவுளின் பார்வையில் அனைத்து ஆடவரும் பெண்டிரும் சமமாக இருக்கலாம், ஆனால் அதே வேளையில், வருவாய், சமூக நிலை சார்ந்து மிகவும் வேறுபட்டிருக்கலாம்; எனவே ஆடவர்-பெண்டிர் பார்வையில் வேறுபடுத்தப் படுகின்றனர். சாதிகள் போன்ற சிறிய சமூகக் குழுக்கள் இருக்கலாம், அவை ஒவ்வொன்றும் சமத்துவத்தின் குறிப்பைப் பெற்றிருக்கலாம்-அவற்றிடையேயும் படிமுறை இருப்பினும், இது ஒட்டுமொத்த சமூகத்திற்குப் பொருந்தாது. சமூகங்கள் பெருமளவிலான சமத்துவத்திற்கு ஒத்துப்போகும் காலங்கள் இருக்கக்கூடும், ஆனால் அவை தற்காலிகமானவையாகவே இருக்கக்கூடும். யாத்திரையின் போது ஒவ்வொரு யாத்ரிகரின் தகுதிநிலையும் ஒப்பீட்டளவில் ஒத்ததே, ஆனால் இறுதியில் ஏற்றத்தாழ்வுகளுக்குத் திரும்பிவிடும் என்று வாதிடப்பட்டிருக்கிறது. சமூகங்கள் நிலைத்தன்மையிலானவை

அல்ல, தம் வடிவங்களையும் செயல்பாட்டு நெறிகளையும் மாற்றிக்கொள்கின்றன. இச் சமூக அமைப்புகளின் பிரதிபலிப்புகளாயுள்ள பண்பாடுகளும் மாறுகின்றன.

பண்பாடு போன்றதான ஒரு கருத்தமைவின் பொருள் சமீபகாலங்களில் எப்படி மாறியுள்ளது, முன்பைவிடவும் பல்வேறு அம்சங்களை உள்ளடக்கியதாயிருக்கிறது என்று விளக்குவதே இம் முன்னுரையில் எனது முயற்சியாகும். இந்நூலில் அடங்கியுள்ள எனது விசயங்களின் தெரிவுக்கு இது பொருத்தமானதாக இருக்கக்கூடும். பண்பாட்டு அடையாளங்களென்று நாம் புரிந்து கொள்வது, ஓரிரு நூற்றாண்டுகளுக்கு முன்னர் நாம் எண்ணியிருந்ததைவிடவும், தாண்டிச் சென்றுள்ளது. முதலாவது சில அத்தியாயங்களில் நான் உள்ளடக்கியுள்ள பாரம்பரிய இனங்கள், இம்மாற்றத்திற்கான எடுத்துக்காட்டாகும்.

பண்பாடு பாரம்பரியமாக பரவலாக பார்க்கப்படுகின்ற, பண்பாட்டு இனங்கள் தவிர்த்து, வாழ்க்கை அமைப்பைத் தீர்மானித்திடும் நிறுவனங்கள்-சமூக நெறிகளின் பிரச்சனையும், உள்ளது; அதன்மீது பண்பாடு கட்டமைக்கப்படும்.

பிந்தைய அத்தியாயங்கள் இவ்வம்சத்தில் அக்கறை கொள்கின்றன. அங்கே இந்திய சமூகத்தில் பெண் குறித்த பார்வைகள், இந்தியப் பண்பாட்டுக்கு அணுகுமுறைகளைத் தீர்மானிக்கும் சூழல்களைத் தருவதில் சாதியின் பங்கு பற்றி விவரிப்பேன். இறுதியாக, கல்வி வாயிலாக சமூகத்திற்குள்ளும் பண்பாட்டிற்குள்ளும் சோஷலிஸமாதலின் நிகழ்ச்சிப் போக்கு இருக்கிறது. பண்பாடும் வரலாறும் பிரிக்க முடியாதபடி பின்னிப் பிணைந்திருப்பதால், இவை ஒவ்வொன்றிற்கும் வரலாற்றுப் பரிமாணம் உள்ளது. வரலாற்றுக் காலங்களினூடே கடந்த காலம் குறித்த வாசிப்புகள் மாறியுள்ள விதத்தில், பிரதிபலித்திட, நிகழ்காலத்திற்கும் கடந்த காலத்திற்கும் இடையே உள்ளார்ந்த உரையாடலும் உள்ளது.

ஒவ்வொரு சமூகமும் தனது பண்பாடுகளை அதாவது அச் சமூகத்தின் மக்கள் வாழ்கின்றனர் என்னும் அமைப்புகளைக் கொண்டுள்ளது. இயற்கை உலகுடனான உறவைத் தீர்மானித்திடும் சுற்றுச்சூழல், இயற்கை உலகின் மீதான கட்டுப்பாட்டிற்கு வழிவகை செய்யும் தொழில்நுட்பம், ஒரு சமுதாயமாக அல்லது அரசாகவோகூட, ஒரு சமூகத்தின்

மாபெரும் பார்வையை ஒழுங்கமைக்கும் அரசியல்-பொருளாதாரம், தன் செயல்பாட்டு வலைப்பின்னல்களை உறுதிப்படுத்திடும் சமூக உறவுகளின் கட்டமைப்புகள், கேள்விகளால் மனதையும் கற்பனையையும் சீண்டும், இலக்கியம், தத்துவமாக உருமாறிக்கொள்ளும் தொன்மையியலாக, அபிலாஷைகளையும் நம்பிக்கையையும் ஈர்க்கும் மதமாக-இப்படி வாழ்வை வடிவமைத்திடும் பெரும் வகைமைகளை பல்வேறு அளவுகளில் இது குறிப்பிடும். உணர்ச்சியின் நிகழ்வுப் போக்கு ஒருபோதும் நிலைத்த தன்மையிலானதல்ல, எனவே சமூகத்திற்குள்ளே சிதைவுகளும் மாற்றங்களும் மற்ற சமூகங்களுடனான தொடர்புறுத்தல் மற்றும் கலந்துறவாடலின் வாயிலாக பண்பாடுகள் உருக்கொள்கின்றன, சிதைகின்றன. துணைப் பண்பாடுகளின் எழுச்சியும் உண்டு. அவை சிலவேளைகளில் சுதந்திரமானதும் மேலோங்கியதுமான வடிவை மேற்கொள்ளும் அல்லது புதிய பண்பாடுகளை உருவாக்க அமீபா போன்று பிரியும்.

பண்பாடுகள் வரலாற்றுடனும் வரலாற்று மாற்றத்துடனும் பொருந்திப் போயினும், பண்பாடுபோன்ற வகைமையின் பிரக்ஞை, இப்போதெல்லாம் இத்தொடர் பரவலாகப் பயன்படுத்தப்படுகின்ற அழுத்தமான அர்த்தத்தில், அய்ரோப்பாவில் 18-ஆம் நூற்றாண்டில் எழுகின்றது. மேட்டுக்குடிகளின் பண்பாடு லட்சியமாயிருந்தது; எனவே சில வேளைகளில் மேட்டுக்குடியினரின் ‘உயர் பண்பாடு’ என்றழைக்கப்பட்டதற்கும், மேட்டுக்குடியினரல்லாதவரின் ‘தாழ்ந்த பண்பாடு’ என்றழைக்கப்பட்டதற்கும் இடையே தனித்துவம் உருவாக்கப்படுகிறது; சில வேளைகளில் மக்கள் செல்வாக்குள்ளதாக விவரிக்கப்படுகிறது. பிரதிகள், நினைவுச் சின்னங்கள் போன்ற வடிவங்களிலான மேட்டுக்குடிப் பண்பாடுகளாக வரலாற்றுப் பதிவுகள், பெரும் ஆதரவைப் பெற்றன, மேலோங்கிய குழுக்களின் வாழ்க்கை அமைப்புகளை அடையாளப்படுத்தின. சமூகரீதியில் தாழ்நிலையிலுள்ள பொருட்களை-அவற்றின் குறைந்த காலமே நீட்டித்திடும் பண்பாட்டு வெளிப்பாடு உயிர்பிழைத்திருப்பதில்லை-விடவும் பாரம்பரியமாக அவை கிடைத்தன, மிகத்தயாராகக் கிடைக்கின்றன. பண்பாட்டினைச் சாராம்சத்தில் மேட்டுக்குடியினருடையதாக தொடர்புப்படுத்திப் பார்க்குமாறு இதுவும் மக்களை உந்திற்று. இத்தகைய பாகுபாடுகள்

இந்தியாவில் ‘மார்க்கா’ (பண்படுத்தப்பட்ட) மற்றும் ‘தேஸி’ (உள்ளூர்) போன்ற தொடர்களில் உள்ளார்ந்திருந்தன.

பரிணாமம் என்ற கருத்து அறிமுகமானதும் இயற்கை அறிவியல்களில் மாபெரும் சாதனைகளை அய்ரோப்பாவின் 19-ஆம் நூற்றாண்டு கண்ணுற்றது-உயிர்வாழ்வனவற்றின் பரிணாமத்தில் கொடுமுடியாகக் கருதப்படும், மனித உயிர்களின் பரிணாமத்தில் குவிமையம் கொண்டது. பரிணாமம், எளிய உயிரினங்களது சிக்கலான வளர்ச்சியாக, நுண்ணுயிரிலிருந்து சிக்கலான மனிதராக வளர்வதாயிருந்தது. வளர்ச்சி நேர்கோட்டிலானது இல்லையென்றபோதிலும், மனித உயிர்களிடத்தே இட்டுச்செல்லும் காரண காரியத் தொடர்பைப் பெற்றிருந்தது-மிகவும் சீராக உருக்கொண்டதாக அதி உயர்வானதாகக் கருதப்பட்டது. சில வடிவங்கள் வழியிலேயே விழுந்துவிட்டன, மற்றவை கிடைமட்டமாய் வளர்ந்தன, இன்னும் சில விசைவீச்சின் வேகத்தைச் சந்தித்தன. மனித சமூகங்களின் வரலாறு குறித்து ஆராய்ந்த சிலர், புராதன நிலையிலிருந்து பெரிதும் திருந்தி மேம்பட்ட நிலைக்கு உயர்ந்த மனித சமூகங்களிலுள்ள படிமுறைக்கு, ஏற்கக்கூடியதும் அறிவியல் பூர்வ விளக்கமுமானதாக, பரிணாமக் கருத்தைக் கண்டதைத் தொல்லியலில் இருந்ததுபோல, கடந்த காலப் பண்பாடுகளை மதிப்பிடுவதில், பரிணாமம் மையக் கருத்தானது; உயிர்வாழும் பண்பாடுகளுக்கும் பொருத்தப்படுவதானது.

காலனித்துவம், அய்ரோப்பிய உலகை மற்ற நாடுகளுடன் நெருக்கமானதும் அதிக எண்ணிக்கையிலானதுமான தொடர்பில் கொண்டுவந்தது. காலனித்துவ வாதிகளின் வெற்றி வலுத்தவன் பிழைப்பான் என மேலும் விளக்கப்பட்டது. மற்றவை பரிணாமத்தின் ஒருமித்த ஓட்டத்தைத் தவறவிட்டிருந்தவை. இன அறிவியல் 19-ஆம் நூற்றாண்டில் ஆற்றல் மிக்க ஆதரவாளர்களைக் கொண்டிருந்தது, உயர்ந்த தன்மையை உறுதிப்படுத்த உயிரியல் தோற்றங்கள் கூறிக்கொள்ளப்பட்டன. அப்போது இனக் கருத்து, பண்பாட்டின் அனைத்து அம்சங்களையும் உள்ளடக்குமாறு நீட்டிக்கப்பட்டது. நாகரிகத்தின் கருத்தில் அது அன்றாட உணவானது. இன அறிவியல், இனங்களின் அடையாளப்படுத்தலுக்கும் படி முறையில் அவற்றின் இடத்திற்கும் முயன்று பார்த்தது; திரும்பவும் அய்ரோப்பாவிலிருந்து வந்த காலனித்துவவாதிகளுடையதே உயரிய இனமானது.

உயரிய பண்பாட்டைப் பெற்றிருந்ததற்கான சான்றிதழைத் தரக்கூடிய சமூகங்களையே, நாகரிகத்தின் ஆரம்பகட்ட வரையறைக் குறித்திருந்தது. காலத்தின் மனிதாய ஆய்வுகளின் ரீதியில் வரையறுக்கப்பட்டு, தத்துவம், மதப்பிரதிகள், கவிதை, நாடகம், இதிகாசங்கள் மற்றும் தொழில்முறைப் பிரதிகள் போன்ற இலக்கியப் பிரதிகள் ஆகியவற்றை உள்ளடக்கிய, மனதின் நடவடிக்கைகளில் இவை குவிமையம் கொண்டன; சிற்பம், ஓவியம், கட்டிடக்கலை, கேள்விஞான வடிவங்கள் –இசையிலுள்ள தொனிக் கட்டுமானங்கள் போன்றவை- முதலான காட்சி கலை வடிவங்களில் வெளிப்படுத்தப்படும் அழகியல் மதிப்புகளுடன் குவிமையம் கொண்டன. தத்துவத்தை மட்டுமின்றி, வானியல், கணிதம், மருத்துவத்தின் விரிவான ஆய்வையும் பயன்படுத்திப் பெறும் அறிவு வடிவங்கள் வாயிலாக, பிரபஞ்சத்தை அறிதல் இதனுடன் சேர்ந்திருந்தது. அவ்வப்போது, இயற்கைக்கு மேலானதிலிருந்து வந்ததாகக் கூறிக்கொண்டு ஜோதிடம், அறிவின் வேடத்தில் திருட்டுத்தனமாக நுழைந்தது.

நாகரிகங்கள் பிரதேசங்களாகப் பிரிக்கப்பட்டிருந்தன-அங்கே இப் பண்பு நலன் சார்ந்த நடவடிக்கைகள் மையமாயிருந்தன. ஒவ்வொன்றின் அடையாளமும் பிரதேசத்தால் மட்டுமின்றி, தனிப்பெரும் மதத்தையும் தனியொரு மொழியையும் பயன்படுத்துவதாலும்-இரண்டும் மேட்டுக்குடியிலிருந்து வெளிப்படுபவை-அடையாளப்படுத்தப்பட்டன. எனினும், பண்பாட்டு எல்லைகளைப் பிரிப்பது கடினம். வரலாற்றுச் சம்பவங்கள், அரசுகளுக்கு இடையிலான எல்லைப் பிரதேசங்களை அடிக்கடி மாற்றுகின்றன. பண்பாடுகளுக்கு எல்லைகளில்லை. மொத்த விஹாரங்கள் அல்லது பாறைகளில் தீட்டப்பட்ட/செதுக்கப்பட்ட வரைபாடுகள் மத்திய ஆசியாவின் மாபெரும் புவியியல் பரப்பினூடே பரவிக்கிடக்கின்றன. தென் கிழக்கு ஆசியாவின் சில பகுதிகளிலுள்ள ஆலய-ஸ்தூபிக் கட்டிடக்கலை இந்தியாவிலுள்ளவற்றுடன் அதிசயிக்கத்தக்க வகையில் ஒத்திருக்கவும் செய்கிறது, வேறுபடவும் செய்கிறது. உள்ளீர்த்துக் கொள்வது குறித்து நாம் தொடர்ந்து கேள்விகள் எழுப்ப வேண்டுமா அல்லது எதிர்நிலை நிறுத்தல் மற்றும் சவ்வூடு பரவுதலின் கருத்தினைத் தேடி ஆராயவேண்டுமா? ‘உயர் பண்பாடு என்று பார்க்கப்பட்டதற்கும் ஒரு நாகரிகத்திடம் தேவைப்பட்டதற்கும்

இடையே கணிசமாக தற்செயல் பொருத்தத்தின் விகிதாச்சாரம் நிலவிற்று. சமூகத்தின் பெரும்பான்மையான மக்கள் தாழ்ந்த பண்பாடுடையவர்களாக, மேட்டுக் குடியினரல்லாதவராகக் கருதப்பட்டனர் மற்றும் அவர்தம் பண்பாடுகள் நாகரிகங்களின் சித்தரிப்பில் இடம் பெறவில்லை என்பதைச் சொல்ல வேண்டியதில்லை. அவர்கள் குறைந்த அளவே எழுத்தறிவு பெற்றிருந்தது ஒரு பாதிக் காரணம்-பெரும்பான்மையான தொடர்புறுத்தல் வாய்மொழியாக இருந்தது. இது உயிர் பிழைத்தது ஆனால் தம் வாழ்வமைப்பின் அடிப்படை அறிவாகப் பொதித்து வைத்திருந்த சிறிய குழுவிடமே வழமையாகக் கட்டுண்டிருந்தது. அது போலவே, தொடர்புடைய தொழில் முறைக் குழுவின் அழகியலை மறைத்து வைத்துள்ள கைவினைத் தொழில்களும். தொழில்முறைக் கலைஞர்களால் செய்யப்பட்ட பொருள்கள் 'கலை' என்றும் கைவினைக் கலைஞர்களால் செய்யப்பட்ட பொருள்கள் 'கைவினைத் தொழில்' என்றும் பாகுபடுத்தப்படுவது தொடர்கிறதும் சிலவேளைகளில், கைவினைக் கலைஞரால் செய்யப்பட்ட ஒரு பொருள், ஒத்த பல பொருட்களில் ஒன்றாக, அதன் காரணமாக தனித்துவமாக இல்லாதபோதும், நறுவிசான அழகியல் ரசனையைக் கூறலாம் என்பது ஒத்துக் கொள்ளப்படுகிறது. முன்-நவீனச் சமூகங்களில், கலைக்கும் கைவினைத் தொழிலுக்கும் இடையிலான இப்பாகுபாடு, மிகவும் வரம்புக்குட்பட்டதாய் இருந்திருக்கலாம், ஏனெனில் இன்றைக்கு நாம் கலை என்று அழைக்கின்ற மிகுதியும் கைவினைக்கலைஞர் தம் கைகளிலிருந்து வந்தவையே.

வரலாற்றுக்கும் பண்பாட்டுக்கும் இடையிலான கலந்துறவாடலில், முழுமையான புரிதலின் பொருட்டு அறியப்பட வேண்டியிருந்த, வரலாற்றுச் சூழலைப் பண்பாடு பெற்றிருந்தது. இச்சூழல் இரு ஆரம்ப நிலைக் கேள்விகளால் தீர்மானிக்கப்பட்டது: ஒரு பண்பாட்டு உருப்படியின் காலக்கிரமமான சூழல் என்ன மற்றும் அவ்வுருப்படி குறிப்பிடுவது யாருடைய பண்பாட்டை? முதலாவது கேள்வி, ஒரு பொருளை/கருத்தை நாளிடுவது மட்டுமல்ல, பிறபொருட்களுடனான/ கருத்துகளுடனான அதன் எதிர்நிலை நிறுத்தத்தை ஒரு பண்பாட்டுக்கு வடிவமளித்த ஒரு காலப் புள்ளியில் அறிந்து கொள்வதுமாகும். இரண்டாவது கேள்வி, பொருளை உருவாக்கியவர்களுக்கு அளிக்கப்பட்ட

முன்னுரை: பண்பாடுகளை வரையறுத்தல் | 15

இடம் மற்றும் சமூகப்படிமுறையில் உத்தேசிக்கப்பட்ட பார்வையாளருடன் தொடர்புடையது. இது தோற்றமளிப்பதை விடவும் சிக்கலானதாக இருக்கக்கூடியது. ஒரு படிமத்தைச் செதுக்கிடும் கைவினைக் கலைஞன் குறைந்த வருவாயுடைய கைவினைக் கலைஞர்களின் சமுதாயத்திலிருந்து வரலாம், ஆனால் அப்பொருள் செய்யப்பட்ட புரவலர் செல்வந்தராயிருக்க முடியும். உருவாக்கியவருக்கும் புரவலருக்கும் இடையிலான நிலுவை அல்லது பதட்டம்கூட, ஒதுக்கப்பட முடியாதது-பல நேர்வுகளில் அவ்வாறு செய்ய நாம் தலைப் பட்டிருக்கிறோம், எடுத்துக்காட்டாக கலை வரலாற்றுப் பொருள்களில்.

கடந்த நூற்றாண்டில், பண்பாடு என்னும் கருத்தமைவு, சிந்தனை-செயல்பாட்டின் இன்னொரு பகுதிக்குள், அகழ்வாய்வு செய்யப்பட்ட இடங்கள் மற்றும் மானுடவியல் ஆய்வுகள் குறித்த விவாதங்களில், முன்னணிக்கு வந்தது. சமூகம் எவ்வாறு செயல்படுகிறது என விளக்க முற்படும், நட்புக் கோட்பாடுகள் பலவற்றின் வெளிச்சத்தில், வேறுபட்ட வரையறையை அது இணைத்துக் கொள்ளுமாறு இட்டுச் சென்றது. தொல்லியல்-மானுடவியல் ஆய்வுகளில், பண்பாடு சமூகத்திலுள்ள ஒரு சமுதாயம் அல்லது குழுவுடன் தொடர்புடைய, ஒரு வாழ்க்கை அமைப்பை அர்த்தப்படுத்துவதானது-அது சில வேளைகளில் அச்சமூகத்தின் மிக முக்கிய அம்சங்களைத் தீர்மானித்தது. நிச்சயமாக ஏராளமான வாழ்க்கை அமைப்புகள் இருக்கவே, ஒரு சமூகத்தைக் கட்டமைப்பதில் பலபண்பாடுகளை உள்ளடக்க வேண்டியிருந்தது. தொல்லியல் விபரத் தொகுப்புகளில் பரிச்சயமுள்ளோரும், சமூக வடிவங்களின் அமைப்புகளைச் சுட்டிக்காட்டிய பொருள்களின், சின்னங்களது ஆய்வை ஒழுங்கமைக்கத் தொடங்கினர். இவ்வடிவங்களின் விளக்கங்கள், வரலாற்றாசிரியர்களுக்கு வெறுமனே வம்ச மாற்றங்கள் தவிர்த்த, வரலாற்றின் மாற்றங்களுக்கான சுட்டிக்காட்டுதல்களை முன்வைத்தன.

ஆரம்பத்தில் பண்பாடு, எளிமையானதிலிருந்து சிக்கலானதிற்கான உருக் கொள்ளலாகப் பார்க்கப்பட்டது, அம் மாறுதலுக்குக் காலம் தேவைப்பட்டது. முல்லை நிலத்தவரின் பண்பாட்டுடன் ஒப்பிடுகையில், ஆரம்பகட்ட வேட்டை-உணவு சேகரிப்போரின் பண்பாடுகள் எளியனவாயிருந்தன; இவையும் வேளாண் சமூகத்தினருடையதைவிடவும் சிக்கல் குறைந்ததாயிருந்தன. மிக மிகச் சிக்கலானது, நகர

மையங்களில் உருக்கொண்ட வாழ்க்கை அமைப்புகளாகும். முன்-நவீன சமூகங்கள் பரிணாமப் பாதையையொட்டி ஒழுங்குபடுத்தப்பட்டன. மேலோங்கியிருந்த அம்சங்களால் பண்பாடுகள் வரையறுக்கப்படலாயின-இவ்வகையில் ஹரப்பா நாகரிகத்தின் நகரம் சார்ந்தவர்களாக, எழுத்து வடிவிலான தொடர்புறுத்தல் முறையைப் பயன்படுத்தியவர்களாயிருந்தனர்; கற்காலத்தினர், சவ அடக்க வடிவங்களுக்கான சின்னங்களைப் பெற்றிருந்தனர்; வேத காலத்தினர், மேய்ச்சலையும் சிறிது வேளாண்மையையும் சார்ந்திருந்த வேளாண்-முல்லைத் திணையினராக இருந்தனர்; கங்கைச் சமவெளியின் பிந்தைய நகரங்கள், ஒருவித பீங்கான் பாத்திரங்களாலும் வீடுகளுக்குள்ளேயான கட்டமைப்புகளாலும் அடையாளங் காணப்பட்டன. இவ்வெவ்வேறான சமூகங்களில், இவை ஒரு மட்டத்திலான அடையாளங்காணுதலே; ஆனால் சூழலைப் புரிந்துகொள்ள, வேறு மட்டங்களையும் பார்வையிடவேண்டிய அவசியம் இருந்தது.

சமூக அறிவியல்களில். பண்பாடு, படிப்படியாக பலவான அம்சங்களையுடைய சமூகத்தில், அடித்தளங்களிலிருந்து, செயல்பாடுகள்-கருத்துகளின் பல வெளிப்பாடுகளுக்கு விரிவடைந்து, செயல்பாட்டு அமைப்பைக் குறிப்பதானது. ஒரு பண்பாட்டை எடுத்துரைப்பதில், உள்ளடங்கும் தினுசு தினுசான பொருட்களை இது அகலப்படுத்திற்று- எடுத்துக்காட்டாக, சில உடைகள், கைவினைப் பொருள்களாகக் கருதப்படுவதிலிருந்து நகர்ந்து, கலைப் பொருள்களாக கருதப்படலாயின. மேட்டுக்குடியினரல்லாத குழுக்களின் எடுத்துரைப்பு, பண்பாட்டு அமைப்பில் நிறுத்தப் படுவதாயிற்று- ஒன்று கலை அல்லது கைவினைப் பொருளாக முன்னர் வேறுபடுத்தப்பட்டிருந்தவற்றினிடையேயான கலந்துறவாடலை அதே வேளையில் அங்கீகரிப்பதாயிருந்தது. இவ்விரண்டும் நிச்சயமாக பகுக்கப்படக் கூடியதாக கருதப்படவில்லை, பண்பாடு என்பது ஒன்றேயொன்றின் படைப்பல்ல.

19-ஆம் நூற்றாண்டில் இந்தியப் பண்பாடு எனக் கருதப்பட்ட பார்வையினை இது எவ்விதம் பாதித்தது? அது, தனித்துவமான வகைமை, ஆய்வுப் பொருள் என அடையாளங்காணப்பட்டபோது, இன்று, பண்பாடு பற்றி நாம் பேசுகையில், பொருள்களும் கருத்துகளும் தொன்மையான கடந்த காலத்திற்கு எடுத்துச் செல்லப்படலாம், ஆனால்-

பண்பாடு குறித்த நமது வரையறைகள், 19-ஆம் நூற்றாண்டில் பண்பாடு எப்படி பார்க்கப்பட்டது என்பதில் வேர் கொண்டுள்ளன. பண்பாட்டிலுள்ள படிமுறைகள், உயர்சாதிகள் மற்றும் பல்வேறான பின்புலங்களுடைய மேட்டுக்குடியினரின் பண்பாடு குறித்து எழுதும், இந்திய-இந்தியரல்லாதவர்களின் ஆய்வுகளால் பெரிதும் தீர்மானிக்கப்பட்டன.

மிகப்பெரிய இந்திய சமூகம், சமுதாயம்-பிரிவு பாகுபாடுகளின் மூலம் செயல்பட்டது. ஒருவர் பிறந்த சாதியால் அடையாளம் தீர்மானிக்கப்பட்டது-அது தன் பங்கிற்குத் திருமணம், சுவீகரித்தல் மற்றும் தொழில் சார்ந்த விதிகளைக் கட்டுப்படுத்தியது; வழிபாட்டுரிமைகளையும் நம்பிக்கையையும் பிரிவு தீர்மானித்தது. இச்சாதிகள்-பிரிவுகளின் சுயவரையறை பன்மைத்தன்மையின் வேரில் உள்ளது. அவர்களின் தரம் பிரித்தல், ஏராளமான தரம் பிரிப்புகள் இருந்தமையால், எளிதில் அடையாளங்காண முடியாததாயிருந்தது. ஏராளமான மொழிகள் பேசப்படுவதிலிருந்தும் இது வெளிப்படையானது. ஒவ்வொரு மொழியின் பகுப்பாய்வும், அதனைப் பேசுவோரின் வரலாற்றினது எடுத்துரைப்பை முன்வைக்கிறது-அவர்கள் பிறமொழி பேசுவோரிடமிருந்து தனிமையில் வாழ்ந்தனர் அல்லது பிறமொழி பேசுவோருடன் அடிக்கடி கலந்துறவாடினர். தன் பரிணாமத்தால் அல்லது இன்னொரு மொழியுடனான கலந்துறவாடலால், ஒரு மொழி, மாற்றத்திற்கு உள்ளாகும் வடிவம், மொழிகளைப் பேசுவோருக்கு இடையிலான கலந்துறவாடலின் இயற்கையையும் வரலாற்றையும் சுட்டிக் காட்டுகிறது.

கோட்பாட்டளவில் சமூக குழுக்கள் கறாராகப் பிரிக்கப்பட்டன மற்றும் கறாராக நடைமுறைப்படுத்தப்பட்ட சமூக சங்கேதங்களின் அடிப்படையில் அவற்றின் அன்றாட வாழ்வு ஒழுங்கமைக்கப்பட்டது. நடைமுறையில், சில குழுக்களுக்கிடையே சில நடவடிக்கைகளில் கணிசமான விட்டுக்கொடுத்தல் நிலவிற்று, மற்ற குழுக்களில் இல்லை. இரண்டும் பண்பாட்டு ரீதியில் தீர்மானிக்கப்பட்டன. அத்தியாயங்கள் 5 – 6 இல் நான் எடுத்துக்காட்ட விரும்புவது போல, வர்ண பாகுபாடுகளின் வகைமைகள், தொழில் குறித்த விதிகளை மீறமுடியும். ஆனால் பல்வேறான வர்ண வகைமைகளுக்குள் சேர்க்கப்பட்டவரைப் பிரித்துவைத்தல்,

மற்றும் சாதியின் எல்லைக்கு வெளியிலுள்ள அவர்ணர்கள், குறிப்பிட்ட காலத்திலிருந்தே அழுத்தமாகப் பார்க்கப்பட்டனர்.

மத ரீதியிலான வகைமைகளும் விட்டுக்கொடுத்தலை அனுமதிப்பதாய் இருக்கவேண்டும். எளிய நிலையில் மதம் எப்படி உருக்கொள்கிறது மற்றும் அது ஒரு சமூக நிறுவனமாகும்போது கொள்ளும் வடிவம் ஆகியவற்றிற்கிடையே கணிசமான வேறுபாடு இருக்கிறது. பிந்தையதில், சமூகத்தின் உறுப்பினராக வேண்டிய தனிநபரை ஆயத்தப்படுத்துவதில் ஈடுபட்டுள்ள முக்கிய அமைப்புகளை அது கட்டுப்படுத்துகிறது- நடத்தை விதிகள் மற்றும் மதத்தைச் செயல்படுத்துதல் மூலமாக, கல்வி நிறுவனங்கள் மற்றும் மத நெறிகளின் மூலமாக, மதத்தின் சமூக பங்கு குறித்த விவாதங்கள், இப்பங்கு மனிதனால் உருவாக்கப்பட்டது மற்றும் நடைமுறையில், மறுமையில் அது உறுதியளிக்கும் நன்மைகள் ஒருபுறமிருக்க, உலகியல் நோக்கம் கொண்டது என்பதை மனதில் கொள்ளவேண்டும். இது நம்பிக்கை, பற்று என்பதன் பங்கிலிருந்து தனித்துவமானது. மதத்தை உருவாக்குவோர் மற்றும் மதசித்தாந்தத்தின் மூலம் சமூகத்தைக் கட்டுப்படுத்த விரும்புவோர்களை அது குறிப்பிடுகிறது. என்னதான் தொன்மங்கள் பரப்பப்படினும், எந்தவொரு அதிமானுட ஆற்றலாலும் இது கட்டளையிடப்படவில்லை. எனவே மதத்தின் சமூகப் பங்கு பலவடிவங்களை மேற்கொள்கிறது. தெய்வீக சக்திகளுடன் தொடர்பில் இருப்பதாகக் கூறிக்கொள்ளும் மதகுரு-மருத்துவரின் எளிய-நேரிய வழிமுறைகளிலிருந்து, சமூக நிறுவனங்கள் என விவரிக்கப்படும் பல்வேறு அமைப்புகள் வாயிலாக, மத நிறுவனங்களால் பிரயோகிக்கப்படும், நடப்பு அரசியல்-பொருளாதார கட்டுப்பாட்டின் சிக்கலான வழிமுறைகள் வரை அவை உள்ளன.

மதத்திற்கும் அரசியலுக்கும் இடையிலான கலந்துறவாடலைப் பரிசீலிக்கையில் இது குறிப்பாக முக்கியத்துவம் பெறுகிறது. காப்புரிமை மட்டத்தில் இது ஆராயப்பட்டிருக்கிறது, ஆனால் போதுமான அளவில் இல்லை என்றே கூறலாம். பௌத்தர், சமணர், வைணவர், சைவர், சன்னி அல்லது ஷியா அல்லது வேறொருவர் என யாராயிருந்தாலும், ஆட்சியாளர்களின் மதம், அங்கேயே கூறப்பட்டு, விவரிக்கப்பட்டு, பொதுவாக விட்டுச் செல்லப்படுகிறது. ஆனால் வரலாற்றாளர்கள் இப்போது இம்மத நிறுவனங்களின் அரசியல்-சமூக செயல்பாடுகளுக்குள்

ஆழ்ந்து, அவை சமூக நிறுவனங்களை மேலாதிக்கம் செய்தனவா இல்லையா, மேலாதிக்கம் செய்திருந்தால் ஏன்-எப்படிச் செய்தன என்று மதிப்பீடு செய்கின்றனர். மற்றவர்களுடன் ஒப்பிடுகையில், பௌத்த-சமண ஆட்சியாளர்கள் வேறுபட்ட அரசுக் கொள்கைகளைக் கொண்டிருந்தனரா?

இந்தியாவின் துருக்கியர், ஆஃப்கானியர், மொகலாயர்களின் வரலாறு, இந்து மக்கள் மீது ஆட்சி செலுத்திய முஸ்லீம்கள் என்ற ரீதியில்தான் எளிதாக இன்னும் பார்க்கப்படுகிறது. ஆனால் இந்து மற்றும் இஸ்லாமிய மேட்டுக்குடியினரைக் கொண்ட, அரசியல், சமூக உறவுகளின் சிக்கலான வலைப் பின்னல் இருந்தது, உள்ளூர் மக்களிடம் இன்னும் பலவிதங்களில் நிலவியது, அது எளிமையாய் இல்லாமல் சிக்கல் கொண்டிருந்தது என்பதை வரலாற்றாளர்கள் அறிவார்கள். இவ்விஷயத்தில் கெடுவாய்ப்பாக, முற்றிலும் காலாவதியாகிவிட்ட காலனித்துவப் பார்வைகள், சில அரசியல்/அரைபாதி அரசியல் நிறுவனங்களால் இன்னும் பரப்பப்படுகின்றன-இவற்றின் அக்கறைகள் வாக்குவங்கிகளைக் கட்டமைப்பதன் மேல் மிதக்கின்றன; புதியதொரு அரசியல் அடையாளத்தைக் கட்டமைத்திட பொய்யான வரலாற்றைப் பயன்படுத்தி இது மேற்கொள்ளப்படுகிறது.

19-ஆம் நூற்றாண்டில் இருந்ததைவிடவும் விரிந்த அளவில் பண்பாடு வரையறுக்கப்படும்போது, தொடர்ச்சிகள் அல்லது மாற்றங்களுக்கான காரணங்களும் விரிந்த நிறமாலையைக் கொண்டிருக்கின்றன. அவற்றிடையே நாகரிகக் கருத்தமைவை மறுவரைசெய்வது உண்டு-காலனித்துவ காலத்தில் அவ்வளவு மேலாதிக்கம் செலுத்தி, கடந்த நூற்றாண்டில் தொடர்வது. நேரிதாகப் பிரிக்கப்பட்ட நாகரிகங்களின் அங்கங்கள்: ஒப்பீட்டளவில் மாறாத பகுதி இடமாக; அதன் பிரதிகள் எழுதப்பட்டுள்ள மேலாதிக்கம் செலுத்தும் தனியொரு மொழி; நம்பிக்கைகளையும் விழுமியங்களையும் விவரிக்கும் தனியொரு மேலாதிக்கம் செலுத்தும் மதம். இந்த அங்கங்கள் நிலைத்த அம்சங்களாக சித்தரிக்கப்பட்டன. ஆனால் வரலாற்று மாற்றம் என்னும் உண்மை நாகரிக மாற்றத்திற்கும் ஒரு சலுகையை நிர்ப்பந்தித்தது.

மாற்றத்தை ஏற்றுக்கொள்வதற்கான முக்கியக் காரணங்கள், ஒருவர் தனது பண்பாட்டினை மறு சிந்தனை செய்வதிலிருந்தோ பிற பண்பாடுகளை நேருக்கு நேராக எதிர் கொள்வதிலிருந்தோ

பின் தொடர்கின்றன. ஒரு காலத்தில் நெருங்கி மூடுண்ட நாகரிகங்களாகக் கருதப்பட்டவை, இப்போது ஆச்சரியப்பட முடியாத விதத்தில், நுண் துளைகள் கொண்டிருப்பதாக அறியப்படுகின்றன. இப்போது சில வரலாற்றாளர்கள், உலகை மாற்றிய பெரும் இயக்கங்களின் வரலாறுகளை, சில வேளைகளில் ‘பெரும் வரலாறு’ எனப்படுவதை, எழுதிக் கொண்டிருக்கின்றனர்-மாற்றத்தின் தோற்றுவாய்கள், அனைத்துப் பண்பாடுகளிலும் உள்ள இந்நுண் துளைத் தன்மையில் பெரிதும் அமைந்துள்ளன. வில்லியம் எச். மக்நீல், ஆண்ட்ரோ குண்டெர் ஃபிராங்க், இம்மானுவல் வால்லெர்ஸ்டீன் ஆகியோரின் சமீபத்தைய, உலகின் பெரிய பிரதேசங்களது வரலாறுகளில் இது தெரியவருகிறது. ஒருகாலத்தில் அய்ரோப்பாவில், தன் வரலாற்றுக்கு வெளியே அப்பட்டமாக ஆய்வு செய்யப்பட்ட, தொழில்நுட்பத்தின் முன்னேற்றமும் விரிவாக்கமும் இப்போது, அறிவு மற்றும் பிற பண்பாடுகளது வாழ்க்கை அமைப்புகளின் கலந்துறவாடல் மூலமாக உருக்கொண்டவகையிலும், உலகெங்கிலும் பண்பாட்டு மாற்றத்திற்கு பங்களித்திடும் பாத்திரத்திலும் இப்போது பரிசீலிக்கப்படுகிறது. எனினும், சில நாகரிகங்களைப் பொறுத்தவரை, ‘உயரிய’ பண்பாட்டு ஆய்வுக்குள் அதனை விசாரிப்பதில் சிறிது தயக்கம் இன்னும் நிலவுகிறது. அதனுடன் சென்றுவிடும் தொழில்நுட்பமும் அறிவியல் சிந்தனையும் மனிதாய விழுமியங்களுடன் உள்ளார்ந்ததாயும் அதன் மறுதலையாயும் இருந்தபோதும் இப்படி உள்ளது.

பண்பாட்டினால் தொழில்நுட்பம் எப்படிப் பயன்படுத்தப்படுகிறது என்பது வரலாற்றுச் சூழலைக் கொண்டிருக்கிறது. புராதன சமூகங்கள் வேட்டையாலும் உணவுச் சேகரிப்பாலும் வாழ்ந்தன. துண்டிக்கப்பட்ட கற்கள் அல்லது பாறைத்தகடுகள் பொருந்திய குச்சிகள் அல்லது சிறு கற்கள் போன்றவை தவிர்த்து, வேறெந்த ஆயுதங்களின்றியே வேட்டையும் காட்டைச் சுத்தப்படுத்துவதும் நடந்தன. உலோக ஈட்டி முனைகள் ஆற்றல் கொண்டிருந்தன. குதிரை மீதமர்ந்து விலங்குகளைத் துரத்துவது நன்றாயிருந்தது. அரசரது வேட்டைகள் இதிகாசங்கள்-காதல் பனுவல்களின் பாடுபொருளாகி, தமக்கேயான குறியீட்டுப் பொருளை வளர்த்துக்கொண்டன. காளிதாசரின் நாடகம் அபிஞான சாகுந்தலத்தின் ஆரம்ப காட்சியே இதுதான். வேட்டையாடுதல்

உணவு தேடுதலாக இல்லாது, கௌரவத்தின் அடையாளமானது, வீரதீரச் செயல்களுக்கான மேடை, மகாபாரதத்தில் விவரிக்கப்படும் வேட்டைகளில் உள்ளது போல, சிறு யுத்தங்களுக்குச் சற்றுக் குறைந்தவையாகவே இருந்தன. வெற்றிபெற்ற வேட்டைக்காரன் நாயகனாயிருந்தான், ஒரு விதத்தில் அதே உந்துதல் அவனை யுத்தத்திற்குள் கொண்டு சென்றது. பெரிய வேள்விகள், அரசரின் வேட்டையாடல்கள், யுத்தங்களிலிருந்து பெறப்படும் மரபுத் தொடர்கள், இலக்கியப் பிரதிகளில் இடம்பெற்றன. காலம் செல்லச் செல்ல வேட்டைகள் விரிவுபெற்றன-வேட்டையாடும் விலங்கு உண்ணப்படும் மான் என்பதை விடவும், மதிப்புமிக்க வேட்டை மிருகமான புலியாக இருந்தது. வேட்டைக்காகவும் தகுதி நிலைக்காகவும் நூற்றுக்கணக்கில் தாம் கொன்று குவித்த புலிகளுடன் இந்திய மன்னர்களும் பிரித்தானிய அலுவலர்களும் உள்ள பல புகைப்படங்கள் நமக்குப் பரிச்சயமானவை. காலங்களினூடே சமூகம் பண்பாடுகளின் மாறுகின்ற துணுக்குகள் இவை.

ஒரு பண்பாட்டு அடையாளத்தை பிரதிநிதித்துவப்படுத்தும் இவ்வடிவங்கள், தகுதி நிலையைக் கோருவதற்கான உத்தேசம் கொண்டவையா? இதற்குப் பதிலளித்திட, வேட்டைக்காரர்கள் யாரென்று நாம் கேட்கவேண்டியுள்ளது, ஏனெனில் அவர்கள் காலத்திற்கு காலம் மாறினர். இந் நடவடிக்கையால் அவர்கள் கோரியது என்ன? சடலங்களைத் தூக்கிச் சென்றது யார், அவற்றின் தோலுரித்தவர் யார், வேட்டையாடியவர்களின் இல்லங்களிலே அவற்றைக் காட்சிப் படுத்திட, ஆயத்தம் செய்தவர்கள் யார்? சுவையானவிதத்தில், மரணத்தின் போது மாசுபடுத்தும் விலங்கின் சடலமாகக் கருதப்படுவது, அதன் சம அளவிலே மாசுபடுத்தும் தீண்டத் தகாதவரால் கொண்டு செல்லப்பட்டு தோலுரிக்கப்பட்டு, பிறகு இயற்கையான உயிர் மீதான வெற்றிச் சின்னமாக மாற்றப்படுவது, வேட்டையின் சாதுர்யத்தை எடுத்துக்காட்டுவதாகிவிடுகிறது. பிறகு அது வேட்டைக்கு ஏற்பாடு செய்யக்கூடிய செல்வந்தரின் இல்லத்தை அலங்கரிக்கிறது. பண்பாட்டு விழுமியங்கள் பல்திறத்தவை என்பது தெளிவு.

வாழும் அமைப்புகளாகப் பண்பாடுகள், ஒரு சமூகத்தைக் கட்டமைக்கும் பெரும்பாலான நபர்களால் உருவாக்கப் படுகின்றன மற்றும் ஏற்கப்படுகின்றன. நெறிகளும் நடைமுறைகளும் நிறுவப்படுகின்றன. பல்வேறு

காரணங்களால் மாறுதல்கள் வருகின்றன. எனினும், பெரும்பாலானவர்கள் நெறிகளைப் பின்பற்றினாலும், ஒவ்வொருவரும் செய்வதில்லை. சிலர் வித்தியாசமாகச் சிந்திக்கவும் செயல்படவும் அனுமதிக்கப்படுகின்றனர்-எடுத்துக்காட்டாக, இயற்கை கடந்ததுடன் தொடர்பிலுள்ளதாகக் கூறிக்கொள்ளும் ஆரம்பகட்டச் சமூகங்களின் மருத்துவ-மந்திரவாதிகள். இத்தகைய விலகல், சமூகச் செயல்பாட்டின் பகுதி ஆகின்றது. அதுபோலவே, பிந்தைய சமூகங்களில், சில ஆடவரும் பெண்டிரும் இயல்பான சமூகத்திலிருந்து வெளியேறி, தமக்கென வித்தியாசமான சமூகத்தை உருவாக்கிக் கொள்கின்றனர். வாழும் அமைப்புகளுடன், வேறுபடும் விதிகளையுடைய தம் மடாலயங்களை நிறுவிக் கொள்ளும் பல்வேறான துறவிகளால் இது செய்யப்பட்டது. சாதிகளும் மதப் பிரிவுகளும் தமக்கேயான சமூக வாழ்வு நெறிகளை உருவாக்கிக் கொள்ளுமிடத்தே, இவற்றை நாம் பல்வேறான நாகரிகங்கள் சக வாழ்வு வாழ்வதாகப் பார்க்க வேண்டியுள்ளது.

சில வேளைகளில் நாம் வாழ்கின்ற உலகத்துடன் எப்படித் தொடர்பு கொள்கின்றோம் என்பதிலிருந்து பண்பு எழுகின்றது. அல்லது ஒரு வாழ்க்கை அமைப்பை வடித்தெடுப்பதற்கான ஆழமான முயற்சியாக அது இருக்க முடியும்-சமயங்களில் தனிநபர் அனுபவத்தின் புரிதலாக. தனிநபர்கள் ஒட்டுமொத்த பண்பாட்டைச் சிந்தித்துப் பார்ப்பதில்லை மாறாக அவர்கள் பரிவு காட்டி தமது அடையாளமாகத் தெரிவு செய்யும் பகுதிகளை மட்டுமே அல்லது சமூக வழக்காறுகளின் வழியே தம்மீது திணிக்கப்பட்ட அடையாளத்தைப் பெறுகின்றனர். எனவே சமூகங்கள் பல பண்பாடுகளைப் பெற்றுள்ளன, ஓரமைப்பு மட்டுமே ஒட்டுமொத்த சமூகத்தைப் பிரதிநிதித்துவப்படுத்த இயலாது. ஒரு சமூகத்தின் பல பண்பாடுகளை விளக்கிட ஒரு பண்பாடு தேர்ந்தெடுக்கப்படுகையில் இது பிரச்சனைக்குரியதாகிறது-எடுத்துக்காட்டாக, இந்தியப் பண்பாடாக குறிப்பிட்டதொரு பண்பாட்டு வடிவம் குறிக்கப்படுகையில் அல்லது அதுபோல அய்ரோப்பிய பண்பாட்டில் அல்லது சீனப் பண்பாட்டில் குறிக்கப்படுகையில். தனித்துவங்களும் பிரிவுகளும் வித்தியாசங்களும் அம் முத்திரையுடன் ஏற்றுக்கொள்ளப்பட வேண்டியுள்ளன, ஆனால் அப்படி ஏற்கப்படுவதில்லை. அப்படியானால் ஒரு சமூகத்திற்குள்ளேயான பல பண்பாடுகளைக் குறித்திடும்

தனியொரு முத்திரை இருக்க முடியுமா என்றும் கேள்வி எழும்-இன்றைக்கு உலகின் பல பகுதிகளில் மிக முனைப்பாகியிருக்கும் பிரச்சனை இது; ஒரு சமூகத்தின்/நாட்டின்/தேசத்தின் பண்பாடு விவாதிக்கப்படுகையில், மேட்டுக்குடியினரல்லாதவரது பண்பாடுகளும் சிறுபான்மையினரது பண்பாடுகளும்கூட இடம்தரப்பட வேண்டும் என்பது இப்போது அங்கீகரிக்கப்பட்டிருக்கிறது. இது வெறுமனே அவற்றின் இருப்பினை ஏற்றுக்கொள்வதில்லை மாறாக பல்வேறு பண்பாடுகளை நிறுத்த வேண்டியதன் தர்க்கத்தை அங்கீகரித்திடும் முயற்சியாகும். இதற்கு பண்பாட்டுப் பொருட்களை மாற்றிப்போட வேண்டியிருக்கலாம்-குறிப்பிட்ட பண்பாட்டு உருப்படியை உருவாக்கியது எந்தக் குழு என்று பேசுவதற்குப் பதிலாக, அப்பொருளையும் பண்பாட்டு அமைப்பில் அதன் பங்கினையும் பேசுவது மிகப் பொருத்தமானதாக அமையும்.

பண்பாடு என்றழைக்கக் கூடியதான, இன்றைக்கு வாழ்தல் அமைப்பை உருவாக்குவதில் எது பங்கேற்கிறது என்று கேட்கப்படலாம். இது முன்னர் குடும்பம், சமுதாயம், கல்வியைச் சார்ந்திருந்தன-ஒரு தனி நபரை அவரது சமூகத்திற்குள் சமூக வயப்படுத்தும் மூன்று முக்கிய அமைப்புகளாகும் இவை. இக்காரணிகள் சமூக ஊடகம், தொலைக்காட்சி, விளம்பரங்கள் மற்றும் திரைப்படம் ஊடாக பண்பாடுகளை உருவாக்க மெல்ல வழிவிடுகின்றன. சமூக ஊடகம் அலைபேசியில் எளிதாகக் கிடைக்கக்கூடியதாயுள்ளது. யதார்த்தத்தை விடவும் பண்பாட்டுக்கு முக்கியமானதாக மாயப்புனைவு மாறி, உண்மையான யதார்த்தத்தைச் சிதைக்கக்கூடிய மெய்நிகர் யதார்த்தத்தைத் தொலைக்காட்சி முன்வைக்கிறது. மெய்நிகர் யதார்த்தம் போல தொழில்நுட்பம் வளர்ந்து மேற்கொள்ளப்படுகையில், இப்போக்கு சிக்கலடையவே செய்யும். தகவல் அறியும் உரிமைச் சட்டத்தின் மூலம் போலிச் செய்திகளை அம்பலப்படுத்துவது ஒருவரது உயிரைப் பணயம் வைப்பதாகும்; தனிநபர்களாயினும் வெளியீட்டு நிறுவனங்களாயினும், உயிர்கள் இப்போது பொருட்படுத்தப்படுவதில்லை-செய்தி பரபரப்பானதாக இருக்கும் மட்டும். ஒருகாலத்தில் தீவிரமான விசாரணை, விளக்கத்தை மதித்து, வெளிப்படையான ஆதாரத்தின் அடிப்படையாக அறிக்கையிட்டுவந்த இதழியல், இப்போது ஆதாரம் தேடவேண்டியிராத அறிக்கைகளைக் கொண்டிருக்கிறது.

விளம்பரங்களின் செல்வாக்கு குறித்து ஆய்வுகள் இருந்து வருகின்றன-அவற்றைத் தீவிரமாக எடுத்துக் கொண்டோரின் நம்பிக்கைகளையும் நடவடிக்கைகளையும் வைத்து, விளம்பரங்களை மட்டும் நோக்கினால், இந்தியப் பண்பாட்டின் படிமம் விசித்திரமாக இருக்கும். எந்த யதார்த்தம் முன்னிறுத்தப்படுகிறது என ஒருவர் வியப்புறுவார். இவ் விளம்பரங்களிலுள்ள அழகான யுவதிகளும் அவர்தம் குழந்தைகளும், இந்தியர்களைவிடவும் அய்ரோப்பியர் போன்றே தோன்றுகின்றனர். விளம்பரங்கள் செய்யப்படுவது நிஜமான மக்களுக்கா அல்லது கற்பிதமான சமூகத்திற்கா?

இந்தியப் பண்பாட்டின் வரையறை பெரிதும், இந்திய யதார்த்தமாகவும் இந்தியக் கற்பனையின் காட்சிப்படுத்தலாகவும் கருதப்படுவதைக்காணும் முயற்சியாக, இக் கருத்துகளுடன் இணங்கும் வடிவங்களை உருவாக்கி, இக் கருத்துகளை ஆதரிக்கும், நிலவுகின்ற வரலாற்று அனுபவத்திலிருந்து வடிவங்களை தெரிவு செய்வதாக இருக்கிறது என்பதையே நான் வாதிட முயலுகின்றேன். ஒட்டுமொத்த சமூகத்தையும் பிரதிபலிப்பதாக அவர்கள் அனுமானித்துக் கொள்ளும் பண்பாட்டைத் தெரிவுசெய்து, எடுத்துரைத்து வரையறுத்திடும், செல்வமும் ஆற்றலும் தகுதிநிலையும் உள்ள, சமூகத்திற்குள்ளே ஒரு குழுவை நிர்மாணிப்பதாக இருந்து வந்திருக்கிறது. கடந்த காலங்களில் பண்பாட்டைப் பெரிதும் வரையறுத்தவர்கள் அரசர்கள் அல்லது உயர்ந்த சாதிகள்-பல்வேறு பார்வை நிலைகளிலிருந்து நேர்த்தியான அம்சங்களையும் நுணுக்கங்களையும் முடிவின்றி நோக்கி வரையறுக்கப்பட்டது. இன்றைக்கு, இவ்வரையறையை ஒத்துக்கொள்கிறோம் அல்லது அதனை கேள்விக்குள்ளாக்குவது போதுமானதாயில்லை. இவ்வரையறை சிறிய குழுவிற்கு நியாயமானதாயிருந்தது, சிறியதொரு குழுவிற்குள்ளே அதன் போற்றுதல் உள்ளது. ஆனால் சமூகத்தின் பெரும்பகுதியால் நோக்கப்படும் பிற நெறிகளும் வடிவங்களும் இருந்தன; இப்பொருள்களை உருவாக்கிக் கொண்டிருந்தவர்களின் அழகியல் பண்புகளும் திறன்களும், புரவலரால் கூறப்பட்டதையே பின்பற்றினர் என்றும் நம்பிக்கையில், புறக்கணிக்கப்படுகின்றன. அவர்கள் இனந்தெரியாதவர்களாய் இருந்தனர் ஆனால் அது அவர்தம் படைப்பாற்றலை அழிக்கவில்லை. பண்பாடு, மானுட நோக்கத்தின் இறுதிவிளைவு, அதனை உருவாக்கியோரை

அல்லது அதற்கு வடிவமளித்தோரைச் சார்ந்திருக்கும் என்பதை நாம் நினைவில் கொள்ளவேண்டும். அந்நோக்கத்தினை புரிந்துகொள்ள நாம் கற்றுக்கொள்ளவேண்டாமா? மேலும், பெரும்பான்மையினரது பல்திறமான பண்பாடுகள் தம் எல்லைகளுக்குள்ளேயே கட்டுண்டிருந்தன. இப்பண்பாடுகள் இப்போதுதான் பிரதிபலிக்கத் தொடங்குகின்றன, அதுவும் இந்தியப் பண்பாட்டின் விரிவடையும் தொடுவானில் ஒரு பகுதியாகவே.

★

இப்புள்ளியிலே ஒருகணம் நின்று, சில கேள்விகளை எழுப்பிட என்னை அனுமதியுங்கள். பண்பாடு என நாம் காண்பது ஒரு வாழ்க்கை அமைப்பின் மீது அமைந்துள்ளது என கண்டுகொள்வதிலுள்ள உத்தேசம் என்ன? எந்த அளவுக்கு இவ்வமைப்பு பிரக்ஞை பூர்வமானது அல்லது இயல்பானது அல்லது ஒரு புனைவின் மீதான விளையாட்டா? இவ்வமைப்புக்கு ஏற்பு தேவைப்படும் அளவினை இது தீர்மானிக்கக்கூடும். இத்தகைய ஒழுங்கமைப்பில் இதுவொரு நிகழ்வுப் போக்கா அல்லது இறுதி விளைவா? பாரம்பரியம் போன்ற பண்பாட்டு அம்சங்கள் வழங்கப்பட்டவை என நம்பத்தலைப்படுகிறோம். ஆனால் நாம் நின்று நிதானித்து, பண்பாட்டு கருத்துகள், வடிவங்கள், வாழ்க்கை அமைப்புகள் எப்படி வடிவங்கொள்கின்றன, அவை எவ்விதம் நிறுவனங்களை எழுப்புகின்றன, அவை வெளிப்படுத்தப்படும் எல்லை என்ன, இக் கேள்விகளுக்கான பதில்கள் நம் சிந்தனையையும் செயலையும் எப்படி கட்டுப்படுத்துகின்றன என்று கேட்கவேண்டியிருக்கிறது.

வாழ்தல் அமைப்பு மற்றும் பண்பாடு பற்றி ஒருமையில் பேசுகிறோம், இருப்பினும் ஒவ்வொரு சமூகத்திலும் ஏராளமான அமைப்புகள் உள்ளன மற்றும் ஏராளமான பண்பாடுகள் பற்றிப் பேசவேண்டும். அப்படி நாம் பேசுவதில்லை, தனிநபர் நாகரிகங்களை ஒருமையாக இருந்ததின் செல்வாக்கால், அதனைப் பண்பாட்டிற்கு நீட்டித்ததன் காரணமாக; இன்னொரு காரணம், ஒரு பண்பாடு பொதுவாக வரையறுக்கப்படுவது, மேலாதிக்கம் செலுத்தும் பண்பாட்டின் பண்பு நலன்களால்தான்- எஞ்சிய சமூகத்தின் குறிப்பான பார்வைகளுடன்- காணுகின்றவர்கள் மற்றும் அவ்வாறு காணப்படுகின்றவர்கள் இவர்களது பாரபட்சங்கள், உணர்வு நுட்பங்களுடன்

சேர்ந்து பல்வேறான ஏற்றத்தாழ்வுகளுடன் பண்பாடுகளும் தொடர்புபடுத்தப்பட வேண்டியவை என்பது ஒப்பீட்டளவில் சமீபத்தைய எண்ணமாகும்.

வரலாற்றில் ஏற்றத்தாழ்வுகள் எவ்விதம் ஏற்பட்டுள்ளன? ஒரு சமூகக்குழு பெரும்பகுதியான செல்வத்தைத் திரட்டி, அதன் காரணமாக தகுதிநிலை பெற்று, அப்போது சமூகத்தில் மேலாதிக்கம் அடைந்து, அதனால் நியதிகளைக் கட்டளையிடமுடியும் என்று வாதிடப்பட்டுள்ளது. சில குழுக்கள், இயற்கை மீறியதன் பேரிலான மானுட நம்பிக்கையை தவறாகப் பயன்படுத்தி, தெய்வீக சக்தியுடன் தொடர்பிலிருப்பதாகக் கூறிக்கொள்ள, சமூகத்தின் மீது அதிகாரம் கொண்டு, நியதிகளை உத்தரவிட வழிவகை செய்தது என்னும் வாதத்தையும் இதனுடன் சேர்த்துக் கொள்ளலாம்.

இதனை விளக்கிடும் மிக எளியமுறை, ஆரம்ப காலச் சிந்தனையாளர்கள் கூறியதுதான். சமத்துவ சமூகத்தின் கற்பனாவாத ஆரம்பங்கள், முரண்பாடுகள் சேர்ந்து சமூக ஏற்றத்தாழ்வுகளுக்கு இடந்தர, குழுக்கள் குடும்பங்களாக பிரிவுண்டு, சாகுபடி செய்த நிலங்களில் உரிமை உறுதிப்படுத்தப்பட்டதாக புத்தர் கருதியதை திக் நிகாயா குறிப்பிடுகிறது (*III. 84.4-93.210*). பிராமணிய மரபிலிருந்து வரும் பிரதிகளும், தூய்மையான கற்பனாவாத சமுதாயத்தையும் சமத்துவத்தையும் முன்னிறுத்துகின்றன; பின்னர் அவை சிதைந்தன. இது வர்ணத்தின் படிமுறையை தோற்றுவித்து, கடவுளரால் நியமிக்கப்பட்ட மன்னன் வேதங்களைப் பாதுகாக்க சம்மதித்து, மகாபாரதத்தில் (*12.59.1ff*) கூறப்படுவதுபோல, தெய்வீகத் தோற்றுவாய் உடையவன் ஆனான். மூத்த பெண்ணோ ஆணோ பெரும் அதிகாரத்தை உறுதிப்படுத்தும் போட்டியில், குடும்பத்திற்குள்ளே படிமுறை தோன்றியிருக்க வேண்டும்-இந்நிகழ்வுப் போக்கு இறுதியில் ஆணாதிக்கத்தை நிறுவ இட்டுச் சென்றிருக்கும். இது மறுபடியும் பாலினச் சமத்துவமின்மையை ஏற்படுத்த, பல பண்பாட்டு அமைப்புகளில் ஏற்றுக்கொள்ளப்பட்ட அம்சமாகியிருக்கும். இதனுடன் சேர்ந்தது, இன்னும் விரிவான சமூகப் பிரிவினை- இந்தியாவில் அது சாதியின் வடிவம் பெற்றது, மேல் சாதிகளால் அது வர்ணம் என முறைப்படுத்தப்பட்டது.

இப்பண்பாட்டின் அவசியமான அம்சங்களாக இருந்தவை: ஒருவர் பிறந்த சாதியால் அடையாளம் தீர்மானிக்கப்படுவது,

அகமண-புறமண விதிகளால் சாதியின் தனித்துவம் பாதுகாக்கப்படுவது, சாதிகளுக்கிடையே சமூக படிமுறையைப் பராமரிப்பது; ஆணாதிக்கம் சாதியை வலுப்படுத்துவதாயிருப்பது. சாதியால் வடிவமைக்கப்பட்ட தொழில்களைப் பின்பற்றச் சொல்லி வற்புறுத்துவது, சில நேர்வுகளில் இறுக்கமாயிருந்து மற்றவற்றில் நீக்குப் போக்கானதாக இருந்தது. படிமுறையில் சாதியின் இருப்பிடத்திற்குப் பங்களித்த தொழில்வகையினர் மற்றும் மற்றவர்களுக்காக உழைத்தவர்கள் தாழ்நிலை பெற்றிருந்தனர். சமூகத்தின் இப்பிரிவினை, ஒவ்வொரு பகுதியும் ஓர் அடையாளத்தைப் பெற்றதைக் குறித்து மற்றும் இவ்வடையாளங்கள் வெவ்வேறான தகுநிலைகளைப் பெற்றிருந்தன.

ஆரம்பகட்ட வரலாற்றுச் சமூகங்கள், தனிநபர் அறவொழுக்க நெறிகளை ஏற்படுத்துவதில் அக்கறை கொண்டிருந்தன, சில நேர்வுகளில் சமூக அறங்களை ஏற்படுத்தின; ஆனால் சமூக நீதி குறித்து அக்கறை இல்லை. நாகரிகங்களின் கட்டுமானத்தில் பொதிந்துள்ளபடி, கடந்தகாலம்-பொற்காலங்களின் கற்பனாவாத காலங்கள் சமூக அறங்களில் குவிமையம் கொள்ளவே இல்லை-இவ்விஷயம் குறித்துப்பேசிய/எழுதிய குழுக்கள் சமூகத்தில் இருந்தபோதிலும். ஆரம்பகால இந்து சமூகத்தின் இருபெரும் பிரிவுகளான பிராமணியமும் சிராமணியமும் (பௌத்தர்கள், சமணர்கள், ஆசீவர்கள் போன்றோர்) சமூக அரண்கள் குறித்து வெவ்வேறு பார்வைகள் கொண்டிருந்தன. விதிக்கப்பட்ட நெறிகளை சரியாகப் பின்பற்றுவது, கடமைகள்-கடப்பாடுகளுக்கு அர்ப்பணிப்புள்ள சமூகத்தை உறுதிப்படுத்திற்று. உரிமைகள் பெரிதும் விளிம்புநிலையினதாகவே கருதப்பட்டன. சமீப காலங்களிலேதான் சமூக நிறுவனங்களுடனான தொடர்பில், தத்துவார்த்த சொல்லாடலில் அவை மையமாகி உள்ளன. நவீனம் குறித்த நமது வரையறையில், சமூக அறங்களும் நீதியும் முன்னுரிமை பெற்றிருப்பதால் இது இருக்கக்கூடும். இப்புதிய நிலைமை, உடனிகழ்கால நெறிகளுக்கு மிக எதிராயுள்ளவற்றுக்கு ஆதரவாக, பழைய அடையாளங்களை நாம் ஒதுக்கித் தள்ளுமாறு வேண்டுகிறது. எடுத்துக்காட்டாக, தேச அரசில், மதம், மொழி அல்லது இனவியல்தன்மை அடிப்படையிலான சமுதாயத்தின் அடையாளம், இப்போது

மிகப் பொருத்தமான ஆதார அடையாளமாயுள்ள, நாட்டுக் குடிமகனாக அடையாளத்தை விடவும், குறைந்த மையத்துவத்தையே கொண்டிருக்கிறது. தற்போது, தெற்கு ஆசியாவின் பல தேசங்களிலுள்ள மதவாத தேசியத்தன்மைகள், குடிமகனின் சமயச்சார்பற்ற அடையாளத்துடன் போராடுகின்றன - குறிப்பிட்ட மத அடையாளத்திற்கு முன்னுரிமையளித்து மதச்சார்பற்ற அடையாளத்தை இடப்பெயர்ச்சி செய்ய ஆசைப்படுகின்றனர் - பாகிஸ்தான், வங்காள தேசத்தில் இஸ்லாமியனாக, இந்துராஷ்ட்ரக் கருத்தமைவில் இந்துவாக அல்லது காலிஸ்தானத்தில் இந்தியனாக அல்லது இலங்கையில் பௌத்தனாக.

அடையாளம் என்பது ஒரு சமூகத்தின் பகுதியைப் பிரித்தல் மற்றும் அதன் தர்க்கப்படி, பிரிவினையை மட்டுமின்றி, சிலநேர்வுகளில், மற்றமையை வெளியேற்றுதல். ஆனால் தேசியவாதம் உள்ளடக்கும் அடையாளத்தை - அங்கே ஒரு தேசத்தின் குடிமக்களாக அனைவரும் உள்ளடக்கப்படவேண்டும். வற்புறுத்துவதற்கு நேர் எதிரானதை அறிமுகம் செய்கிறது, வெளியேற்றும், மற்றவர்களால் விலக்கப்படுவதால் பெரிதும் நிகழமுடியுமாயினும், சுயமாக திணித்துக் கொள்ளப்பட முடியும். குறிப்பிட்ட அடையாளத்திற்கு அழுத்தம் எவ்வளவு அதிகமாகிறதோ, மற்றமையை வெளியேற்றுவதற்கான அழுத்தம் அவ்வளவு அதிகமாகும். தர்ம சாத்திரங்கள் அடையாளங்களை வலியுறுத்திக் கொண்டிருக்க, நடைமுறையில் வேறுபட்ட தன்மைகள் நிலவின. அப்படியானால் கொள்கைக்கும் நடைமுறைக்கும் இடையில் இருந்த பொருத்தப்பாடின்மை கடந்தகாலத்தில் எப்படி சரிசெய்யப்பட்டது மற்றும் தற்போது எப்படி சரிசெய்யப்பட இருக்கிறது? வித்தியாசத்தை ஏற்றுக் கொண்டால், நடைமுறைக்கேற்ப கோட்பாட்டினை மாற்றியமைத்துக் கொள்ள முடியும். நடைமுறைகளில் ஒரு மாற்றத்தை ஏற்றுக்கொண்டு, அதே வேளையில் கோட்பாட்டின் சாரம் மாறாமல் பார்த்துக் கொண்டு, அடிக்கடி நிகழ்ந்துள்ளது போலவும் செய்யப்பட முடியும் கோட்பாட்டின் தொடர்ச்சியை உறுதிப்படுத்தும் பிரதிகளைக் கவனமாக விசாரித்தறிய வேண்டும். எனவே, கடந்தகாலத்தை காலனித்துவ மறு நிர்மாணம் செய்தல், பாலினத்தையும் சாதியையும் நிலைத்தனவாக, வரலாற்று ரீதியில் மாற்றமடையாதவையாகக் கண்டது.

இவ்வாசிப்பு, மதவாத தேசியவாதங்களின் சித்தாந்தங்களில் தொடர்கின்றது ஆனால் விபரத் தொகுப்பு குறித்து கடுமையான கேள்விகளைக் கேட்கும் சமூக விஞ்ஞானிகளால் கேள்விக்குள்ளாக்கப்படுகிறது. சமூக நடைமுறைகள் ஆய்வு செய்யப்படுகையில், சமூக பேரங்களின் பல வடிவங்கள் மாற்றத்தின் வழிகளாக வெளிக்காட்டப்படுகின்றன. பெண்கள் மற்றும் தாழ்ந்த சாதியினர்-புறச் சாதியினரின் வரலாறு தொடர்பாக, வெளியேற்றும் விதிகள் மாற்றப்பட்டனவா, மாற்றப்பட்டிருந்தால் ஏன், என்ன சந்தர்ப்பங்களில் என்று வினவ வேண்டியுள்ளது; மாற்றப்படாவிட்டால், ஏன் கூடாது?

19-ஆம் நூற்றாண்டில் புதிய அடையாளமும் புதுவகை விலக்குதலும் பரவலாயிருந்தது, அதுதான் இனம். பிற கருத்துகளுடன் சேர்ந்து இது, சார்லஸ் டார்வினும் பிறரும் வளர்த்துச் சென்ற பரிணாமக் கோட்பாட்டிலிருந்தும் வலுத்தது வாழும் என்னும் அவரது கருத்திலிருந்தும் பெறப்பட்டது. பரிணாமத் தராசில் முன்னேறியவர்களாக விவரிப்பதன் மூலம், காலனித்துவ சக்திகளின் உயர்வினை நியாயப்படுத்திட, இனம் பயனுள்ள கருத்தாயிருந்தது. சில நாகரிகங்களுக்கு உயர் மட்டத்தில் இருப்பவற்றுக்கு சற்றுக்கீழான இடம் ஒத்துக்கொள்ளப்பட்டது, ஆனால் பல சமூகங்கள் வரிசையின் கீழே வைக்கப்பட்டு, புராதன சமூகங்கள் என்று குறிப்பிடப்பட்டன. இக் கருத்தாக்கம் வரலாற்றுக்குப் புதிதாய் இருந்தது, நாகரிகங்களின் தகுதிநிலை அளிக்கப்பட்ட சமூகங்களுக்கும் பரிச்சயமற்றதாய் இருந்தது.

இன்று நாம் பயன்படுத்தும் அடையாளங்கள், வரலாற்றின் எந்தப் புள்ளியாக பயன்படுத்தப்படலாயின என்னும் கேள்வி கேட்கப்பட வேண்டியிருந்தது. இக்கருத்தமைவுகளை நம்மால் தேடியறிய முடியுமா அல்லது ஆரம்பகட்ட வரலாறுகளில் அவற்றின் பயன்படுத்தலை அறியமுடியுமா? சமூகப் பிரிவினை இருந்தும் இனக் கருத்தமைவு இல்லாததால், இந்தியாவுக்கு இது பிரச்சனைக்குரியதே. ஆனால் விலக்கப்பட்ட பகுதிகளுக்குப் பயன்படுத்தப்பட்ட தொடர்களுக்குப் பஞ்சமில்லை; சில பகுதிகள் மற்றவற்றை விடக் கடுமையாக விலக்கப்பட்டன; தாசன், மிலேச்சன், சண்டாளன், அவர்ணன், யவனன், துருக்ஷன் போன்ற தொடர்கள் நிறைந்திருந்தன. எதுவும் இனத்தின் பொருளைத் தாங்கியிருக்கவில்லை. இனத்தைக் குறிப்பிடும் பிரதிகளின் நவீன மொழிபெயர்ப்புகள்

பெரிதும் 'சாதி' என்ற வார்த்தையைப் பயன்படுத்தின, இது நிச்சயமாகச் சரியில்லை என்பதுடன் பெரும் குழப்பத்தை ஏற்படுத்தவும் செய்தது. இரண்டிலும் பிறப்பு, அடையாளத்தின் ஆதாரமாகப் பார்க்கப்பட்டதால் இவ்வார்த்தை தெரிவு செய்யப்பட்டிருக்கலாம்.

இனம் கண்டுபிடிக்கப்பட்ட வேளையில், தேசம், தேசியம், தேசியவாதம் என்றும் எண்ணமும் மையத்துவம் பெற்றது. சமுதாயங்கள் ஒன்று சேர்ந்து புதிய பிரக்ஞையின் அடிப்படையில் தேசங்கள் கட்டமைக்கப்பட்டன; பொதுப் பண்பாடுகளையும் வரலாறுகளையும் பிணைக்கும் சக்திகளாக கண்டறிந்து கொண்டன. சமூகங்களின் சுய-பார்வை மாற்றத்திற்கு உள்ளானது. முன்னதாக இடைக்கால அரசுகள் வீழ்ச்சியுற்றது, முந்தைய மக்கள்-சமுதாயங்களிடையே உண்டான புதிய அணிசேர்க்கைகளால் இடப்பெயர்ச்சி செய்யப்பட்டன. குடியேற்ற நாடுகளில், தேசியம், காலனிய அரசுக்கு எதிர்ப்பு வடிவினைப் பெற்றது. அவர்களை ஒன்றிணைத்துள்ள இதனைக்கண்ட காலனிய அரசுகள் தேசத்தின் அடையாளத்தை அவர்களுக்கு அனுமதித்தன. காலனித்துவ வெற்றியால் வடிவமைக்கப்பட்டிருந்த புதிய சக்திகளால் விடுதலைக்கான கோரிக்கை எழுந்தது. காலனிய எல்லைகளைப் பயன்படுத்தி, எல்லைகள் மறுவரையறை செய்யப்பட்டன; தேச அரசின் உருவாக்கத்துடன் பிணைந்த காரண-காரியத் தொடர்பை வரலாறு பெற்றிருந்தது. தனியொரு பண்பாட்டைக் கோருவதற்கான தேவை தவிர்க்க முடியாதவகையில், மேலோங்கியிருந்த அதிகாரம் செலுத்தியவர்களின் பண்பாட்டை அபகரித்துக் கொள்ளுமாறு இட்டுச் சென்றது. காலத்தின் அழிவுக்கு தப்பிழைத்திருந்ததாக எடுத்துக் கொள்ளப்பட்டது இப்பண்பாடே. இதன் வரலாற்றுச் சின்னங்கள் மிகுந்த கவனத்துடன் நிர்மாணிக்கப்பட்டிருந்தன; அது வளமான நெசவு மரபைக் கொண்டிருந்தது; அதனை அங்கீகரித்து அதிகாரத்தில் அமர்ந்திருந்தவர்கள் உண்டு. கடந்த காலத்திலிருந்து சுவீகரிக்கப்பட்ட அது தேசியப் பண்பாடு ஆனது. சமூகங்களின் கீழ் மட்டங்களிலிருந்த பண்பாடுகள், மாற்றத்திற்கு அவ்வளவாக இடமளிக்காமல், நன்றாக உயிர் பிழைத்திருக்கக்கூடும்.

தேசியப் பண்பாடு தனித்திருப்பது அதற்கு வசதியானது; ஒரு தேசமாக மாறிட பல்வேறு அடையாளங்களுக்கிடையே போட்டி நிலவுவதாக அது ஒருபோதும் முடியாததாகிறது.

இந்தியாவில் இம்மோதலில் ஈடுபட்டுள்ள மூன்று கோரிக்கைகள் தேசியவாதத்திற்கு உள்ளன; இரண்டு கோரிக்கைகள் இந்து மற்றும் இஸ்லாமிய மத அடையாளங்கள் மீதமைந்தவை; ஒன்று, சமயச் சார்பற்ற, காலனித்துவ எதிர்ப்பு அடையாளமாக இவற்றுடன் போட்டியிடுவது. முன்-காலனிய காலங்களில் இந்துக்களும் இஸ்லாமியர்களும் பிற அடையாளங்களைக் கொண்டிருந்தனர்; அவற்றில் சில பொருந்திப் போயின, சில மோதி முரண்பட்டன. ஆனால் மதத்தின் மீதான அரசியல் அடையாளங்கள், இந்துவோ, இஸ்லாமோ, ஆனால் தேசியமாகக் கூறிக்கொள்பவை, காலனியவாதிகளால் உருவாக்கப்பட்டு வளர்த்தெடுக்கப்பட்டவை. இந்நிகழ்வுப் போக்கில் சமயச் சார்பற்ற காலனிய எதிர்ப்புப் போக்கு ஓரளவுக்குச் சிதைக்கப்பட்டது.

அடிக்கடி கூறப்பட்டுள்ளதுபோல, வரலாறு தேசியவாதத்திற்கு அத்தியாவசியமானதாயின், இவ்வரலாற்றிலிருந்து அடிக்கடி ஒழுங்கமைக்கப்படும் தேசியப் பண்பாட்டு கோரிக்கையும்தான். ஒரு தேசியப் பண்பாட்டின் கட்டுமானத்தில் இடம் பெறவேண்டியவை எவை என்னும் தெரிவுகள் செய்யப்படுகையில் பிரச்சனை எழுகிறது. அதிகாரபூர்வ மட்டத்தில், காலனியத் தொடர்களின் தொடர்ச்சியான பயன்பாடு இருக்கிறது: வெவ்வேறு மதங்களைப் பின்பற்றுவோரின் எண்ணிக்கையிலிருந்து பெறப்பட்ட பெரும்பான்மை மற்றும் சிறுபான்மை. இன்னும் சரியான தொடர்களைத் தேடுவதற்குப் பதிலாக, பெரும்பான்மை மற்றும் சிறுபான்மைப் பண்பாடுகளாக பண்பாட்டினை உருவமைப்பது, என்னதான் பொருத்தமற்றதாயினும், பெரும்பான்மையின் பண்பாடு முனைப்பு கொண்டிருக்க, சிறுபான்மைகளின் பண்பாடுகளும் இடம்பெறும் என்று கூறி, வலுப்படுத்தப்படுகிறது. இந்தியப் பண்பாடு பெரிதும் இந்துப் பண்பாடாக முன்னிறுத்தப்படுவதாலேயே மத்தியில் வரையறுக்கப்படுகிறது-தேவைப்பட்டால், சிறுபான்மை சமுதாயங்களிலிருந்து வந்திருப்போருடன் தொடர்புடைய உருப்படிகளைச் சேர்த்துக் கொள்ளும்.

இன்றைக்கு இந்தியாவில் இஸ்லாமிய, இந்து நினைவுச் சின்னங்கள் நிலப்பரப்பில் மேலோங்கியுள்ளன. அவை எதிர்நிலையில் நிறுத்தப்பட வேண்டுமா அல்லது ஒவ்வொருவருடனான உறவு நிலை மற்றும் மேலும்

பல பண்பாட்டு இனங்களுடன் காணப்படக்கூடிய பெரும் சூழலில் ஒவ்வொன்றையும் நிறுத்திட முயற்சி மேற்கொள்ளப்படவேண்டுமா? அறியாமையாலோ அரசியல் சித்தாந்தத்தின் காரணங்களாலோ, இன்று பலர், முட்டாள்தனமானது என்றுமட்டுமே அழைக்கப்படக்கூடியதான கோட்பாடுகளை முன்வைக்கின்றனர்- இஸ்லாமிய ஆட்சியால் இந்துக்கள் பலியாக்கப்பட்டனர் மற்றும் கடந்த 1000 ஆண்டுகளில் அடிமைகளாயிருந்துள்ளனர் என்பதுபோல. இத்தகைய வாசகத்திலுள்ள அறியாமையின் அளவு ஆச்சரியப்படவைக்கிறது, ஏனெனில் கடந்த ஆயிரமாண்டுகளில் நடந்த, இந்து மதத்தின் பல்வேறு அம்சங்களிலான மிகத் திறம்பட்டதும் எழுச்சியூட்டுவதும் பாதுகாக்கப்பட்டதுமான மதக் கூற்றுகளின் மறுதலிப்பாக இருக்கிறது.

தத்துவத்தின் மட்டத்தில், 14-ஆம் நூற்றாண்டு தொகுப்பான சர்வதர்சனசங்கிரஹத்திலிருந்து தெளிவாவதன்படி, பல்வேறு சிந்தனைப் பள்ளிகளின் நிறமாலையினூடே, முந்தைய விவாதங்களின் தொடர்ச்சி இருந்தது. கிருஷ்ணனையும் ராமனையும் விஷ்ணுவாக அவதாரங்களாக வழிபடுவது, வல்லபாச்சாரியா பிரிவினால் பெரும் செல்வாக்குப் பெற்றது; கிருஷ்ணனுடன் தொடர்புடைய பிருந்தாவனத்தில் யாத்திரை மையங்களை இது நிறுவியது; மற்றும் ராமனுடன் தொடர்புடைய அயோத்தி போன்ற இடங்களை ராமாநந்தர்கள் வரையறுத்தது. ராம கதையின் பல்வேறு வடிவங்கள் பல்வேறு மண்டல மொழிகளில் எழுதப்பட்டு ஓதப்பட்டன- வங்காளியில் கிருத்திபாஸ் ராமாயணம், இந்தியில் துளசிதாஸர் ராமாயணம் என்பது போல், அதே வேளையில், நாட்டின் ஒவ்வொரு பகுதியிலும் பக்தி ஞானியரின் வரிசை பல்வேறான வழிபாடுகளைப் பரப்புரை செய்து கொண்டிருந்தது-அது இந்து தெய்வங்களாகவோ மதங்களின் ஊடே வந்த பல தெய்வங்களின் ஒன்றிணைப்பால் வந்த தெய்வமாகவோ, நிலவுகின்ற மதப் பிரதிமை எதனுடனும் ஒன்றாததாகவோ இருக்கலாம். யாத்திரைத் தலங்கள் பெருகின, ஒவ்வொரு பிரதேச மொழியிலும் பஜனைகள் பாடப்பட்டன. இன்றைக்கு இந்து மதத்திற்கு மையமாகவுள்ள நம்பிக்கை-வழிபாட்டின் பல அம்சங்கள் கி.பி. இரண்டாம் நூற்றாண்டில் வெளிப்பாடுகண்டன, புரவலர் ஆதரவு பெற்றன. கிருஷ்ணன்-ராமன் வழிபாடு, சாக்தப்பிரிவுகள் போல. சில நேர்வுகளில்,

இந்து-இஸ்லாமிய மதங்களின் மக்கள் செல்வாக்குள்ள அம்சங்கள் பின்னிப் பிணைந்தன,-அரசவைப் பண்பாடு அப்படித்தானிருந்தது.

ரஸ்கான்[15] போன்ற முஸ்லீம் கவிஞர்களும் சூஃபி ஞானிகளும் உள்ளிட்ட, மக்கள் செல்வாக்குள்ள கீர்த்தனைகளை உருவாக்கிய பாடலாசிரியர்கள், கிருஷ்ணனைப் போற்றிப் பாடியவை, இந்துஸ்தானி இசையின் செவ்வியல் மரபில் இன்னும் பாடப்படுகின்ற இந்துஸ்தானி-கர்நாடக இசை என்னும் செவ்வியல் இந்திய இசை, 500 ஆண்டுகளுக்கு முன்னர் தேடியறியப்பட்ட பலவான இசை வடிவங்களிலிருந்து கணிசமாக எழுந்ததாகும்-அவ்விசைக்கலைஞர்களும் பலவான மதப்பிரிவுகளைச் சேர்ந்தவர்களாயிருந்தனர். இது ஒரு தரப்பின் வீச்சல்ல மாறாக பல்வேறான உரையாடல்களின் பிரதிபலிப்பு.

மகாபாரதம், ராமாயணம், மனுதர்ம சாத்திரம் மற்றும் பிற தர்ம சாத்திரங்கள் போன்ற ஆரம்ப கால பிரதிகளின் பெரும் விளக்கவுரைகள் இந்த ஆயிரமாண்டில் எழுதப்பட்டு, விவாதிக்கப்பட்டன. 14-ஆம் நூற்றாண்டில் ரிக் வேதத்திற்கு தனது புகழ்பெற்ற உரையினைச் சாயனர் எழுதினார்; அப்போது செயல் துடிப்புடன் விளங்கிய பல சமஸ்கிருதப் பாடசாலைகளில் அது பயன்படுத்தப்பட்டது. மொகலாய அரசவையில் சமஸ்கிருதப் பிரதிகளைப் பாரசீகத்தில் மொழிபெயர்த்திட, பாரசீக அறிஞர்களுடன் பிராமணிய, சமண அறிஞர்கள் துணை நின்றனர்.

ரஜபுத்திர அரச குடும்பத்தினர் மொகலாய அரசவம்சத்தினருடன் திருமணம் செய்து கொண்டனர். தனிப்பட்ட உறவுநிலை ஒருபுறமிருக்க, அரசவைச் சடங்குகள் ஒரு மரபுக்கு மேற்பட்டதைப் பிரதிபலித்தது என்பதையும் இது அர்த்தப்படுத்திற்று. ரஜபுத்திரர்கள் அல்லது கற்றறிந்த பிராமணர், காயஸ்தர் போன்ற உயர்சாதி இந்துக்கள், மொகலாய நிர்வாகத்தின் மிக முக்கிய பொறுப்புகளை நிர்வகித்தனர். ஹால்டிகட்டி யுத்தத்தில் ராணா பிரதாப்பைத் தோற்கடித்த மொகலாயப்படைக்கு ரஜபுத்திரர்கள் தலைமை தாங்கினர்-ஒரு சந்தர்ப்பத்திற்கு மேலாக இத்தலைமை அவர்களுக்கு அளிக்கப்பட்டது. அரசவைச் சரிதங்களில் கூறப்படும் மிகைப்படுத்தப்பட்ட விவரிப்புக்குக் குறைந்த அளவிலேதான் இஸ்லாமிய மதமாற்றம் நிகழ்ந்தது-ஏனெனில் இந்தியாவில் பிரிவினைக்கு முந்தைய காலத்தில்கூட, இஸ்லாமியர்

சிறுபான்மையினராகவே இருந்தனர். ஏனெனில் மதமாறுமாறு இந்துக்கள் நிர்ப்பந்தப்படுத்தப்படாது இருந்திருக்கலாம்.

இது, அரசியல் மட்டத்தில் மோதல் இல்லாதிருந்தது என்று கூறுவதாகாது ஆனால் பிந்தைய மொகலாய காலகட்டத்தில் இந்து எதிர்ப்பைக் கொண்டுவந்த இந்துக்கள் பெருமளவில் பலியாகினர் என்று கூறிக்கொள்ளப்படுவதுடன் இதனைக் குழப்பிக் கொள்ளலாகாது. அக்கால அரசியல் ரீதியிலேயே அரசியல் உறவுகள் பரிசீலிக்கப்படவேண்டும். வழமையான மோதல்கள், யூகிக்கப்பட்டுள்ளதை விடவும் தெளிவாக உள்ளூர்த்தன்மையதாகவே இருந்தன. பொதுவாக சமுதாயங்களுக் கிடையிலான உறவுகள், ஓரளவு விட்டுக் கொடுத்தல் மற்றும் ஓரளவு மோதல் ஆகியவற்றால் நிர்வகிக்கப்படுவதாயின. காரணங்களை பகுத்தாராய முற்படுவது அர்த்தமுள்ளதாயிருக்கும்.

பிரித்தானியர் இந்தியாவை வெற்றிகொண்டனர் ஆனால் இங்கு தங்கிவிடவில்லை. தாயகத்தில் தொழில்துறை முதலாளித்துவத்தைப் பெருக்க இயற்கை வளங்களை எடுத்துத் தீர்த்துவிட்டனர், குடியேற்றங்களில் சந்தைகளைக் கண்டனர். பிரித்தானியரைப் போலன்றி, இஸ்லாமிய ஆட்சியாளர்களென பொதுவாக ஒன்றுசேர்க்கப்படுகின்ற, துருக்கியரும் ஆஃப்கானத்தவரும் அரபிகளும் மொகலாயர்களும் இந்தியா மீது படையெடுத்தனர், தங்கிவிடவும் செய்தனர். புதிய சமுதாயங்களும் சிந்தனை-வெளிப்பாடின் புதிய அமைப்புகளும் வந்தன. அனைத்து இந்து-இஸ்லாமிய பண்பாடுகளையும் தனித்தனிப் பண்பாடுகளாக, முற்றிலும் ஒன்றிலிருந்து மற்றது பிரிக்கப்பட்டதாக எல்லை வகுக்கப்பட்டதாகக் கருதுவது, வரலாற்று ரீதியில் ஏற்கப்பட முடியாததாகும், பண்பாட்டு ரீதியில் அது செல்லுபடியும் ஆகாது. இப்பண்பாடுகளின் அம்சங்கள் மேற்கொண்டுள்ள வடிவம், ஆரம்ப காலங்களிலிருந்து நினைவுச் சின்னங்களின் கட்டிடக்கலை- அழகுபடுத்தலிலிருந்து, ராகங்களாகவோ கவ்வாலிகளாகவோ, இசை உருவாக்கங்கள் வரை, இரண்டு பண்பாடுகளுக்கும் மேலானவற்றின் கலந்துறவாடலிலிருந்து பெறப்படுகிறது. இப்பன்மைத்துவத்தை அங்கீகரிப்பது ஒரு பண்பாட்டு வடிவத்திற்கு அசல்தன்மையை அளிக்கும்.

இந்தியாவில் மதம் தொடர்பான மோதல்கள், இஸ்லாம் ஒரு மதமாகவே இல்லாத காலத்தினைச் சேர்ந்தவை என்பதை

நினைவில் கொள்வது நல்லது. பௌத்தமும் சமணமும் இப்போது நாம் இந்து மதம் என்றழைக்கின்றதன் பகுதியாகவே எப்போதும் இருந்து வந்துள்ளன; எனவே அவற்றுக்கும் இந்து மதத்திற்கும் இடையே மோதல் இருந்ததில்லை. ஆனால் அவை நிறுவிய சமூக நிறுவனங்களைப் போலவே அவற்றின் போதனைகள் தனித்துவமாக வேறுபட்டிருந்தன; குறிப்பாக அவ்விரண்டின் துறவுப் பிரிவுகள். முன்காலத்தில் பிராமணரின் தர்மத்திற்கும் சிராமணரின் தர்மத்திற்கும் இடையே விரோதங்கள் இருந்ததற்கான குறிப்புகள் உள்ளன. கி.மு. இரண்டாம் நூற்றாண்டில் எழுதுகின்ற, மிகவும் வணங்கத்தக்க இலக்கணக்காரரான பதஞ்சலி, இரு தர்மங்களின் உறவு நிலையை கீரிக்கும் பாம்பிற்கும் இடையிலுள்ளதுடன் ஒப்பிடுகிறார்.

பிராமணியத்தைச் சுவீகரித்தவர்கள், சிராமண மரபின் அம்சங்கள் சிலவற்றைத் தமதாக்கிக்கொண்டனர். கி.பி. இரண்டாம் நூற்றாண்டு பௌத்தத்தின் வீழ்ச்சியைக் கண்டது. இரு இணையான மத-பண்பாட்டு மரபுகள் இன்றைக்கு காணப்படவில்லை. சிராமண மரபு குறைந்தது, அது பரவியிருந்த கர்நாடகம், குஜராத், ராஜஸ்தானில் தன்னைப் பாதுகாத்துக்கொள்ள முற்பட்டது. ஒவ்வொன்றின் பண்பாட்டைச் சுவீகரித்தல், அவற்றின் கலந்துறவாடலைப் பொறுத்தவரை, பிராமணியத்திற்கும் சிராமணியத்திற்கும் இடையில் நிகழ்ந்த விட்டுக் கொடுத்தல்கள் விசாரிப்பது அர்த்தமுள்ளதாயிருக்கும். ஒரு சாதிச் சமூகம் எப்படி அண்டை அயலாருடன் விட்டுக் கொடுக்கிறது அல்லது நட்புணர்வுடன் மோதுகிறது அல்லது விரோதத்துடன் மோதுகிறது என்று இனிமேல்தான் விசாரிக்கவேண்டும்.

பலியாக்குதலை கி.பி. 2-ஆம் நூற்றாண்டுடன் தொடர்புபடுத்துவதாயின், அது இருவகையாகும்- இந்தியாவிலிருந்து பௌத்தத்தை மெல்ல விரட்டியமை, மத்திய, கிழக்கு, தென்கிழக்கு ஆசியா என ஆசியாவின் பிறபகுதிகளில் பௌத்தம் செல்வாக்குள்ள மதமாக இருந்தபோது, அது பொருந்திப் போவதாகத் தோன்றுகிறது; மற்றும் இந்திய சமூகத்தின் தீண்டத்தகாத பிரிவினரான அவர்ணர்கள் சாதி இந்துக்களால் பலியாக்கப்பட்டதுடன் பொருந்திப் போவதாகும்.

நம் காலத்திற்குத் திரும்பலாம். தேசியப் பண்பாடு என நாம் முன்னிறுத்துவதன் தெரிவினைத் தேசியவாதம் தீர்மானிக்க

முடியும். மற்றபடி சீர்கேடு அடைந்து இருக்கவேண்டியதனைப் பாதுகாப்பதில் இது உதவுகிறது அல்லது புறக்கணிக்கப் பட்டிருக்க வேண்டிய கருத்துகளையும் பொருட்களையும் இது சிறப்பித்து எடுத்துக் காட்டுகிறது. எதனைப் பாதுகாப்பது என்பதற்கு ஒருமித்த ஆதரவு தேசத்திடமிருந்து பெறாவிட்டாலும் அல்லது சில பண்பாட்டு உருப்படிகள் வேண்டுமென்றே/ திட்டமிடப்படாமலே விடப்பட்டன என குடிமக்கள் உணர்ந்தாலும், அத்தேர்வினை நேர்மறைப் பங்கு என்று அழைக்க முடியும்.

ஆனால் தேசியவாதம் அல்லது அப்படியான உணர்வின் பெயரால், பண்பாட்டை அழிக்கும் பிரச்சனையும் உள்ளது. ஓர் அறிக்கைவிட்டு, கவனத்தை ஈர்க்கும் பொருட்டு, பண்பாட்டின் முனைப்பான அம்சத்தை முறையாக, திட்டமிட்டு அழிப்பதாக இது பொதுவாக இருக்கிறது. இது சாராம்சத்தில் அரசியல் நடவடிக்கை, உணர்வுடன் தொடர்பே இல்லாததாக இருக்கக்கூடும். சமீப காலங்களில் இதன் நாடகபூர்வ நிகழ்வுகள் சில இருந்துள்ளன. சிரியாவின் பல்மைரா, அலெப்போவிலுள்ள கிரேக்க-ரோமானிய நினைவுச்சின்னங்கள் இஸ்லாமிக் அரசின் தீவிரவாதிகளால் நாசமாக்கப்பட்டன; ஆஃப்கானிஸ்தானின் பாமியானிலுள்ள மிகப்பெரும் புத்தர் சிலைகள் தாலிபான் தீவிரவாதிகளால் சிதைக்கப்பட்டன; அயோத்தியின் பாபர் மசூதி இந்து தீவிரவாதிகளால் தகர்க்கப்பட்டது- ஆயிரமாண்டுகளுக்கு முன்னர் நடந்த, சோமநாதர் கோயில் மீதான கஜினி முகமதுவின் படையெடுப்புக்கு பழிதீர்த்துக்கொள்ளவும், அதன் காரணமான இந்துக்களின் அதிர்ச்சியை ஆறுதல்படுத்தவும் மேற்கொள்ளப்பட்டதாகக் கூறப்படுகிறது. தொன்மையான பிரதிகளில் இத்தகைய அதிர்ச்சி இருந்ததாக வரலாற்று ரீதியில் குறிப்பிடப்படவில்லை. 1842-இல் பிரித்தானிய பாராளுமன்றத்தில், 'இத்தாக்குதல் இந்துக்களிடையே அதிர்ச்சியை ஏற்படுத்தியிருக்கும்,' என ஒரு பாராளுமன்ற உறுப்பினர் விவாதத்தின்போது குறிப்பிட்டதுதான் முதல்முறையாகும். 16-ஆம் நூற்றாண்டு மசூதியான பாபர் மசூதி, வரலாறு மற்றும் பண்பாட்டின் பெயரால், இந்திய அரசின் பாதுகாக்கப்பட்ட நினைவுச் சின்னமாக கருதப்பட்டு வந்திருந்தது; ஆனால் இந்து தேசியவாதத்தின் பெயரால், அந்த எதிரிகளால் தகர்க்கப்பட்டது-அவ்விடம் ராமர் கோயில் இருந்த புனித இடம் என்று கூறிக்கொண்டனர்.

குடியேற்றல்களில் பண்பாடும் தேசியவாதமும் இன்னொரு அம்சத்தைக் கொண்டுள்ளன-அது இப்போது உலகின் பலபகுதிகளிலும் தலைகாட்டுகிறது-அதுதான் புலம்பெயர்தல்கள். பலதிசைகளிலிருந்து இந்தியாவுக்கு வந்த பல்வேறான புலம்பெயர்தல்கள், பண்பாட்டு உருவாக்கத்தில் கணிசமான பங்காற்றியுள்ளன. நமது மக்கள் மிகவும் கலப்புத்தன்மை உடையவர்களாக இருந்துள்ளனர், இருக்கின்றனர் என்பதை தொல்லியல், பழமையான பிரதிகள், இப்போதுள்ள மரபணு பகுப்பாய்வுகள் தெரிவிக்கின்றன-மிகப்பெரும் பிரதேசங்களின் மக்கள் தொகை இருந்து வருவது போலவே, துணைக் கண்டத்தில் தங்கியுள்ள பல்திறமான பண்பாடுகளைச் சேர்ந்த பலதினுசான மக்களைப் பெற்றிருக்கிறோம். அதே வேளையில் துணைக் கண்டத்தின் வணிகர்கள், கைவினைக் கலைஞர்கள், சடங்கியல் நிபுணர்கள் ஈரேஷியாவின் வெவ்வேறு பகுதிகளில் சிறுசிறு எண்ணிக்கையில் தங்கியுள்ளனர்.

இந்நிகழ்வுப் போக்குகள் இந்தியாவிலும் ஆசியாவிலும் முன்-நவீன பண்பாட்டின் அத்தியாவசிய வரலாற்றின் அங்கமாக இருந்துள்ளன. நூற்றாண்டுகளின் போக்கில், முன்னதாக சுற்றுப்பாதைகளிலிருந்த பகுதிகளின் மேட்டுக்குடி மையங்களின் அணுக்கருக்கள், மைய நீரோட்டத்துடன் அவற்றை ஒத்தியங்கச் சொல்வதற்கு, உள்ளூர் சமூகத்தில் ஒரு கட்டமைப்பு மாற்றம் தேவைப்பட்டது; அத்துடன் புதிய மேட்டுக்குடியை, பிற சமூகப்பகுதிகளை உருவாக்கின. ஒருகாலத்திய தொலைதூரப்பகுதிகளில் புதிய அரசுகள் உருக் கொண்டபோது-இது நூற்றாண்டுகளினூடேயான தொடர்ச்சியான நிகழ்வுப் போக்காய் இருந்தது-அர்த்த சாத்திரத்தில் கௌடில்யரால் பட்டியலிடப்படும், அரசின் ஏழு அங்கங்கள் நிறுவப்படவேண்டியிருந்தன: மன்னன், ஆட்சிப்பகுதி, நிர்வாகம், தலைநகரம், கருவூலம், நாலாவிதப் படைகள் மற்றும் கூட்டாளி. முன்னதாக தமது பண்பாட்டுடன் அடையாளப்படுத்திக் கொண்டிருந்த உள்ளூர் மக்களுடன் தகவமைத்துக் கொள்ளும் நிகழ்வுப் போக்கை இது கொண்டிருந்தது. சுல்தான்கள், மொகலாயர் அரசுகளில் இந்நிகழ்வுப்போக்கு தொடர்ந்தது. இந்தியாவில் வாழ்வதில் ஆரம்பத்தில் அக்கறைகொண்டு, உள்ளூர்ப் பண்பாட்டின் அம்சங்களை மேற்கொண்ட பிரித்தானியர் ஆட்சியில்

குறைந்தபட்சம் தொடர்ந்திருக்கலாம். ஆனால் 1857-க்குப் பிறகு இந்தியா குடியேற்றமானதும் அது துண்டிக்கப்பட்டது. இதன் பிறகு குடியேற்றத்தின் பண்பாட்டிற்கு உருவங்கொடுக்கையில், முதலாளித்துவம் - ஏகாதிபத்தியத்தின் கோரிக்கைகளுக்கு, முற்றிலும் வேறுபட்ட பண்பாட்டு மரபுத் தொடர் தேவைப்பட்டது.

பிரித்தானிய காலனியக் கொள்கையால் நிர்மாணிக்கப்பட்ட, இந்தியப் பண்பாட்டுக் கருத்தமைவு, அய்ரோப்பாவில் விவாதிக்கப்பட்டுக் கொண்டிருந்த வரையறைகளின் மீது ஒருபாதி அமைந்தது, ஆனால் காலனிய அரசு தன் காலனியை எப்படிப் புரிந்து கொண்டது மற்றும் இப்புரிதலை எப்படி முன்னிறுத்த விரும்பியது என்பதன் மீது மிகுதியும் அமைந்தது. இந்தியப் பண்பாடு அயல் பண்பாடாக இருந்தாலும், அது ஆராயப்பட வேண்டியிருந்தது, பிரிக்கப்படவேண்டியிருந்தது, காலனிய நிர்வாகத்திற்கும் சிந்தனைக்கும் புரிபடும் விதங்களில் விளக்கப்பட வேண்டியிருந்தது. பரிச்சயமாயிருந்தது அதனால் மிகவும் புரிந்துகொள்ளக் கூடியதாயிருந்தது. உயர்வாக மதிப்பிடப்பட்டது. இதில் அரசகுடும்பத்தினர், உயர்சாதிகள், பொதுவாக மேட்டுக்குடியினரது பண்பாட்டுக்கு, நாகரிகத்தின் கருத்தமைவுகள் அனைத்திலும் உள்ளது போல, முன்னுரிமை தரப்பட்டது. பல நூற்றாண்டுகளாக உயிர் பிழைத்திருந்த, குறிப்பிடத்தக்க மற்றும் பல்வேறான பண்பாட்டுச் சாதனைகளை இத் தெரிவு உள்ளடக்கியிருந்தது. ஏகாதிபத்தியத்தின் கவலையும், இப்போது அது கட்டுப்படுத்திய, மேட்டுக்குடியினரின் பண்பாட்டிடம் தன் தெரிவைத் திருப்பிவிடுவதாய் இருந்தது. தன்னுடன் இயைந்துவந்த அழகியலை ஊக்குவிக்கும் காலனியக் குறுக்கீடு, இன்னோர் அம்சமாயிருந்தது. சில சர்ச்சைகள் நிலவின, ஆனால் எது அந்நியமானது, எது உள்நாட்டினது என்னும் விவாதத்தில் இவை தணிந்துவிடவே தேசத்துக்குரியதாகக் கருதப்பட்டன. இது சிதைத்துவிட்டவை, பல்வேறான சமூகப் பிரிவுகளுக்கிடையிலான உரையாடல்களும் வேறுபாடுகளும் - பல்திறமான பண்பாடுகளைப் பின்பற்றிய போதும், இப்பிரிவுகள் பண்பாட்டு மரபுகளை ஒன்றிணைக்கத் தயாராயிருந்தன.

'தேசியப் பண்பாடு' என்பதை எப்படி வரையறுக்கிறோம் என்பதாக விவாதம் இருந்திருக்க வேண்டும். ஆனால் தேசியப் பண்பாட்டைக் கட்டமைத்திடும் பண்பாடுகள் குறித்த

நமது புரிதல், அப்படிக் கருதப்படுவதற்கான தெரிவுக்கும் பொருத்தப் பாட்டிற்கும் போதுமான விளக்கமின்றி முழுமையற்றதாயிருக்கிறது. எடுத்துக்காட்டாக பண்பாட்டுப் பொருள்களுக்கும் இனவரைவுப் பொருள்களுக்கும் இடையே வேறுபடுத்துதல் இன்னமும் இருக்கவேண்டுமா? ஒரு முத்திரை என்பதாக இனவரை பல அர்த்தங்களைக் கொண்டிருக்கிறது-பண்பாட்டுப் பிரதான நீரோட்டத்திற்கு வெளியே அழகியலைக் கொண்ட வசீகரமானதாய் இருக்க இயலும், அறிந்தவர்களைவிடவும் இனந் தெரியாத குழுவால் உருவாக்கப்பட்டிருக்கும்; சமயங்களில் சற்று தாழ்ந்ததாகப் பார்க்கப்படும். ‘உயர்’பண்பாடு மற்றும் இனவரைவுப் பண்பாடு மீதான விவாதம் இனிமேல்தான் நடக்கவேண்டியுள்ளது. புரவலர்கள் யார், உருவாக்குவோர் யார், அவர்களுக்கிடையிலான உறவு நிலையையும் பொறுத்திருக்கிறது.

பண்பாட்டின் விரிவான அம்சங்களை மனதில் கொண்டால், அதனை ஆராய்வதில் இன்னும் முழுமையான சித்திரம் உதவிகரமாயிருக்கும். பண்பாடு கடந்தகாலத்துடன் வரம்பிடப்பட்டதல்ல, உடனிகழ்காலக் கடந்த காலம் என்று அழைக்கப்படக் கூடியதுடனும், தொடர்புடையதே. இது தொடர்களின் ரீதியில் முரண்பாடானதில்லை, மாறாக நம் பண்பாட்டுப் பாரம்பரியம் என நாமழைப்பதைத் தோற்றுவிக்கின்றது. பாரம்பரியத்தில் எதனைத் தெரிவு செய்கிறோம், எதனை நிராகரிக்கிறோம், ஏன்? நம் பண்பாட்டினை வரையறுப்பதற்காக பாரம்பரியத்தைத் தெரிவு செய்கிறோமா? கடந்த காலத்திலிருந்து வரும் பண்பாட்டை மறைத்திட முயலுகின்றோமா அல்லது பிரதிநிதித்துவமற்றவர்கள் என நாம் கருதுவோரின் பண்பாட்டை வெளியேற்றும் புள்ளியில் நாமிருக்கும் நிலைக்குத் திட்டமிட்டுத் தெரிவு செய்கின்றோமா? கடந்த காலத்தில் பண்பாடுகளை உருவமைத்த உரையாடல்களை நமது தெரிவு பிரதிபலிக்கிறதா அல்லது தற்காலத்தில் பொருத்தமானது என நாம் கருதும் வடிவை அதற்கு அளிக்கிறோமா?

தேசியப் பண்பாட்டினை வரையறுக்கக்கோரும் சந்தர்ப்பங்கள் பல உண்டு. அவற்றில் மிகவும் சவாலானது புலம்பெயர்தல். காலனித்துவ காலத்தில், இந்தியாவிலிருந்து கரீபியன், பாலினேஷியா என தொலைதூர பிரித்தானிய

காலனிகளுக்காக கூலித் தொழிலாளரின் புலம்பெயர்தலை அரசு கட்டுப்படுத்திற்று-பெரிதும் தோட்டங்களில் வேலை செய்வதற்கான புலம்பெயர்தல் இது; தொழில் துறையாளர்களின் சில குடியமர்வுகளையும் அனுமதித்தது-எடுத்துக்காட்டாக தெற்கு மற்றும் கிழக்கு ஆப்பிரிக்காவில். பின்-காலனிய கட்டத்திலான சுதந்திரப் புலம்பெயர்தல் பெரிதும் நடுத்தரவர்க்க தொழில்துறையினருடையது; இவர்கள் பொருளாதார ரீதியில் முன்னேறிய சமூகங்களில் தங்கிவிட்டனர். இப்போது நாம் இந்திய புலம்பெயர்வோரைப் பெற்றுள்ளோம், தேசியவாதத்துடன் பண்பாடு இணைந்து கொள்வதற்கு இது இன்னொரு பரிமாணத்தை வழங்குகிறது.

புலம்பெயர்ந்தோர் தம் பண்பாட்டு அடையாளங்களை எடுத்துச் செல்கின்றனர். அவற்றை அப்படியே பாதுகாப்பதில் ஆர்வங்கொண்டுள்ளனர். ஆனால் இனவரைவியல் மாற்றத்திற்குள்ளாகிறது, அப்படியே பண்பாடுகளும், குறிப்பாக பதியம் போடப்பட்டவை-என்னதான் மெலிந்திருந்தாலும்-புதிய சமூகத்திற்குள் ஒரு நூற்றாண்டில் அல்லது இன்னும் கூடுதலாக தாயகச் சமூகமும் மாறுகிறது. புலம்பெயர்ந்து வந்திருந்தோர் ஒருபாதியளவுக்கு தம் நினைவுடன் ஒட்டிக்கொள்ளத் தலைப்படுகின்றனர், தாயகச் சமூகத்தில் ஒரு விதத்தில் மிகையானவர்களாக; தொடர்ந்து மரபுகளைக் கண்டறிந்து கொண்டிருக்கின்றனர்; அல்லது புலம் பெயர்ந்தோருக்கு புலம் பெயர்தல் வெற்றியைக் கொண்டுவந்த இடத்தே, தாயகச் சமூகத்திற்கு முன்மாதிரியாகின்றனர்-சூழலிலுள்ள வித்தியாசத்தால், தம் பண்பாடு வேறுபட்டு மாறிக் கொண்டிருப்பினும்.

அய்ரோப்பாவிலும் அமெரிக்காவிலுமுள்ள இந்தியத் தோற்றுவாயுள்ள சிலரிடத்தே காணப்படும் பண்பாட்டு நெருக்கடியை இது விளக்கக்கூடும். தாயகப் பண்பாடு மற்றும் விருந்தளிக்கும் நாட்டுப் பண்பாடு என இரு பண்பாடுகளின் முட்டிமோதும் சந்தர்ப்பங்கள் இருக்கமுடியும். புனைவுகளைச் சேர்த்துக் கொள்ளும் தாயகப் பண்பாடு, மொழி, உடை, வழமையான நடைமுறை சார்ந்து விருந்தளிக்கும் பண்பாட்டுடன் சிறிதளவேயாக தகவமைப்புக் கொள்ளும். தகவமைப்பு, ஒன்றிணைதல் அல்லது கலப்புத்தன்மையை நோக்கிய தேடல் இருப்பினும், இது ஒருவித வேரிழந்த நிலைக்கு இட்டுச் செல்லக்கூடியது.

ஒருவர் எங்கு வாழ்ந்தாலும் சரி, தாயகம் சார்ந்து ஒருவர் எடுத்துச் செல்லும் படிமங்கள், குறிப்பாக கடந்த காலத்தவை- அதன் பண்பாட்டினுடைய ஆதாரமாக கருதப்படுபவை- அதன் வரலாறு மற்றும் அதன் விளக்கங்கள் குறித்த ஒருவரது கருத்தமைவால் வடிவமைக்கப்படுகின்றன. ஏற்கனவே நான் கூறியுள்ளது போல, பண்பாடு வரலாற்றுடன் பின்னிப் பிணைந்திருப்பதுடன், நம் மனங்களில் சுமந்து செல்லும் வரலாற்றினையும் பெரிதும் சார்ந்திருக்கிறது. வரலாற்று விளக்கங்கள் நிலைத்த தன்மையிலானவை அல்ல. புதிய ஆதாரங்கள் வெளிச்சத்திற்கு வருகையில் அவை மாறுகின்றன அல்லது நிலவுகின்ற ஆதாரங்களிடம் புதிய கேள்விகள் கேட்கப்படுகையில், முந்தைய வரலாற்றிலிருந்து மாறுபட்ட பதில்களை வழங்குகின்றன.

சில விதங்களில் தேசியப் பண்பாடு பற்றிப் பேசுவது காலத்துக்குப் பொருந்தாததாக மாறிவருகிறது. மதப் பண்பாடுகள், அடையாளத்தின் அரசியல் செய்தியைக் கொண்டு சேர்க்கின்றவர்களின் மனங்களிலும் நடவடிக்கைகளிலும், தேசியப் பண்பாட்டின் உறுப்புகளை அரசியல் கட்டளையால் மாற்றமுடியும். தேசியப் பண்பாடுகள் நிலைத்தவை அல்ல. யார் அவற்றை உருவாக்குகிறார்களோ அவர்களைச் சார்ந்து அவையும் மாறுகின்றன. ஒரு நூற்றாண்டுக்கு முன் தேசியப் பண்பாடாக இந்தியரால் கருதப்பட்டது, இன்று சில இந்தியர்கள் தேசியப் பண்பாடாக விவரிப்பதுடன் ஒத்திருப்பதில்லை, ஏனெனில் பிந்தையவர்கள் இந்திய மரபைச் சேராதவை, அந்நிய அம்சங்களென்று தாம் கருதுவதை வெளியேற்றுவதில் மும்முரமாயுள்ளனர்.

பிறகு உலகமயமாதல் உள்ளது. உலகமயமாதலுக்கான அவசரம் இரு முரணான போக்குகளைக் கொண்டுவருகிறது: ஒன்று, உலகப் பொருளாதாரத்திலும் சமூகத்திலும் வெளிப்படையாய் இருந்து பங்கேற்பது; இன்னொன்று, மதத்தின் பெயரால் கோட்டைகளை தன்னிறைவான கோட்டைகளை- எழுப்புவது. இதில் தொடர்ச்சி அம்சம் உள்ளதென்று கூறமுடியும். கடந்த காலத்திலிருந்த விஹாரைகளும் (மடாலயங்கள்) மடங்களும் கன்ஹாக்குகளும் (மருத்துவ இல்லங்கள்) அறியப்பட்ட உலகின் வேறு பகுதிகளிலுள்ள அதே போன்ற நிறுவனங்களுடன் தொடர்புகள் கொண்டிருந்தன. புரவலர்களிடமிருந்து பெற்ற நன்கொடைகள், அரசுத்

தலையீட்டிலிருந்து அவற்றைச் சுதந்திரமாக இருக்க வைத்தன; அவை ஆற்றல் மிக்கவையாயிருந்தால்- சில இருந்தன- அரசியலில் குறுக்கிட்டன. தம்மை அவை இன்னொருவித சமூக நிறுவனமாகக் கருதினவோ இல்லையோ, அவற்றின் வெளிப்படைத்தன்மையும் தம் வலிமையின் ஆதாரமாயிருந்தன. அவை கோட்டைகளல்ல. பண்பாட்டு உருவாக்கத்திலும், பண்பாடென்று வரையறுக்கப்பட்டதை பாதுகாப்பதிலும் புரவலர் ஆதரவு முக்கியமானது. இந்த ஆதரவை அளிப்பவர் யார், யாருக்காக அளிக்கப்படுகிறது, எது பாதுகாக்கப்படுகிறது, ஏன் பாதுகாக்கப்படுகிறது என்பனவெல்லாம் பொருத்தமான கேள்விகள்; மற்றும் தம் பதில்களில் மேலும் கேள்விகளின் வரிசையை எழுப்புகின்றன. புரவலர்தன்மை அன்பளிப்பின் வடிவை மேற்கொள்கையில், வழங்குதல் தருபவருக்கும் பெறுபவருக்கும் இடையிலான பரிவர்த்தனை முறையாகச் செயல்பட்டு, பண்பாட்டு உணர்த்துதல்கள் மிக்க உறவுநிலையை உருவாக்கும். அளிப்பவரால் கூறிக்கொள்ளப்படும் தொட்டுணர முடியாத ஒளிவட்டம் மற்றும் தகுதிநிலைக்காக, தொட்டுணரும் அன்பளிப்பு பரிவர்த்தனையாகத் தரப்படலாம். புரவலர்தன்மையும் பரிசளித்தலும் ஒரு சமூகத்தின் பண்பாட்டு வாசிப்புகளில் பல காட்சிகளை முன்வைக்கின்றன.

இன்று நாம் தேசியப் பண்பாடு குறித்துப் பேசுகையில், அரசு புரவலராகவும் இப்பண்பாட்டின் உள்ளடக்கத்தை தீர்மானிப்பதில் ஈடுபடுகிறது, கடந்த காலத்தில் பல்வேறு அளவுகளில் எப்போதும் அது இருந்திருப்பது போலவே, பண்பாடு குறித்த மாற்று வரையறைகளும் பாதுகாக்கப்படவேண்டும் என்பதை நாம் ஒத்துக் கொள்வதில்லை, ஆனால் ஒத்துக்கொள்ளவேண்டும். வரையறுக்கும் பண்பாடு ஒரேயொரு ஆதாரத்திடம் போவதை நிறுத்தி, பிற ஆதாரங்களையும் கவனிக்கும் போதுதான் இது நடைமுறையாக முடியும்.

★

முடிவுரையாக, பண்பாடு மற்றும் பாரம்பரியம் போன்ற தொடர்களின் நிலவுகின்ற வரையறைகளை நாம் மறுபரிசீலனை செய்யவேண்டும் என்று கூற விரும்புகிறேன். பண்பாடு என்பது ஒரு சமூகத்தின் அனைத்துப் பகுதிகளது வாழ்தல் அமைப்பாகும். பல அமைப்புகள் இருப்பதால் பல பண்பாடுகள் உள்ளன- ஒரு சமூகத்தைக் கட்டிக் காத்திடும் பல செயல்பாடுகளுடன்.

கடந்த காலப் பண்பாடுகள் பாரம்பரியத்தின் உட்கூறுகளாகும். உயிர்த்திருப்பவற்றையே அறிவோம், -அப்பாரம்பரியத்தை வளர்த்தெடுத்தவர்களின் ஆதரவைச் சார்ந்தது. அதன் இருப்பினை உறுதிப்படுத்தியது யார், எது, அதன் தனிப்பட்ட வரலாறு என்னவாக இருந்துள்ளது என நாம் விசாரிப்பதே இல்லை. உயிர்பிழைத்திருக்காத வடிவங்கள் என்னவாயிருக்கும் என்றும் நாம் பரிசீலிப்பதில்லை மாறாக உயிர்த்திருப்பதின் தொடக்க நிலையிலேயே இருந்துவிடுகிறோம். அல்லது குறிப்பான பாரம்பரியம் திட்டமிட்டு உயிர்ப்பிக்கப்பட்டால்/ கண்டுபிடிக்கப்பட்டால்/ஒடுக்கப்பட்டால், அது ஏன்? எதிர்நிலை வரலாற்றின் பொருட்டு நான் வாதிடவில்லை மாறாக நாமறிந்திருப்பதன் விரிவாக்கத்திற்காகவே, அதுவும் ஒரு விசாரணை வடிவில்.

பண்பாடுகள் மற்றும் வாழ்தல் அமைப்புகளின் கலந்துறவாடலினால் உண்டான கலவையே நாகரிகம். இக்கலந்துறவாடல் உயர்ந்த மற்றும் தாழ்நிலையிலுள்ள சமூக அடுக்குகளுக்கிடையிலான, செங்குத்தானதும் கிடைமட்டமானதுமான நிகழ்வுப் போக்கு - வரலாற்றாளர்களாகிய நாம் செயற்கையாக உருவாக்கியுள்ள நாகரிக எல்லைகளைத் தாண்டி வருவதன் வாயிலாக நிகழ்வது. நாகரிகம் குறித்த நமது தற்போதைய வரையறை மிகவும் இறுக்கமானது மற்றும் சில விதங்களில் வரலாற்றுத் தன்மையில்லாதது. பண்பாடுகள் ஒன்றன் மீது ஒன்று படியும் முக்கிய பகுதிகளில் நழுவிவிடுகிறது, ஆகவே பாரம்பரியத்தில் உள்ளார்ந்துள்ள அடுக்குகளையும்.

கடந்த காலத்துடனான படைப்புத் தன்மையிலான கண்ணி, பெரிதும் மேட்டுக்குடி பண்பாடுகளின் வடிவிலேயே இருக்கிறது. பாரம்பரியத்திற்கு வடிவமும் அர்த்தமும் முதலில் தரப்பட்டது அதன் கர்த்தாக்களாலும் புரவலர்களாலும் என்பதை மறந்துவிட்டோ என்னவோ, தற்போதைய நுகர்வாளர்களால் பாரம்பரியத்திற்கு அளிக்கப்படும் மதிப்பீடுகளை ஏற்றுக் கொள்கிறோம். நமது மதிப்பீடுகளில் நமக்கு உரிமை உள்ளது, ஆனால் ஆரம்ப கட்டங்களில் மரபின் உறுப்புகளாக இருந்தவை என்ன, அவை எப்படிப் பார்க்கப்பட்டன என்பதையும் நாம் அறிந்திருக்க வேண்டும்.

இந்தியப் பாரம்பரியம் என்னும் கருத்தமைவு, நம் பல்திறமான சமுதாயங்களின் வெவ்வேறான கடந்த காலங்களிலிருந்து

வரும் பாரம்பரிய வரிசை, இன்னொன்றுடனான தொடர்பில் அல்லது இன்னொன்றின் பகுதியாக நிறுத்தப்படும்போதும் புரிந்துகொள்ளப்படும்போதும் பெரும் மதிப்புப் பெற்றிருக்கும் சாத்தியமுள்ளது. பாரம்பரியத்தின் எந்த அம்சமும் தன்னளவிலான தீவல்ல. பாரம்பரியம் சார்ந்திருந்த காலத்திற்குத் திரும்பி, அது இருந்தபடி நம்மால் பார்க்க முடியாததால், அதனை நாம் எப்படி விளக்குகிறோம் என்பது சம அளவில் முக்கியத்துவமுள்ளது. எப்படி வாசிக்கப்பட வேண்டுமென்று இருந்தவாறு வாசிக்கின்றோமா அல்லது நாம் விரும்பும்படி வாசிக்கின்றோமா? வரலாற்றுச் சான்றிலிருந்து பெற்று, இரு வாசிப்புகளுமே விவாதத்திற்குரியவை. பதில் உறுதியானதாக இருக்க முடியாததால், இது தொடர்ச்சியான கேள்வியாக இருக்கவேண்டியுள்ளது. ஒரு மக்கள் வரிசையின் பண்பாட்டு ஞாபகங்கள், அடையாளங்கள், அபிலாஷைகள், கனவுச் சமுதாயங்களின் கலந்துறவாடலாக, பாரம்பரியத்தை நாம் புரிந்து கொள்கையில், பாரம்பரியத்தை உருவாக்கியவர்களுக்கு அவற்றின் பொருள்களாக என்ன இருந்தன என்று தேடியறிய முற்படுகையில்தான், செல்லுபடியாகும் பண்பாட்டு வடிவமாக, பாரம்பரியத்தைப் புரிந்துகொள்கிறோம்.

★

அடுத்துவரும் அத்தியாயங்களில் சாராம்சத்தில் இந்தியப் பண்பாடுகளை வடிவமைக்கும் சூழலின் பகுதியாக, பல்வேறு அளவுகளில் இருந்து வந்துள்ள சில மையக்கருத்துகளைத் தொட்டுச் செல்வதே என் முயற்சி; ஆனால் அம்மையக் கருத்துகள் இந்தியப் பண்பாடுகளின் விவாதங்களில் நேரடியாகக் கொண்டுவரப்பட்டதே இல்லை. பலவான பண்பாடுகள் குறித்த ஆரம்ப அத்தியாயங்கள், என்ன தெரிவு செய்கிறோம், எதைப் புறக்கணிக்கிறோம், உள்ளார்ந்ததாக யார் தெரிவு செய்கின்றார் என்ற ரீதியில் பாரம்பரிய அம்சங்கள் பரிசீலிக்கின்றன. துணைக் கண்டத்தின் பண்பாடுகளைத் தெரிவு செய்வதைப் பிரதிபலிக்கும் பொருள்களுக்கும் கருத்துகளுக்கும் இடையிலான கலந்துறவாடலின் அம்சங்கள் இவை மற்றும் அவற்றின் சூழலாக அழைக்கப்படக்கூடியவை. என்ன தெரிவு செய்யப்பட்டது என்பதன் முக்கியத்துவத்தை தீர்மானிப்பது யார் என்று வினவுவது அவசரமானது. பண்பாட்டை விரிவாக வரையறுப்பதுடன் இத்தகைய கேள்விகளுக்கான சான்று அதிகரித்துள்ளது.

மற்ற அத்தியாயங்கள், பண்பாட்டு அணுகுமுறைகளைத் தீர்மானிக்கும் பின்புலக் கருத்துகள் மற்றும் நிலைமைகள் மீது அதிகமாக, வேறுபட்ட குவிமையத்தைக் கொண்டிருக்கின்றன. சமூக அணுகுமுறைகளாக/நெறிகளாக அவை வெளிப்படுத்தப்படும் விதம், வாழ்தல் அமைப்புகளைப் பாதிக்கின்றன; பண்பாடு என வரையறுக்கப்படுவதால் ஓரளவுக்கு வாழ்தல் அமைப்பும் செல்வாக்கிற்குள்ளாகிறது என்பது போன்றே. மிகவும் சூக்குமமான கருத்துகளில், காலக் கருத்தமைவுகள் விவாதிக்கப்படுகின்றன. இவற்றை அறியாதிருக்கிறோம் அல்லது அப்படியே எடுத்துக் கொள்கிறோம். அவை எப்படி கடந்த காலத்தின் வாழ்தல் அமைப்பை வரையறுத்துள்ளன அல்லது அவை அடையாளப்படுத்திடும் பண்பாட்டு உணர்தல்களைப் பரிசீலிக்கும் பொருட்டு நாம் நிதானித்ததில்லை. தொன்மவியலிலிருந்து அறிவியல் சிந்தனை வரையிலான, ஒரு நிறமாலையின் இரு நுனிகளாக, காணப்பட வேண்டியதன் பகுதியே காலக் கருத்தமைவுகள், அவை நம்பிக்கை அமைப்புகளுடனும் கணிதம் மற்றும் வானியலுடனும் பிணைக்கப்பட்டன. புறக்கணிக்கப்பட்ட அறிவியல் தளம் அல்லது சிலர் விரும்புவதுபோல, மூல-அறிவியல் சிந்தனை, பண்பாட்டுக்கு வடிவமளித்ததன்பால் அரிதாகவே கவனம் செலுத்துகிறோம். இருப்பினும் இத்தகைய சிந்தனையின் தன்மையும், அது ஏன் இவ்வடிவத்தை ஏற்றது என்ற புரிந்துகொள்ளலும், ஆரம்பகால இந்தியாவில் பிற சிந்தனை இழைகளுக்கு அடித்தளமாயிருந்தன.

அறிவியல், சமூகத்தில் வேர்களை உடையது, அதன் பகுதிகளது சிந்தனைகள், செயல்பாடுகள் சிலவற்றை எடுத்துரைக்கிறது. பண்பாடுகளின் அம்சமாக அதுவே அதன் சூழல். அதன் சிலபகுதிகள் உள்ளதுபோல அது புனிதமாக்கப்பட்டால், அதன் காரணமாக உறைந்துவிட்டால், அதன் பொருள் மாறி, செயல்துடிப்பான அறிவின் பகுதியாக இல்லாது போய்விடுகிறது. இது அதனை பாரம்பரியமாகத் தனிமைப் படுத்தியிருக்கக்கூடும்.

சற்றுக் குறைந்த சூக்கும நிலையில், சமூகத்திற்கான உடனடிச் சூழல், பெண்களுக்கு நியாயமான நடவடிக்கையாக அனுமதிக்கப்படுகிறது. மற்றும் வெவ்வேறான சமூக அமைப்புகளுக்கு ஏற்ப எப்படி இது மாறுகிறது என

நாம் பார்த்து முன்வைக்கும் விதமாக உள்ளது. வாழ்தல் அமைப்புகளுக்கு இச்சமூக அணுகுமுறைகளின் உணர்த்தல்கள் என்ன? சமூகம் சாதியில் செயல்படுகையில், அதன் பகுதிகளை உள்ளடக்குதலும் வெளியேற்றுதலுமான மேற்கொள்ளலுடனும் இவை பிணைக்கப்படும்-அது சமூக ரீதியிலும் பண்பாட்டு ரீதியிலும் தீர்மானிக்கப்படுகிறது. இச்சமூகப் பிரிவாக்கம் பல்திறமான பண்பாட்டுக் குழுக்களை உருவாக்குகிறது-கொள்கையளவில் பண்பாடுகளை வடிவமைத்து சமூகத்தின் உண்மையான நடவடிக்கையுடன் விழுமியங்களைத் தொடர்புபடுத்துவதில் சில வேளைகளில் பிரச்சனைக்குரியதாக உள்ளது. குடியிருப்புக்கு அப்பால் சேரியாக்கப்பட்ட பிரிக்கப்பட்ட அதிக எண்ணிக்கையிலான அவர்ணர்களால் இப்பண்பாடு எப்படி பார்க்கப்பட்டது என்பது பற்றி உயர்சாதி பண்பாடு நமக்கு எதுவும் சொல்வதில்லை.

பண்பாட்டு சமூகவயமாதல் மற்றும் அறிவு பெறுதலின் நிகழ்வுப்போக்கில் கல்வி பெரிய காரணியாக உள்ளது, இருப்பினும் இந்நிகழ்வுப் போக்கில் பெரிய காரணியாக உள்ள கல்வியை நாம் புறக்கணித்து வருவது அதிகரிக்கின்றது. பண்பாடுகளை உருவாக்குவதில் கல்வி மையமாக இருப்பதை நாம் ஒத்துக் கொண்டால், கல்வியின் உள்ளடக்கத்தையும் அது எவ்விதம் தொடர்புறுத்தப்பட வேண்டும் என்பதையும், நாம் பரிசீலித்துள்ளதை விடவும் மிகத் தீவிரமாகப் பரிசீலிக்கவேண்டியிருக்கிறது. இறுதி அத்தியாயம், ஜவஹர்லால் நேரு பல்கலைக்கழகத்தில் வரலாறு கற்பித்தலை நிறுவியபோது, தனிப்பட்ட முறையில் எதிர்கொண்ட பண்பாட்டுப் பிரச்சனைகள் மற்றும் ஆசிரியர்களது கலந்துறவாடல் சார்ந்த எனது விரிவான அனுபவத்தின் எடுத்துரைப்பு ஆகும். பல மட்டங்களில் கேள்விகள் எழுந்தன-இக் கேள்விகளுக்கான விடைகளும் எழுந்தன. இந்த எடுத்துரைப்பை முன்வைக்க முற்படுகையில் ஒருவித வேதனையை உணர்கிறேன்-மற்றவர்களும் இதனை உணரக்கூடும், ஏனெனில் வேறிடங்களிலுள்ள சிறந்த பல்கலைக்கழகங்களால் ஏற்கப்பட்டு, மதிக்கப்பட்டுள்ளதான, ஒரு கல்வி நிறுவனத் தரத்தை ஜவஹர்லால் பல்கலைக்கழகத்திற்கு அளிப்பதில் வெற்றியடைந்துள்ளோம். இப்போது அதிகாரத்தில் உள்ளவர்கள் அதன் தரத்தை அழித்து, அறிவு மையப்படுத்தலிலிருந்து வெளியேற்றி, கற்பிக்கும் கடையாகக் குறைத்துச் சுருக்கி

விடுவதில் குறியாக இருப்பதாகக் காணப்படுவதால் வேதனை தருகிறது.

அப்படியானால், சம்பிரதாயமான பொருளில், இது இந்தியப் பண்பாட்டு வரலாற்றின் மீதான புத்தகமில்லை. நினைவுச் சின்னங்கள், கலை, இலக்கியம், தத்துவம் மற்றும் 'பண்பாடு' எனப்படுவதன் வழக்கமான பகுதிகளின் வரலாறில்லை, பண்பாடுகளாகப் பார்க்கப்படுபவற்றிற்கு சமூக சோதனையை முன்வைக்கும் வாழ்தல் அமைப்புகளின் மீது கவனத்தை ஈர்க்கிறது. கடந்த காலத்திலிருந்தோ நிகழ்காலத்திலிருந்தோகூட, ஒரு பொருளை/கருத்தை மதிப்பிடுகையில், வெறுமனே விளைவைப் பாராட்டுவதுடன், அதனை எழச்செய்த சூழலுடன் ஒருவர் பரிச்சயம் கொண்டிருக்கவேண்டும் என்று உணர்த்தும் முயற்சியாகும். சூழலைப் பார்வையிடுவது மதிப்பீட்டுக்கு பரிமாணம் சேர்ப்பதாக இருக்கும்.

1
பாரம்பரியமாகப் பண்பாடுகள்

சுவீகரிக்கப்படுவது பாரம்பரியமாகும், அது பொருள்களை, கருத்துகளை அல்லது நடைமுறைகளைக் குறிக்கக்கூடியது. மரபணுக்களிலிருந்து திரிகோணமிதி அமைப்புகள் வரை, சமூகங்கள் ஒழுங்கமைக்கப்பட்டதிலிருந்து வெவ்வேறு சமூக அடுக்குகளைச் சேர்ந்த மக்கள் நடத்தப்பட்டனர் என்பதுவரை, சொத்திலிருந்து பொருளாதார நடைமுறைகள் வரை பல்வேறு வழிகளில் அது அங்கீகரிக்கப்படுகிறது. நம் பண்பாடுகளும் நாகரிகங்களும் கடந்தகாலத்தை நிகழ்காலத்துடன் பிணைப்பதில் அது பங்காற்றுகிறது. கச்சிதமாகப் பொதிந்து வைக்கப்பட்டு, நம் மூதாதையரால் நமக்கு கையளிக்கப்பட்டது எதுவோ அதுவே பாரம்பரியம் என ஒருகாலத்தில் கருதப்பட்டது-அதனை அப்புறம் நம் சந்ததியினருக்கு மாறாமல் கையளித்தோம். மரபு, நம் வாழ்க்கை முறையை வார்த்தெடுப்பதாகக் கூறப்பட, பாரம்பரியம் நின்று நிலைத்ததாகக் கருதப்படுகிறது. மரபினைப் புரிந்துகொள்ள எந்த அளவுக்கு முற்படுகின்றோமோ, அந்த அளவுக்கு ஒவ்வொரு தலைமுறையும் உள்ளடக்கத்தை மாற்றிக்கொள்வதை-சமயங்களில் ஓரளவுக்கும் சிலவேளைகளில் கணிசமாயும்-உணர்ந்து கொள்கிறோம்.

மிகச் சமீபத்தில், கடந்த காலத்தில் நிலவியதாக நாம் நம்புவது, தற்காலத்திற்கான நமது அபிலாஷைகள் இணைந்த கலந்துறவாடலாக இருப்பது மரபு என்று வாதிடப்படுகிறது. இக்கலந்துறவாடலையும் அது உற்பவிக்கும் புதுக் கருத்துகளையும் தேடி ஆராய்கையில், பாரம்பரியம் குறித்த நமது கருத்தமைவு உருக்கொள்கிறது. தொன்மையானவை என்று கருதப்படும் சடங்குகளும் சம்பிரதாயங்களும் விசாரிக்கப்படுகையில், சமீபத்தில்

கண்டறியப்பட்டுள்ளனவாக இருக்கின்றன. ஆகவே கடந்தகால மரபுகள் நம் செயல்பாடுகளை நியாயப்படுத்தும் பொருட்டு, கண்டுபிடிக்கப்படவும் செய்யலாம். இப்போது வரலாற்றாளர்கள், மரபின் கண்டுபிடிப்பென்று சில வேளைகளில் அழைக்கப்படுவதை விசாரித்தறிகின்றனர்.

பாரம்பரியம்/மரபினைக் கட்டமைப்பது எவை என்று நிகழ்ந்துகொண்டிருக்கும் விவாதம், பண்பாடு மற்றும் நாகரிகம் போன்ற கருத்தமைவுகளை பகுப்பாய்வு செய்யுமாறு இட்டுச் செல்கிறது. மற்றும் இவை குறித்த லகுவான வரையறைகள் இல்லை, இவற்றின் அர்த்தம் குறித்த, குறிப்பாக நிலவுகின்ற நெறிகள் கேள்விக்குள்ளாக்கப்படும்போது, தீவிர விவாதங்கள் இருந்துள்ளன. 17-ஆம் நூற்றாண்டின் அய்ரோப்பிய அறிவு விளக்கம், வரலாற்று மாற்றங்களை ஏற்படுத்தியதால் உண்டாகி, புதிய கேள்விகள் கேட்கப்பட்டபோது, காலமாகிற்று. அடிப்படைக் கருத்தமைவுகளுக்கு புதிய தேடல் தேவைப்பட்டது. இந்தியாவிலும் இதே மாற்றத்தை அனுபவிக்கின்றோம், நம் பாரம்பரியத்தின் உறுப்புகள் புதிதாய் பரிசீலிக்கப்பட வேண்டியுள்ளன.

பாரம்பரியம் இருவகையினதாக இருக்கக்கூடும். ஒன்று, பூமியின் இயற்பியல் படைப்பிலிருந்து வந்த இயற்கைப் பாரம்பரியம். இது தற்போது நாம் அழித்து வருவதில் மும்முரமாயிருக்கும் பாரம்பரியமாகும்; ஏனெனில், இயற்கை வளங்களை அழிப்பதிலிருந்து வரும் செல்வத்திற்கான நம் ஆசையைக் கட்டுப்படுத்த முடியவில்லை. சுற்றுச் சூழலை வரலாற்றுடன் இணைப்பதன் வாயிலாக, இப் பாரம்பரியம் இப்போது இன்னொன்றிற்கு அத்தியாவசியமானதாக இருப்பது பார்க்கப்படுகிறது.

இன்னொரு பாரம்பரியம், மனித முயற்சியால் உருவாக்கப்பட்டு வளர்த்தெடுக்கப்படுகிறது. இதுவே 'பண்பாட்டுப் பாரம்பரியம்' என நாமழைப்பதானது. நாம் வாழ்தல் அமைப்பைத் தீர்மானித்திடும் பொருள்களையும் கருத்துகளையும் இது உள்ளடக்கியுள்ளது. பண்பாடு-நாகரிகம் குறித்த நம் கருத்தமைவுகளை அவை வரையறுக்கின்றன. தேவையான விளக்கத்தை இவ்வத்தியாயத்தில் தர முயல்வேன்- இக்கருத்தமைவுகளின் உருவாக்கத்திற்கு காரணமான வரலாற்று யூகங்கள் எப்படி மாறியுள்ளன என்று. இதனால், வரலாற்றாளர்கள் இப்போது பாரம்பரியத்தை, உள்ளார்ந்தும்

விளக்க முடியாததாகவும் அல்லாமல், கட்டமைக்கப்பட்டதாகக் காண்கின்றனர், எனவே பல்வேறு காரணங்களால் வெவ்வேறு மதிப்பீடுகளுக்கு உள்ளாகின்றன.

நான் பயன்படுத்திடும் தொடர்களை வரையறுத்து என்னை ஆரம்பிக்க அனுமதியுங்கள். இலக்கியம், காட்சி-நிகழ்த்துக் கலைகள், கட்டிடக்கலை, தத்துவம் மற்றும் அறிவெல்லைகளை விரிவு படுத்துவதிலான சாதனைகளுடன் பண்பாடு ஒருகாலத்தில் பிணைக்கப்பட்டது-சுருக்கமாகச் சொல்வதானால், மனதின் வாழ்வுடன் பிணைக்கப்பட்டது. முன்-நவீன காலங்களில் இந்நடவடிக்கைகள், இவற்றைப் பின் தொடர்வதற்கான செல்வமும் ஓய்வு நேரமும் கொண்டிருந்த மேட்டுக்குடியினரிடம் தொடர்பு கொண்டிருந்தன; சில நிலைகளில் இவை அவர்களுக்கு, தம் நடைமுறை மதிப்பு, ஒருபுறமிருக்க, தகுதி நிலையின் அடையாளங்களாயிருந்தன. ஆகவே மக்கள் செல்வாக்குள்ளவற்றிடமிருந்து இதனை வேறுபடுத்திட, இது ‘உயர்’ பண்பாடாகப் பார்க்கப்பட்டது. இதுவும் அதன் தோற்றுவாயைக் குறுகியதாக மதிப்பீடு செய்வதே. இந்நடவடிக்கைகளின் அடிப்படைகள் பரந்துள்ள சமூக எல்லையிலிருந்து வருகின்றன. இவ்வெல்லையைப் பிரதிபலித்திடுவதற்குப் பண்பாட்டின் வரையறுத்தல் தேவைப்படுகிறது. ஆக பண்பாடு ஒரு சமூகத்தைக் கட்டமைத்திடும், வாழ்தல் அமைப்பு பகுதிகள் மற்றும் தம் கருத்துகளை வெளிப்படுத்தும் வடிவங்கள் இரண்டையும் குறிப்பதானது.

அப்படியானால் பண்பாடு, வேட்டை உணவுச் சேகரிப்பாளர்கள், முல்லை நில மக்கள், விவசாயிகள் அல்லது நகர் வாழ்வோரது வாழ்வமைப்பு போல அவ்வளவு எளியதைக் குறிக்க முடியும். இவ்வெளிமையிலிருந்து வாழ்க்கையை மேலும் அர்த்தமுள்ளதாக்கவும், நாம் வாழும் உலகையும் பிரபஞ்சத்தையும் புரிந்துகொள்ளவும், மக்கள் மேற்கொள்ளும் சிக்கல்கள் எழுகின்றன. ஆனால் அப்போது பண்பாடுகள் மாறுகின்றன, இரண்டும் இடந்தரக்கூடியன மற்றும் உள்ளிருந்து கசியவிடுபவை என்பது கண்டறியப்பட்டது. வரலாற்றில் அமைப்புகள் அடிக்கடி மாறியுள்ளன. ஆதலின் இம்மாற்றங்களைப் பதிவு செய்யும் அடுத்தடுத்த பண்பாடுகள் பற்றிப் பேசுகிறோம்.

எனவே சிலர் நம்பவிரும்புவது போல, தனியொரு பண்பாட்டுடன் கடந்தகாலம் ஒத்தியைந்து போவதில்லை மாறாக அது பல்பண்பாடுகளால் ஆனது. மேட்டுக்குடிப் பண்பாடுகள் எங்கும் உள்ளதுபோல, மேலோங்கி இருந்தன, அரச குடும்பத்தினர், உயர்சாதிகள் மற்றும் அதிகாரம்-பொருளாதார வளங்களைக் கட்டுப்படுத்தியோரின் வாழ்தல் அமைப்புடன் இவை பிணைக்கப்பட்டிருந்தன. ஆனால் எஞ்சிய சமூகத்தின் பண்பாடுகள் மேட்டுக்குடிப் பண்பாட்டை தக்கவைத்துக் கொண்டன, எனவே அத்தியாவசியமானவை ஆயின.

பல கேள்விகள் எழுகின்றன. கடந்தகாலத்தின் பொற்காலங்கள் பற்றி நாம் பேசும்போது, நாம் கருதிக்கொள்வதுபோல, சமூகத்திலுள்ள பல்பண்பாடுகள் ஒருங்கிணைக்கப்பட்டிருந்தனவா அல்லது சாதி, மொழி, மதத்தால் பிரிக்கப்பட்டிருந்தனவா? இப்போது நாம் அவற்றை ஒருங்கிணைக்கும் முயற்சியில், வித்தியாசமாக எதையேனும் செய்து கொண்டிருக்கிறோமா? 'வேற்றுமையில் ஒற்றுமை' என்னும் முழக்கத்துடன் இம்முயற்சி கட்டுண்டு விடுவதாகத் தோன்றுகிறது. பண்பாடுகளைப் பொறுத்தமட்டில், ஒருமைப்பாட்டைக் கட்டமைப்பது எது அல்லது பல்திறப்பாட்டினை எந்த அளவுக்கு நீட்டிக்கின்றோம் என்று ஒருபோதும் நாம் வரையறுக்காததால், இதனை முழக்கமென்கிறோம். மதத்தால் அடையாளங் காணப்பட்ட பெரும்பான்மை-சிறுபான்மைச் சமுதாயங்கள் போன்ற காலனித்துவ வகைமைகளைப் பயன்படுத்தி, சமூகப்பாகுபாட்டை நியாயப்படுத்திட, மறைமுகமாக முயலுகின்றோமா? கடந்த காலத்துப் பண்பாடுகளை நாம் திரும்பிப் பார்க்கையில், எளிதில் அடையாளங்காணக்கூடிய மேலோங்கிய பண்பாடுகளுடன் நம்மை நிறுத்திக்கொள்கிறோமா அல்லது எஞ்சியுள்ள சமூகத்தின் வாழ்க்கை முறைகளைத் தேடியறிய முற்படுகிறோமா?

அத்துடன், மாற்றத்திற்கும் நிரந்தரத்திற்கும் இடையே ஒரு பதற்றம், இன்னும் இருப்பது போலவே, இருந்தது. தொடர்ச்சியுள்ளதாகத் தோன்றுவது, பகுப்பாய்வு செய்யப்படுகையில், மாற்றத்தைச் சுட்டிக்காட்ட முடியும். எடுத்துக்காட்டாக, தனது படிமுறையுடன், சாதிய சமூகத்தின் நான்குவித அமைப்பு, பல நூற்றாண்டுகள் இந்தியாவில்

பரவி இருந்ததாகக் கூறப்படுகிறது. எனினும், பல்வேறு மண்டலங்களில் கவனிக்கத்தக்க வகையில் படிமுறை வேறுபடுகிறது. மேலாதிக்கச் சாதி எப்போதும் ஒன்றாக இருப்பதில்லை. பஞ்சாபில் காத்ரி வணிகர்களாயிருந்தால், வேறு சில பகுதிகளில் பிராமணராய் இருந்தனர் அல்லது சத்ரிய வம்சத்தினராயிருந்தனர். மற்றும் சில பிரதேசங்களில் வர்ணப்பாகுபாடு இல்லை. இத்தகைய வித்தியாசங்கள், உள்ளூர்ப் பண்பாட்டு வடிவத்தை தவறாமல் பாதிக்கின்றன-இதனைப் பிந்தைய அத்தியாயம் ஒன்றில் விரிவாக உணர்த்துவேன்.

மேலோங்கிய-கீழ்ப்படிந்த குழுக்களின் இருப்பு, எல்லாச் சமூகங்களுக்கும் உரித்தானதே. அவர்கள் ஆதரிக்கின்ற பண்பாடுகளைப் போல, அவற்றிற்குரியவர்கள் யார் என்பது காலப்போக்கில் மாறும், தனியொரு மேலோங்கிய அமைப்பு ஒருபோதும் ஒரு சீரானதுமில்லை நிரந்தரமானதுமில்லை. சமீப காலங்கள் வரையிலும், சமூகத்தின் மேல் மட்டங்கள் தம் பண்பாட்டின் ஆவணங்களையும் அடையாளங்களையும் விட்டுச் செல்கின்ற நல்ல நிலையில் இருந்தன. வரிகளுக்கிடையே வாசிப்பது, ஆவணங்களை விட்டுச் செல்லாத, தகுதிநிலை குறைந்தவர்களது பண்பாட்டை வெளிச்சத்துக்கு கொண்டுவர முயல்வதில் ஒருவழிமுறையாக இருந்து வந்துள்ளது. தொல்லியல் சில தகவல்களைத் தருகிறது. எஞ்சிய சமூகத்துடனான மேட்டுக்குடியினரின் கலந்துறவாடலை நம்மால் அணுக முடிந்தால், மேட்டுக்குடியினரின் பண்பாட்டையும் சரியாகப் புரிந்துகொள்ள முடியும்.

புறக்காரணிகளால் பண்பாடுகளும் மாறக்கூடியவை என்பதை அறிவோம். சூழலியல் மாற்றம் இப்போது கவனிக்கப்படுகிறது. வனங்களின் அழிவு, ஆறு திசைமாறுவது, தட்பவெப்ப மாற்றம், கடந்தகாலத்திலும் நடந்தன. கி.மு. 1750-னை ஒட்டி, சிந்துவெளி நகரங்களின் சிதைவுக்கு இப்போது சாத்தியமான விளக்கங்கள் உள்ளன. தொழில்நுட்ப புதுமைகளும் சமூக-பொருளாதார மாற்றங்களுக்கு விட்டுக் கொடுப்பதும் இத்தகு நிலைகளில் பெரிதும் தேவைப்படுகின்றன.

வணிகம்/புலம்பெயர்ந்துவருதல்/வெற்றியின் அரசியல் இயங்காற்றல்களால் புதுமக்களுடன் கொள்ளும் தொடர்பு, புதிய வாழ்தல் அமைப்புகளை அறிமுகம் செய்கின்றது. புதிய அரசியல் அமைப்பாக வெற்றி லகுவில்

அடையாளங்காணப்படுகிறது. நீண்ட காலம் நீடித்திருப்பதால், வணிகமும் புலம்பெயர்ந்து வருதலும் வரையறுக்கும் அம்சங்களாயுள்ளன, இருப்பினும் நாம் எப்போதும் படையெடுப்புகளுக்கு அதிக முக்கியத்துவம் அளிக்கிறோம். இந்திய-கிரேக்க அல்லது கிரேக்க-பாக்டிரிய வடிவங்கள் எனப்படுபவற்றுடன், இந்தியா மற்றும் ஆப்கானிஸ்தானத்தின் வடமேற்கில், கிறித்தவ சகாப்தத்தின் திருப்பத்தில் நிகழ்ந்ததால் இது விளக்கப்படுகிறது. இதனின்றும் உருக்கொண்ட ஒரு அழகியல் பாணி காந்தாரக்கலை என்றழைக்கப்பட்டது.

இப்பிரதேச பௌத்தக் கலைக்கும், மதுரா, மத்திய இந்தியா, தெற்கில் அமராவதிக்கும் இடையிலான அழகியல் வித்தியாசங்களை இக்கலை சிறப்பித்துக் காட்டியது. இந்திய அழகியலை வரையறுப்பதில் கடந்த இரு நூற்றாண்டுகளில் கலைவரலாற்றாளர்களிடையே இவ்வித்தியாசங்கள் கடுமையாக விவாதிக்கப்பட்டன. ஹெல்லெனிய வடிவங்களுடனான பரிச்சயத்தால் விளைந்த இந்தியக் கலை வடிவங்கள், ஹெல்லெனியச் செல்வாக்கு இல்லாதவற்றைவிட, உயர்ந்தவையா? இந்தியக் கலை குறித்து எழுதும் கலை வரலாற்றாளர்களிடையே, சிலர் இதனை இந்தியக் கலையின் உச்சமாகக் கருதினர் ஏனெனில் வெளிப்படையான ஹெல்லெனியப் பண்புகளைக் கொண்டுள்ளன என்பதால்; வேறு சிலர் இது கலவையான கலை, ஆகவே இத்தியத் துணைக் கண்டத்தில் வரம்புக்குட்பட்ட செல்வாக்கு கொண்டிருப்பது ஒருபுறமிருக்க, அழகியல் தாக்கம் அற்றது என்றனர். பத்தொன்பதாம் நூற்றாண்டின் கலை வரலாற்றாளர்கள், இன்னும் திருவுருக்களிலும் சுவர் வேலைப்பாடுகளிலும் ஈடுபட்டிருந்த கைவினைக் கலைஞர்களிடம் இந்த ஆரம்பநிலை வடிவங்களுக்குத் தம் எதிர்வினைகளைத் தெரிவிக்குமாறு அவர்களிடம் வினவ வேண்டுமென்று எண்ணவில்லை. விவாதத்திலுள்ள கலை கைவினைக் கலைஞர்களது கூட்டமைப்புகளிலிருந்து வந்திருந்தன. கலையைப் போலன்றி, இம்மண்டல மொழிகள் தணிந்திருந்தன. கிரேக்கம், அராபிக், பிராகிருதம் பயன்படுத்தப்பட்டன.

ஆயிரம் ஆண்டுகளுக்குப் பிறகு இதே மண்டலம், மத்திய, மேற்கு ஆசியாவிலிருந்து துருக்கி, ஆப்கானிய பாரசீக புலம்பெயர்வாளர்களைக் கண்டது. இதனைப் படையெடுப்புகள்-வெற்றிகளுள் ஒன்றாகக் கருதி அப்படியே

விட்டுவிடுவோம். படையெடுப்புகளிலுள்ள சாதகமான பக்கம், அவை வணிகத் தொடர்புகளை அதிகரித்து, புலம்பெயர்ந்து வருபவர்களை ஈர்க்கும். ஏற்கனவே நான் குறிப்பிட்டுள்ளவாறு, இவற்றின் தாக்கம் சிலவேளைகளில், படையெடுப்பை விடவும் பெரும் அளவுக்கு, ஒரு மண்டலத்தின் பண்பாட்டை மறுவரையறை செய்யும். இச்சந்தர்ப்பத்தில் மாற்றமுற்றது சிற்பத்தின் பாணியல்ல மாறாக மத நம்பிக்கையுடன் பின்னிப் பிணைந்திருந்த மொழி.

முறையான இஸ்லாத்தின் அறிமுகத்தை நான் குறிப்பிடவில்லை மாறாக புகுந்து கலத்தலின் படைப்பாக்கப் பக்கத்தினை-சூஃபிகளையும் உள்ளூர் மொழிகளில் அவர்களது செல்வாக்குகளையும் போன்றவற்றைக் குறிப்பிடுகிறேன். புதிய கருத்துகள் உள்நாட்டு மொழிகளில் நுழைந்து, புதிய சொற்களின் சேர்க்கையைக் கோரின அல்லது இருக்கின்ற வார்த்தைகளுக்கு புதிய அர்த்தங்களைக் கோரின. இக்கருத்துகள் பரந்த அளவில் மக்களால் பயன்படுத்தப்படவும், மொழிகள் தாமே புதிய வடிவங்களைப் பெற்றன. கடவுளைக் குறிக்கின்ற *rap* என்னும் புதுச்சொல் பஞ்சாபி மொழியில் நுழைந்தது. அரபி மொழிச் சொல்லான அது, பஞ்சாபியைப் பயன்படுத்தும் மண்டலங்களிலெல்லாம் பொது வழக்கில் இருந்தது. புல்லேஷா, வாரிஸ்ஷா போன்ற கவிஞர்களும் ஆசிரியர்களும் பிறகும் புதியதொரு பண்பாட்டு மரபினை உருவாக்கி, தம் கவிதையைப் பாரசீகத்திலோ சமஸ்கிருதத்திலோ அல்லாமல், பொதுவாகப் பேசப்பட்ட இம்மொழியில் எழுதினர். மொழி எப்போதும் இயங்குவது போல, இது பிற பண்பாட்டு அம்சங்களில் நீட்சி கொண்டது.

எல்லா மொழிகளும் மாறுகின்றன. அதன் தடயங்கள் சொற்கோவையிலும் இலக்கணத்திலும் எழுத்துப் பாணியிலும் எடுத்துச் செல்லப்படுகின்றன-அம்மொழியைப் பயன்படுத்தும் ஒவ்வொரு தலைமுறையும் புதிய வெளிப்பாட்டு வடிவங்களை அறிமுகப்படுத்துகின்றன. இலக்கணக்காரரர் பாணினி (கி.மு. 4-ஆம் நூற்றாண்டு) வேதங்களின் சமஸ்கிருதத்தையும் பொதுவாகப் பயன்படுத்தப்படும் சமஸ்கிருதத்தையும் வேறுபடுத்திக் காட்டுகிறார். நீண்ட காலகட்டங்களில் உருவாக்கப்பட்டுள்ள பிரதிகளின் காலத்தை, மொழியியல் வடிவத்தைச் சரிபார்த்து நிர்ணயிப்பது ஒருவழி. எடுத்துக்காட்டாக, இன்று நாம் வைத்துள்ள கௌடில்யரின்

அர்த்த சாத்திரம், கி.மு. நான்கிலிருந்து கி.பி. மூன்றுவரை சில நூற்றாண்டுகளை எடுத்துக் கொண்டிருக்கிறது இப்போதைய வடிவத்தைப்பெற. ஆரம்பகாலப் பகுதிகளுக்கும் பின்னர் சேர்க்கப்பட்டவற்றிற்கும் இடையே, அடையாளங்காணக் கூடிய மொழியில் வித்தியாசங்களை அது பதிவு செய்கிறது. இதர மொழிகளுடன் ஒரு மொழி தொடர்பில் இருக்கையில் பரஸ்பர இரவல் பெறுதல் நடக்கும். இரவல் பெறப்பட்டதன் தன்மையே, மொழிகளைப் பேசுவோர்களுக்கிடையிலான உறவை மீட்பதற்கான வழியாகும். எடுத்துக்காட்டாக, வேத மொழியான சமஸ்கிருதத்தில் கலப்பையைக் குறிக்கும் லங்கலா என்னும் சொல் திராவிடத் தொடர்புடையதாக அறிஞர்களால் கருதப்படுகிறது. இந்தோ-ஆரிய மற்றும் திராவிடம் என்னும் இருமொழிகள் பேசுவோருக்கிடையேயான உறவின் ஓர் அம்சத்தைப் பற்றி இது நிறையக் கேள்விகளை எழுப்புகிறது எனில் வேளாண்மை என்னும் தொழில்நுட்பம் பற்றிப் பேசவே வேண்டியதில்லை.

★

புலம்பெயர்ந்து குடியமர்வோர் பல்வேறு வழிகளில் வருகின்றனர். மேய்ச்சல் நிலங்களைத் தேடுகின்ற முல்லை நிலக்குழுக்கள், ஒரு பகுதியில் தம்மையும் தம் ஆண்டுச் சுழற்சியையும் நிறுவிக் கொள்கின்றன. இவர்கள் பெரிதும் வாய்மொழி மரபுகளை எடுத்துச் செல்பவர்கள் என்பது அவர்தம் பாடல்களிலும் கதைகளிலும் தெரிய வரும். வணிக வழித்தடங்களை நிறுவிக் கொள்வது, வணிகர் குடியிருப்புகளை ஏற்படுத்தி, அது புதிய சமுதாயங்களை வளர்த்து, புதிய பண்பாட்டு அமைப்புகளை உருவாக்கும்.

புலம்பெயர்வுச் சமுதாயங்கள் பல்வேறு காரணங்களுக்காக புதிய இடங்களில் குடியமர்கின்றன. மத்திய, மேற்கு ஆசியாவிலிருந்து மக்கள் வர வர, இது இந்தியாவில் திரும்பத் திரும்ப நிகழ்ந்திருக்கிறது. அவர்கள் குடியமர்ந்து, உள்ளூரில் கலப்பு மணம் புரிந்து, இந்திய மக்களின் பகுதியாகிவிட்டனர். இச்சமுதாயங்கள் உள்ளூர் பண்பாட்டு அம்சங்களை மேற்கொண்டு அவற்றைத் தமதாக்கி, உள்ளூர் பண்பாட்டுடன் அடையாளங்கண்டு கொண்டனர். ஹூனா, துர்ரானி போன்ற சாதிப்பெயர்கள் இதனை உறுதிப்படுத்துகின்றன. இப்பெயர்களில் சில இன்றளவும் பல்வேறு மதச் சமூகத்தினரால் கூட்டாகப் பயன்படுத்தப்படுகின்றன.

பிரித்தானியர் வருகை வேறுபட்டிருந்தது. அவர்கள் இந்தியாவில் குடியமரவில்லை. அவர்களது அக்கறை, இதன் வளத்தை பிரிட்டனுக்குக் கொண்டு செல்லும் வகையில், இந்தியப் பொருளாதாரத்தை மாற்றியமைப்பதில் இருந்தது. இருப்பினும் இந்தியக் கடந்த காலத்தில் ஆர்வங்கொண்டு, இக்கடந்தகால அறிவை முன்னெடுத்துச் செல்வதில் புதிய வழிகளை மேற்கொண்டனர். கடந்த காலத்தை விசாரித்து அறிந்திட அவர்கள் பயன்படுத்திய உத்தி, அகப்பார்வை மிக்கதாயும் விடாமுயற்சி உள்ளதாயும் இருந்தது. எனினும், இந்தியப் பண்பாடு குறித்த அவர்களது சில வாசிப்புகள் பொதுமைப் படுத்தலுக்கு இட்டுச்சென்று, இன்றைக்கு பிரச்சனைக்குரியதாக ஆகின-இந்தியச் சமூகம் மற்றும் மதம் சார்ந்த கட்டமைப்பு மீதான அவர்களது கருதுகோள்கள் போன்றவை.

செல்வம் மிகுந்த மேலாதிக்கப் பண்பாடுகள் ஒரு சமூகத்தில் அதிகபட்சத் தடயங்களை விட்டுச் செல்லும். தம் கருத்துகளை விவரிக்கும் பிரதிகளை, கல்லிலும் உலோகங்களிலுமாக சிலைகளை/பிரதிமைகளைக் கொண்டுள்ளனர்; அவர்தம் கட்டிடக்கலை வடிவங்கள், அவர்களின் மத-சமூகத் தெரிவுகளைச் சுட்டிக் காட்டுகின்றன. ஏற்கனவே நான் குறிப்பிட்டுள்ளவாறு, கீழ்ப்படிந்துள்ள குழுக்கள் இத்தகைய தடயங்களை விட்டுச் செல்வதில்லை. நினைவுச் சின்னங்களாக ஆலயங்கள், மசூதிகளை நிர்மாணித்திட, நிறுவனங்களிலும் நூலகங்களிலும் கையெழுத்துப் படிகளைப் பாதுகாத்திட அவற்றிடம் செல்வம் இருப்பதில்லை. சமூகத்தின் கீழ்மட்டத்தில் இருப்போர் செல்வத்திற்கான வழிவகையைச் செய்து தருவோராயிருக்க, மேட்டுக்குடிப் பண்பாட்டில் பங்கேற்பாளர்களாயில்லை-எடுத்துக்காட்டாக, கோயில்கள் போன்ற புனித இடங்களிலிருந்து அவர்கள் விலக்கப்படுகின்றனர். அவர்களின் பண்பாடு வேறுபட்டு இருந்துள்ளது, அதில் மிகுதியும், மேட்டுக்குடியினரால் எப்படிப் பார்க்கப்படுகின்றனர் என்பதை வைத்து யூகிக்கப்பட்டிருக்கிறது. இத்தகவல் தவிர்க்க முடியாதபடி, பாரபட்சமின்றி ஆசிரியரது நோக்குநிலையைப் பெற்றிருக்காது. ஆனால் செல்வந்தரின் வாழ்தல் அமைப்புகள், கைவினைப் பொருட்களை உருவாக்குவோர் ஆதாரங்களை உண்டாக்குவோரின் அழகியலையும் தேர்ச்சியையும் தான் அறுதியாகச் சார்ந்துள்ளன என்பதை நாம் அங்கீகரிக்க வேண்டும்.

பாரம்பரியத்தைக் கட்டமைத்திடும் இடத்திலேகூட பண்பாடு, ஒரு பொருளாக/கருத்தாக/சமூகம் நிற்கும் சமூகக் கட்டமைவுகளாக நிலையாக நிற்பதில்லை-தற்போது நம்மால் அப்படி அது சித்தரிக்கப்பட்டாலும். அதற்கு மூதாதைத் தன்மையினைக் கோருவதில், தற்காலத்திற்குள் கடந்தகாலத்தைக் கொண்டுவந்து, அதன் வாயிலாகத் தொடர்ச்சியை அதற்கு அளிக்கின்றோம். இம்மாற்றமுறாத தொடர்ச்சி என நம்பப்படுவதில் தக்கவைத்துக் கொள்ளப்பட்டவை, இடப்பெயர்ச்சி செய்யப்பட்டவை அல்லது ஒதுக்கித் தள்ளப்பட்டவை எதுவென்று நாம் விசாரிக்க வேண்டும்.

மூதாதைத் தன்மையைக் கோருவதும் கடந்த காலத்திலிருந்து நியாயத்தைப் பெறுகின்ற வழிமுறையே, இத்தகு கோரிக்கை ஆசைப்பட்ட தகுதிநிலைக்கான அடையாளமாக இருந்து, அவ்விதத்தில் சமூக வெற்றியின் போராட்டமாக அல்லது சிலரால் ஏற்கப்பட்டு, பலரால் கேள்விக்குள்ளாக்கப்படும் அடையாளத்தைக் கேள்விக்குள்ளாக்குவதை நிராகரிக்கும் முயற்சியாக அது இருக்க முடியும். ஒரு பண்பாட்டு உருப்படிக்கு குறிப்பிட்ட மூதாதைத்தன்மையை வற்புறுத்துவதன் மூலம், அதன் மற்ற சாத்தியமான மூதாதை வழிகளை நிராகரிப்பவர்களாக இருக்கக்கூடும். இது திட்டமிடப்பட்டது இல்லையெனில், பல காரணங்கள் இருந்திருக்க முடியும். முன்னதாக ஒத்துக்கொள்ளப்பட்டதாக இருந்து, இப்போது அது குறைந்துள்ள தோற்றுவாய்களிலிருந்து அதன் பிற மூதாதை வழிகள் வரக்கூடும். மற்றதை அங்கீகரித்தல் பண்பாட்டு வடிவத்தைப் புரிந்து கொள்வதற்கு முக்கியமானதும் அங்கீகரிக்காததன் மூலம், நாம் ஒரு மரபை சிதைக்கிறோம் அல்லது கண்டுபிடிக்கிறோம்.

அதிகம் விவாதிக்கப்பட்ட எடுத்துக்காட்டு ஒன்றை எடுத்துக் கொள்வோம். செவ்வியல் தன்மை கொண்டவை என நாம் கருதிடும் நிகழ்த்து கலைகளில் சில, தேவதாசி நடனங்களில் கண்டறியப்படுகின்றன என்பது பொதுவாக ஒத்துக் கொள்ளப்படுகிறது. அவ்வடிவத்தின் தொழில் நுணுக்கங்களை அறிந்துகொண்டால் போதுமா அல்லது அதனைச் சூழலுடன் பொருத்திப் பார்க்க வேண்டுமா? இங்கே சாதிய நெறிக்கு முரணாக, தெரிவு செய்வோர் அல்லது தொழிலுக்கு தெரிவு செய்யப்படுவோர் பெண்களாயுள்ளனர். பிரதான நீரோட்டத்திலிருந்து தனித்துவமான, தமது சொந்த

சமூக அணுக்கருவை அவர்கள் உருவாக்கிக் கொண்டனர். இது தமது தொழில்முறை நிகழ்வில், நெகிழ்ச்சியை வழங்கியதா? தம் நிகழ்வையும் சமூகப் பண்பாட்டையும் பெரிய நாகரிகச் சூழலுடன் எப்படித் தொடர்பு படுத்திக் கொண்டனர்?

நாகரிகத்தின் கருத்தமைவு மிகச் சிக்கலானதாக ஆகியிருப்பதால், அதனை ஒதுக்கிவைத்துவிடவே ஒருவர் விரும்புவார். ஏற்கனவே நான் குறிப்பிட்டுள்ளபடி, அது மேட்டுக்குடி பண்பாட்டை ஒத்தியங்குவது என்னும் எளிமையான ஆரம்பநிலை வரையறுப்பு, இப்போது அது பல பண்பாடுகளை உள்ளடக்கியது என்னும் கருத்திற்கு வழிவிட்டு நிற்கிறது. சமூகங்கள் பல மட்டங்களில் இயங்குகின்றன. இம்மட்டங்களிலான பண்பாடுகள் ஒத்த தன்மையிலானவை அல்ல என்னும் விழிப்புணர்விலிருந்து, கடந்த காலத்து வரலாற்றுத் தொடர்புகள் பார்க்கப்படுகின்ற புதுவழிகளில் இவ்வணுகுமுறை வருகின்றது.

ஆரம்பகட்ட 18-ஆம் நூற்றாண்டையொட்டி, நாகரிகத்தின் மையம், கடந்தகாலத்திலிருந்து வரும் செவ்வியல் காலமாயிருந்தது. 'செவ்வியல்' என்பது, ஒரு வரலாற்றுக் காலத்தைச் சேர்ந்த பல வெளிப்பாடுகளிலிருந்து தெரிவு செய்யப்பட்டு, ஒரு பண்பாட்டில் உச்சப் புள்ளியாகப் பார்க்கப்படும் ஒரு பாணியைக் குறித்தது. அது தேர்ச்சிமிக்க நெறியாக, வகை மாதிரியான மேன்மையாக இருந்தது; அதனை வைத்து அடுத்து வருவோர் அளந்தறியப்பட்டனர். இவ்விவரிப்பில் நிலைத்தன்மை உணர்த்தப்பட்டது, அது மாறும் என எதிர்பார்க்கப்படவில்லை. நீண்ட வரலாற்றினையுடைய சமூகங்களெல்லாம், பண்பாட்டு, அறிவார்ந்த சூழல்முனை என்று பார்க்கப்பட்ட செவ்வியல் காலத்தைக் கொண்டிருக்க வேண்டியிருந்தன.

★

இன்றைக்கு நாகரிகத்தின் கருத்தமைவு குறைந்தது நான்கு உறுப்புகளின் மீதமைந்ததாகப் புரிந்து கொள்ளப்படுகிறது. அவை ஒவ்வொன்றும் முன்பைவிட வேறுபட்டதாக இப்போது உருக்கொடுக்கப்படுகின்றன. அவை பிரதேசம், மொழி, மதம் மற்றும் செவ்வியல் அம்சம். ஒவ்வொரு நாகரிகமும் எல்லை வகுக்கப்பட்ட பிரதேசத்தைக் கொண்டிருந்தது. வரைபட மெழுதுவது சாத்தியமாகி, பிரதேசங்களின் எல்லைகள்

ஒன்றின்மேல் ஒன்று படிந்தபோது இது பொருத்தமானதாக இருந்தது. அதற்கு முன்னர், அரசுகளுக்கிடையிலான எல்லைப் பகுதிகள், ஆறுகள், மலைகள், காடுகள் போன்ற இயற்கை அம்சங்களால் அடையாளப்படுத்தப்பட்டன. இந்த எல்லைப் பகுதிகள், வெவ்வேறு திசைகளிலிருந்து வந்து சென்ற மக்கள் சந்திக்கும் புள்ளியாக இருந்தமையால், இம்மண்டலங்களின் பண்பாடுகள், மற்ற இடங்களில் இருந்தவற்றைவிட, கலப்பு மிகுந்தனவாக அல்லது ஒன்றன் மீது இன்னொன்று படிந்ததாக இருந்தன.

வடமேற்கு இந்தியாவின் எல்லைப்பகுதி பலநூற்றாண்டுகளாக எல்லைப்பகுதியாக செயல்பட்டு வந்தது. ஆப்கானிஸ்தான், மத்திய ஆசியா, ஈரான், இந்திய கங்கைச் சமவெளியிலிருந்து வந்த மக்களை வரவேற்றது. வணிகத்தின் ஆதாரப் புள்ளிகளும் மதங்களின் பரவலும் அங்கு அமைந்தன; பல்வேறு திசைகளிலான படையெடுப்புகளுக்கான விசைப் பலகைகளையும் அது வழங்கியது. வணிகருடன் சேர்ந்து பயணித்த பௌத்த பிக்குகள், ஆப்கானிஸ்தான், உஸ்பெகிஸ்தான், சீனாவுக்குச் செல்லும் பாதைகளில் முக்கிய மடாலயங்களை நிறுவினர். சில நூற்றாண்டுகளுக்குப் பின்னர், மேற்கு, மத்திய ஆசியாவிலிருந்து இந்தியாவுக்கு வந்த சூஃபி பிரிவுகளால் இதுபோன்ற வழித்தடங்கள் கைக் கொள்ளப்பட்டன.

இந்தியாவின் கிழக்கு கடற்கரைக்கு கடல்தான் முகப்பாயிருந்தது ஆனால் தென்கிழக்கு ஆசியா மற்றும் தென் சீனத்துடன் நெருங்கிய பிணைப்புகளால், இது மீறப்பட்டது. இப்பகுதிகளில் இன்னும் நிற்கின்ற மாட்சிமைமிக்க நினைவுச் சின்னங்களிலிருந்து இது தெளிவாகும். மேற்கு இந்தியாவின் நீண்ட கடற்கரை, அரபு வணிகரின் பெரும் குடியிருப்புகளது வரலாறைக் கொண்டது; அவர்கள் இங்கே மணம் புரிந்துகொண்டு, அரசவையினரின் இந்திய-இஸ்லாமிய பண்பாட்டிலிருந்து வேறுபட்ட, இந்திய-அரபுப் பண்பாடுகளின் புது சமுதாயங்களை நிறுவினர். இமாலயக் கணவாய்கள் திபெத்திற்கும் அதனைத் தாண்டிய பகுதிகளுக்கும் நுழைவாயில்களாயிருந்தன. வடபுல எல்லைப் பகுதிகள் நிலம் சார்ந்தவை மற்றும் ஈரேஷியாவூடேயான பண்பாடுகளுடன் தொடர்பிலுள்ளவை. புவியியல் ரீதியில் விரிவான வலைப் பின்னல்களையுடைய இந்தியப் பெருங்கடல், பெருங்கடலின்

மையத்திற்குள் நிலத் திண்மமாக முன்நிமிர்ந்து நிற்கின்ற இன்னொன்றையும் இந்திய தீபகற்பம் உணர்ந்தது. இந்திய நாகரிகத்தின் மீதான நமது எடுத்துரைப்புக்குள் நாம் கொண்டுவர வேண்டிய வேறுபட்ட பார்வை நிலையை இவை அளித்தன.

அப்படியானால் இந்திய நாகரிகத்தின் பிரதேச எல்லையை எங்கே நாம் குறிப்பது? நமது நாகரிகத்தை கங்கைச் சமவெளியின் நோக்கிலிருந்து வரையறுத்துள்ளோம்- அந்நோக்கிலிருந்துதான் வரலாறுகள் எழுதப்பட்டன. ஆனால் விளிம்புப் பரப்பிலிருந்து பார்க்கப்படும் நாகரிகம், பிற தொலைதூர ஆனால் முக்கியத்துவமான தொடர்புகளைப் பிரதிபலிக்கிறது. வரைபட எல்லைகள் நிலங்களைச் சுற்றி வளைக்கின்றன, தனிமைப்படுத்துகின்றன ஆனால் நேர்கோட்டு எல்லைகளுக்குப் பதிலாக எல்லைப் பிரதேசங்கள் குறித்த கருத்து, அவற்றை நீட்டிக்கின்றன, திறந்துவிடுகின்றன. நாகரிகக் கருத்தாக்கம் பிரதேசரீதியில் திறந்த நிலையினதாக மாறியுள்ளது.

கடந்தகால மக்களுக்கு உள்நாட்டு/வெளிநாட்டு முத்திரைகளைப் பயன்படுத்துகிறோம். ஆனால் காலனித்துவ எழுத்தாளர்களின்படி இந்திய நாகரிகக் கருத்தமைவை வரையறுத்த பிரித்தானிய இந்தியாவின் எல்லைகள், முன்-காலனிய காலங்களில் அவ்வளவாக அர்த்தம் பெற்றிருக்கவில்லை. கடந்த காலத்தில் அயல்தன்மை என்பது, எல்லைக் கோடுகளால் அல்லாமல், மொழி, சம்பிரதாயம், சடங்கு போன்ற பண்பாட்டு அம்சங்களாலேயே அடையாளப்படுத்தப்பட்டது. 'மிலேச்சா' என்னும் தொடர், அயலக/புறச்சாதியைக் குறிப்பது ஆனால் துணைக் கண்டத்தைச் சேர்ந்த ஒருவரைக் குறிக்கவும் பயன்பட்டது. துணைக் கண்டத்திற்குள்ளேயே அயலக நாகரிகப் பகுதிகள் நிலவின- எடுத்துக்காட்டாக, சமஸ்கிருதப் பிரதிகளில் விளிம்புநிலைக்குத் தள்ளப்பட்டு, சிலவேளைகளில் ராட்சசர்கள் (அரக்கர்கள்) எனப்பட்ட காட்டில் வாழும் சமுதாயங்கள். கிழக்கில் கம்போடிய ஆட்சியாளர்கள், கெமர் பாணியில் தம் பார்வையில் ராமாயணம், மகாபாரதத்தைச் சித்தரிக்கும் மாட்சிமை மிக்க சிற்ப வரிசைகளைக் கொண்ட, அங்கோர்வாட் ஆலயத்தை நிர்மாணித்தனர்; அல்லது ஜாவா ஆட்சியாளர்கள் பௌத்தத்தைக் கண்ணியம் செய்யும் விதத்தில் பிரும்மாண்டமான தூபியை போரோபுதூரில் கட்டினார்கள். அயலகப் பண்பாட்டை ஆதரித்து வளர்க்கிறோம் என்றா அவர்கள் தம்மை எண்ணிக் கொண்டனர்?

அல்லது தமது தனித்துவப் பண்பாடு என அவர்கள் கண்டதை, எடுத்துரைத்திடும் இந்தியப் பண்பாடு என இன்று நாம் கூறிக்கொள்ளும் அம்சங்களை தமதாக்கிக் கொண்டிருந்தனரா?

நாகரிகத்தின் இரண்டாவது உறுப்பு, பண்பாட்டிற்கும் தொடர் புறுத்தலுக்குமான தனியொரு மொழி. அய்ரோப்பாவில் கிரேக்கம், பின்னர் லத்தீன் எனப்பட்டது; மேற்கு ஆசியாவில் அரபி எனப்பட்டது; சீனாவில் சீனம், இந்தியாவில் சமஸ்கிருதம் எனப்பட்டது. இம்மொழியில் எழுதப்பட்ட பிரதிகள், முன்னுரிமை பெற்றிருந்தன, உள்ளூர்ப் பண்பாடுகளின் ஒட்டுமொத்தத்தையும் கொண்டிருக்கும் வழிமுறையாகக் கருதப்பட்டன. எனினும், பலமொழிகள் பேசும் பிரதேசத்தில் பெரிதும் ஒரு மொழியின் பிரதிகளைப் பயன்படுத்தி ஆய்வு செய்வது, வரலாற்று ரீதியில் ஏற்கமுடியாததாகும்.

இந்தியப் பண்பாடுகள் குறித்து அறியப்பட்டுள்ள மிக ஆரம்பநிலை ஆவணங்கள், பிராகிருதப் பதிவுகளே, அவை கி.மு. 1000-னைச் சேர்ந்தவை. சமஸ்கிருதத்திலுள்ள ஆரம்பநிலை ஆவணம் கி.மு. 1000-இன் ஆரம்பகட்டத்தைச் சேர்ந்தவை. சற்றுப் பிற்காலத்தைய கையெழுத்துப்படிகள் தப்பியுள்ளன. சமஸ்கிருதத்தில் உருவாக்கப்பட்ட வேத, இதிகாசப் பிரதிகள் இந்த ஆவணங்களுக்கு முந்தையவை ஆனால் தொடக்கத்தில் வாய்மொழி மரபின் அங்கமாயிருந்தவை. சமஸ்கிருதம் வேதகால பிராமணியத்தின் மொழியாக தொடர்ந்தது, தவிர்க்க முடியாதபடி சற்று வேறுபட்ட வடிவமும் சில மேட்டுக்குடிகளின் மொழியாயிருந்தது. வேதகால பிராமணியத்தை எதிர்த்த சமணம், பௌத்தம் போன்ற பெரிய சித்தாந்தங்கள், ஆரம்பத்தில் பிராகிருத மொழிகளில் கற்பிக்கப்பட்டன, எழுதப்பட்டன-இவற்றில் பாலி, பௌத்தர்களால் விரும்பப்பட்டது. சிராமண தர்மத்தை ஆதரித்தோர் இம்மொழிகளைப் பயன்படுத்தினர். தெற்கில், தமிழின் முந்தைய வடிவமாயிருந்தது.

கிறித்தவ சகாப்தத்தின் தொடக்கத்திலிருந்து, மேட்டுக்குடியினரின் மொழி பிராகிருதம், சமஸ்கிருதத்தால் இடப்பெயர்ச்சி செய்யப்பட்டது. ஆனால் தகுதிநிலை தாழ்ந்திருந்தாலும் பிராகிருதம், பெண்களாலும் தாழ்ந்த சாதிகளாலும் தொடர்ந்து பேசப்பட்டது. இந்தியாவின் கடந்த காலத்தை ஆராய்ந்த காலனித்துவ ஆய்வாளர்கள், பிராமண ஆலோசகர்களால் உயர்ந்த தகுதிநிலை அளிக்கப்பட்டிருந்த,

சமஸ்கிருத பிரதிகளிலிருந்து ஆரம்பித்தனர். பௌத்தர்கள், சமணர்கள் சார்ந்த பிறமொழிகளிலுள்ள பிரதிகளின் பால் கவனம் ஈர்க்கப்படுவதற்கு முன்பாக இது நடந்தது.

இந்திய நாகரிகத்தின் மதத்தை இந்துமதமாக வரையறுத்ததிலும் இப்பேதம் இருந்தது. பௌத்தம் ஒருகாலத்தில் பெரியதொரு இந்திய மதமாக இருந்து, ஆசியாவின் பிறபகுதிகளுக்குப் பரவி, அங்கு சில இடங்களில் மேலோங்கிய மதமாக விளங்கியது-பிற இடங்களில் வீழ்ச்சியடைந்தாலும்-என்பது கண்டறியப்படுமுன் இது நிலவிற்று. மதத்தினை நாகரிகத்தின் மூன்றாவது உறுப்பாக்கி, இந்தியாவில் இந்து மதத்திற்கும் சீனாவில் கன்ஃபூஸியனியத்திற்கும் முன்னுரிமை வழங்கியது, ஆசியாவில் பௌத்தத்தை அகற்றிடத் தலைப்பட்டது; ஆசியாவின் ஆரம்பகட்ட வரலாற்றில் பிரதான மதமாயிருந்தது என்று வாதிட முடியும். சமணம் (இந்து மதத்தின் பகுதியாக பெரிதும் வகைப்படுத்தப்படுவது) போன்ற பிற மதங்கள், இந்தியாவில் குறிப்பிட்ட காலங்களில் குறிப்பிட்ட மண்டலங்களில் முக்கியமானதாயிருந்துள்ளனவே தவிர, அவ்வளவு பொருத்தப்பாடு உடையதாக எண்ணப்படவில்லை. இஸ்லாம், மேற்கு ஆசியத் தோற்றமுடையதாக விலக்கப்பட்டது.

இந்துமதக் கட்டமைப்பு, கிறித்தவம்-இஸ்லாத்திலிருந்து வேறுபட்டதால், ஐரோப்பிய ஆய்வாளர்களுக்கும் காலனித்துவ நிர்வாகிகளுக்கும் புரியத்தக்க விதத்தில் உருவாக்குவது இம்முயற்சியாயிருந்தது. இது இன்னொரு விதத்தில் பிரச்சனைகளை ஏற்படுத்திற்று. ஒப்பீட்டளவில் துல்லியமான காலவரிசையிலான தனியொரு வரலாற்று ஆளுமையின் போதனைகளை மையமாகக் கொண்டு இந்து மதம் வளரவில்லை. மாறாக, குறிப்பிட்ட தெய்வம், அதன் சடங்குகள் என்றுள்ள சுதந்திரமான பிரிவுகளின் கூட்டு நெசவாயிருந்தது. பிரிவு எனப்படும் பகுதியின் நியாயத்தில்தான் அதன் அசாதாரண உயிர்த்திருத்தல் இருந்தது. எல்லா நம்பிக்கையாளர்களினூடே சென்றிடும், ஒரு சீர்மையான நம்பிக்கை கொண்ட ஓரிறை மதமாக அது இல்லை; பிற தெய்வங்களிடத்தேயான வழிபாட்டினை அது தடுக்கவில்லை. இறையியல் சித்தாந்தத்தை விடவும் சடங்குகளுக்கு அதிக கவனமளிக்கப்பட்டது என்று அடிக்கடி கூறப்பட்டுள்ளது.[1] ஒட்டுமொத்தமான வழிபாட்டு சீர்மை இல்லாதது. பிரிவுகள் சார்ந்த அடையாளம், சாதிகளின் குறிப்பிட்ட வகைமைகளுடன்

பிணைக்கப்பட்டதாக இருந்திருக்க முடியும். தவிர்க்க முடியாதபடி பிரிவுகளின் தரப்படுத்தல், சாதிகளிடையேயான படிமுறையின் செல்வாக்கிற்கு உள்ளாகாததாக இல்லை.

நாகரிகத்தின் நான்காம் உறுப்பு, செவ்வியல் காலம், கிரேக்க-ரோமானிய நாகரிகத்திற்கு அது பெரிக்ளிஸின் ஆட்சியின் கீழிருந்த ஏதென்ஸாக இருந்தது; அகஸ்டஸ் காலத்தில் ரோமாக இருந்தது; இஸ்லாத்தில் பாக்தாத்தில் அமைந்த கலிபா ஆட்சியாயிருந்தது; இந்தியாவில் குப்தர்காலமாயிருந்தது. ஆனால் பண்பாடுகளையோ நாகரிகங்களையோ தனியொரு காலகட்டத்திற்குள் அடைத்துவிட முடியாது. அது அவற்றை நிலைத்தனவாக்கிவிடுகின்றன, பொற்காலத்தை நிர்வகிப்பது தேக்க நிலை அல்ல. பண்பாட்டின் வேறுவேறு அம்சங்கள் வேறுவேறு காலகட்டங்களில் வளர்கின்றன, அவை நிகழ்ந்துகொண்டிருக்கும் பரிணாமத்திற்கு பங்களிப்பாளர்கள் மற்றும் அதனை சுவீகரிப்பவர்கள்.

வம்சங்கள் பண்பாட்டு மரபுகளைக் கையாள்வோர் என்பதைவிடவும், பெரிதும் காலகிரம முத்திரைகளே. விதிவிலக்கான ஆட்சியாளர்கள் குறிப்பிட்ட பண்பாட்டு வடிவங்களை ஆதரிக்கத் தெரிவு செய்தனர். எடுத்துக்காட்டாக, இந்து மதத்தின் பெரும்பகுதியையும் மறுகட்டமைப்பு செய்த, பலவான புதிய பிரிவுகளையுடைய, பக்தி என்னும் புது வடிவிலான தெய்வ வழிபாடு, 7-ஆம் நூற்றாண்டிலிருந்து எழுந்தது; அப்பகுதியிலிருந்த சில ஆட்சியாளர்கள் இப் பல்திறமான பிரிவுகளில் சிலவற்றை ஆதரித்தனர். பிரிவின் அங்கமாயிருக்கத் தெரிவு செய்தோர் அல்லது ஒரு குறிப்பிட்ட குருவைப் பின்பற்ற தெரிவு செய்தோரிடமிருந்து சிறிய அளவில் ஆனால் தொடர்ச்சியாக ஆதரவு வந்தது. தனிப்பட்ட ஈடுபாட்டை யொட்டி, அரச குடும்பத்தினரிடமிருந்தும் செல்வந்தரிடமிருந்தும் கணிசமான ஆதரவு கிட்டியது-அப்பிரிவின் மக்கள் செல்வாக்கை வைத்து அரச குடும்பத்தினரின் ஆதரவு வந்தது. அரசியல்-சமூக நன்மைகள், பின்பற்றுவோர் பெருமளவில் இருந்தால், ஆட்சியாளருக்குப் பயனுள்ளவையாயிருந்தன.

புரவலன் ஆதரவு, சிறிய அன்பளிப்பாகவோ சீரான வருவாயைத் தந்துகொண்டிருக்கும் நிலமானியமாகவோ இருக்கும். தூபிகள், நினைவுத் தூண்கள், மடாலயங்கள், கோயில்கள், மசூதிகள், சூஃபி ஆலயங்கள்[2], குருத்துவாராக்கள் நிறுவிட இது துணை

புரிந்தது. எனினும் நினைவுச் சின்னங்களைப் பராமரிக்க வேண்டியிருந்தது, மான்யத்திலிருந்து வரும் வருவாய் நின்று போனதும், அவை பாழடைந்தன. சிலவேளைகளில் ஒரு மதத்தின் கோயில்கள் சில இன்னொரு மத ஆதரவாளர்களால் சேதப்படுத்தப்படும் அல்லது மற்ற மதத்தின் பயன்பாட்டுக்காக மாற்றியமைக்கப்படும். பௌத்தத் தூபிகள், அமராவதியில் உள்ளது போல, பெருங்கற்கால நாகரிகங்களின் புனித வளாகங்களின் மேலே அல்லது அருகே சில சமயங்களில் நிறுவப்பட்டன; டெரில் உள்ள திரிவிக்கிரம ஆலயத்தில் உள்ளது போல, பௌத்த சைத்தியங்கள் சில வேளைகளில் இந்து ஆலயங்களாக மாற்றப்பட்டன; இன்னும் சில காலத்திற்குப் பின் சில இந்து ஆலயங்கள் மசூதிகளாக்கப்பட்டன-மிகவும் வெளிப்படையான ஒன்று, டெல்லியிலுள்ள குவ்வாத்-உல்-இஸ்லாம்.

மிகவும் பழமையான காலத்துச் சின்னங்கள் பழுதடைந்து, அரச குடும்பத்தினராலோ செல்வந்த வணிகர்களாலோ பாதுகாக்கப்பட்டதற்கான எடுத்துக்காட்டுகள் இல்லை. சமணப் பிரதிகளில் சில குறிப்புகள் காணப்படுகின்றன-புனித இடத்தைப் பாதுகாப்பதோ சீரமைப்பதோ ஒரு தகுதிச் செயல்பாடாகக் கருதப்பட்டது. 14- ஆம் நூற்றாண்டு சமண வரலாற்றாளர் மேருதுங்கர், சாளுக்கிய மன்னன் குமாரபாலன், சோமநாதபுரத்தின் முதல் ஆலயத்தை மறுநிர்மாணம் செய்ததை விவரிக்கிறார். அமைச்சர்கள் பராமரிக்காது கைவிட்டதாலும், கடற்கரையிலிருந்த அதனைக் கடலலைகள் சதா வீசி அரித்ததாலும், சிதைந்த நிலையிலிருந்தது அந்த ஆலயம் என்கிறார் மேருதுங்கர். சிதைந்த நிலைக்கு முகமதுவின் படையெடுப்பு கற்பிக்கப்படாதது சுவையானதாகும்.

பாதுகாப்பாளர்கள் என்று கூறத் தக்கோரில் முதன்மையானவர், 14- ஆம் நூற்றாண்டில் டெல்லியை ஆண்ட சுல்தான் ஃபெரோஸ் ஷா துக்ளக். மௌரிய மன்னன் அசோகரது தூண்களிடம் தனிக்கவனம் செலுத்திய, இந்தியாவின் முக்கிய பாதுகாப்பாளர் அவர். பாதுகாப்பான இடங்களில் இருக்க வேண்டும் என்னும் பொருட்டு அத்தூண்களைச் சாதாரண இடங்களில் இருந்து அகற்றியவர். அவற்றில் எழுதப்பட்டிருந்தவை என்ன என்றோ அவற்றின் முக்கியத்துவம் என்ன என்றோ அவரிடம் தெரிவிக்க யாரும் இல்லாத நிலையிலும், அவற்றை அவர் பாரம்பரியமாக அங்கீகரித்தார். அவற்றின் வரலாற்று முக்கியத்துவத்தை

உள்ளுணர்வு ரீதியில் அவர் உணர்ந்திருக்கவேண்டும் என்று தோன்றுகிறது. ஆனால் அவ்வாறு செய்த ஒரே ஒரு துக்ளக் அவர்தான். எனினும் மொகலாயர்கள், பண்பாடுகளை இணைத்து நெசவு செய்வதில் படைப்புத்தன்மை மிக்கவர்கள். பிராமண-சமண அறிஞர்கள் பரிந்துரைத்த தொன்மையான சமஸ்கிருத பிரதிகளில் ஆர்வங்கொண்டிருந்த சக்கரவர்த்தி அக்பர், அவற்றில் சிலவற்றை பாரசீகத்தில் மொழிபெயர்க்க ஏற்பாடு செய்தார். இது சந்தேகத்திற்கிடமின்றி, மத அறிஞர்களுடனான அவரது விவாதங்களுக்கு வழிவகை செய்தது. *யோகி, சந்த் பீர், ஃபாக்கீர்* போன்ற புனிதரின் வரிசையை அவரது விவாதங்கள் உள்ளடக்கியிருந்தால், நம்பிக்கை-நடைமுறை சார்ந்த மரபின் வேறுபட்ட சித்திரத்தை அவர் பெற்றிருப்பார். நாதபந்திலான அவரது ஆர்வம் இதனை உணர்த்தும், தொல்காலத்திலிருந்தான கருத்துகளையும் பொருள்களையும் இணைத்துக் கொள்வதிலோ அவற்றைத் தம் பாரம்பரியத்தின் பகுதியாக கண்டுகொள்வதிலோ மொகலாயர்கள் தயக்கம் காட்டவில்லை.

இதற்கு மாறாக, இந்தியப் பண்பாட்டு உருப்படிகள், பிரித்தானியருக்கு பாரம்பரிய ஆதாரமாக இல்லை. தம் குடியேற்றத்தின் மீதான தகவல் களஞ்சியமாயிருந்தன; அதன் பண்பாடு குறித்த அவர்களின் ஆர்வத்திற்கு தீனி போட்டது. 19-ஆம் நூற்றாண்டு அய்ரோப்பா, நாகரிக மக்கள், கரடுமுரடானவர்கள், காட்டுமிராண்டி மக்கள் ஆகியோரைக்கொண்டது உலகம் என்னும் பார்வையை வைத்திருந்தது. நாகரிக மக்கள் நிச்சயமாக அய்ரோப்பிய காலனித்துவவாதிகளது சமூகத்தினர் மற்றும் பொற்காலம் பற்றிப் பீற்றிக் கொள்ளக்கூடிய கவனமாகத் தெரிவு செய்யப்பட்ட ஒருசில பண்பாடுகள். மற்றவர்கள் புராதன சமூகத்தினர். இது குடியேற்றமாக்கப்பட்ட பகுதி சார்ந்து கரடுமுரடானவர் மற்றும் காட்டுமிராண்டிகள் இருவரையும் இணைத்திருக்கும்.

நாகரிக மக்களுக்கும் புராதன சமூகத்தினருக்கும் இடையிலான பாகுபாடு மிக ஆழ வேரூன்றியது என்பதால், பிரித்தானிய இந்திய நீதிமன்றங்களில் சட்டபூர்வ பாகுபாடாகவும் சேர்க்கப்பட்டிருந்தது. உள்நாட்டு மக்களது சட்ட மீறல்கள், நாகரிகமடையாமல் அவர்கள் புராதன நிலையில் இருந்ததால்தான் என விளக்கப்பட்டது.

20-ஆம் நூற்றாண்டின் பிற்பாதியில் செவ்வியல் காலக் கருத்தமைவு தீவிர மாற்றத்திற்குள்ளானது. தனியொரு செவ்வியல் காலத்திற்குப் பதிலாக, தேவைப்படும் பண்பு நலன்களுடன் கூடிய எந்தவொரு காலமும் செவ்வியல் காலமாக இருக்க முடியும் என வாதிடப்பட்டது. கடந்த காலத்தைப் பகுத்திடும் தொல்லியலாளர்கள், வரலாற்றாளர்களின் முயற்சிகளிலிருந்து இது பெரிதும் எழுந்தது. இந்தியாவில் இந்து மற்றும் இஸ்லாமியக் காலகட்டங்கள் என்னும் வரலாற்றின் இரட்டைப் பிரிவு, வரலாற்று மாற்றத்தின் துல்லியமற்ற விளக்கமாதலால், கைவிடப்பட்டது. தொல்லியலாளர்களால் கவனிக்கப்பட்ட, உலகியல் பண்பாட்டு மாற்றங்கள்கூட முறையான விளக்கத்தைக் கோரின.

இப்போது நாகரிகமும், நகரங்களில் வாழ்ந்து, எழுத்தமைப்பு மூலம் தொடர்புறுத்தல் மேற்கொண்ட சமூகத்தை அர்த்தப்படுத்தும். அரசமைப்பின் கட்டுப்பாடும் சமூகப் பிரிவினையும் யூகிக்கப்பட்டது. விற்கக்கூடிய பொருள்களை நகரம் தயாரித்தது. உணவுக்காக, சுற்றியுள்ள வேளாண் குடியிருப்புகளைச் சார்ந்திருந்தது. நகர்மயமாக்கல் என்பதற்கு ஒரு சான்றுகூட கிடையாது, நகரப் பண்பாடுகள் வெவ்வேறு பிரதேசங்களில் வெவ்வேறு காலங்களில் பலதிறப்பட்ட காரணங்களுக்காக எழுந்தன. உலகியல் சார்ந்த-அறிவார்த்தமான நகரங்களின் பண்பாடு, உலகியல் நிலைமைகளில் தனித்துவமான மேம்பாட்டுடன் நறுவிசான அழகியல் வெளிப்பாடு மற்றும் சிந்தனையின் வாழ்க்கையை ஏற்படுத்தியதாக நம்பப்பட்டது.

புதிய வரையறை, பண்பாட்டு வெளிப்பாட்டின் மறைந்திருந்த பல அம்சங்களைத் திறந்துவிட்டு, பல்வேறு வழிகளில் அவற்றை ஒன்றிணைத்தது. ஒரு வம்சத்தின் அல்லது பிரதியின் அல்லது நினைவுச் சின்னத்தின் குறுகிய செங்குத்தான வெளியை மட்டும் பார்ப்பதிலிருந்து விலகிச் செல்லும் நகர்வு இருந்தது. கிடைமட்டப் பார்வை, முன்னர் பார்க்கப்பட்டிருந்ததைவிடவும் கூடுதலானவற்றுக்குள் நுழையும் வாய்ப்பை அளித்து, பண்பாட்டிற்கோ நாகரிகத்திற்கோ பங்களிப்பதாய் இருந்தது. வெளிப்படையாய் இருந்தது ஏற்கனவே அறியப்பட்டது ஆனால் இப்போது, வெளிப்படையானதென்று எண்ணப்பட்டதன் உள்ளே மறைந்திருந்தவற்றிற்கு அல்லது அவ்வளவு வெளிப்படையில்லாதவற்றிற்கான தேடல் தொடங்கியது.

ஒரு பண்பாட்டு உருப்படியை உருவாக்குதல், பல கருத்துகள் மற்றும் கைவினைப் பொருள்களின் கூட்டமைப்பாகப் பார்க்கத் தொடங்கப்பட்டது. நாகரிகம் ஒருபோதும் நிலைத்த ஒன்றாக இல்லை. அது ஒரு ஆற்றல் வடிவை வளர்த்திருந்தது.

ஒவ்வொன்றும் அதன் ஆரம்பகட்ட வரலாற்றுத் தொடர்ச்சிக்கு அல்லது தனியொரு புள்ளிக்கு தேடிக் கண்டறியப்பட வேண்டியதில்லை என்னும் கருத்தே இதனை அனுமதித்தது. பண்பாட்டின் சில அம்சங்கள் பின்னர் உருக்கொண்டிருக்கலாம், இந்நிகழ்வுப் போக்கு, அவற்றை உருவாக்கியவை எவை என்பதை பிரதிபலிக்கும். இது தன் பங்கிற்கு, பாரம்பரிய உருப்படிகள் ஒரு சமூகத்தில் தெரிவு செய்யப்பட்டன என்னும் கருத்தினை அறிமுகம் செய்தது. தெரிவு செய்தது யார், பாரம்பரிய உருவாக்கத்தில் உள்ளவை எவை என்பது இன்னொரு பிரச்சனை. சில வேளைகளில் இது துன்பமானதாக இருப்பினும், புரவலர் ஆதரவு, பாலிவுட், காட்சி-சமூக ஊடகம் போன்ற, தற்போதைய சில பண்பாட்டு கர்த்தாக்களிடம் இது பிரதிபலிக்கப்படுகிறது. ஆனால், மாற்றுகள் சிலவானவரின் பண்பாடுகளாக இருப்பினும், குடிமக்கள் மாற்றுகளை வினவமுடியும், வினவவே செய்கிறார்கள். தெற்கு ஆசிய பண்பாட்டின் பன்மைத்துவங்கள், இதுவரையிலும் நாம் செய்துள்ளதை விடவும், மிகுதியும் இத்தகு கேள்விகளைக் குறித்து சிந்திக்க வேண்டும் என்று கோருகின்றன.

பண்பாட்டுப் புத்தாக்கம் பாரம்பரியத்திற்கு புதிய அர்த்தத்தை அளிக்க முடியும். உடனிகழ்கால வழிமுறைகளில் முன்வைக்கப்பட்ட முந்தைய வடிவங்கள் பண்பாட்டு உருப்படிகளின் பயணத்தடமாக பெரிதும் இருந்துள்ளன. இது நிகழ்காலத்தைக் கடந்த காலத்துடன் பிணைப்பது மட்டுமின்றி, கூடுதல் அர்த்தத்தையும் தர முடியும். உடனிகழ்கால முன்வைத்தல், இந்த உருப்படியை புரிந்து கொள்வதற்கான புதிய வழிகளைத் திறந்துவிடுகிறது. சமூகத்தின் பிறபகுதிகளையும் சேர்த்துக்கொள்ளுமாறு, மேட்டுக்குடிகளின் அழகியல் நீட்சி கொள்ளவேண்டியிருக்கையில், இது பொதுவாகக் காணப்படுகிறது. தோற்றத்தில் எவ்வளவு வேறுபட்டிருப்பினும் சரி, இணைத்துக் கொள்ளப்பட்டது, புதிய வடிவங்களை உருவாக்க முடியும். நிலவுகின்றவற்றுடன் இவற்றை எதிர்நிலைப்படுத்தல், தன்னுடைய கதையைக்கூறும். நிலவுகின்ற வடிவங்களின் கருதிக் கொள்ளப்பட்ட ஆசிரியர்கள்

மற்றும் இடமாறுதலைச்செய்யும் புதிய ஆசிரியர்களுக்கு இடையிலான உரையாடல்கள் பொருள் நிறைந்தவையாகின்றன.

இலக்கியத்திலிருந்து எடுத்துக்காட்டு ஒன்று நினைவுக்கு வருகிறது. 18-ஆம் நூற்றாண்டின் ஆரம்ப கட்டத்தில், சகுந்தலையின் கதையை நிகழ்த்திக் காட்டுமாறு ஓர் அரசவை விரும்பியபோது, காளிதாசரின் நாடகம் அச்சந்தர்ப்பத்திற்கு ஏற்ப மாற்றியமைக்கப்பட்டது. மொழி, சமஸ்கிருதத்திலிருந்து, சில வட இந்திய அரசவைகளில் அப்போது பயன்படுத்தப்பட்டதும் நீதிமன்றத்திற்கு வெளியே பொதுவாகப் பேசப்பட்டதுமான பிரஜ்பாஷாவுக்கு மாற்றப்பட்டது. நாணமும், அடக்கமும் மிக்க காளிதாசனின் சகுந்தலை, உற்சாகமும் துணிச்சலுமிக்க பெண்ணாகச் சித்தரிக்கப்பட்டாள். மோதிரம், சாபம் சார்ந்த சம்பவங்கள் நீக்கப்பட்டன. உயர்சாதி, மேல்வர்க்க பண்பாட்டு நெறிகளுக்குள்ளே இதுவரை பெரிதும் இருந்துவந்துள்ள காளிதாசரின் பிரதியைப் போலன்றி, பிரஜ் பிரதி பரந்துபட்ட பார்வையாளரைக் கொண்டிருந்தது. இத்தகைய நீட்சிகள் மாறும் அழகியலால் எடுத்துக் கொள்ளப்பட்டன. ஒரு நாளன்று நாமும் உடனிகழ்கால மாற்றத்துடன் சகுந்தலையைப் பார்ப்போம்.

பாரம்பரியத்தின் உறுப்பாக ஞாபகத்தின் மையத்துவம் பற்றி நிறையவே பேசப்பட்டிருக்கிறது. ஆனால் ஆச்சரியப்படும் வகையில் ஞாபகம் குறுகியது, கடந்தகாலத்தை நினைத்துப் பார்க்க எந்தப் பண்பாடும் சிரமப்படுவதில்லை. அப்படி நினைத்துப் பார்க்கையில், ஆரம்ப ஞாபகங்கள் நிகழ்கால நோக்கங்களுக்கு துணைபோகும் வகையில் மறு கட்டமைப்பு செய்யப்படுகின்றன. ஞாபகத்தின் துண்டு துணுக்குகள் இரு தலைமுறைகள் தாண்டிச் செல்ல இயலாதவை, அப்புறம் அவை நமது வாய்மொழிக் கதையாடல்களுக்கு நல்ல வேட்டையாகும். எடுத்துக்காட்டாக, கண்ணில் படுகின்ற பௌத்த குடைவரை மடாலயங்கள் போன்றவைகூட பௌத்தத்தின் வீழ்ச்சி பயன்பாடின்மை, ஆதரவின்மையால் மறதிக்கு ஆட்படுகின்றன. பிரதிகள் மனனம் செய்யப்பட்டிருப்பினும் முந்தைய சூழல்கள் மறக்கப்படுகின்றன. தவிர்க்க முடியாமையால் லிபி மாறுகையில் பிரதிகள் வாசிக்க இயலாது போகும். மதிப்புமிக்க பாரம்பரியம் என இன்று நாம் மேற்கோள் காட்டும் அசோக சக்கரவர்த்தியின் (சுமார் 268-232 கி.மு.) பாறைக் கல்வெட்டுகள், 19-ஆம் நூற்றாண்டின் தொடக்கத்தில் வாசிக்கப்படும் மட்டும், ஆயிரமாண்டுகளுக்கு மேலாக

வாசிக்கப்படாமல் புறக்கணிக்கப்பட்டுக் கிடந்தன. ஒரு மன்னரிடமிருந்து அகிம்சை-சகிப்புத் தன்மையைத் தாங்கிவந்த செய்திக்கு அதுவொரு நீண்ட இடைவெளியாகும். மற்றும் அக்கல்வெட்டுகள் முதலில் வாசிக்கப்பட்டபோது, அவற்றை எழுதுவித்தவர் யாரென்று யாருக்கும் தெரியாது. எடுத்துக்காட்டாக, விஷ்ணுபுராணம் அவரை மௌரிய மன்னர்களில் ஒருவராக மட்டுமே பட்டியலிடுகிறது. பௌத்தப் பிரதிகள் மட்டுமே அவரைப் பற்றிய விவரணங்களுடன் தெரிவிக்கின்றன. ஆனால் இந்தியாவில் பௌத்தம் வீழ்ந்தபோது, பாலிப் பிரதிகளை வாசிப்பது நின்றுவிட்டது. இது அடுத்த அத்தியாயத்தில் விலாவரியாக விவாதிக்கப்படும்.

நாம் உள்வாங்கிக்கொண்டுள்ள காலனித்துவ வரையறைகள், மதம் மற்றும் சாதியால் பிளவுண்ட, பொதுவான பண்பாடுகளைத் துண்டு போடுவதில் பெரிதும் பிளவுத் தன்மை கொண்டிருந்தன. ஏற்கனவே நான் குறிப்பிட்டுள்ளது போல, இப்பிரிவுகளுக்குள், மேட்டுக்குடியினரின் பண்பாடுகளுக்கு முன்னுரிமை தரப்பட்டன. இது பண்பாடுகளுக்கிடையே உரையாடலைப் பெரிதும் நிராகரித்தது. ஆக இப்போது நாம் தேசிய பாரம்பரியத்தைத் தேடிக் கொண்டிருக்க, பெரும்பகுதி இன்னும் மறைந்துள்ள நிலையில், திரும்பவும் இவையே தலைகாட்டுகின்றன. பாரம்பரியம், தன் வரலாற்று அம்சங்களுக்கு முக்கியத்துவமளிக்க முடியும் அல்லது மூழ்கடித்துவிடமுடியும். ஆரம்ப வடிவங்கள் தொடர முடியும் அல்லது புதியவற்றை பழையனவாக விவரிக்க முடியும். நமது மரபுகளென நாம் குறிப்பிடுபவற்றை ஆழமாக ஆய்ந்தறிந்து, தற்போது மூழ்கடித்துவிடக் கூடியனவையான, நம் பண்பாட்டு சுவீகரிப்பின் பல்திறமான இழைகளை, மீட்கவேண்டும் என்பதே எனது வாதம். பாரம்பரியம் நிலைத்த ஒன்றல்ல, அதனுடன் சேர்க்கவோ அதிலிருந்து எடுக்கவோ முடியும் என்பதால், அதன் பிரதிநிதித்துவம் குறித்து வாதிட நமக்கு வாய்ப்புள்ளது.

தம்மைச் சேர்த்துக்கொள்ள பல போட்டியிடுவதால், தேசியப் பாரம்பரியத்தை வரையறுப்பது, பலபண்பாடுகளைக் கொண்டுள்ள சமூகத்தில் தவறாது ஆட்சேபிக்கப்படும். சமயங்களில் இந்த ஆட்சேபணை, திட்டமிட்டு பாரம்பரியத்தை அழிப்பதற்கு இட்டுச் செல்லும் - பெரிதும் அரசியல் காரணங்களுக்காக; எடுத்துக்காட்டாக, மொகலாயர் காலத்து பாபர் மசூதியைத் தகர்த்தது. ஆட்சேபணைகள் அடிக்கடி நிகழும்;

ஆனால் தவறாமல் மேலோங்கிய குழுக்களுக்கிடையேயான போட்டியுடன் பிணைந்திருப்பதில்லை. சமயங்களில் நேர் எதிரானது நிகழும், பாரம்பரிய அம்சமொன்று நாளடைவில், அதன் தொடக்கத்திலிருந்ததை விடவும் அதிகமாக உள்ளீர்த்து பிரதிநிதித்துவ வடிவங்களை மேற்கொள்ளும். பாரம்பரியத்தின் இந்த அமைதியான கண்ணியமான வரலாறு, சிறு ஆசைகளும் அபிலாஷைகளும் கொண்டுள்ள, தாழ்நிலையிலுள்ளவர்களுடன் பெரிதும் பிணைந்திருக்கும். பண்பாட்டு வடிவங்களுக்கும் அவற்றைக் கொண்டுள்ள சமூகங்களுக்கும் இடையிலான பிணைப்பை அறிவது, இத்தொடர்புகளை மதிப்பிட துணை நிற்கும்.

உள்ளீர்த்தல் மற்றும் ஆட்சேபித்தல் இரண்டுக்கும் சுவையானதொரு எடுத்துக்காட்டு, ராம கதை மீதான தற்போதைய சர்ச்சையாகும். இந்திய துணைக்கண்டத்திற்கும் தென்கிழக்கு ஆசியாவுக்கும் பரிச்சயமான பிரதிகள் சிலநூறு உண்டு; இவற்றில் சில பல நூற்றாண்டுகளுக்கு முந்தியவை. ஒவ்வொன்றும் அதன் ஆசிரியருக்கும் பார்வையாளருக்கும் தனிச்சிறப்பானது. இப்பன்மைத்துவம், இக் குறிப்பிட்ட பண்பாட்டு மரபின் வல்லமையாக எப்போதும் பார்க்கப்பட்டுள்ளது. பிரதிகள் பிரிந்துபோய், ஒவ்வொரு பகுதியும் வளர்ந்து, பல்திறப்பட்ட கருத்துகளை உள்ளீர்த்து, நாடகபூர்வத்திருப்பங்கள், நேர்த்தியான கவிதை உள்ளிட்டவற்றுடன் புதுவடிவில் அவதரித்தன. இதன் வீச்சு மிகவும் குறிப்பிடத்தக்கது. அப்போது ஆட்சேபணை எழ, நவீன அரசியலினிடத்தே கதை பகடைக்காயாகி விடும். மத மற்றும் சமூக அடையாளத்தைக் கொண்ட, ஏற்கப்படக்கூடிய தனியொரு பிரதியாக வால்மீகியின் பதிப்பு அறிவிக்கப்படுகிறது. இத்தகைய அரசியல் முயற்சிகள் வெற்றிகரமாக இருக்கையில், இப்பண்பாட்டு மரபின் வரையறை தவிர்க்க முடியாதபடி மாறும், சுருங்கும். அப்போது தேசியப் பாரம்பரியம், உயிர்பிழைத்திருக்கக் கூடியவற்றையே உள்ளடக்கும். சந்தேகத்திற்கிடமின்றி வால்மீகி ராமாயணம் உயர்ந்த தரத்திலானது, ஆனால் பிற பிரதிகளை நாம் வெளியேற்ற முடியுமா? இவற்றில் சில கதையின் அர்த்தத்திற்குள்ளும், அதனுடன் தொடர்புடைய சமுதாயங்களுக்குள்ளும் அகப் பார்வைகளை அளிக்கிறது.

நம் பாரம்பரியத்தைக் கட்டமைப்பதில் ஊசலாட்டம் மிக்கவர்களாயிருக்கிறோம். நமக்குப் பொருந்துகையில், நம் பண்பாடு பற்றிய காலனித்துவ விளக்கத்தை கேள்வி கேட்காது ஏற்றுக் கொள்கிறோம், ஆனால் பிற வேளைகளில் அதனைக் கேள்வி கேட்கிறோம். இது ஒருவிதத்தில் இயல்பான, போதாத பயிற்சி என்பேன். மேட்டுக்குடி பண்பாடுகளுக்கு முன்னுரிமை தருவது எளிதானது; ஆனால் அது கீழ்நிலைப்பட்ட அல்லது மாற்றுப் பண்பாடுகளை கவனியாமல், பயிற்சியை அரைகுறையாக நிறுத்திவிடுகிறது. அப்படியே மற்றவற்றை அடையாள அளவில் உள்ளடக்கி, ஒரு மதத்தின் பண்பாட்டுக்கு அழுத்தம் அளிப்பதும். பாரம்பரியம் என்றால் என்ன அர்த்தப்படுத்துகிறோம் என்று மீண்டும் ஒருமுறை சிந்திக்க வேண்டும், விவாதிக்க வேண்டும் என்று கூற விரும்புகிறேன். எனவேதான் சில வரலாற்றாளர்களால் பண்பாடு மற்றும் நாகரிகத்திற்கு இப்போது தரப்படும் மறுவரையறுப்பை விளக்க நான் முயன்றுள்ளேன். நமது பல்திறப்பட்ட பண்பாடுகளின் மேலும் பல அம்சங்களை சேர்த்துக்கொள்ள வேண்டியிருக்கிறது. இத்தகைய சேர்த்துக் கொள்ளலுக்கு, மாறுகின்ற வரலாறினிடத்தே பண்பாட்டு வடிவங்கள் மேற்கொள்ளும் தொடர்ச்சியான விட்டுக் கொடுத்தல்களில் உணர்வு நுட்பம் தேவைப்படும். வெறும் எடுத்துரைப்பாக மட்டுமின்றி கடந்தகாலத்தின் விளக்கமாக, நம்பகமான, பகுத்தறிவு ரீதியிலான வரலாற்று ஆய்வு, பாரம்பரியத்தைக் கட்டமைப்பதில் அத்தியாவசியமானதாகிறது.

2
பாரம்பரியம்: உடனிகழ்காலக் கடந்த காலம்

பாரம்பரியம் ஓர் உடைமை-ஒரு பொருளாக, அல்லது ஒரு கருத்தாக ஒரு செயலில் வெளிப்படுகிறது-மற்றும் கடந்த காலத்திலிருந்து சுவீகரிக்கப்படுகிறது. ஆனால் பாரம்பரியமாக கூறிக்கொள்கையில், நிகழ்காலத்தில் ஓர் அடையாளத்தை வரையறுக்கவும் பயன்படுத்தப்படுகிறது. கடந்த காலத்திலிருந்து ஓர் அர்த்தத்தை எடுத்து வருகிறது இருப்பினும் தற்காலத்தில் அதன் அர்த்தம் ஒத்ததாகவோ வேறுபட்டதாகவோ இருக்க முடியும். கடந்த காலத்தில் அதனுடன் தொடர்பு கொண்டிருந்தோருக்கு அளித்திருக்கக்கூடிய அதே மதிப்பை நமக்கு வழங்குகிறதா?

ஒரு குப்தர் காலச் சிற்பம் அல்லது சோழர் கோயில் அல்லது மொகலாய நுண்ணோவியம் அனைத்துமே பாரம்பரியத்தின் நியாயமான அம்சங்கள். ஆனால் பாரம்பரியம் கடந்த காலத்தை நிகழ்காலத்துடன் பிணைக்கையில், கடந்த காலத்தில் அதன் பொருள் என்ன, நிகழ்காலத்தில் அது அப்படியே உள்ளதா என்று நாம் புரிந்துகொள்ள வேண்டியுள்ளது. நாம் தெரிவு செய்வது யாருடைய பாரம்பரியத்தின் எந்த அம்சங்களை மற்றும் அது ஏன் என்றும் உணர்ந்திருக்க வேண்டும்.

முந்தைய அத்தியாயத்தில் கண்டுள்ளபடி, நிலவியல் மற்றும் சுற்றுச் சூழலின் இயற்கையான பாரம்பரியம் மற்றும் மனிதரால் உருவாக்கப்பட்ட பாரம்பரியம் இரண்டையும் கொண்டிருக்கிறது பாரம்பரியம். பிந்தையது தொட்டுணரக் கூடியதாகவோ தொட்டுணர முடியாததாகவோ இருக்க முடியும். தொட்டுணரக் கூடிய பாரம்பரியம், சிறிய நாணயங்கள், பாசி மணிகளிலிருந்து பெரும் நினைவுச் சின்னங்கள்,

மொஹஞ்சோ-தாரோ, ஹம்பி, ஃபதேபூர் சிக்ரி மற்றும் இப்போது எட்வின் லூடியென்ஸ் நிர்மாணித்த டெல்லி என நகரங்கள் வரை கொண்டிருக்கும். தொட்டுணரக்கூடிய பாரம்பரியத்தை எளிதாக அடையாளங்காண முடியும். தொட்டுணர முடியாதது, கருத்துகள் மற்றும் விழுமியங்களின் பாரம்பரியம்; அவற்றை பொருட்களுடன் தொடர்பு படுத்தலாம் அல்லது வித்தியாசமாக எடுத்துரைக்கலாம், எடுத்துக்காட்டாக ஒரு நிகழ்வு; அல்லது பாரம்பரியத்திற்கு வடிவமளிக்கும் சமூக நிறுவனங்களாயும் இருக்கக்கூடும். இவையெல்லாம் விளக்கப்பட வேண்டும். விளக்கங்கள் தவிர்க்க இயலாதபடி விவாதங்கள் சர்ச்சைகளாகும்-அது சிந்தனையை விடுவிக்கும் அல்லது மனதை நிசப்தப்படுத்தும்.

இந்த அத்தியாயத்தில் பொருள்களின் புலனாகும் வடிவங்களை விவாதிப்பேன், சில வேளைகளில் அவற்றுடன் தொடர்புடையதாக உள்ள தொட்டுணர முடியாத பாரம்பரியத்தையும் விசாரிப்பேன். ஜெர்மானிய தத்துவவாதியும் பண்பாட்டு விமர்சகருமான வால்டேர் பெஞ்சமின், அருங்காட்சியகத்திலுள்ள ஒவ்வொரு பொருளும் ஒரு ஒளிவட்டத்தைக் கொண்டிருக்கிறது. இவ்வொளி வட்டம் பார்வையாளருக்குக் கிட்டும்படி செய்யவேண்டும், இல்லாவிடில் பொருளின் முக்கியத்துவம் அவர்களிடமிருந்து நழுவிவிடும் என்கிறார்.

கடந்த காலத்து கருத்துகளையும் பொருள்களையும் சுற்றியுள்ள சூழலும், அவ்வொளிவட்டத்தை ஏற்படுத்தும் பொருட்டு முன்வைக்கப்பட வேண்டியிருப்பதை வாதிட்டு, இதனை நான் எடுத்துக்காட்ட விரும்புகிறேன். கல்வெட்டுகளிலும் நூல்களிலும் எழுதப்பட்டுள்ளவற்றிலிருந்து இது நமக்குப் பொதுவாக வந்து சேருகிறது அல்லது வாய் மொழி மரபினால் அதனை உணர்த்தப்பட முடியும். நமது உடனிகழ்கால அழகியல் மதிப்புகளுடன் மட்டும் ஒரு பொருளைப் பொதிந்து வைக்கையில், அதன் உண்மையான காலத்தையும் நேரத்தையும் நாம் காலிசெய்தவர்களாவோம். கடந்த காலத்தைச் சேர்ந்த ஒரு பொருளோ கருத்தோ, அதன் அசலான உத்தேசத்துடனான பயன்பாட்டைப் பொருட்படுத்தாது, உடனிகழ்காலப் பயன்பாட்டிற்கு மாற்றப்படுகிறது. அதன் ஒளிவட்டத்தை அப்படியே புரிந்து கொள்வதன் வாயிலாக, ஒரு பொருளை/கருத்தை அதனுடைய கால-வெளியில் நிறுத்துகின்றோம். ஒரு

வரலாற்றாளராக வரலாற்றுச் சூழல் ரீதியில் கால-வெளியை நான் பார்க்கத் தலைப்படுகிறேன்.

பிறகு நிகழ்காலத்தில் உயிர்பிழைத்திருக்கும் பிரச்சனை இருக்கிறது. எந்தவொரு பாரம்பரியமும் உயிர்பிழைத்திருக்க புரவலர் ஆதரவு வேண்டியிருக்கிறது. அதன் புரவலர் உதவியை விசாரித்தறிவது முக்கியமானது ஏனெனில் முரண்பாடுகள் இருக்க முடியும். ஒரு சுவையான எடுத்துக்காட்டு, முந்தைய அத்தியாயத்தில் நான் குறிப்பிட்டுள்ள, கத்தியவாரிலுள்ள சோமநாத ஆலயம். 1026-இல் கஜினி முகமது இதனைக் கொள்ளையிட்டார். தொடர்ந்து அது சிதைந்து கிடந்தது என சுல்தானின் வரலாற்றாளர்கள் கூறினர். எனினும், கோயிலின் சிதைந்த நிலைக்கு முற்றிலும் மாறுபட்ட விளக்கத்தை மேருதுங்கர் தருகிறார். சாமர்த்தியமற்ற அமைச்சர்களின் கவனிப்பு இன்மையும் கடலலைகளின் அரிமானமே சிதைவுக்குக் காரணம் என்கிறார். எனவே, கி.பி. இரண்டாயிரத்தின் தொடக்கத்தில் சாளுக்கிய மன்னன் குமாரபாலன் அதே இடத்தில் புதிய ஆலயத்தை நிர்மாணித்தான். இரு நூற்றாண்டுகளுக்குப் பிறகு, பாரசீகக் கப்பல் தலைவன் ஒருவன் வெளியிட்டிருந்த நீண்ட சமஸ்கிருத ஆவணம், சோமநாதபுரத்தை இந்திய-மேற்கு ஆசிய வணிக மையமாக விவரிக்கிறது. புரவலர் ஆதரவு இருந்தமை அல்லது இன்மை தொடர்பாக விளக்கங்களின் தெரிவு இங்கே உள்ளது.

சுற்றுலா வழிகாட்டிகளிலிருந்து பெரும் அரசியல்வாதிகள்வரை, கடந்தகாலம் சார்ந்து அபத்தமான கற்பிதங்கள் தரப்படுவதால், பாரம்பரியத்திற்கும் வரலாற்றிற்கும் இடையிலான பிணைப்பு கவனமிக்க அவதானிப்பைக் கோருகிறது-சித்தாந்த நோக்கங்களுக்காக பல்வேறு வழிகளில் வைக்கப்படும் திட்டமிட்ட திருத்தல் வாதங்களைப் பற்றிச் சொல்லவேண்டியதில்லை- எடுத்துக்காட்டாக, சில சமயங்களில் பாட நூல்களில் இடம்பெறும் திருத்தல்வாதங்கள். இத்தகு திருத்தல்வாதங்கள், பாரம்பரியப் பொருள்களின் தெரிவு மற்றும் அத்தெரிவுக்கான காரணங்களைப் பாதிக்கின்றன. பாரம்பரியத்தின் விளக்கம், ஒரு பண்பாட்டு ஞாபகத்தைக் கட்டமைப்பதற்கு மையமானதாகும் எனவே அதன் இன்மை அல்லது திருத்தல்வாதம் ஞாபகத்தை அழிக்கக்கூடியது. தொன்மவியல் பெரிதும் வரலாறாக எடுத்துக் கொள்ளப்படும் கட்டத்தில்தான் இன்னும் இருக்கிறோம். தொன்மவியல்

ஒரு சமூகத்தின் கற்பனைப் பரிமாணங்கள் மற்றும் அதன் கருதுகோள்களை துலக்கிக்காட்டும். ஆனால் அதனை அதனளவிலேயே எடுத்துக்கொள்ள வேண்டும். வரலாற்றில் உணர்த்தப்படுவதுபோல, பகுப்பாய்வு ரீதியில் ஆய்வு செய்யப்பட்ட கடந்தகால மறுகட்டுமானத்தை அதனால் இடப்பெயர்ச்சி செய்ய இயலாது.

பாரம்பரியம் குறித்த எனது புரிதலின் இப்பின்புலம் இருக்க, இப்போது நான் மூன்று குறிப்பிட்ட கேள்விகளினிடத்தே திரும்ப விரும்புகிறேன். பாரம்பரியத்தின் ஒவ்வொரு அம்சமும் தனக்கென்று வரலாற்றைப் பெற்றிருப்பதால், முதலாவது வரலாற்று ரீதியிலானது. இன்றைக்கு நாம் பாரம்பரியமாகப் பார்ப்பது, இப்போது நாம் புரிந்துள்ளபடியே எப்போதும் புரிந்துகொள்ளப்பட்டதாக எடுத்துக்கொள்ள முடியுமா? பொருள்களானாலும் கடந்தகால ஆளுமைகளானாலும் சரி, பாரம்பரியத்தின் திருஉருக்கள், வெவ்வேறு காலங்களில் முக்கியத்துவம்/மறதி என்ற சீரற்ற அனுபவத்திற்குள்ளாகின்றனவா? எனது எடுத்துக்காட்டு, முந்தைய அத்தியாயத்தில் நான் சுருக்கமாகத் தொட்டுள்ள, மௌரிய மன்னர் அசோகர்.

இரண்டாவது கேள்வி, சில அம்சங்களை சிறப்பித்தும் மற்றவற்றைப் புறக்கணித்தும், நம் பாரம்பரியத்தை எப்படித் தெரிவு செய்கிறோம் என்பது தொடர்பானது. இச்சந்தர்ப்பத்தில் நான் தெரிவு செய்திருப்பது, ஆரம்பகால வானியியலாளரும் மாலுமிகளும் பயன்படுத்திய கருவி *அஸ்ட்ரோலாப்*[3]. எனது மூன்றாவது கேள்வி, சமூகரீதியில் உரிமையில்லாதவர்கள் போன்ற பல்வேறு சமூகக் குழுக்கள் தம் ஆரங்களுக்கேற்ற பொருள்களையும் கருத்துகளையும் கொண்டுள்ளன என்பதின்றும் எழுகின்றது. அவற்றின் பாரம்பரியத்தை நாம் பிரித்துவைத்துள்ளோமா அல்லது இந்தியப் பண்பாடு பற்றி நாம் பேசுகையில், அவற்றின் நுண்ணுணர்வுகளை இணைத்துக்கொள்ள முயலுகின்றோமா?

முதலாவது கேள்வியிலிருந்து தொடங்குவோம். கடந்த சுமார் இரண்டாயிரமாண்டுகளாக இந்தியர்கள் அசோகச் சக்கரவர்த்தியை எவ்வாறு பார்த்துள்ளனர்? ஒவ்வொருவரும் ஒரே மாதிரியாக அவரை அறிந்திருக்கவில்லை அல்லது பார்த்திருக்கவில்லை. புராணங்களின் பிராமணிய மரபில், அலர் மௌரிய ஆட்சியாளர்களின் மத்தியிலுள்ள அசோகர்

என்னும் பெயர் மட்டுமே. இது தவிர்த்து, காஷ்மீரின் 12-ஆம் நூற்றாண்டு வரலாறு, கல்கணரின் ராஜதரங்கிணி, அவரைப் பற்றிச் சுருக்கமாகப் பதிவு செய்கிறது. அவ்வளவே. எனினும் பௌத்தப் பிரதிகள், அவர் பௌத்தத்திற்கு மாறியது மற்றும் அதனை ஆதரித்தது குறித்து மிகைப்படுத்தப்பட்ட பதிவுகளுடன் போற்றிப் புகழ்கின்றன. நோக்கு நிலையிலான இவ்வித்தியாசம் ஆச்சரியகரமானது. பிராமணரும் சிராமணரும் வெவ்வேறான தர்மங்களைக் கொண்டிருந்தனர்-ஒன்றின் கருதுகோள் இன்னொன்றை நிராகரிக்கும் தன்மையில்-என்பதைப் பல ஆதாரங்கள் குறிப்பிடுகின்றன.

பிராமண தர்மம் வேத பிராமணியத்தை அடிப்படையாகக் கொண்டது. வேதங்கள் தெய்வங்களால் அருளப்பட்டவை, பிரதிகள் புனிதமானவையால் கேள்விக்குட்படுத்தப்பட முடியாதவை, ஒவ்வொரு மானுட உடலும் அழியாத ஆன்மாவைக் கொண்டுள்ளது, அது மோட்சமடையும் மட்டும் அல்லது மறுபிறவியிலிருந்து விடுதலை பெறும் மட்டும், இறப்புக்குப்பின் இன்னொரு புது உடலில் மறுபிறவி எடுக்கிறது என்கிறது. இது பிராமணிய இறையியலுக்கு அடிப்படை. சிராமண தர்மம், தெய்வங்களின் இருப்பினையோ வேதங்கள் தெய்வங்களால் அருளப்பட்டவை என்பதையோ அழியாதது ஆன்மா என்னும் நம்பிக்கையையோ ஏற்பதில்லை. சிராமண தர்மத்தின் வாதங்களும் விளக்கங்களும் பகுத்தறிவு, தர்க்கம், காரண-காரிய அடிப்படையிலானவை. கி.மு. முதலாயிரத்தின் நடுவில் எழுந்த, பௌத்தர்கள், சமணர்கள், ஆசீவகர்கள் போன்ற பல பிரிவுகளுக்கு இம்மரபு பொதுவானது; சார்வாகர்களுடைய தத்துவப் பிரிவுகள் போன்ற சிலவற்றையும் முக்கியப்படுத்தியது. அசோகரின் தம்மம் சிராமண மரபிலிருந்து வந்தது எனவேதான் அவர் சமூக அறவியலுக்கு அழுத்தமளித்தார். ஏற்கனவே குறிப்பிட்டுள்ளது போல, இவ்விரு தர்மங்களுக்கிடையிலான உறவு நிலையை பதஞ்சலி, கீரிக்கும் பாம்பிற்குமிடையிலுள்ள உறவு நிலையுடன் ஒப்பிட்டார்.

காலனித்துவப் புலமை, இந்தியாவின் கடந்த காலத்தை ஆராய்ந்தபோது, பெரிதும் சமஸ்கிருதப் பிரதிகளைச் சார்ந்திருந்தது. கற்றறிந்த பிராமணரின் ஆலோசனையின் பேரில், அதனையே கடந்த காலத்தின் அசலான வடிவமாகக் கொண்டனர். இக்கால கட்டத்தில் பௌத்தம், இந்திய மதங்களின் பிரதான நீரோட்டத்தில் அநேகமாக இல்லாதிருந்தது.

பௌத்தப் பிரதிகளை வாசிக்குமாறு வற்புறுத்தும் பௌத்த பிக்கும் யாருமில்லை; ஏனெனில் சமஸ்கிருதத் துறைகளில்கூட பாலி கற்பிக்கப்படாதிருந்தது. எனவே அசோகரைப் பற்றி எதுவும் ஞாபகத்தில் இல்லை. அறிநெறிகள் மற்றும் நல்ல நிர்வாகம் குறித்த அவரது கருத்துகள், துணைக் கண்டத்தின் பல்வேறு இடங்களிலுள்ள பாறைகளிலும், கங்கைச் சமவெளியின் தூண்களிலும் பொதித்து வைக்கப்பட்டன. இப்பொறிப்புகள், பொதுவாகப் பயன்படுத்தப்பட்ட பிராமி லிபியிலும் அக்காலத்து மொழியான பிராகிருதத்திலும் இருந்தன.

இத்தகைய ஒரு தூண் இப்போது அலகாபாத் கோட்டையிலிருக்கிறது. இது வரலாற்றுப் பாரம்பரியத்தின் வழக்கத்திற்கு மாறான முக்கியத்துவமுடையது. ஏன் என்று விளக்க என்னை அனுமதியுங்கள். அசோகருக்கு ஆறு நூற்றாண்டுகளுக்குப் பின், குப்த மன்னன் ஒருவன் அதே தூணில் இன்னொரு கல்வெட்டினைப் பொறிக்கக் கட்டளை இட்டான். குப்தர் காலத்தின் பிந்தைய பிராமி லிபியிலும், பிராகிருதத்தில் அல்லாமல் சமஸ்கிருதத்திலும் அது இருந்தது. சமுத்திர குப்தனின் ராணுவ வெற்றிகளையும் பல்வேறு மக்களை அவன் துரத்தியடித்ததையும் புகழ்ந்து பேசுகிறது. இது அசோகர் பரப்புரை செய்ததற்கு மாறானதாயிருக்கிறது. அடிப்படையான பிராமி லிபி குப்தர் காலத்தில் தொடர்ந்து பயன்படுத்தப்பட்டாலும், மொழிகளும் லிபிகளும் சில நூற்றாண்டுகளுக்கு ஒருமுறை தம் வடிவங்களை மாற்றிக்கொண்டன. மாற்றம் அதிகமில்லாதபோது வரலாற்றைத் தொடர்ந்து வாசிக்க முடிந்தது, மற்றவற்றை வாசிக்க முடியாதுபோனது. அசோகரது கல்வெட்டுகள் இன்னும் வாசிக்கப்படக் கூடியதாயிருந்தால், சமுத்திர குப்தரைக் குறித்த குறிப்பு, அசோகரின் செய்தியை இழிவுபடுத்தும் உத்தேசம் கொண்டதா?

இப்புதிர் இன்னொன்றிலும் உள்ளது. குல்பர்கா அருகே, சன்னதியிருக்கு மிடத்தில் பின்-குப்தர்கால காளி கோயில் உள்ளது. சமீபத்தில் இக்கோயில் புனரமைக்கப்பட்டபோது, பெண் தெய்வத்தின் சிலையின் பொறுத்து முனையுள்ள கல்பலகை, ஒருபுறத்தே அசோகர் கல்வெட்டுகளைக் கொண்டிருந்ததாக அறியப்பட்டது. இக் கல்பலகை விழுந்து, பிற்பாடு சதுர வடிவிலான துளை போடப்பட்டு, கல்வெட்டின் ஒருபகுதியைச் சிதைத்திருக்கவேண்டும். இப்போது

அப்பபடிமத்தை நிறுத்தும் பீடமாகப் பயன்படுத்தப்பட்டது. இந்நடவடிக்கை கேள்விகளை எழுப்புகிறது. அருகிலுள்ள கனகனஹள்ளி போன்ற பௌத்த இடங்கள் அசோகர் கல்வெட்டுகளைக் கொண்டிருந்திருக்கலாம். குப்தர் காலத்திற்கு முந்தைய, கனகனஹள்ளியிலுள்ள தூபி, அசோக மன்னரைக் குறிப்பிடும் *'rayo asoko'* என்னும் பொறிப்பினைக் கொண்டிருக்கிறது. ஆக இக்குறிப்பு பௌத்தம் தொடர்பானது. இவ்வாலய நிர்மாணத்தைக் கண்காணித்தவர்கள் அல்லது அதன் புரவலர்கள், அக்கல்வெட்டுகளை வாசிக்க முடியாதவர்களாயிருந்தனரா? அவர்களால் வாசிக்க முடிந்திருந்தால், எழுப்பப்பட்டிருந்தது என்ன என்று வாசிக்கும் ஆர்வம் இல்லாதிருந்தனரா? பௌத்த ஆலயத்தைச் சேர்ந்த பொருளை அவமதித்தது, குப்தர் காலத்தால் பொருட்படுத்தவில்லையா?

இன்னொரு கேள்வி எழுகிறது. செய்தியைவிடவும் அசோகர் தூணே ஈர்ப்புடையதாயிருக்கிறதா? மாட்சிமை மிக்க மெருகேற்றப்பட்ட மணல் கல்லால் ஆன அத்தூண் ஒரு தூபிக்கருகே நிறுத்தப்பட்டு, பலரால் வணங்கப்பட்டிருக்க வேண்டும். கடந்த காலத்தைச் சேர்ந்த அது முக்கியமான பதிவாகத் தோன்றியதால், தெளிவற்ற வரலாற்றுப் பிரக்ஞையிலிருந்து, அத்தூணைத் தெரிவு செய்தபோது எழுந்ததா என்று எண்ணிப்பார்க்க விரும்புகிறேன். விளக்கப்பட முடியாதபோதும், பாரம்பரியத்தின் கணிசமான பொருளாகத் தோன்றியதுடனான தொடர்பால், குப்தர்கால கல்வெட்டு இன்னும் நியாயம் பெற்றதாகக் கருதப்பட்டதா?

14-ஆம் நூற்றாண்டில் அசோகர் தூண்கள், ஒரு பாதியே மீண்டும் முக்கியத்துவம் பெற்றன. ஏற்கனவே நாம் கண்டுள்ளபடி, சுல்தான் ஃபெரோஸ் ஷா துக்ளக் அவற்றால் திகைப்புற்றார். அவர் விசாரித்துப் பார்த்தபோது, அவை என்னவென்று யாருக்கும் தெரியவில்லை, என்ன எழுதப்பட்டிருந்தது என யாராலும் வாசிக்கவும் முடியவில்லை. சிலர் அவற்றை பைரோனின் செங்கோல் என்றும் பொருளில் லதா பைரோன் என்றனர்; வேறுசில இடங்களில் பெரும் லிங்கங்களாக வழிபடப்பட்டன. இருப்பினும், எடுத்துச் செல்லும் சிக்கல் இருந்தபோதும், அவற்றில் இரண்டு, ஃபெரோஸ் ஷாவின் தலைநகர் டெல்லியில் நிறுத்தப்பட்டன. ஒன்று இன்றளவும் டெல்லி கோட்டையின் மேலே, ஆகாய வெளியைச் சுட்டிக்

காட்டும் பிரும்மாண்ட ஊசியை உணர்த்துவதாக, நாடக பாணியில் நிற்கிறது.

ஃபெரோஸ் ஷா, அசோகரின் நினைவுச் சின்னங்களுக்குப் பெரும் பாதுகாவலராய் இருந்தார். பண்பாட்டு மொழிபெயர்ப்பு என இன்றழைக்கப்படுவதை, ஆரம்பகட்டச் சின்னங்களில் செயல்படுத்தினார். பழைய பண்பாட்டைச் சேர்ந்த பொருள் புதிய பண்பாட்டிற்கு என்ன அர்த்தத்தைக் கொண்டிருக்கும்? அதனை எப்படி விளக்குவது? நியாயமிக்க ஆட்சிக்கான அவரது கூற்றுகளாக அவர் கண்டவற்றுடன் பொருத்தமானதாக அவர் எண்ணிய, பாரம்பரிய உருப்படிகளையே அவரும் தெரிவு செய்தார் என்று தோன்றும். கடந்த காலத்தின் அர்த்தத்தைக் கொண்டிருந்தது எது என்னும் அவரது நோக்கினைப் பிரதிபலிப்பதால், அவரது தெரிவு சிந்தித்துப் பார்க்கத்தக்கது. இது எப்போதும் இயல்பானதாக வெளிப்படையானதாக இல்லாதபோதும், வரலாற்றில் தொடர்ச்சியான நிகழ்வுப் போக்காய் இருக்கிறது.

அசோகர் தூண்களால் திகைப்பிற்குள்ளான மொகலாயர்கள், அவற்றால் ஈர்க்கப்பட்டனர். இப்போது அலகாபாத்திலுள்ள தூண், மொகலாயர் காலங்களில், உள்ளூர் மன்னர்களின் பலவான கிறுக்கல்களைக் கொண்டிருந்தது-இத்தகைய கிறுக்கல்களில் பொதுவாகக் காணப்படுவதுபோல, தம் பெயர்களைப் பதித்திட அவர்கள் விரும்பினர். ஒருகட்டத்தில் அது எடுத்துச் செல்லப்பட்டு, அலகாபாத் கோட்டையில் எல்லாரும் காணத்தக்கதாக நிறுத்தப்பட்டது. ஜஹாங்கிர் சக்கரவர்த்தி தன் வம்சாவளி நஸ்டாலிக் லிபியில் பாரசீக மொழியில் பொறிக்கப்படவேண்டும் எனக் கட்டளையிட்டார்-சமுத்திர குப்தரைக் குறிப்பிடும் முந்தைய பொறிப்புகள் அசோகரின் பொறிப்புகளினூடே ஆணவத்துடன் வெட்டப்பட்டிருந்தது போலவே, வரலாற்றுப் பாரம்பரியப் பொருளாக, இத்தூண் இந்தியாவில் அவ்வளவு ஈர்ப்புத்தன்மையுடையதாக இல்லை. மூன்றாயிரம் ஆண்டுகள் காலத்தைச் சேர்ந்த இது, மூன்றுவேறுபட்ட மொழிகளிலும் லிபிகளிலும் உள்ளது. ஒவ்வொரு பொறிப்பும் வேறுபட்ட மையக் கருத்தினை உடையதாக ஆனால் ஆட்சியாளரின் அதிகாரத்துடன் தொடர்புடையதாக இருக்கின்றது. நிச்சயமாக அசாதாரணமான ஒன்று இத்தூணைப்பற்றி இருந்தது.

19-ஆம் நூற்றாண்டின் காலனித்துவ ஆய்வாளர்கள் இதன் முக்கியத்துவத்தை அங்கீகரித்தனர் ஆனால் அவர்கள் அதே கேள்விகளைத் திரும்பவும் எதிர்கொண்டனர். அக்கல்வெட்டுகள் சொன்னது என்ன, அவற்றை எழுதுவித்தவர்கள் யார்? இதில் சுவையானது, முந்தைய ஆட்சியாளர் யாரும் அந்த லிபியை வாசித்தறிய முயலாததுதான். அது பிரித்தானிய அலுவலரும் அறிஞருமான ஜேம்ஸ் பிரின்ஸெப்பிற்கு விடப்பட்டது; அவர் அதில் ஆர்வமுடைய பிறருடன் சேர்ந்து 1837-இல் வாசித்தறிந்தார். வாசித்து முடித்ததும், அவர்களுக்கு இருந்த அடுத்த சிக்கல், அதில் குறிப்பிடப்படும் தேவனாம்பிரிய பியதஸ்ஸி யாரென்று அறிய வேண்டுவதாய் இருந்தது. புராணங்களில் வரும் வம்சாவளிப் பட்டியல்கள் போன்ற பிராமணிய ஆதாரங்களில் உள்ள மன்னர் பட்டியலில் இப்பெயரில்லை. ஆனால் 19-ஆம் நூற்றாண்டின் பிற்பாதியில், சிறிலங்காவில் கிடைத்த தொன்மையான பௌத்த சரிதங்கள் வாசிக்கப்பட்டபோது, மௌரிய ஆட்சியாளர் அசோகர் இவ்விருதுடன் தொடர்புபடுத்தப்பட்டிருந்தார். 1915-இல் தேவனாம்பியஸ்ஸ அஸோகஸ்ஸ எழுதுவித்த கல்வெட்டு ஒன்று கண்டறியப்பட்டபோது இது உறுதிப்படுத்தப்பட்டது. இது எனது நீடித்துவந்த சந்தேகங்களுக்கு முற்றுப்புள்ளி வைத்தது.

இருபதாம் நூற்றாண்டில், கல்வெட்டுகளின் உள்ளடக்கங்கள் விவாதிக்கப்பட்டபோது, அசோகர் திறமைமிக்க ஆட்சியாளராக போற்றப்பட்டார். பிரித்தானிய எழுத்தாளர் எச்.ஜி. வெல்ஸ் பரவலாக வாசிக்கப்பட்ட வரலாற்றின் உருவரை என்னும் உலக வரலாற்றில், அறநெறிகளைப் பரப்பிய ஆட்சியாளர் என்பதால், உலக வரலாற்றில் அசோகர் தனித்துவமானவர் என்று குறிப்பிட்டுள்ளார். சகிப்புத்தன்மை மற்றும் அஹிம்சை என்னும் செய்தியுடன் தொடர்புடையவராக, இந்திய தேசிய இயக்கத்திற்கான திருஉரு ஆனார். அவரது தூணின் உச்சியிலிருந்து எடுக்கப்பட்ட தருமசக்கரம், தேசியக் கொடியில் சின்னமாக இடம்பெற்றது. நேருவைப் பொறுத்தவரை அவர் ஒருவித மூல முன்மாதிரி.

ஆனால் இப்போது அசோகர் மீண்டும் ஒரு மிரட்டலை எதிர்கொள்கிறார். ஒரு நூற்றாண்டுக்கு முன்னர் வரலாற்றாளர் எச்.சி. ராய் சவுத்ரி தனது தொன்மையான இந்தியாவின் அரசியல் வரலாறு நூலில், அஹிம்சை என்னும் அசோகரது கொள்கை, மௌரியப் பேரரசைப் பலவீனப்படுத்தி, இந்திய-

கிரேக்கர்கள், சாகர்கள், குஸாணர்களின் படையெடுப்புகளுக்குத் திறந்துவிட்டது என்று வாதிட்டிருந்தார். மற்ற வரலாற்றாசிரியர்கள் இது ஏற்கத்தக்கதல்ல என்பதை எடுத்துக் காட்டினர். ஆனால் வன்முறையை மகிமைப்படுத்தும் இன்றைய உலகில், சில அரசியல்வாதிகள் இப்பழைய வாதத்தைப் புதுப்பித்துள்ளனர். அசோகர் அகிம்சையைப் பரப்பியதே, அடுத்தடுத்து வந்த படையெடுப்புகளுக்குத் தாக்குப்பிடிக்க முடியாததன் காரணம் என்று வலியுறுத்துகின்றனர். இதனை எதிர்க்க நிறைய ஆதாரங்கள் இருப்பதால், வரலாற்றாசிரியர்கள் இதனை ஒரு குறிப்பான வாதமாகப் பார்க்கின்றனர். பிராமணர்களுக்கும் சிராமணர்களுக்கும் இடையிலான பழைய விரோதத்தின் எதிரொலிகளை இது எடுத்து வருகிறது. அகிம்சைக்கும் சகிப்பற்ற தன்மைக்கும். போற்றுதல்களால் முன்னேற்றமிக்க நடப்புச் சூழலில், சமூக அறங்களிலான அசோகரின் அக்கறைக்கு இடமிருப்பதாகத் தெரியவில்லை.

அசோகரது தூண்களோ அவரது கல்வெட்டுக் கட்டளைகளில் பொதிந்துள்ள அவரது கருத்துகளோ எதுவாயினும், பாரம்பரியமாக நித்தியத்துவத்தின் உத்தரவாதமில்லாதவை- அவை பாதுகாக்கப்படாதவரை, அப்படியே பாதுகாக்கப் பட்டாலும் அவற்றின் சூழல் முழுமையாகப் புரிந்துகொள்ளப்படவேண்டும் என்று கூற முற்பட்டுள்ளேன். உடனிகழ்காலங்களுக்கான அவற்றின் பயன்பாட்டுத்தன்மை எப்படிப் பார்க்கப்படுகிறது என்பதைச் சார்ந்து, அவற்றைக் கைக்கொள்ளலாம் அல்லது வெளியேற்றலாம். சமூகத்தின் அரசியல்-பண்பாட்டு நிகழ்ச்சி நிரல்களை முன்வைப்போரால் இச்செயல்பாடு தீர்மானிக்கப்படத் தலைப்படுகிறது. பாரம்பரியம் என நாம் ஏற்றுக்கொள்வதை யார் தெரிவு செய்கிறார், ஏன் தெரிவு செய்கிறார் என்னும் கேள்வியின் முன் நாம் திரும்பவும் நிற்கிறோம்.

இப்போது நான் எனது இரண்டாவது கேள்வியிடம் திரும்ப வருகிறேன். சில பொருட்களை ஏன் பாரம்பரியம் எனத் தெரிவு செய்கிறோம், மற்றவற்றையல்ல? கட்டிடக்கலை, சிற்பம், ஓவியம் என்பன பாரம்பரியம் என்று உடனே அங்கீகரிக்கப் படுகின்றன. சமீப காலங்களில் சில கைவினைப் பொருட்கள் தயக்கத்துடன் இத்தகுதியைப் பெறுகின்றன. சகிப்புத்தன்மையினையும் அகிம்சையினையும், இந்தியப் பண்பாட்டின் பாதுகாக்கப்பட்ட விழுமியங்களாகத் தொடர்ந்து

வற்புறுத்துகிறோம்-சான்றுகள் மாறாக இருப்பதைப் பொருட்படுத்தாமல்.

கடந்தகால இந்தியாவின் ‘பொற்கால’த்து திருவுருவ ஆட்சியாளராக முன்னிறுத்தப்பட்ட, சமுத்திர குப்தரைப் போற்றுகின்ற, முன்னர் நான் குறிப்பிட்டுள்ள, கல்வெட்டில் இது விளக்கப்படுகிறது. அவரது வெற்றிகளும் அவற்றைத் தொடர்ந்த வன்முறையும் போற்றும் தொடர்களில் விவரிக்கப்படுகின்றன. 12-ஆம் நூற்றாண்டு காஷ்மீர் வரலாறு ஆன கல்கனரின் ராஜதரங்கிணி, வன்முறை நடவடிக்கைகள் மற்றும் சகிப்புத்தன்மையற்ற நடவடிக்கைகளின் கச்சிதமான குறிப்பைப் பெற்றுள்ளது. அறிவியல் சிந்தனை, செயல்பாடுகளுடன் தொடர்புடைய அத்தியாவசியமான பொருட்கள் போன்றவை புறக்கணிக்கப்பட்டன அல்லது சொற்பமான முன்னுரிமை தரப்பட்டன. அஷ்டோலரபின் எடுத்துக்காட்டைப் பரிசீலிக்க விரும்புகிறேன்-நட்சத்திரங்களைக் கண்டறிய உதவுவது இக்கருவி. இது விண்ணகக் கோளத்தின் இரு பரிமாண முன்மாதிரி-நட்சத்திரங்கள், கோள்களின் நிலையைத் தந்து, உள்ளூர் அட்சரேகைகளைத் தந்து, காலக்கணிப்புகளைத் தந்து விண்வெளியை அளக்கும் கருவி. அளந்தறிய அது பயன்பட்டது. நிலத்திலும் உயர் கடலிலும் விதவிதமான கருவிகளைப் பயன்படுத்த முடியும். அரேபிய மற்றும் இந்திய கடல்வழி வணிகர்களால் ஆர்வத்துடன் தேடப்பட்ட, இந்தியப் பெருங்கடலின் கலம் செலுத்துதலுக்கு அது உதவிற்று. தொன்மையான வானியல் கணினி என அது விவரிக்கப்பட்டுள்ளது. பெரும் அழகியல் நேர்த்தியுள்ள பொருளான அது, ஈரேஷிய உலகில் அறிவின் ஒருங்கிணைப்புக்கான குறிப்பிடத்தக்க குறியீடாகவும் இருந்தது. வெவ்வேறு கண்டங்களின் வானியலாளரும் மாலுமியரும் இதனைச் சார்ந்திருந்தனர், இதனை மேம்படுத்துவதில் தம் பங்களிப்பைச் செய்தனர்.

கிறிஸ்துவுக்குப் பிறகான ஆரம்ப நூற்றாண்டுகளில் இந்தியப் பெருங்கடல் பகுதிகளிலான பயணத்திற்கு, புவியியலாளர் தாலமி திரட்டிய தகவல் பயன்படுத்தப்பட்டது. பிந்தைய நூற்றாண்டுகளில் இது அளந்தறியப்பட்டது. அரபிக்கடலின் வளைவில் குவிமையம் கொண்டு, இவ்வரைபடத்திலுள்ள மேற்கு கடற்கரை, தோராயமாக வடக்கு தெற்காக அமைவதற்கு மாறாக, மேற்கு கிழக்காகச் செல்லத் தலைப்படுகிறது-அதற்குத்

தெற்கிலுள்ள சிறு நிலப்பகுதி சிறிலங்கா. தெளிவாக இதில் ஏதோ தவறிருந்தது என்றாலும் இவ்வரைபடம் கவனிக்கப்பட்டது.

அப்புறம் வந்தது அஷ்ட்ரோலாப்-அது இத்தகைய கருவிகளுக்கான பொதுப்பெயர். கிரேக்கரால் பயன்படுத்தப்பட்டு வந்த அவை, கி.பி. முதல் ஆயிரத்தின் மத்தியில் இந்தியப் பெருங்கடல் மாலுமிகளுக்குப் பரிச்சயமாயிருந்தன. அரபு-இந்திய வானியலாளர்கள், ஆரம்பநிலை கிரேக்க-பைஸாண்டிய கணக்கீடுகளின்படி முன்னேறிச் சென்றனர். அஷ்ட்ரோலாபின் பயனால், குறிப்பாக இந்தியப் பெருங்கடலில் பயணித்த அரபு-இந்தியக் கப்பல்களின் கேப்டன்களுக்கு, கடற்பயணம் நம்பத்தக்கதானது. இதன் துல்லியத்தால் நன்மையடைந்த கடல்வழி வணிகர்கள் இதன் பயன்பாட்டை ஊக்குவித்தனர். இது வானியலுடன் பிணைப்பு கொண்டிருந்தமையால், சோதிடர்கள் இப்புதுச் சாதனத்தைச் சார்ந்திருந்தனர். அய்ரோப்பா, ஆசியாவெங்கிலுமுள்ள ஒவ்வொரு அரசவையும் ஓர் அரசவைச் சோதிடரைக் கொண்டிருந்தது; கணக்கீடுகளுக்கு இயந்திரத்தைச் சார்ந்திருந்ததாகக் கருதப்பட்டதால், மன்னர்கள் பெரிதும் ஈர்க்கப்பட்டனர்.

இக்கருவியின் மிக முன்னேறிய வடிவம், அரபிகளின் கடல் வணிக நடவடிக்கைகளில் சாதாரணமாக இடம்பெற்றது. இஸ்லாமிய உலகுக்குப் பயனுள்ளதான, மெக்காவின் திசையினையும் அது சுட்டிக் காட்டுவதாயிருந்தது. பெரும்பாலான அஷ்ட்ரோலாப்கள் தட்டையாயிருந்தன, ஒருசில கோளவடிவில் இருந்தன. முதலில் மரத்தாலானவையாயிருந்து உலோகத்தால் செய்யப் பட்டவையாகின; மிக நேர்த்தியான உலோக உத்தி இதில் மேற்கொள்ளப்பட்டது. நம்மைப் போலன்றி, அக்காலத்திய அறிஞர்கள் எப்போதும் தாம் கையாண்டுவந்த புத்தகங்கள்-கருவிகளில் ஒரு கண் வைத்திருந்தனர். பல்வேறு மொழிகளில் அவற்றின் பயன்பாடு குறித்த கையேடுகள் கிடைத்தன. அக்கருவியிலிருந்த இலக்கங்களும் எழுத்துகளும், பயன்பாட்டுப் பகுதிகளிலுள்ள எல்லா மொழிகளிலும்-அரபி, லத்தீன், சமஸ்கிருதம், சீனம்-இடம்பெற்றன.

14-ஆம் நூற்றாண்டில் இதற்கு கிராக்கி வந்துவிட, வானியலாளர்கள், மாலுமிகள் என இருவராலும் பயன்படுத்தப்படலாயின. ஃபெரோஸ் ஷா துக்ளக்கின் அரசவை

வானியலாளர் மகேந்திர சூரி *யாந்திர ராஜ்* என்னும் தனது நூலில் இதுபற்றி எழுதினார். 15-ஆம் நூற்றாண்டில் கேரளாவின் வானியலாளர்-கணித நிபுணர்களின் குறிப்பிடத்தக்க குழுவில் இயங்கிவந்த நீலகண்ட சோமயாஜி இதனைக் குறிப்பிடுகிறார்.

கி.பி. இரண்டாவது ஆயிரமாண்டில், இன்று தன்னார்வலர்கள் என அழைக்கப்படுவோர், ஒருவர் மற்றவருக்குத் தெரியாதபடி, உலகின் பல்வேறு பகுதிகளில் அஷ்ட்ரோலாபை விவாதித்தனர். அமீர் குஸ்ருவின் பெயர் சொன்ன மாத்திரத்தில் கவ்வாலியையும் அவரது கவிதையையும் நினைவுக்குக் கொண்டுவருகிறோம். ஆனால் அவர் இதன் இயக்கத்திலும் ஆர்வங்கொண்டிருந்தார்- இஸ்லாம் மற்றும் இதர ஆசாரவாதங்களுக்கு மாறாக, பூமி சூரியனைச் சுற்றிவருகிறது என்பதை அவர் ஏற்றுக்கொள்ளத் தலைப்பட்டிருந்தது அதற்கு ஒரு காரணமாயிருக்கலாம். அப்போது அறியப்பட்டிருந்த உலகின் மறுகோடியாயிருந்தவர், ஆரம்பகட்ட ஆங்கிலத்தின் தோற்றக் கவிதையின் ஆதாரமான *கான்டர்பரி* கதைகளின் ஆசிரியர் ஜியோஃப்ரே சாஸர். வானியல் பிரதிகளின் கவனமிக்க வாசகரான அவர், அஷ்ட்ரோலாபை விலாவரியாக விவரித்து தன் இளம் மகனுக்காக புத்தகம் எழுதினார்.

ஆரம்பநிலை கிரேக்கப் பிரதிகளை அரேபியர் மீட்டெடுத்தது 14-ஆம் நூற்றாண்டில் அய்ரோப்பாவில் தொடங்கிய மறுமலர்ச்சி, அறிவியலில் ஆர்வத்தை அதிகரிக்கச் செய்தது. முன்னர் அஷ்ட்ரோலாப் செய்த வேலையை மேம்படுத்திட, புதிய கருவிகள் கண்டுபிடிக்கப்பட்டன. 15-ஆம் நூற்றாண்டின் பிற்பாதியில் நாடகபூர்வ திருப்பத்தைக் கொண்டிருந்த வரைபடங்கள், ஒப்பீட்டளவில் மேலும் துல்லியம் பெற்றன. கடற்பயணம் அதிகரிக்க, உலகம் மிக நெருங்கி வந்தது. அஷ்ட்ரோலாப் படிப்படியாக கடந்த காலக் கருவியாயிற்று. இருப்பினும், நாம் யூகித்துள்ளது போல, நாகரிகங்கள், கூர்மையாக வரையறுக்கப்பட்ட தன்னிறைவான பகுதிகளில்லை என்பதற்கு குறியீடானது; மாறாக அவை ஒன்றுடன் ஒன்று தொடர்ந்து கலந்துறவாடிய, மங்கலான, துளைகளுள்ள வடிவங்களே.

முந்தைய அத்தியாயத்தில் சுருக்கமாக விவாதிக்கப்பட்ட மூன்றாவது கேள்வியை இப்போது எடுத்துக்கொள்வோம். இப்போது நாம் இந்தியக் குடிமக்கள் என்றழைக்கும் அமைப்பை பல்வேறு சமுதாயங்கள் உருவாக்குகின்றன.

சில அடையாளங்கள், மேட்டுக்குடிச் சமூகத்தினால் பாதிக்கப்பட்டு வந்துள்ளன, மற்றவை நீண்ட தூரம் திரும்பிச் செல்பவை, மேட்டுக் குடியினுடையதிலிருந்து தனித்துவமாக வேறுபட்டவை. பிந்தையவர்கள், தமக்கான ஆதாரங்களின் வரலாற்றை உடையவர்களாக, மற்றவர்களிடமிருந்து பிரிக்கப்பட்டதாக தம் பாரம்பரியத்தைப் பார்க்கின்றனர். இன்றைக்கு இந்தியப் பாரம்பரியம் என முத்திரையிடப்படுவதில் இவற்றையெல்லாம் உள்ளடக்குகிறோமா அவற்றை ஒதுக்கிவைப்பதை விரும்புகிறோமா? பல்வேறான சமுதாயங்கள் சம உரிமைகள் கொண்ட குடிமக்களாயிருப்பதை அறிந்து, தம் இருப்பினைப் பதிவு செய்வார்கள் என்பதால், இக்கேள்வி எதிர்காலத்தில் திரும்பத்திரும்ப எழும் - தனித்துவமான கடந்தகால அடையாளங்களுடன். தமிழ்நாட்டில் அய்யனார் வழிபாடு மற்றும் டோங்ரியா கோண்டுகளின் நியமகிரி போன்ற இரண்டைக் குறிப்பிடுவேன்.

தமிழ்நாட்டிலுள்ள பல கிராமங்கள், கிராம நுழைவாயிலின் அருகே, அய்யனார் கோயிலைக் கொண்டுள்ளன. வெள்ளைக் குதிரையில் சவாரி செய்வதாகச் சித்தரிக்கப்படும் அவர், கிராமத்தைப் பாதுகாக்கும் தெய்வம். அவரது சுடுமண் உருவங்கள் பரிவாரங்களுடன் திறந்தவெளியில் இருப்பினும், கோயிலுக்கு உள்ளேயும் வைக்கப்படுபவராக உள்ளார். இப்போதெல்லாம் இப்படிமம் செங்கல் - சிமெண்ட் - உலோகத்தாலும் செய்யப்படுகிறது. அவரது படிமங்கள் அவ்வப்போது புனிதக் காவில் வைக்கப்படுகின்றன - அது கிராமத்தை ஒட்டிய ஆலயத்திற்கு அடுத்திருக்கும் அல்லது ஆலயத்தைக் கொண்டிருக்கும். மிக அரிதாக, இருக்கின்ற படிமமே, அய்யனார் உருவத்திற்கேற்ப வண்ணம் பூசி, சீர்செய்யப்பட்டுவிடும்.

அவர் உயர்சாதியின் தெய்வமில்லை. முறையான இந்து மரபிலுள்ள கல்/உலோக படிமங்களின் வேறுபட்ட அழகியலையுடைய உருவை அவர் மேற்கொள்வதிலிருந்து இது தெளிவாகும். இக்கோயிலின் பூசாரி பெரும்பாலும், மண்பானை செய்யும் வேளார் சமுதாயத்தைச் சேர்ந்தவராயிருப்பார்; அதனால் அவர் தாழ்ந்த சாதியினரே. புலால் உண்ணாதவர். புனிதக் காவுக்கு சடங்குரீதியில் அளிக்கப்படும் களிமண் குதிரைகளைக் குயவர்கள் செய்கின்றனர். அத்தியாவசியமான சடங்கியல்

வடிவங்களிலான களிமண் குதிரைகள், கிராமப்புற இந்தியாவின் வேறு பகுதிகளிலும் காணக் கூடியவை, அரச குடும்பத்துடனும் கௌரவத்துடனும் தொடர்புடைய தனிச்சிறப்பான-செலவு பிடிக்கும் விலங்காக குதிரை இருந்தது.

இந்தியாவில் நல்ல தரமான குதிரைகளை இனப்பெருக்கம் செய்வது சிரமமாயிருந்தது. குதிரைகளுக்கான மேய்ச்சல் வெளிகள் தரமற்ற தீவனத்தைக் கொண்டிருந்தன மற்றும் வெப்பமண்டல சூழலும் தட்ப வெப்பமும் பொறுத்தமற்றவையாயிருந்தன. இதனால் இந்தியாவில் வளர்க்கப்பட்ட குதிரைகள் நேர்த்தியானவையாக இல்லை. தரமான குதிரைகள் மத்திய ஆசியாவிலிருந்து இறக்குமதி செய்யப்பட்டன அல்லது அரேபிய தீபகற்பத்திலிருந்து கடல்வழியே கொண்டுவரப்பட்டன. இருப்பினும், குதிரை குறியீட்டு ரீதியில் அதிகாரத்துடன் தொடர்புபடுத்தப்பட்டது-குதிரைப் படையிலும் அரச ஊர்வலத்திலும் அது தொடர்ந்து பயன்படுத்தப்பட்டதே காரணம் என்பதில் சந்தேகமே இல்லை. இருப்பினும் அய்யனார் கிராமப்புற தெய்வமாக இருந்து வருகிறார், சமூகத்தில் நல்ல நிலைமையில் இல்லாதவர்களுடன் பிணைக்கப்பட்டிருக்கிறார். இவ்வழிபாடு, கொள்ளை பயத்தை தணிப்பது ஒருபுறமிருக்க, கௌரவத்திற்கான அபிலாஷையையும் அடையாளப்படுத்தியதா?

உள்ளூர் வீரனை கிராமப் பாதுகாவலனாகப் பிரதிநிதித்துவப்படுத்தல், அவ்வப்போது குதிரையுடன் காட்டப்படுதல், இரண்டாயிரம் ஆண்டுகளுக்கு முன் செல்வதாகும்-இப்படிமம் பாணியில் வித்தியாசமாயிருப்பினும். இவ்வீரனுக்கும் அய்யனாருக்குமிடையிலான பிணைப்பு பல அறிஞர்களுக்கு ஏற்கமுடியாததாக உள்ளது என்றாலும் மெல்லிய தொடர்பினைக் கொண்டிருக்கலாம்-அது வடிவம் சார்ந்து இருக்கவேண்டிய தேவையில்லை மாறாக தொடர்ச்சியான கருத்தாக இருந்திருக்கலாம். கி.பி. ஆரம்ப நூற்றாண்டுகளிலிருந்து, கிராமத்தை/ ஆடுமாடுகளைக்காத்த சண்டையில் மடிந்த வீரனுக்கு நடுகல் எடுக்கப்பட்டது. இவை தென்னிந்தியாவில் இப்போது வீரக்கல் எனவும் வடக்கில் க்ருதிஸ்தம்பா எனவும் அழைக்கப்படுகின்றன. ஒருகாலத்தில் அரசுகளின் எல்லைப் புறங்களாக அல்லது கொள்ளையரின் தாக்குதல்களைக் கண்ட சூழலியல் ரீதியில் விளிம்புநிலைப் பகுதிகளாக அல்லது கிராமங்களில் அடிக்கடி நடந்த கால்நடைக்

கொள்ளை அல்லது உள்ளூர் மோதல்கள் நடந்த இடங்களில் அவை பெரிதும் காணப்படுகின்றன. கிராமத்தைப் பாதுகாத்த உள்ளூர் வீரனை அவை கொண்டாடுகின்றன.

ஆரம்பகட்ட வீரக்கற்கள், வீரனை மட்டுமோ ஆயுதங்களுள்ள வீரனை மட்டுமோ, அவ்வப்போது குதிரையுடன் இருப்பதாக சித்தரிக்கப்பட்டிருந்தன. படிப்படியாக விவரணங்கள் நிரம்பி, காட்சி வடிவில் அதிகத் தகவல்களைக் கொண்டிருந்தன- அனைத்துத் திரு உருக்களிலும் குதிரை முனைப்பாக இடம்பெறவில்லை என்றபோதும். சூரிய-சந்திரர்கள் நித்தியத்துவத்தின் குறியீடுகள்; அவ்வீரன் சார்ந்துள்ள சமூகப் பிரிவு அவனுடன் தொடர்புடைய அடையாளங்களால் சுட்டிக் காட்டப் பெற்றிருக்கும்; அட்சரங்களால் விண்ணகத்திற்குக்கொண்டு செல்லப்படுவதாக இருந்தால், அவனது மரணத்திற்கான காரணம், அவனை மறுபிறப்பிலிருந்து தடுத்துவிடும்; ஒரு சண்டை அல்லது கால்நடைக் கொள்ளை விவரிக்கப்பட்டிருக்கும். பின்னாளைய வீரக் கற்களில் வீரனையும் சம்பவத்தையும் விவரிக்கும் கல்வெட்டு வாசகங்கள் இடம்பெற்றன. சிலவேளைகளில் வழிபடப்பட்ட வீரன், அவ்வப்போது ஒரு தெய்வமாக மாற்றப்பட்டிருப்பதாகத் தெரிகிறது. மகாராஷ்ட்ராவில் விட்டலரின் தோற்றத்திற்கு இதுவே காரணம் என கூறப்பட்டுள்ளது.

இவ்வடிவங்களில் தொடர்ச்சி உள்ளதா? குதிரைச் சவாரி செய்யும் தெய்வத்தின் மூதாதையினரைத் தேடும்போது, பிரதிகளுக்கு அப்பால் செல்லவேண்டுமா? கிராம வழிபாடுகளில் திருவுரு விவரிப்பு வேறுபட்டிருக்கலாம், நூற்றாண்டு காலங்களில் அவ்வேறுபாடு அதிகரித்திருக்கலாம், இருப்பினும் ஒத்த தன்மைகள் உள்ளன. வீரக்கற்களும் அய்யனார் வழிபாடும் கிராமங்கள் மற்றும் தாழ்ந்த சமூக குழுக்களுடன் பிணைந்திருப்பவை. பாதுகாவலராகப் பாதுகாக்கப்படுபவனாக விவரிக்கப்பட்டுள்ள நபரை நோக்கியதாக இருக்கிறது வழிபாடு; இவ்வழிபாடு முதலில் மேட்டுக்குடி வழிபாட்டின் எல்லைகளுக்கு வெளியிலுள்ளதாகத் தோன்றுகிறது; அரச வழிபாட்டிலிருந்து வேறுபட்டுள்ளதான உள்ளூர்-மண்டல பண்பாட்டினைத் தொகுத்துரைக்கிறது. மன்னரின் படைகளது ஆதரவின்றி, கிராம அளவில் அடிக்கடி நடைபெற்ற கொள்ளைகள் முறியடிக்கப்பட்டதையும் இது சுட்டிக்காட்டுகிறது. கிராம சமுதாயத்திற்கு முக்கியமாயிருந்தது,

அது தன்னைப் பாதுகாத்துக்கொள்ளவேண்டும், அதற்கு உயர்மட்ட அதிகாரத்தைச் சார்ந்திராமல், உள்ளூர் அளவிலேயே ஏற்பாடு செய்யப்படவேண்டும் என்னும் இன்னொரு செய்தியை வீரக்கற்களும் அய்யனார் வழிபாடு போன்றவையும் கொண்டுள்ளனவா? அரசினைத் தற்காப்பு செய்யும் ராணுவ அலுவலர்களுக்கும் கிராமத்தைக் காப்பாற்றுவோருக்கும் இடையே வித்தியாசம் இருந்தது.

செய்தியில் இடம்பெற்றுள்ள ஓர் ஆதிவாசிச் சமூகத்திடம் இப்போது திரும்ப வருகிறேன். அவர்களின் பிரச்சனை, சூழலியல் பாரம்பரியப் பிரச்சனையையும் எழுப்புகிறது. ஒடிஸாவின் டோங்ரியா கோண்டுகளைக் குறிப்பிடுகிறேன்; தாங்கள் புனிதமாக எண்ணும் *நியாம் ராஜா*வாக வழிபடுகின்ற *நியா மகிரி* மலைப் பாதுகாப்பைக் குறிப்பிடுகிறேன். இப்பிரதேசங்கள் சால மரங்களின் புனிதக் காவுகளையும் இந்தியாவின் மிக உயரிய வனங்களில் சிலவற்றையும் கொண்டுள்ளன. மலையிலிருந்து இறங்கும் பல நீரோடைகள் வனங்களையும் தாவரங்களையும் கிராமங்களையும் உரமூட்டி வளர்க்கின்றன-பல்லுயிர்ப் பெருக்கத்திற்கு நல்ல எடுத்துக்காட்டு. பாக்ஸைட் தாது எடுப்பதற்காக, மலையுச்சியில் பிரும்மாண்டமான திறந்தவெளிச் சுரங்கம் அமைக்க முன்மொழியப்பட்டது. இப்பல்லுயிர்ப் பெருக்கத்தை தாங்கிப் பிடிக்கும் அப்பகுதி மற்றும் டோங்ரியா கோண்டுகள் புனிதமாக வைத்துள்ள இடத்தையும் இது அழித்திருக்கும்.

தம் புனித மலையைச் சுரங்கமாக்குவதை எதிர்த்த டோங்ரியா கோண்டுகளுக்கு ஆதரவான ஊடக எதிர்வினை லேசானது. ஓர் ஆலயம், அல்லது மசூதி அல்லது குருத்வாராவின் அடியிலிருந்து பாக்ஸைட் சுரங்கம் வெட்ட ஒரு கூட்டு நிறுவனம் விரும்பியிருந்தால், இதே நிசப்தம் நிலவியிருக்குமா? தீவிரமின்றி நாம் கருதும் பண்பாட்டினை உடையவர்களது உணர்வோட்டங்களுக்கும் அச்சங்களுக்கும் நாம் மரத்துப் போய் விட்டோமா? இத்தகைய விஷயங்கள் இன்னும் பரவலாக விவாதிக்கப்படவேண்டும். அவை எதிர்காலத்திற்கான முன்னுதாரணங்களை உருவாக்குகின்றன மற்றும் ஆதிவாசிகள் வைத்துள்ள பகுதிகளுள் ஊடுருவிச் சென்று இன்னும் அடிக்கடி நிகழப் போகின்றன. இன்னும் வளமாயுள்ள மலைப் பிரதேசங்கள் தாதுவளம் மிக்கவை, இத்தகைய மோதல்கள் அவ்வப்போதையனவாக இருக்காது.

கோரிக்கைகள் நியாயமானவையா இல்லையா என்பதைப் பற்றிய கவலையின்றி, மாற்று அபிப்பிராயத்தை நிசப்தமாக்கும் பொறியமைவாக, உயர்சாதி சூழல்களில் உணர்வுகளைப் புண்படுத்தும் கோரிக்கைகள் மேற்கொள்ளப் படுகின்றன. ஆனால் அதுவே ஆதிவாசி சமுதாயங்களாயிருந்தால், இத்தகைய பிரச்சனைகளை விவாதிப்பதே அரிதாயுள்ளது. இது, மரபுரீதியில் தாழ்ந்தவர்களாகக் கருத்தப்பட்டு, வரலாறு எங்கிலும் ஒப்பீட்டளவிலான தனிமையிலும் சாதி அடையாளங்களுக்கு வெளியிலும் அவர்கள் வாழ்ந்திருப்பதாலா? நம் உத்தேசங்களுக்கு அவர்களது இருப்பு தடுப்பாகப் பார்க்கப்படும் இப்போதுதான் அவர்களைப் பற்றி உணருகின்றோமா?

கௌடில்யரின் அர்த்த சாத்திரம் காட்டு வாசிகளை ஒரு தொந்தரவாகக் குறிப்பிடுகிறது; மௌரியச் சக்கரவர்த்தி அசோகர் காட்டுவாசிகளை அடவிகாஸ் என்று அச்சுறுத்துகிறார்; பாணபட்டரின் ஹர்ஷசரிதம் அவர்களை புராதனமானவர்கள், அயலவர்கள் என்கிறது-சமூகத்தின் சாதிய ஒழுங்குபடுத்தலில், சமூக எல்லைக்கு வெளியே, மிலேச்சர்களாக வகைப்படுத்தப்படுகின்றனர். இப் பண்பாடுகளுக்கு அங்கீகாரமில்லை. இவை புறக்கணிக்கப்பட்டன அல்லது, அதிக பட்சம், தாழ்ந்த சாதி இந்துக்களாக மாற்றப்பட்டனர்.

டோங்ரியா கோண்டுகள் நிராகரித்ததை, அவர்களது தற்போதைய வாழ்க்கை முறை, கற்பனா வாதம் சார்ந்ததாயில்லை, முல்லை நில வாழ்வு சார்ந்தது என வெளி உலகம் பார்க்கிறது. ஆனால் இது பாரம்பரியத்தின் இன்னொரு அம்சத்தை அறிமுகப்படுத்துகிறது-கற்பனாவாத சமூகத்துடனான அதன் பிணைப்பை, கற்பனாவாத சமூகங்கள் பெரிதும், தேசிய அடையாளங்களுக்கு ஊன்று கோல்களாகச் செயல்படும் போது, கடந்த காலத்தின் பொற்காலங்களாயிருக்கின்றன. கிரேக்கத்தில் பிளேடோவும் இங்கிலாந்தில் சர் தாமஸ் மோர் கூறியது போல, எதிர்கால முன்னிறுத்தங்களாயும் அவை இருக்கும். எதிர்கால கற்பனாவாத சமூகங்கள், மேலான உலகம் வந்துசேரும், தற்போதைய அநீதிகள் ஒழிக்கப்படும் எனக் கருதுகின்றன.

கடந்த காலத்தின் பொற்காலங்களின் கட்டமைப்புக்குப் பாரம்பரியம் மையமானது. புராணங்களில் இத்தகைய காலம் கிருதயுகமாக கற்பிதம் செய்யப்பட்டது-நான்கு சகாப்தங்களில் கற்பனாவாதச் சமூகம் முதலில் உள்ளது. தர்மம் நிலைநிறுத்தப்பட்டு, வர்ணங்கள் அல்லது சாதிகள் நன்கு

அமையப் பெற்றிருப்பது முதல் சகாப்தம். ஆனால் அடுத்து வரும் ஒவ்வொரு யுகத்திலும் தர்மத்தைப் பின்பற்றுவது குறைந்துவரும்; இறுதி யுகமான கலியுகத்தில் உலகம் தலைகீழாகிவிடும். தாழ்ந்த சாதிகள் உயர்சாதிகளின் பணிகளை மேற்கொள்வது மட்டுமின்றி, பெண்கள் விடுதலை பெறுவார்கள். தர்மம், நான்கு கால்களுள்ள ஓர் எருதுடன் ஒப்பிடப்படுகிறது, அது முதலில் நான்கு கால்களில் நின்றது, ஆனால் ஒவ்வொரு யுகத்திலும் ஒரு கால் உதிர்ந்தது. இப்போது அது ஒற்றைக்காலில் நிற்கும் விபரீத நிலையாய் இருக்கிறது. இப்போதிருந்து பல நூற்றாண்டுகளுக்குப் பிறகு, கலியுக முடிவில், விஷ்ணுவின் கடைசி அவதாரம் வெண் புரவியில் வந்து கற்பனாவாதக் கிருத யுகத்தை மீட்பது தவிர்த்து, கற்பனாவாதச் சமூகத்தை முன்னோக்கி எதிர்பார்க்க வழியில்லை. சிற்பத்திலும் ஓவியத்திலும் இந்நிகழ்வு குறித்து பல பிரதிநிதித்துவங்கள் இருக்கின்றன. (யுகங்களும் காலக்கருத்தமைவுகளும் அடுத்த அத்தியாயத்தில் விரிவாக விவாதிக்கப்படும்.)

கற்பனாவாதச் சமூகத்தின் வருகை அதனளவிலே பாரம்பரிய அம்சமாக இல்லாது போகலாம்-அதனைக் கட்டமைப்பதில் பாரம்பரிய அம்சங்கள் என்று வாதிட முடியும் என்றாலும், இதற்கு இரு காரணங்கள் உண்டு. இது கடந்த காலத்தை நிகழ் காலத்துடனும் நிகழ்காலத்தை எதிர்காலத்துடனும் பிணைக்கிறது என்பது ஒன்று. பிந்தைய பிணைப்பு பாரம்பரியப்பொருள்களில் அரிதாயிருக்கலாம், ஆனால் கருத்துகளின் உலகில் நிகழவே செய்கிறது. கடந்த காலத்திலிருந்து வருவதாகக் கூறிக்கொள்ளும் நிகழ்வு/ஓதல் மூலம் கற்பனாவாதச் சமூகம் முன்வைக்கப்படுவதாக இருப்பின், அப்போது அது தொடர்புறுத்துவது பாரம்பரிய அம்சமாகிவிடுகிறது என்பது இன்னொன்று. சாராம்சத்தில் சடங்கு ஒரு நிகழ்வே. எதிர்கால உலகின் கற்பனாவாதச் சமூகங்களை சடங்காகக் காணுவதும் ஓதுவதும் நம் வரலாற்றில் மரபாக உள்ளது. ஆனால் இது கண்டுகொள்ளப்படாமலேயே இருக்கிறது. பிராமணியமல்லாத இலக்கியத்தில் இவ்வடிவங்கள் இன்னும் பரிச்சயமாயுள்ளன. கபீர், ரவிதாஸ், துகாராம் போன்ற சில பக்திக் கவிஞர்களின் பாடல்களில், சமூகம் குறித்த பார்வையின் பகுதியாக தவிர்க்க முடியாதபடி ஆகியுள்ளன என்பதை பல அறிஞர்கள் விவாதித்துள்ளனர். சம்பிரதாயங்களின்போது அவை சீராக ஓதப்படுவது, மதச் செய்திக்கு அழுத்தம் தருவதாக உள்ளது;

எதிர்காலம் குறித்த பார்வைக்குள், நிலவுகின்ற சமூகத்தின் விளக்கவுரைகளாக உள்ள தம் மதிப்பினை மறைத்திடத் தலைப்படுகின்றன. உருவாக்கப்படும் கற்பனாவாதச் சமூகம், தற்கால நிலைமைகளின் விமர்சன ஆய்வாக இருப்பதுண்டு. இந்நோக்கிலிருந்து, கற்பனாவாதச் சமூகக் கருத்தமைவு, கடந்த காலத்தை நிகழ்காலத்துடன் பிணைப்பது மட்டுமின்றி, மறைமுகமாக எதிர்காலத்துடன் பிணைப்பது மட்டுமின்றி, அதனைப் பாரம்பரிய அம்சமாகக் கருதவும் அனுமதிக்கிறது.

பொதுச்சாதி/வர்க்கத்தையுடைய சமுதாயங்களிடையே கற்பனாவாதச் சமூகப் புனைவு எழுகிறது; வரலாற்றுக் கடந்தகாலத்திலிருந்து பெற்று அச்சமுதாயம் அடையாளத்தைத் தேடும் அல்லது அப்புனைவை வலுப்படுத்திட அவ்வாறு செய்வதாகக் கூறிக்கொள்ளும். இப்படி வரலாறும் பாரம்பரியமும் பின்னிப் பிணைந்துள்ளன. எடுத்துக்காட்டாக பஞ்சாபிலிருந்து ஒரு தலித் சமுதாயத்தை எடுத்துக்கொள்வேன் ஆனால் அதன் அமைப்பு வேறொரு இடத்தில் நகலெடுக்கப் பட்டுள்ளது.

இந்தியாவில் மதம் ஒற்றைத் தன்மையானதாக இருந்ததில்லை. பின்பற்றுவோர் ஒரு சமுதாயமாகிட, ஆடவரும் பெண்டிருமான நிறுவன மூதாதையரை உடைய, பலவான பிரிவுகளின் வழியே அதன் செல்வாக்குமிக்க நடைமுறையும் பரவுதலும் இருந்தது-எடுத்துக்காட்டு பக்தி காலப் பிரிவுகளில் உள்ளது. இந்நூலில் முன்னர் நான் குறிப்பிட்டுள்ளபடி, பிரதான நீரோட்டத்திலிருந்து அமீபா போல இப்பிரிவுகள் விலகிச் சென்றன அல்லது சுதந்திரமாக எழுந்தன. மிகப் பொருத்தமானது என்றெண்ணிய இடத்தே தம் சமூக இருப்பை நிறுவிக் கொண்டன. எனினும் மதப் பிரிவுகள் பல பிரிவுகள் செய்ததுபோல, மதச் சாயத்தையோ எந்தவொரு மதத்துடனான பிணைப்பை நிராகரித்தபோதோ, சாதிய அடையாளங்களையும் கொண்டிருந்தன, அது பெரிதும் மறக்கப்பட்டது. ஆகவே மதமாற்றங்கள் நிகழ்ந்தபோது, சாதி அடையாளம் பெரிதும் புதிய மதத்திற்குள் எடுத்துச் செல்லப்பட்டது. இவ்வாறு இந்தியாவின் ஒவ்வொரு மதமும், உள்நாட்டினதோ இறக்குமதி செய்யப்பட்டதோ, தலித்துகளைப் பிரித்துவைத்தது. பஞ்சாபில் சீக்கியர்களாக மாறியவர்களிடையே, உயர் சாதிகள் தொடர்ந்து, சீக்கியத்திற்கு மாறியிருந்த தலித்துகளிடமிருந்து விலகியே இருந்தன.

தலித் சீக்கியர்கள் குருநானக்கின் போதனைகளுக்கு நெருக்கமாயிருந்தனர், ஆனால் அவர்களில் சிலர், கூடுதல்

வளைவையும் கொண்டிருந்தனர். தலித் சீக்கியரின் பல குழுக்கள் *அத்தர்மி*[16]யைப் பின்பற்றுவோராய் மாறினர்-தலித்துகளின் தேவைகளுக்கு நெருங்கியதாக, புதியதாக உருவாக்கப்பட்ட கருத்துகள்-நடைமுறைகளின் அமைப்பாயிருந்தது *அத்தர்மி*. 20-ஆம் நூற்றாண்டில், அவற்றில் சில 16-ஆம் நூற்றாண்டின் குரு ரவிதாஸின் போதனைகளைப் புதுப்பித்தன. இது பொருத்தமான பிணைப்புக்காக வரலாற்றுக்குள் திரும்புவதாக, கடந்த காலத்திலிருந்து நியாய அம்சத்தைப் பெறுவதாக இருந்தது. சமர் சமூகத்தினரான ரவிதாஸ், பனாரஸில் செருப்புத் தைக்கும் தொழிலாளியாயிருந்தார்; சமூக அக்கறைகள் அவரது போதனைகளில் முக்கியமாயிருந்தன.

அவரது போதனைகளுள் ஒன்று, திருஉருவத் தகுதியை எட்டியிருக்கிறது. அதற்கு பேகம்புரா என்று பெயர். அதன் மதச் செய்தி, மற்ற பக்தி சாதுக்களுடையதிலிருந்து அவ்வளவு வித்தியாசப்படாதது-தெய்வம், சாதி வேறுபாடின்றி அணுகத்தக்கதே என்று அது வலியுறுத்தும். ஆனால் அவரது சமூகச் செய்தி, எதிர்கால கற்பனாவாத சமூகக் கருத்தமைவில் பொதியப்பட்டிருந்தது. பேகம்புரா என்பது அறிஞர்கள் சுட்டிக்காட்டியுள்ளபடி, தலித் கற்பனாவாதச் சமூகப் பார்வையாகும். துயரமில்லாத நகரம் என்பது பேகம்புராவின் பொருள். இந்நகரில் அச்சமில்லை, சாதிப்பாகுபாடு இல்லை, வரிசெலுத்தத் தேவையில்லை, யாரும் வதைக்கப்படுவதில்லை, அதீதமாய் யாரும் உழைக்க வேண்டியதில்லை, படிமுறை இல்லாததால் ஒவ்வொருவரும் சமம். நகர்ப்புறச் சூழல் கற்பனாவாதச் சமூகத்திற்கு வழிவகை செய்கிறது. 16-ஆம் நூற்றாண்டின் பனாரஸைப் போலின்றி, தலித்துகளை ஒடுக்கிவைப்பவற்றிலிருந்து விடுதலை இருக்கிறது. தம் சாதியாலோ மதத்தாலோ மக்கள் அறியப்படுவதில்லை மாறாக தம் செயலால்தான். தீண்டாமை முற்றிலுமாக இல்லை. ரவிதாஸைப் பின்பற்றுவோர் இன்னும் குருகிரந் சாஹிபை வணங்கினாலும், தமக்கான கிரந்த் அல்லது புனித நூலையும் கொண்டுள்ளார்-அது அவர்களது குரு ரவிதாஸின் கவிதைகளது தொகுப்பாகும். ரவிதாஸின் கவிதைகளைப் பாடுவது, அவர்களது பாரம்பரியமாக அவர்கள் கருதுவதன் மறு உறுதிப்படுத்தலாயிருந்தது. வரலாற்று ரீதியில் தம் பாரம்பரியம் ஆரியருக்கு முந்தையது, பிராமணருக்கு முந்தையது என்று கூறிக் கொண்டனர்-அப்போது தலித்துகள் பூர்வ குடிகளாக சுதந்திர மக்களாக விளங்கினர். தொலைதூரக் கடந்த

காலத்தின் இக் கற்பனாவாதச் சமூகம், பேகம்புரா நனவாகும்போது திரும்பும். கனடாவுக்குப் புலம்பெயர்ந்துள்ள சில ரவிதாஸ் தலித்துகள், பேகம்புராவைத் தேடிப் போயிருக்கலாம்.

ஆரம்பகட்ட இடைக்கால ஆசிரியரது பாரம்பரியத்தை புதுப்பித்தும், அவரது பாடல்களை சடங்கின் பகுதியாகப்பாடி, அதனுடனான பிணைப்பை உறுதிப்படுத்தியும் தன் அடையாளத்தை நிறுவிடும் சமுதாயம் ஒன்றுபடுதலை இங்கே காண்கிறோம். சில விதங்களில் இதுவொரு தீவிர புதுப்பித்தலாகும். மைய நீரோட்டத்தால் ஓரங்கட்டப்பட்டவை, மையத்திற்கு கொண்டுவரப்படுகின்றன. பாரம்பரியத்தின் அங்கீகரிப்பை வரலாறு புதுப்பிக்கக் கூடியது. கடந்த காலத்தின் நியாயக் கோரிக்கைகளை வலுப்படுத்திடும் அடையாளத்தை பாரம்பரியம் உருவாக்க இயலும். அடிக்கடி வருகை செய்யப்படும் வரலாறு, தற்போதைய அபிலாஷைகளுடன் தொடர்பு கொள்கிறது. இவை பண்பாட்டு ஞாபகத்திற்கான புள்ளிகளாகப் பயன்படுத்தப்படுகின்றன. இத்தகைய வரலாற்றைத் தேடுவது, பாரம்பரியத்தின் தேவையைப் புரிந்துகொள்வதை அவசியமாக்குகிறது. பெருமிதத்தை உறுதிப்படுத்திட அல்லது எதிர்ப்பைத் திரட்டிட, பாரம்பரியத்தை பயன்படுத்த முடியும்.

பிராமி எழுத்து வாசித்து அறியப்படாதிருந்தால், மௌரிய மன்னர் அசோகர் இல்லாத, ஆரம்பகால இந்திய வரலாறு என்னவாக இருந்திருக்கும்? எனவே பாரம்பரியம் குறித்த நமது மதிப்பீடு, காலத்தின் குறிப்பிட்ட புள்ளியில் நாம் என்ன அறிந்திருக்கிறோம் என்பதைப் பொறுத்திருக்கிறது; கூடுதல் சான்று கிடைக்கையில், புதிதாயும் வித்தியாசமாயும் பார்க்கப்படுவதற்கு உட்பட்டது. பாரம்பரியத்தைப் பொதிந்துகட்டி, இந்தியாவுக்குரியதாக முத்திரை குத்தும்போது, கடந்த காலத்தைச் சேர்ந்த பண்பாடுகளின் விரிவான வரிசையின் பாரம்பரியத்தை உள்ளடக்குவதில் நாம் உறுதியாயிருக்க வேண்டும் அல்லது குறைந்த பட்சம் அதனை அறிந்திருக்க வேண்டும்; இதுவரையிலும் புறக்கணிக்கப்பட்டுள்ளதிற்கு அல்லது நியாயமாக விலக்கப்பட்டதாகக் கருதப்பட்டுள்ளதிற்கு சிறிது கவனம் செலுத்தவேண்டும். பாரம்பரிய அம்சங்களைத் தெரிவு செய்கையில், புறக்கணிக்கப்பட்டவற்றின் பங்கு குறித்த சீரான மறுமதிப்பீடு, நாம் சுவீகரித்துள்ளவற்றின் அறிவு விளக்கமேறிய பார்வைக்கு பங்களிப்புச்செய்ய உதவக்கூடும்.

3
காலத்திற்கு முந்தைய காலம்

காலக் கருத்தமைவுகள், சமூகத்தின் பல்வேறு பகுதிகளது சுய கண்ணோட்டத்துடன் நெருங்கிய பிணைப்புடையவை. காலம் அளவிடப்படுகின்ற வடிவத்தைப் போல அவ்வளவு எளிமையான ஒன்றுகூட, ஒரு பண்பாட்டில் காலத்தின் செயல்பாட்டிற்கு ஏற்ப மாறுபடுவதால், உலகளாவியதாயிருப்பதில்லை. காலத்தின் அளவையாக பருவ காலங்கள், முல்லை மற்றும் வேளாண் சமூகங்களுக்கு முக்கியமானவை; நகரங்களில் வாழும் மக்களைப் போல, காலத்தை வித்தியாசமாக அளவிடும் சமூகங்களின் சடங்குகளுக்குள்ளும் திருவிழாக்களுக்குள்ளும் இவை பெரிதும் எடுத்துச் செல்லப்படுகின்றன. காலம் அளவிடப்படுகின்ற அல்லது சிந்திக்கப்படுகின்ற வடிவம், அநேகமாக சூக்குமமான அளவீடுகளுடன் பொருள்களை தொடர்புபடுத்துவதிலிருந்து மாறும். புராணத்தில் காலத்தின் பங்கு தனக்கேயான அர்த்தத்தைக் கொண்டிருக்கிறது; நிச்சயமாக, காலக் கருத்தமைவுகளுக்கும் வரலாற்றுணர்வுக்குமிடையே நெருக்கமான பிணைப்புள்ளது.

கடந்த இரு நூற்றாண்டுகளிலிருந்து பெற்றுள்ள ஞானம், மற்ற வடிவங்களை யெல்லாம் நீக்கி, சுழற்சிகளின் முடிவில்லாத திருப்புதலைச் சேர்த்துக்கொண்டு, மரபார்ந்த இந்திய காலக் கருத்தமைவை, சுழற்சியானதாக விவரிக்கின்றது. சுழற்சியான காலம் வரலாற்றுணர்வை விலக்கிவிடுகின்றது என்பது இவ்வாசகத்தில் பொதிந்துள்ளது. இந்திய நாகரிகம் அ-வரலாற்றினது என்னும் கொள்கைக்கு இது பங்களிப்புச் செய்தது. வரலாற்றுப் பிரக்ஞைக்கு, காலம் நேர்கோட்டினதாக, ஆரம்பத்தினை முடிவுடன் பிணைத்திடும் அம்பைப்போல இயங்குவதாக, இருக்கவேண்டும். காலக் கருத்தமைவுகளும் வரலாற்றுணர்வும் இவ்வாறு நெருங்கிப் பிணைந்துள்ளன.

ஆரம்பகால இந்தியா வரலாற்றுணர்வு இல்லாதிருந்ததாகக் கூறப்பட்டது.

இந்தியாவை ஆராய்ந்த ஆரம்பகால அய்ரோப்பிய ஆய்வாளர்கள், சமஸ்கிருத ஆதாரங்களிலிருந்து இந்திய வரலாறுகளைத் தேடினர்; ஆனால் தாங்கள் வரலாறுகளாகக் கண்டுகொண்டவற்றை அவர்களால் கண்டறிய முடியவில்லை. 12-ஆம் நூற்றாண்டில் எழுதப்பட்ட காஷ்மீரின் வரலாற்று நூல், கல்கனரின் ராஜதரங்கிணி விதிவிலக்கு எனக் கூறப்பட்டது. உண்மையிலேயே அது ஒரு பிரதேசத்தின் கச்சிதமான முன்-நவீன வரலாறாகும்; ஆனால் பிற பிரதேச சரிதங்களில் இவ்வடிவம் வெளிப்பாடு கொள்வதால், மற்றவை அவ்வளவு கச்சிதமாக இல்லாதபோதும், அதுவொரு தனித்த எடுத்துக்காட்டில்லை. சம்பா மற்றும் இமாலயத்தின் நேபாளத்திலிருந்து சிறிய சரிதம் ஒன்று இருந்தது; கி.பி. இரண்டாம் ஆயிரத்தினைச் சேர்ந்த, ராஜஸ்தான், மகாராஷ்ட்ரா, ஒடிஸாவிலிருந்தும் கிடைத்துள்ளன. அய்ரோப்பிய ஆய்வாளர்களுக்கு இவை தெரிந்திருக்காது என்பதால் இவை புறக்கணிக்கப்பட்டிருக்கலாம்; வரலாறு இன்மையால் இந்திய நாகரிகத்தைச் சித்தரிக்க வேண்டுமானால், கீழைத்தேயவாதிகள் என்று முத்திரை குத்தப்பட்ட, ஆய்வாளர்களின் ஆய்வு மூலம், இந்திய வரலாறு ‘கண்டறியப்பட’ வேண்டியது தேவையாயிருந்தது. இவ்வாய்வாளர்களிடையே சிலர், சில பிரதிகளில் நேர்கோட்டுக் கால இழை இருந்தது என்று கூறவே செய்தனர், ஆனால் மேலோங்கியிருந்த பார்வை, சுழற்சியானது மற்றும் நேர்கோட்டிலானதின் பகுப்பாக இருப்பதை வற்புறுத்துவதாக இருந்தது; இந்திய காலக் கருத்தமைவு சுழற்சியானது என்பதுடன் வரம்பிட்டுக் கொண்டது என வற்புறுத்தியது. நேர்கோட்டுக் கோலம், வரலாறு இயங்கியதை நோக்கி ஒரு காரண-காரியப் புள்ளியைக் கொண்டிருந்தது; இது சுழற்சிக் காலத்தில் இல்லை. இதன் இன்னோர் அம்சம், சுழற்சியின் நீளத்தின் மீதான பரிகாசம்-அது மில்லியன் ஆண்டுகளுக்கும் மேலானது. பிரபஞ்சத்தின் ஆயுள் 6000 ஆண்டுகள் எனக் கணக்கிட்ட, 18-ஆம் நூற்றாண்டு அயர்லாந்து பிஷப் ஜேம்ஸ் உஸ்ஸெரின் கணக்கீட்டைப் பார்த்துக் கொண்டிருந்தவர்களுக்கு, இந்திய ஆதாரங்களில் காட்டப்பட்டுள்ள தொகை அபத்தமானதாகத் தோன்றியிருக்கலாம். ஆனால் பிரபஞ்சம் சில மில்லியன்

ஆண்டுகளுக்கு மேலாக இருந்து வருகிறது என்பதை மண்ணியல் சுட்டிக்காட்டியபோது, இப்பரிகாசம் திகைப்பாயிற்று.

முடிவில்லாது திரும்பிக்கொண்டே, ஆரம்பம்/முடிவு என திடமாகப் பகுக்கப்படாத புள்ளிகளின்றி, இந்தியாவில் சுழற்சிக்காலம், தொன்மத்திற்கும் வரலாற்றிற்கும் இடையிலான பேதத்தைத் தடுத்தது, வரலாற்றுப் பார்வைக்கு முன் நிபந்தனையான தனிச்சிறப்பான நிகழ்வுகளின் சாத்தியத்தை நிராகரித்தது என்று கூறப்படுகிறது. இது மானுடச் செயல்பாடுகளின் முக்கியத்துவத்தை குறைந்த பட்சமாக்கியது. சுழற்சியின் கட்டமைப்பு, பிரபஞ்சத்தின் மாய இயல்பைச் சிறப்பித்துக் காட்டுவதற்காக, உத்தேசிக்கப்பட்ட எண்களின் வசீகரப் புனைவு எனப்பட்டது. 'முன்னேற்றம்' என்னும் இலக்கினை நோக்கி வரலாறு சென்றது என்னும் காரண-காரிய கண்ணியை 19-ஆம் நூற்றாண்டு அய்ரோப்பாவுக்கு முக்கிய அக்கறையுள்ள கருத்தினை-உணர்த்திடும் முயற்சி இருக்கவில்லை. இந்தியக் கடந்த காலத்தைக் கண்டறிந்ததான அனுமானத்தில், அய்ரோப்பாவின் நடப்பு அறிவார்ந்த முன்-கருத்தமைவுகளின் விசாரணை தங்கியிருந்தது. இந்தியா குறித்த காலனியப் புரிதல், அய்ரோப்பாவின் கடந்த காலம் குறித்த அதன் புரிதல் மற்றும் இந்திய நாகரிகத்தில் அத்தகைய கடந்த காலத்தின் உள்ளார்ந்த இன்மையாக நம்பப்பட்டது ஆகியவற்றிலிருந்து பெறப்பட்டதாகும்.

இம்முன் கருத்தமைவுகள் ஆசியாவை, குறிப்பாக இந்தியாவை, அய்ரோப்பாவிலிருந்து வேறுபட்டதாக மட்டுமல்லாது, சாராம்சத்தில் அய்ரோப்பாவுக்கு முரணானதாகவும் முன்னிறுத்தின. ஆசியா அய்ரோப்பாவின் மற்றமையாயிருந்தது. ஆசிய அரசியல் பொருளாதாரத்தின் கட்டமைப்பை அல்லது ஆசியாவில் மதத்தின் செயல்பாட்டைப் புரிந்துகொள்வதில், கார்ல் மார்க்ஸும் மேக்ஸ் வெபெரும் முரண்பட்ட அளவுகோல்களைத் தேடிக்கொண்டு இருந்தால், மிர்ஸியா எலியாட் போன்ற சற்றுக் குறைந்த நிலையிலான சிந்தனையாளர்கள், இந்திய காலக்கருத்தமைவை, வரலாற்றை விளக்கிய காலச் சுழற்சிகளின் நித்திய திரும்புதல் குறித்த தொன்மமாகக் குறிப்பிட்டனர்.

இவையெல்லாம் ஒருபுறமிருக்க, வரலாற்றுக் கால கிரமத்திற்கு காலண்டர் அவசியமாயிருந்ததுபோல, பிரபஞ்சவியல் மற்றும் முடிவுச் சித்தாந்தத்தின் உருவாக்கத்திற்கு கால உணர்வு

அத்தியாவசியமாயிருந்தது. வரலாற்று கால கிரமத்தின் இருப்பு மற்றும் இந்தியப் பிரதிகளில் இருப்பதாக நம்மில் சிலர் இப்போது வாதிடுகின்ற கால உணர்வு, குறைந்த பட்சம் இரு காலக் கருத்தமைவுகள், காலம் முன்னிறுத்தப்பட்ட இருவடிவங்கள் இருந்தன என உணர்த்துகிறது. காலம் சுழற்சிகளில் நகர்ந்தது என்பது ஒரு பார்வை- இது பிரபஞ்சவியலின் கட்டமைப்பில் பெரிதும் காணப்பட்டது. இன்னொன்று, நேர்கோட்டு வடிவில் நகர்ந்ததாக காலம் காட்சிப்படுத்தப்பட்டது-தலைமுறைகளைக் கணக்கிடுகையில் வம்சாவளியில் பொதுவாகப் பயன்படுத்தப்பட்டது மற்றும் வரலாற்று கடந்த காலத்தை எடுத்துரைத்துக் கொண்டிருந்தன என்று கூறிக்கொள்ளும் கல்வெட்டுகளில் பயன் படுத்தப்பட்டது.

சுழற்சி மற்றும் நேர்கோட்டுக் காலங்கள் போன்ற தனித்துவமான காலக் கருத்தமைவுகள் இருந்தது மட்டுமின்றி, இவை எப்போதும் இணையானவையாகவோ தொடர்பற்றவையாகவோ இருந்ததில்லை, சிலவேளைகளில் தமக்குள் தொடர்பு கொண்டிருந்தன. இவ்விரண்டும் ஊடறுத்துக் கொண்டபோதெல்லாம், ஒவ்வொன்றின் செயல்பாட்டுக்கும் உணர்வு நுட்பம் இருந்தது மற்றும் பரஸ்பரச் சிந்தனைச் செழுமையாக்கம் இருந்தது என்று வாதிட விரும்புகிறேன். ஆரம்பகால இந்தியாவில், சுழற்சி மற்றும் நேர்கோட்டுக் காலம் இரண்டின் பயன்பாட்டையும் விவரித்து, இதனை விளக்குவதே எனது முயற்சியாயிருக்கும்-பெரிதும் ஒரே நேரத்தில் ஆனால் வெவ்வேறு கண்ணோட்டங்களிலிருந்து எழுந்து, வேறுபட்ட நோக்கங்களை உத்தேசித்திருந்தது. சமயங்களில் இவ்வடிவங்கள், இரண்டின் அர்த்தத்தையும் அதிகரிக்கும் வழிகளில் ஊடறுத்தன.

காலத்தின் கருத்தமைவுகள், காலண்டர்கள் மூலமான காலத்தின் அளவீட்டில் செல்வாக்கு செலுத்த முடியும். மாறுகின்ற பருவ காலங்கள் மற்றும் நிலவியலுக்கு அவை கொண்டுவந்த பல் திறத்தன்மையிலிருந்து நில உலக வடிவிலான கணிப்பு சேகரிக்கப்பட்டது. கி.மு. முதல் ஆயிரத்தின் பிரதிகளில் குறிப்பிட்டுள்ள குருவம்ச நாயகர்கள், பனிக்காலத்தில் ஆநிரை கவரச்சென்று, மழைக்காலம் தொடங்கு முன்னே கைப்பற்றிய மந்தைகளுடன் திரும்பினர்.

இக்காலக்கணிப்பு வடிவங்களுக்கு இணையாக, மிகவும் கண்கூடாயுள்ள சூரிய-சந்திரர் மற்றும் நட்சத்திரக் கூட்டங்களையும் கவனித்து, இன்னும் துல்லியமாக

உருவாக்கப்பட்ட கணக்கீடு இருந்தது. கி.மு. முதல் ஆயிரத்தின் மத்தியில், திதி, முகூர்த்தங்கள், வளர்பிறை-தேய்பிறை சார்ந்த பட்சங்கள், மதங்கள் ஆகியவற்றைச் சந்திரனின் போக்கு சார்ந்து இக்கணக்கீடுகள் தந்தன. ஆனால் இரு நீண்ட பயணங்களான உத்தராயணமும் தட்சிணாயனமும் சூரியனின் போக்கை வைத்து கணிக்கப்பட்டன. சந்திர-சூரிய காலண்டர்களின் உள் இணைப்பு இக்கணக்கீடுகளில் பிரதிபலித்தன; இன்றளவும் பெரும்பாலான விழாக்களின் நாட்களைத் தீர்மானிக்கின்றன.

ஹெல்லனிய வானியலுடனான கலந்துறவாடலால் சில மாற்றங்கள் எழுந்தன. இது இந்திய-ஹெல்லனிய அரசுகளின் நெருக்கத்தால் ஊக்குவிக்கப்பட்டது-இந்தியத் துணைக்கண்டத்தின் வடமேற்கில் மௌரியரும் செலுயுகிட்ஸும் இருந்ததால், இந்தியாவின் மேற்குக் கரைக்கும் செங்கடல் மற்றும் கிழக்கு மத்திய தரைக் கடலினூடேயுள்ள துறைமுகங்களுக்குமிடையிலான நெருக்கமான கடல் வணிகத் தொடர்புகளும் கலம் செலுத்தும் விபரங்களை வழங்கின. இந்தியக் கொள்கைகள் நன்கறியப்பட்டிருந்த அலெக்ஸாண்ட்ரியா, இவ்விஷயங்கள் தொடர்பான கணிசமான நடவடிக்கைகள் நிறைந்து காணப்பட்டது, வானியல், கணிதம் சார்ந்த ஹெல்லனிய ஆய்வுகள் மொழிபெயர்க்கப்பட்டன; அறிவுத்துறை முன்னேற்றம், கிரேக்கத்திலும் சமஸ்கிருதத்திலும் ஒன்றுக்கு மேற்பட்ட ஆதாரங்களின் மீது அமைந்திருந்தது.

கி.பி. முதலாயிரத்தின் மத்தியைச் சேர்ந்த இந்திய வானியலாளர் வராகமிகிரர், கிரேக்கர் மிலேச்சராக சாதிசமூகத்தின் சமூக எல்லைக்கு வெளியே இருப்பதால் சமூக ரீதியில் தாழ்ந்தவராக உள்ளபோதும், வானியல்-சோதிடம் இருதுறை அறிவு காரணமாக, ஞானியராக ரிஷிகளாக மதிக்கப்படவேண்டியவர்கள் என்று குறிப்பிட்டார். பாக்தாத்தில் ஹாருண் அல்-ரஷித் அவையில் தங்கியிருந்த இந்திய அறிஞர்கள், இந்தியக் கணிதம்-வானியல் குறித்து அரேபியருடன் கொள்கைகளைப் பரிமாறிக் கொண்டனர்-பரவலாக மேற்கோள் காட்டப்பட்டுள்ள எடுத்துக்காட்டுகள், இந்திய எண்களும் பூஜ்யம் குறித்த கருத்தாக்கமும். பிந்தைய காலங்களில் இயல் கணிதம் இந்தியாவின் பங்களிப்பாகக் கருதப்பட்டது.

இம்மாற்றங்களை எண்ணிப் பார்க்கும் வகையில் பெரிய அளவிலான காலக்கணிப்பு, யுகம் என்னும் கருத்தினை மேற்கொள்வதாயிருந்தது. முதலில் அய்ந்தாண்டு

சுழற்சியாயிருந்து படிப்படியாக அளப்பரும் விதத்தில் நீட்சி கொண்டது. விண் கோள்கள் சேர்ந்திருப்பதைக் குறிக்கும் வினைச் சொல்லிலிருந்து *(to yoke)* இச்சொல் வருகிறது. புராணங்களிலும் அவை போன்றவற்றிலும் விவரிக்கப்படும் பிரபஞ்ச சுழற்சி காலத்தின் அலகாக யுகம் மாறியது. சுழற்சிக் காலத்தின் முன்னிறுத்தத்தை உருவாக்கியோர், தம் பார்வையாளரைத் திகைக்க வைக்கும் பொருட்டு, அளப்பரிய எண்களால், சுழற்சியைக் கணக்கிட்டிருப்பார்கள்.

இச்சுழற்சிகளில் மிகவும் பெரியது கல்பகாலம்-முடிவற்ற, அளவிட முடியாத காலம், படைப்பு தொடங்கி உலகின் ஊழிக்கால அழிவுவரை தொடர்வது. இது எப்படிக் கணக்கிடப்பட்டது? சிலர் கல்ப காலத்தை வெளியில் பிரதிநிதித்துவப் படுத்தினர், இவ்விவரிப்புகள், உலகியல் ரீதியில் அளவிட முடியாதவை. சுவையான வகையில், பிராமணிய ஆசாரவாதத்தால் புறச்சமயத்தவராக கருதப்பட்டவர்களுடன் தொடர்புடைய ஆதாரங்களிலிருந்து அவை பெரிதும் வருகின்றன. ஒரு பௌத்தப் பிரதியில் பின்வருமாறு விவரிக்கப்படுகிறது: ஒவ்வொரு பக்கமும் சுமார் மூன்று மைல்களுடைய, கன சதுர வடிவில் ஒரு மலை இருந்தால் மலை மீது பறக்கும் கழுகின் அலகில் உள்ள பட்டுத் துணியால் நூறு ஆண்டுகளுக்கு ஒருமுறை, சுத்தப்படுத்தப்பட்டால், மலையின் அரிமானத்திற்கு ஆகும் காலம் கல்பகாலம். ஆசீவகப் பிரிவின் பிரிவொன்றிலுள்ள பிரதியின் இன்னொரு விவரிப்பு சம அளவில் மிகைப்படுத்தப்பட்டதாயிருக்கிறது: கங்கையை விடவும் 117649 மடங்குள்ள ஓர் ஆறு இருந்து, அதன் படுகையிலிருந்து 100 ஆண்டுக்கு ஒருமுறை ஒரு மணல் துகள் எடுக்கப்பட்டால், எல்லா மணலையும் எடுத்திட ஓர் அலகு; ஒரு கல்ப காலத்திற்கு இவ்வலகுகள் 3000 முறையாக வேண்டும்.

நூற்றாண்டுக்கு ஒருமுறை என்று வரும் பல்லவி, மனிதரால் கையாளக்கூடிய உண்மையான காலத்தின் உலகியல் பரிமாணத்தை அறிமுகப்படுத்துகிறது, ஆனால் அதன் படிமம் சாராம்சத்தில் வெளி சார்ந்தது. அநேகமாக காலத்தை மறுதலிக்கும் அளவுக்குள்ள இத்தகு நீண்ட காலத்தை அளவிடுவதன் சாத்தியமற்ற தன்மையினையே அது சுட்டிக்காட்டுகிறது. கல்பத்தின் நீளம் திட்டமிட்ட கால மீறல், வரலாற்றுக் காலத்தை உணர்ந்திருந்தோரால் சிந்திக்கப்பட்டது. நேர் பொருளில் பார்த்தால், பட்டுத்துணி

சீக்கிரமே நைந்துவிடும். ஓடும் நதியின் படுகையிலிருந்து மணல் துகள்களை யாரே அகற்றுவார்?

எனினும் முடிவற்ற காலம், கல்பகாலத்திற்கு ஓர் உலகியல் நீளத்தை முன்வைத்த, உடனிகழ்கால வானியலாளர் சிலரது பார்வையில்லை. உணர்த்தல்கள் வேறுபட்டன. மிகச் செல்வாக்குடையதாகத் தோன்றும் இது 4,320,000 பூமி ஆண்டுகளாக கணக்கிடப்பட்டது-இத்தொகை ஒன்றுக்கு மேற்பட்ட சூழலில் காணப்படுவதாய் இருந்தது. வானியல், கணிதம், அண்டவியல் ஆகியவற்றிற்கு மிக நெருக்கமானது, காலத்தை மாபெரும் சுழற்சிகளாலான மகாயுகங்களில் அளவிடவேண்டும் என்னும் கொள்கை. சுழற்சிக் கொள்கைகள் பிற கொள்கைகளை இணைத்துக் கொள்ளும்போது, இதனை விரிவுபடுத்த முடியும். எடுத்துக்காட்டாக, ஒரு கல்பம் 14 மன்வந்த்ரங்களை-மனுக்களின் காலம்-ஒவ்வொன்றையும் ஒரு மறு உருவாக்கினார்-உடையது என்றது ஒரு கொள்கை. இப்போது நாமிருப்பது ஏழாவது மன்வந்த்ரம், அது மனு வைவாஸ்வதாவினுடையது. எனவே, யுகங்கள், சுழற்சிகளின் நீளத்திற்குப் பயன்படுத்தப்பட்ட எண்களின் ரீதியில், அண்டவியலுக்கும் வானியலுக்கும் இடையே கலந்துறவாடல் உள்ளது. சுழற்சி காலத்தை உருவாக்கியோரிடமிருந்து வானியலாளர்கள் இந்த எண்களை இரவல் பெற்றனரா அல்லது இதன் மறுதலையா என்பது தெளிவாகவில்லை. ஒருவேளை வானியலாளர் பயன்படுத்திய எண்களை இரவல் பெற்று, அண்டவியல் நியாயம் தேடியிருக்கலாம். இரண்டுக்கும் இடையிலான வித்தியாசங்கள், இவற்றிலிருந்து மாறுபடும், பிற்கால வானியலாளர்களால் பயன்படுத்தப்பட்ட எண்களில் வெளிப்படையாகின.

ஒவ்வொரு மகாயுகமும்/பெரிய சுழற்சியும் நான்கு சிறு சுழற்சிகளை/ யுகங்களைக் கொண்டிருந்தது-ஆனால் இவை சம நீளத்திலானவை அல்ல. மாபெரும் சுழற்சி முன்வைக்கப்படும் அமைப்பு மற்றும் சுழற்சிக் கொள்கையை சேர்த்து வைத்திருப்பது, கட்டுப்படுத்தும் அமைப்பு ஒன்றை உணர்த்துகின்றன. பிரபஞ்சத்தின் இயக்கத்தை சீர்படுத்தும் ஒன்றாக, ஓர் அற்புதப் படிமம், காலத்தை முன்வைக்கிறது-இவ்வுலகின் இயக்கத்தைக் காலம் வழிநடத்துகிறது.

நான்கு காலங்கள்/யுகங்கள் பின்வரும் ஒழுங்கில் காணப்பட்டன: முதலாவது கிருத/சத்ய யுகம் ஒவ்வொன்றும் 400 ஆண்டுகளை

உடைய, இரு அந்திமக் காலங்களுக்கிடையே சிக்கிக்கொண்ட, 4000 தெய்வீக ஆண்டுகளைக் கொண்டது; அடுத்துவருவது திரேத யுகம், ஒவ்வொன்றும் 300 ஆண்டுகளையுடைய அதே போன்ற இரு காலங்களை முன்னும் பின்னுமாகக் கொண்ட, 3000 ஆண்டுகள்; அதனையடுத்து வருவது துவாபர யுகம், ஒவ்வொன்றும் இருநூறு ஆண்டுகளையுடைய இரு அந்திம காலங்களையுடைய 2000 ஆண்டுகள்; இறுதியில் கலிகாலம், ஒவ்வொன்றும் நூறு ஆண்டுகளையுடைய இரு அந்திமக் காலங்களை கொண்ட, 1000 ஆண்டுகள். ஆக மொத்தம் 12000 தெய்வ ஆண்டுகளை 360 ஆல் பெருக்கினால் வருவது மனித ஆண்டுகள். ஆக ஒரு மாபெரும் சுழற்சி 4,320,000 மானுட ஆண்டுகளுக்கு நீட்சி கொள்ளும்.

இந்த விளையாட்டு 432 என்னும் எண்ணுடன் பூஜ்யங்களை இணைத்துக் கொண்டே போவதாகும். இக்காலகட்டத்தை ஒட்டி பூஜ்யத்தின் பயன்களைக் கண்டறிந்து கொண்டதால் ஏற்பட்ட பரபரப்பிலிருந்து, எண்களின் மீதான இவ்வசீகரப் புனைவு எழுந்ததா? சுழற்சிகளின் கருத்து, ஆன்மாவின் மறுபிறப்பு திரும்பத்திரும்ப வருகிறது என்னும் கருத்தால் வலுப்படுத்தப்பட்டிருக்கலாம்-கர்மா, சம்சாரா என்னும் நம்பிக்கை பலமதப்பிரிவுகளிடையே நிலவிற்று. இச்சுழற்சியின் பெயர்கள் பகடை ஆட்டத்திலிருந்து எடுக்கப்பட்டவை, காலத்தின் போக்கிற்குள் சந்தர்ப்ப அம்சத்தை இவ்விதம் ஊடறுப்பதாகும். தற்போதைய கலியுகம், ஆட்டத்தை இழக்கும் காலம் எனப்படுகிறது. கலியுகத் தொடக்கம், கி.மு. 3102-க்குச் சமமான நாளுக்கு கணக்கிடப்பட்டது. அது 4,320,000 மனித ஆண்டுகளின் நீளத்தைக் கொண்டிருப்பதால், இன்னும் வரவேண்டியது பல ஆயிரங்கள் உள்ளது, எனவே நம் முன்னே வீழ்ச்சியுறும் நெறிகளின் அளப்பரும் எதிர்காலத்தைப் பெற்றுள்ளோம்-உலகின் இறுதிவரை. அளவுகோலைப் பொறுத்தவரை, மனித வாழ்வின் நீளம், உதயத்தின் போது புல் நுனி மீதுள்ள பனித்துளியினுடையது என்றும் கூறப்படுகிறது.

நான்கு சுழற்சிகளின் நீளத்திலான இறங்குமுகமான கணித முன்னேற்றம், எண்களின் முறையான அமைப்புக்கு முயற்சி இருந்ததை உணர்த்துகிறது. 7,12,432 போன்றவை மந்திர எண்களாகக் கருதப்பட்டன-மற்ற உடனிகழ்காலப் பண்பாடுகளில் இவை இணையானவற்றைப் பெற்றுள்ளன. இச்சுழற்சிகள் ஒத்தவையல்ல, ஆகவே புதிய நிகழ்வுகளை

அனுமதிக்கின்றன. நீளத்திலுள்ள வித்தியாசத்தால், சம்பவங்கள் முழுதாக திரும்ப நிகழ்ந்திருக்க முடியாது. இதனால் ஒரு சம்பவம் தனித்துவமாயிருந்திட சாத்தியமாகிறது. இச்சுழற்சி ஆரம்பத்திற்குத் திரும்புவதில்லை மாறாக அடுத்த சிறிய ஒன்றிற்குத் திரும்பும். இத்தகையச் சுழற்சிகளின் தொடர்ச்சியை, ஒரு திருகு சூழலுக்கு அல்லது ஓர் அலைக்கு அல்லது நேர்கோடல்லாத ஒன்றிற்குக் கூட நீட்டிக்க முடிவதாயிருந்தது. இவற்றைச் சுழற்சிகள் என்று பார்ப்பதா, காலங்கள் என்று பார்ப்பதா?

ஒவ்வொரு யுகத்தின் நீளத்திலான குறைவு, ஒரு கணித அமைப்புடன் வரம்பிடப்பட்டதாக இல்லை. இந்த அளவில் தர்மத்தின் வீழ்ச்சியும் உள்ளது என்றும் கூறப்படுகிறது-மிக உயர்ந்த சாதியினரான பிராமணரால் உருவாக்கப்பட்ட சமூகத்தின் சமூக, அறவியல், புனித ஒழுங்கு என்னும் தர்மத்தின் வீழ்ச்சி. முதலாவதும் மிகப்பெரியதுமான யுகம், அதன் தொடக்கத்தில் பொற்காலத்தை மறைத்து வைத்திருந்தது, ஆனால் அதன்பிறகு படிப்படியாக சரிந்து வந்து, கலியுகத்தில் சீர்கெட்டுப்போனது. வீழ்ச்சியின் குறியீடுகள் எளிதில் அடையாளங் காணத்தக்கவை: இன விருத்திக்காகத் திருமணம் தேவையாகிறது, ஆண்களும் பெண்களும் வயது வந்த தம்பதியராகப் பிறப்பதில்லை; மனித உடலின் உயரமும் பருமனும் சிறியதாகி வரத் தொடங்குகிறது; ஆயுள் நாடக பூர்வமாகக் குறைகின்றது. உழைப்பு சிரமமிக்கதாயும் அவசியமாயும் ஆகிவருகின்றது. புறச்சமயத்தவரும் நெறியற்றவரும் பெருகி உள்ளனர். பல பண்பாடுகளின் காலக் கருத்தமைவில் ஒரு வீழ்ச்சி, காலத்தின் பரிச்சயமான பண்புகள் இவை. ஏற்கனவே நாம் கண்டுள்ளவாறு, தர்மத்தின் வீழ்ச்சி, முதல் யுகத்தில் நான்கு கால்களில் நின்று, அடுத்துவரும் ஒவ்வொரு யுகத்திலும் ஒவ்வொரு காலை இழந்துவரும் எருதுடன் ஒப்பிடப்பட்டது. ஒரு யுகத்திலிருந்து இன்னொன்றுக்கு கணிசமான மாற்றம் இருந்தது இப்படிமத்தில் உணர்த்தப் பட்டுள்ளது.

கலியுகத்தில் உள்ளார்ந்துள்ள வீழ்ச்சி, சமூக நெறிகளை நிர்வகிக்கும் சாதிய ஒழுங்கின் விவரிப்பு, படிப்படியாக தலைகீழாக்கப்படுவதாலும் அழுத்திக் காட்டப்படுகிறது: தாழ்ந்த சாதிகள், உயர்சாதிகளின் தகுதி நிலையையும் செயல்களையும் மேற்கொள்ளும்-முன்னர் அவற்றிற்கு அனுமதிக்கப்பட்டிராத சடங்குகளைச் செய்யும் அளவிற்கு. இது ஒருவிதத்தில்

தீர்க்கதரிசனம், நெறிமுறைகளுக்குச் சவால்விடும் தற்போதைய மாறுகின்ற நிலைமைகள் குறித்த பயமும்தான். இவ்வாறு சத்திரிய/உயர்சாதியினரல்லாத ஆனால் தோற்றுவாயில்லாத மன்னர்கள், தாழ்ந்த சாதி சூத்திரர்கள் அல்லது சாதிய சமூகத்திற்கு வெளியிலுள்ளவர்கள் எளிதாக உயர்ந்த தகுதிநிலையைப் பெறமுடிந்தது. அவர்கள் இழிநிலையிலான சத்திரியர்கள் என்று குறிப்பிடுகின்றனர் ஆனால் அது அவர்தம் அதிகாரத்தை பலவீனப்படுத்துவதில்லை. இன்னும் பெரிய விநாசம்கூட பெண்களின் விடுதலையாயிருக்கும். ஆணாதிக்க சமூக நெறிகளுக்கேற்ப, சாதிய சமூகம் தொடர்ந்திட, பெண்களை அடிமைப்பட்டிருப்பது அவசியமாதலால், இதுவும் இச்சமூகத்தைச் சிதைப்பதில் வரம்பிடவும் செய்யும். பிரதி கூறுவதுபோல, தலைகீழாக்கப்பட்ட உலகமாயிருக்கும். வருகின்ற எதிர்காலம் கற்பனாவாதச் சமூகம் என்பதைவிடவும் சீர்கெட்ட சமூகமாயிருந்தது. சுழற்சிக் காலத்திலுள்ள தர்க்கத்தின் ஒருபாதி, சுழற்சியில் இறங்குமுகங்களும் ஏறுமுகங்களும் உள்ளன என்பதே. பொற்காலத்திற்குத் திரும்பிட, ஒட்டுமொத்த சுழற்சிகளைத் துண்டிக்க வேண்டும், அதுவும் கற்பனாவாதச் சமூகத்திற்கு நேர் எதிரான நிலைகளில்.

வீழ்ச்சி நிலைமை கடுமையானால், விசுவாசிகள் மலைகளுக்குத் தப்பியோடி, பிராமணர் கல்கியின் வருகைக்காகக் காத்திருப்பார்கள்-விஷ்ணுவின் பத்தாவது அவதாரமாகக்கூறப்படும் கல்கி, சாதிச் சமூகத்தின் நெறிகளை மீட்டெடுப்பார். கடைசி புத்தர் மைத்ரேய புத்தரின் வருகைக்கு இணையானது கல்கியின் கருத்தமைவு-மைத்ரேய புத்தர் அழிவிலிருந்து உண்மையான சித்தாந்தத்தைக் காத்து பௌத்தத்தை மறுநிர்மாணம் செய்வார். இம்மீட்பர்களில் பலர், ஆரம்பகட்ட கிறித்தவ சகாப்தத்தை ஒட்டி, எழுந்தனர் அல்லது கவனத்தை ஈர்த்தனர்-அப்போது வைணவம், பௌத்தம், ஜொராஷ்ட்ரியனியம், கிறித்தவம் என அவர்கள் சார்ந்த நம்பிக்கை அமைப்புகள், இந்தியாவிலிருந்து கிழக்கு மத்தியதரைக்கடல் பகுதிக்கு நீண்டிருந்த பிரதேசத்துடன் நெருங்கிய தொடர்பில் இருந்தன. கல்கி இன்னொரு பொற்காலத்தைத் தொடங்கிவைப்பதால், அவரின் வருகை, மகாயுகத்தின் கொந்தளிப்பான முடிவுக்கு மாற்றானதாக வாசிக்கப்படக் கூடியதாகும். வரலாறு முடிவதில்லை, காலம்

நிற்பதில்லை, ஆனால் மாபெரும் சுழற்சியின் பிரும்மாண்ட நீளம் இருப்பதால், முடிவுச் சித்தாந்தம் உள்ளார்ந்திருக்கலாம்.

கலியுகம் பல்வேறு ஆதாரங்களில் அடிக்கடி பேசப்பட்ட கருத்தமைவாயிருந்தது; ஆனால் சுழற்சிக் கொள்கையின் விவரணங்கள் குறிப்பிட்ட பிரதிகளில் இடம்பெறுகின்றன. இப்பிரதிகளில்: முதலில் கி.மு. முதலாயிரத்தில் உருவாக்கப்பட்ட நீண்ட இதிகாசக் கவிதை மகாபாரதம்; கிறித்துவ சகாப்தத்தின் தொடக்கத்தில் எழுதப்பட்ட, சமூக கடமை-சடங்கின் தேவைகளை விதிக்கும் மனுதர்ம சாத்திரம்; கி.பி. ஆரம்ப நூற்றாண்டுகளில் எளிதில் கிடைக்கக்கூடியதாயும் செல்வாக்குள்ள மதப் பிரதிகளாயும் இருந்த புராணங்கள்.

சுழற்சிக்கால கொள்கைகள் இதிகாசத்தில் சேர்க்கப்பட்டிருப்பது, பிந்தைய இடைச்செருகல் பகுதிகளில் உள்ளதாக நம்பப்படுகிறது; இவ்விதிகாசம் புனித இலக்கியமாக மாற்றப்பட்டபோது, பிராமண பதிப்பாசிரியர்களால் செருகப்பட்டதாக எண்ணப்படுகிறது. தர்மசாத்திரங்களை எழுதியோரும் பிராமணரே. புராணங்களில் சில பாணர்களால் எழுதப்பட்டதாகக் கூறப்பட்டிருப்பினும், மீண்டும் அவை பிராமண ஆசிரியர்களால் பெரிதும் தணிக்கை செய்யப்பட்டன. ஆகவே, இக்கருத்துகளை ஆதரிக்கும் பொது ஆசிரியத்துவம் இருக்கின்றது.

வில்லியம் ஜோன்ஸ், ஹென்றி தாமஸ், கோல்ப்ரூக், எச். எச். வில்சன் போன்ற கீழைத்தேயவாதிகளால் இப்பிரதிகள் ஆய்வு செய்யப்பட்டு மொழிபெயர்க்கப்பட்டன என்பதுதான் நவீன கொள்கைகளுடனான வரலாற்றெழுதியலின் பிணைப்பு. முன்-காலனியச் சட்டங்கள், மத நம்பிக்கைகள்-நடைமுறைகள், இந்தியாவின் கடந்த காலத்தைத் தேடுதலில், பிரித்தானியரின் புரிதலை அதிகரிக்கும் வகையில் இவ்வாய்வுகள் ஊக்குவிக்கப்பட்டன. இக்குறிப்பிட்ட பிரதிகளுக்குத் தொடக்கத்தில் முக்கியத்துவமளிக்கப்பட்டதால், அவற்றின் சுழற்சிக்கால விவரிப்பு, இந்தியாவின் ஒரேயொரு காலக்கணிப்பு வடிவமாக பார்க்கப்படலாயிற்று. இந்தியக் காலக் கருத்தமைவுகள் தொல்காலத்தின் பாவனைகள் என ஜேம்ஸ் மில் எவ்வாறு நிராகரித்தார் என்பதைப் புரிந்துகொள்ள முடியும்; ஆனால் நேர்கோட்டு அமைப்பிலான காலத்தை எச்.எச்.வில்சன் ஏன் அங்கீகரிக்கவில்லை என்பதை விளக்குவது சிரமமானதாகும்-விஷ்ணு புராணத்தில் வரும்

வாரிசுரிமைப் பட்டியலை அவர் விரிவாக ஆராய்ந்து, மொழிபெயர்த்திருப்பவர்.

கலியுகத்தில் என்ன நிகழ்ந்தது என்ற விபரங்களை விவரிக்கும் விஷ்ணுபுராணம், நேர்கோட்டுக் காலத்தின் பல்வேறுவகைமைகளை முன்வைக்கின்றது. வம்சானு சரித்திரப் பகுதி முதலில் வம்சாவளிகளையும் அடுத்து வம்சங்களின் கொடிவழிப் பட்டியல்களையும் கொண்டுள்ளது. இவ்வம்சாவளிகள், குடிகளின் தலைவனை சத்திரியன் என்கின்றன; சுமார் 100 தலைமுறைகளைக் கொண்டுள்ளன. அவற்றை அப்படியே உண்மை விபரங்களாகக் கொள்ளாமல், கடந்த காலத்தின் கண்ணோட்டங்களாக பகுப்பாய்வு செய்ய இயலும். கொடிவழிக் குலம் வம்சம் எனப்படுகிறது- இது மூங்கிலை அல்லது கரும்புக் குடும்பத்தாவரத்தைக் குறிக்கும்; பொருத்தமான குறியீடாக இருப்பது, ஏனெனில் இத்தாவரம் பகுதிபகுதியாக வளரும், ஒவ்வொன்றும் ஒவ்வொரு கணுவிலிருந்து வளரும். கொடிவழி மரபுடனான இவ்வுவமை மிகவும் சரியானது. தலைமுறைகளின் போக்காகப் பார்க்கப்படும் ‘தலைமுறைக்காலம்’ என்று அழைக்கப்படக் கூடியதில், இப்படிமம் நேர்கோட்டுத் தன்மைக்கு அழுத்தந்தருகிறது. இன்று நம்மிடமுள்ள கடந்தகாலக் கட்டமைவு, கி.பி. ஆரம்ப நூற்றாண்டுகளைச் சேர்ந்தது; பின்னர் பல்வேறான யூகிக்கப்பட்ட பிணைப்புகளின் மூலம், பிந்தைய ஆட்சியாளரின் கோரிக்கைகளையும் தகுதிநிலைகளையும் மாற்றியமைத்துக்கொள்ள பயன்படுத்திக் கொள்ளப்பட்டதாக அறிய முடிகிறது.

ஆனால் அப்போக்கு இடையறாததாக இல்லை. தலைமுறை கால வகைமைகளைப் பிரித்திடும் கால அடையாளங்கள் உள்ளன. முதல் கால அடையாளம் பெருவெள்ளம், அது உலகத்தை வளைத்துக் கொண்டது, குலத்தலைவர் தலைமுறைகளின் தொடர்ச்சியிலிருந்து முன்-வம்சாவளிக் காலகட்டத்தைப் பிரிக்கிறது. பெரு வெள்ளக் காலத்து ஆட்சியாளர் ஒவ்வொருவரும் ‘மனு’க்கள் என்றறியப்பட்டு, பல்லாயிரமாண்டுகள் அரசாண்டனர். வெள்ளத்தின் போது, மீனாக அவதரித்த மனு, அப்போது ஆளும் மனுமுன் தோன்றி, படகொன்றைக் கட்டுமாறு அறிவுறுத்துகிறார். அது கடவுள்-மீனுடன் கட்டப்பட்டு, வெள்ளத்தினூடே இழுத்துச் செல்லப்பட்டு, மேரு மலையில் பத்திரமாக

இருக்கிறது. வெள்ளம் தணியும்போது, படகிலிருந்து வெளிவரும் மனு, ஆளும் குடிகளாகப் பிறந்தோரின் மூதாதை ஆகிறார். சுமார் கி.மு. எட்டாம் நூற்றாண்டுப் பிரதியில் முதலில் குறிப்பிடப்படும் வெள்ளம், பிற்பாடு புராணங்களில் விரிவுபெறுகிறது. மெசடோபிய தொல் கதையுடன் நெருக்கமான தொடர்பு கொண்டுள்ளது-நோவாவின் பேழை சார்ந்த பைபிள் கதையைப் போல, அதே ஆதாரத்தைச் சேர்ந்திருந்ததன் தழுவலாயிருக்கக்கூடும்.

வெள்ளத்திற்குப் பிறகு, தொன்மையான வீரர்கள் அல்லது சத்திரியர்களின் வம்சாவளிகளாகக் கருதப்பட்டவை அளந்தறியப்படுகின்றன. தலைமுறைகளின் தொடர்ச்சி, சூரிய-சந்திரர் பெயரிலான இரு குழுக்களாகப் பிரிக்கப்படுகின்றது; தொன்மம், யோகம், ரசவாதம் மற்றும் வேறுபல சந்தர்ப்பங்களிலும் பயன்படுத்தப்பட்ட, இடைவெளி மற்றும் நித்தியம் இரண்டுக்குமான குறியீட்டு வாதமாயிருந்தது. சூரிய-சந்திரர் வரிசைகள் வேறுபட்ட வம்சாவளி அமைப்பை அடையாளப்படுத்தும். சூரிய வரிசை அல்லது சூரிய வம்சம் ஆதார மூதாதைக்கு அழுத்தமளித்து, மூத்த மகன்களின் வரிசையை மட்டும் பதிவு செய்ததாகக் கூறப்படுகிறது. இவ்வம்சாவளி அமைப்பு செங்குத்தான இணைகளை வடிவமைக்கிறது. ராமாயணத்தில் தகுதிநிலையுள்ள குடும்பங்கள் சூரிய வம்சத்தைச் சேர்ந்தவை. சந்திர வரிசை அல்லது சந்திர வம்சம் வேறுபட்டது. பகுதிகளாலான அமைப்பு வடிவில் அது இருக்கிறது. வம்சாவளிக் கோடுகள் பிரிந்துபோகின்றன-கருதிக் கொள்ளப்பட்ட மகன்கள், அவர்களின் மகன்களெல்லாம் இவ்வமைப்பில் நிறுத்தப்படுவதால். பகுதிகளாலான அமைப்பினையொத்ததில் உள்ள சாதகம், நிலவுகின்றவற்றுடன் அவற்றைப் பிணைத்து, ஒரு கொடிவழியில் பல்வேறான குழுக்களை இணைத்துக்கொள்ள முடியும். இன்னொரு இதிகாசமான மகாபாரதத்தில் இவை சமூக அமைப்பைக் கட்டமைப்பு செய்கின்றன.

சூரிய வம்சம் மெல்லத் தேய்ந்துவிடுகிறது, ஆனால் சந்திரவம்சத்தைச் சேர்ந்தவர்கள் இரண்டாவது கால அடையாளத்தில் ஒன்றிணைக்கப்படுகின்றனர்- மகாபாரதத்தில் விவரிக்கப்பட்டுள்ளவாறு, அக்காலத்தின் அநேகமாக ஒவ்வொரு குலமும் சண்டையில் பங்கேற்றபோது, குருசேத்திர யுத்தம் நிகழ்ந்தது எனப்படுகிறது. தொன்மையான சத்திரிய வீரர்களது கீர்த்தியை இந்த யுத்தம் முடிவுக்குக் கொண்டுவந்தது. கடந்த

காலத்தின் பிரதிநிதித்துவத்தில், வம்சங்களின் காலமாயிருந்த, அடுத்து வந்த காலத்தைச் சேர்ந்த நாயகர்களின் காலத்தை யுத்தம் பிரித்துப் போடுகிறது. மாற்றத்தைச் சுட்டிக்காட்டுவது, எடுத்துரைப்பு கடந்த காலத்திலிருந்து எதிர்காலத்திற்கு நகர்ந்து, தீர்க்கதரிசனமாக வாசிக்கிறது. இது குறிப்பாக, அரசவை வட்டாரங்களில் செல்வாக்குப் பெற்றுள்ள சோதிடத்தை வேண்டுகிறது.

விஷ்ணுபுராணத்தின் இப்பிரிவிலுள்ள எடுத்துரைப்பு, அவ்வப்போதான ஆனால் குறைந்தபட்ச விளக்கவுரையுடன், ஆட்சியாளரின் பெயர்களுடன் பெரிதும் வரம்பிடப்படுகிறது. சிலவேளைகளில் ஆட்சியாண்டுகள் உள்ளடக்கப்பட்டு, நேர்கோட்டுக் காலவுணர்வை சிறப்பித்துக் காட்டுகிறது. முந்தைய பகுதியின் சத்திரியக் குடும்பங்களைப் போலன்றி, வம்சங்கள் அவற்றிற்கிடையே உறவுமுறைப் பந்தங்களைக் கொண்டிருப்பதில்லை மற்றும் சத்திரியரை விடவும் பிராமண/ சூத்திர சாதியைப் பெற்றுள்ளன. நடைமுறையில், ஆளுகின்ற தொழில் எந்த சாதிக்கும் உரியதாகவே தோன்றுகிறது - இது கலியுகத்தின் தலைகீழ் மாற்றங்களுக்கு இன்னுமொரு எடுத்துக்காட்டு, வம்சங்கள்-ஆட்சியாளர்களின் பெயர்கள், இப்போது பெரும் அளவில் வெளியிடப்படும், கல்வெட்டுகள் போன்ற பிற ஆதாரங்களில் சில வேளைகளில் துணை நிறுத்தப்படுகின்றன.

தலைமுறைக் காலத்தை இணைத்துக்கொள்ளும் வம்சாவளிகள், நேர்கோட்டு காலச் சட்டகத்திற்குள் உள்ளன. தொன்மையான இந்திய வரலாற்று மரபு எனப்படுவதில் உள்ளடக்கப்பட்ட பிரதிகளான இதிகாச புராணங்கள், 'இருந்தபடியே' கடந்த காலத்தைப் பிரதிநிதித்துவப் படுத்துவதாக கூறிக்கொள்கின்றன. வெள்ளம், வரலாற்றுக் காலத்திலிருந்து தொன்மத்தின் காலத்தைப் பிரிப்பதாகத் தோன்றுகிறது. வெள்ளத்திற்குப் பிறகு தனித்துவமான ஆரம்பம் மற்றும் சமமான அளவில் தனித்துவமான முடிவு யுத்தத்தில் உள்ளது. காலத்தின் அம்பு தலைமுறைகளினூடே முனைப்புடன் யுத்த களத்தைச் சென்று சேருகிறது. இத்தகைய எல்லாப் பட்டியல்களையும் போலவே, இட்டுக் கட்டப்பட்டதான தன்மை இப்பட்டியல்களில் இருக்கலாம். நேர்கோட்டுத்தன்மையதாயுள்ள, கால வடிவின் கண்ணோட்டத்தில் உள்ளதுபோல அவ்வளவு பொருத்தமானதில்லை. வட இந்தியாவின் பெரும்பகுதியை

ஆட்சி புரியும் வம்சங்களைப் பதிவு செய்யும், விஷ்ணுபுராணத்தின் அடுத்த பகுதியில் இது மேலும் சிறப்பித்துக் காட்டப்படுகிறது.

இவ்வாறு ஆட்சியாளர்களின் தொடர்ச்சியை விவரிக்கும் புராணங்களின் பகுதி, மூன்று விதக் காலங்களைக் கொண்டுள்ளது. வெள்ளத்திற்கு முந்தைய ஆட்சியாளர்களான மனுக்கள், பிரபஞ்ச நேரம் எனப்படக்கூடியதான ஒன்றில் குறிப்பிடப்படுகின்றனர்-அது மாபெரும் சுழற்சிகளின் எல்லையையும் தாண்டியது. இது அநேகமாக காலத்திற்கு முந்தைய காலத்தைச் சென்று சேரும் வடிவமாகும். வம்சாவளிகள், வம்சங்கள் என்னும் மேலும் இரு மானுட காலச் சட்டகங்களிலிருந்து இது தொலைவானது. சம்பிரதாய ரீதியில் வரலாறாகக் கருதப்படுவதன் இருப்பு, இவற்றுடன் தலைகாட்டத் தொடங்குகிறது. வரலாற்றுக் கால திசையிலான இந்நகர்வு, வரலாற்றுடன் நெருக்கமாய் பிணைந்துள்ள, காலத்தை அளந்திடும் இன்னொரு வடிவத்துடன், அதாவது சகாப்தங்களின் உருவாக்கத்துடன் தொடர்பு கொண்டிருக்கக்கூடும்.

குறிப்பிட்ட சகாப்தமான *சம்வாத்தின்* பயன், வரலாற்றுக் கால கிரமத்துடன் தொடர்புகொண்டு, அரசவை மீதான கவனக் குவிப்புடன், அதிகரிக்கப்பட்ட அரசியல் அதிகாரப் பிரக்ஞையிலிருந்து வளர்ந்திருக்கக்கூடும். கி.மு. மூன்றாம் நூற்றாண்டில் ஆட்சி செய்த, மௌரியச் சக்கரவர்த்தி அசோகரது ஆரம்பகட்ட கல்வெட்டுகள், அவர் முடிசூட்டிக் கொண்டதிலிருந்து எண்ணப்படும் ஆட்சி ஆண்டுகளில் உள்ளன. வரலாற்று தினங்களுக்கு பொதுவாக ஏற்கப்பட்ட அடிப்படைப் புள்ளியாயிருக்கின்ற, சகாப்தம் ஒன்றை நிறுவுவதற்கான உந்துதலை இது அளித்திருக்கக்கூடும். ஆனால் பௌத்தக் கணக்கீட்டில், புத்தரின் மரணம் *மகாபரிநிர்வாண* தினத்தைத் தொடக்கப்புள்ளியாக எடுத்துக் கொள்வதாக இருந்திருக்கும்-பௌத்த வரலாற்று எடுத்துரைப்பில் சம்பவங்களுக்கு எடுத்துக் கொள்ளப்பட்டது போலவே. மிகவும் ஆரம்பகட்ட, சமயச்சார்பற்ற சகாப்தம், அதிகம் பயன்படுத்தப்பட்ட கி.மு. 58-இன் *கிருத* சகாப்தமாகும்-பின்னர் இது *மாளவ சகாப்தம்* எனப்பட்டது, ஆனால் மக்கள் வழக்கில் *விக்கிரம சகாப்தமாக* அறியப்பட்டது. இதன் தோற்றம் குறித்து மிகுந்த சர்ச்சை இருந்துள்ளது. தற்போதைய

கருத்தொற்றுமை, ஒப்பீட்டளவில் முக்கியமற்ற மன்னன் முதலாம் *ஆஸெஸ்* உடன் தொடர்புடையதாக உள்ளது. தற்போது வரையிலான இதன் கச்சிதமான தொடர்ச்சி, சிறியதொரு மன்னரின் முடிசூட்டுதலைவிடவும் வேறு தொடர்புகளை உணர்த்துகின்றது-ஏனெனில் ஒரு வம்சம் வீழ்ச்சியுறுகையில் சகாப்தங்கள் பெரிதும் கைவிடப்படுகின்றன. வானியலுடன் தொடர்பு இருந்திருக்கக்கூடும் ஏனெனில் தீர்காம்ச ரேகையைக் கணக்கிடுவதற்கான புள்ளியான உஜ்ஜயினி மாளவர்களால் கைப்பற்றப்பட்ட பகுதியில் இருந்தது.

வரலாற்று நிகழ்வுகள் சகாப்தங்களைத் தொடங்குவதற்கான நியாயமாயின. கி.பி. 78-இன் *சக சகாப்தம்*, 248,249-இன் *செடி சகாப்தம்*, 319-320-இன் குப்த சகாப்தம், 606-இன் *ஹர்ஸ சகாப்தம்* என சகாப்தங்களின் மலர்ச்சியாகின. இவற்றை ஆரம்பித்த பெரும்பாலோர் குறுகிய கால ஆட்சியாளராயிருந்து, பெரிய அரசுகளை நிறுவுவதில் வெற்றிபெற்றிருந்தனர். தகுதிநிலையின் அடையாளமான, கி.பி. 1075-இன் *சாளுக்கிய-விக்கிரம சகாப்தம்*, சாளுக்கிய மன்னர் ஆறாம் விக்கிரமாதித்யரின் மேன்மைக்கான கோரிக்கையாக மட்டுமின்றி, விக்கிரமாதித்யர் ஆட்சிக் கட்டிலில் ஏறுவதற்கான நியாயத்தையும் கொண்டிருந்தது. சகாப்தங்களை ஆக்குவதும் கைவிடுவதும் அரசியல் தெரிவின் நடவடிக்கையாயிருந்தன. ஒரு சகாப்தத் தொடர்ச்சி, காலண்டரின் தொடர்ச்சி மட்டுமின்றி, சகாப்தம் எதைக் கொண்டாடுகிறது என்பதுடன் பிணைக்கப்பட்டிருந்த தொடர்புகளையும்தான். சகாப்தத்தைத் தொடங்குவதில் பொதிந்துள்ள சிந்தாந்தம் வரலாற்றுக் கவனத்தை ஈர்க்கிறது.

வம்ச வரலாற்றுடன் தொடர்புடைய நிகழ்வுகள் மட்டும் ஒரு சகாப்தத்தை ஆரம்பிப்பதற்கான சந்தர்ப்பமல்ல. *மகா பரிநிர்வாணா* என்னும் புத்தரின் இறந்த ஆண்டை அடிப்படையாகக் கொண்ட காலக்கணக்கீடு பௌத்த உலகில் பரவிற்று. இந்த ஆண்டு பொதுவாக கி.மு. 486 அல்லது 483 எனப்படுகிறது. எனினும் சமீபத்தில், ஜெர்மானிய இந்தியவியலாளர் ஹெய்ன்ஸ் பெகெர்ட் போன்றோர் இதனை ஆட்சேபித்துள்ளனர்; இன்னும் ஒரு நூற்றாண்டுக்குப் பின்னர் மகா பரிநிர்வாணத்தைக் கொண்டுவர விரும்புகின்றனர். இருந்தபோதும், முக்கியமானது என்னவெனில், மதக்கூட்டங்கள், மடாலயங்களை நிறுவுதல், மன்னர்கள் அரியணை ஏறுதல்கள் போல, பௌத்தப் பிரதிகளில்

விவரிக்கப்படும் நிகழ்வுகள், புத்தரின் இறப்பிலிருந்து கணக்கிடப்படுகின்றன என்பதே.

வரலாற்று ரீதியில் முக்கிய நிகழ்வுகள் என்று தாம் கருதியவற்றை பதியும் போதும் எடுத்துரைக்கும் போதும் பௌத்த சரிதங்கள் காலத்துடனும் வரலாற்றுடனும் கொண்ட அக்கறையை எடுத்துக்காட்டுகின்றன. எடுத்துக்காட்டாக, வரலாற்று நிறுவனர் கௌதம புத்தருடன் தொடங்கும் பௌத்த சங்கத்தின் வரலாறு; பௌத்தச் சங்கத்திற்கும் அரசுக்கும் இடையிலான உறவுநிலைகள்; பிரிந்து செல்லும் பிரிவுகள் நிறுவப்படுதல் மற்றும் இப்பிரிவுகளுக்கு இட்டுச் சென்ற நிகழ்வுகள்; நிலம், சொத்து, முதலீடுகளை மானியங்களாக அளிக்கும் ஆவணங்கள்; மடாலய ஒழுங்கு குறித்த விவகாரங்கள் என. இவையெல்லாம் பல்வேறு வழிகளில் நேர்கோட்டுக் காலத்துடன் பிணைந்துள்ளன. புத்தரின் வாழ்க்கை நிகழ்வுகள் மற்றும் அமைப்பின் வரலாறு என்று பார்க்கப்பட்டவற்றுடன் பௌத்த காலண்டர் மாட்டிவைக்கப்பட்டது. இருப்பினும் பௌத்த காலகிரமத்தின் நேர்கோட்டு அடிப்படை, சுழற்சிக் காலக் கருத்துகளுக்கு எதிர்நிலையில் நிறுத்தப்பட்டன. இவை புராணங்களிலிருந்து தனித்துவமான தமது சிக்கல்களைக் கொண்டிருந்தன. இது பௌத்தத்திற்கே உரியதல்ல. கி.பி. முதலாயிரத்திலிருந்து சமண மையங்கள் இதே விதமான ஆவணங்களைப் பராமரித்தன. நியாயங்கொண்டவையாக இருக்கும் பொருட்டு, வரலாறுகள் ஒரு புள்ளிவரை இயைந்து போகவேண்டியிருந்தன. இத்தகைய வரலாறுகளை அப்படியே எடுத்துக் கொள்ளமுடியாது, இன்றைக்கு நிச்சயமாக முடியாது. வரலாற்று ஆதாரங்களாகப் பயன்படுத்தப்படும் பல பிரதிகளைப் பொறுத்தவரை, அவற்றின் வரலாற்று அம்சங்களை, அப்போது பரவியிருந்த சமூக-பண்பாட்டு மரபினூடே விடுவித்துப் பார்க்க வேண்டியுள்ளன.

ஆரம்பகால இந்திய வரலாற்றுச் சரிதங்கள் என்று கருத்தப்படுபவையாக உள்ளவற்றுக்கு வரலாற்றுக் காலம் அவசியமானது. இக்கல்வெட்டுகள் ஆட்சியாளர்கள், அலுவலர்கள் மற்றும் பிறர் என பல்வேறு நபர்களால் ஏற்படுத்தப்பட்டவை. சுருக்கமாக என்றாலும் அவை ஒரு வம்சத்தின் காலகிரமமான, சம்பவங்களின் வரிசையான வரலாறை அடிக்கடி எடுத்துரைக்கின்றன. இவற்றில் சில, நில உரிமை வழங்கும் சட்ட ஆவணங்கள், உரிமைப்பத்திர

சான்றுகள். ஓர் ஆவணத்திற்கு அதிகாரமும் அசலான தன்மையும் அளித்தது காலத்துல்லியமே. மதம் சார்ந்தவர்களுக்கான நில/சொத்து மான்யம், நன்கொடை அளிப்பவருக்கு அதிகபட்ச நன்மை கிடைக்கத்தக்க வகையில், மங்களகரமான வேளையில் அளிக்கப்படவேண்டும். இந்த மங்களகரமான வேலை, நுணுக்கமாகச் சோதிடரால் கணக்கிடப்பட்டு, மான்யத்தைப் பதிவு செய்யும் கல்வெட்டில் குறிப்பிடப்பட்டது. மற்ற மானியங்களும் துல்லியமான நாட்களைக் கொண்டிருந்தன. இந்தத் துல்லியமே, கிரிகோரியன் காலண்டரிலுள்ள சமமான தினத்திற்கு கல்வெட்டு தினங்களைக் கணக்கிட்டுப் பார்க்க நமக்கு வழிவகை செய்கிறது. இவற்றில் பெரும்பாலானவை இந்தியவியலாளரால் கவனமாக ஆய்வு செய்யப்பட்டுள்ளன. எனினும், காலகிரம விபரங்களைத்தாண்டி, இவற்றில் பிரதிபலிக்கப்படும் காலக் கருத்தமைவுகளை அறிந்திட சிறியதொரு முயற்சியே தேவைப்படும்.

கல்வெட்டுகள், ஆட்சிக்கால நிகழ்வுகளின் அதிகாரபூர்வ பார்வையை பதிவு செய்து, ஒவ்வொரு ஆளும் குடும்பத்தாலும் வெளியிடப்பட்டன. போட்டிச் சூழலில் அதிகாரத்தை நியாயப்படுத்துதல், பல நடவடிக்கைகளின் வரிசையை உள்ளடக்கி இருந்தது. அவற்றில் ஒன்று நிலமானியங்கள் வழங்குதல்-குறிப்பாக மதம்சார்ந்த பயனாளிகளுக்கு-அவர்கள் அப்புறம் ஆளும் குடும்பத்திற்கு ஆதரவு வலைப் பின்னலாக செயல்படுவர். நிறுவப்பட்ட ஆளும் குடும்பங்களுக்கு சமமான தகுதிநிலையை கோரிக்கொள்ள, அரசாளும் நிலைக்கு உயர்ந்துள்ள, அறியப்படாதிருந்த குடும்பங்களுக்கான சந்தர்ப்பமாக இது இருந்தது-இக்கூற்றினை நிரூபித்திட பயனாளிகள் ஆயத்தமாயிருந்தனர். மான்யத்துடன் இடம்பெறும் ஆவணம் அழிக்க முடியாத சாதனத்தில் பதியப்படவேண்டும்-தாமிரம்/கல் என. மானியங்கள், முந்தைய காலங்களை அல்லது போட்டி ஆட்சியாளர்களுடையதை விடவும் கச்சிதமானவையாக, தாராளமானவையாக இருக்க வேண்டியிருந்தன.

பலநேர்வுகளில், நன்கொடைகள் அவற்றை அளிப்பவரின் வருவாயிலிருந்து எடுக்கப்பட்டதாயும், அதிகபட்ச நம்பிக்கையைக் கொண்டிருந்ததாயும் விளங்கின. ஆனால் நன்கொடைகள் கருவூலத்திலிருந்து அளிக்கப்படுவதாக இருந்த சில நேர்வுகளில், அளிப்பதைவிடவும் அதற்கான நிகழ்ச்சிப்

படாடோபமே பெரிதாயிருந்தது. பிற பண்பாடுகளிலும் காணப்பட்ட இவை, கவனத்தை ஈர்க்கும் பொருட்டே நிகழ்ந்தன. வடமேற்கு பசிபிக் பண்பாடுகளின் மானுடவியல் கோட்பாடுகளை நினைவூட்டுகின்றன இவை-போட்டியுணர்வில் வழங்கப்படும் சடங்கு வடிவிலான சொத்து, தகுதிநிலையைக் கோரிக் கொள்வதற்கான சிறந்த வடிவமாக உள்ளது. சடங்குகள் ஒன்றே போன்றிருப்பதில்லை என்பது வெளிப்படை. ஆனால் இதுபோன்றவற்றில் வெளிப்படையானவற்றைத் தவிர்த்து அர்த்தங்களைத் தேடவேண்டியுள்ளது.

17-ஆம் நூற்றாண்டிலிருந்து, வம்சாவளிகள், கொடிவழி வரலாறுகள், சகாப்தங்கள் போன்ற, நேர்கோட்டுக்கால அம்சங்களை ஒன்றிணைத்திடும், வரலாற்றுப் பிரதிகளின் இன்னொரு வகைமையின் பெருக்கம் உள்ளது. இவை மன்னர்கள் அல்லது அவ்வப்போதைய அமைச்சரின் வாழ்க்கை வரலாறுகள்-சரித்திர இலக்கியம் எனப்பட்டது. வாழ்க்கை வரலாற்றிற்குரியவர் உடனிகழ்கால ஆட்சியாளராக இருந்தார், அவ்வாழ்க்கை வரலாறு, அவரது குடும்பத் தோற்றம், அவரது மூதாதைகளின் வரலாறு குறிப்பாக அக்குடும்பத்தை ஆட்சியில் அமர்த்திய நிகழ்வு போன்றவற்றை எடுத்துரைத்தது. அவரது ஆட்சியின் மைய நிகழ்வு, வாழ்க்கை வரலாற்று ஆசிரியராலும் மன்னராலும் சேர்ந்து மதிப்பீடு செய்யப்பட்டு, பொருத்தமான இலக்கிய அலங்காரத்துடன், சமயங்களில் படாடோபமாயும் புகழ்ந்துரைப்பதாயும் விவரிக்கப்பட்டது. ஆட்சியுரிமைக்கு வந்ததைப் பாதுகாப்பதும் மூத்தவனுக்குள்ள ஆட்சி உரிமையை தகர்ப்பதும்தான் பெரிதும் உத்தேசமாயிருந்தது. சில வேளைகளில் மன்னரின் நடவடிக்கையை நியாயப்படுத்திட தெய்வத்தின் தலையீடு தேவைப்பட்டது. இத்தலையீடுகள் அதிகமாக இடம்பெற்றிருந்தால், அவர்களின் உத்தேசம், விவரிக்கப்படுவதிலிருந்து வேறானது என்பதை வாசகர்கள் புரிந்துகொள்ளவேண்டும். வாழ்க்கை வரலாறுகளின் உத்தேசங்கள் எதுவாயினும், நேர்கோட்டுத் தொடர்ச்சியில் ஒரு மன்னரின் ஆட்சிக்கால முக்கிய நிகழ்வுகள் சிலவற்றை அவை விவரிக்கவும் முன்வைக்கவும் செய்தன.

வம்ச சரிதங்கள் அல்லது மண்டல வரலாறுகள்கூட நேர்கோட்டு காலத்திடமிருந்து நியாயத்தைப் பெற்றன. இவை வம்சாவளிகள், வாரிசுப் பாதை என்று பொருள்படும். இவற்றில் மிகப் புகழ்பெற்றது, கல்கனரின் ராஜதரங்கிணி; ஆனால் கி.பி.

இரண்டாவது ஆயிரத்தின் மத்தியைச் சேர்ந்த, துணைக் கண்டத்தின் வேறுபல பகுதிகளிலிருந்து இதனையொத்த ஆனால் கச்சிதம் குறைந்த எடுத்துரைப்புகள் வருகின்றன- மேருதுங்கரின் *பிரபந்த சிந்தாமணி*, நேபாளத்தைச் சேர்ந்த *கோபாலராஜா வம்சாவளி* என்பன போல. குறுநில மன்னரின் பிரதேசமாயிருந்து ஒரு வம்சத்திற்குரிய அரசாகப் பார்க்கப்படும் வேளையில், கடந்த கால ஆவணங்கள் ஒப்பிடப்பட்டு, சரிதம் ஒன்று தொகுக்கப்படும். இது முக்கிய நிகழ்வுகளாகக் கருதப்பட்டவற்றின் இதுநாள் வரையிலான எடுத்துரைப்பாக பராமரிக்கப்பட்டது. தம் ஆரம்பப் பிரிவுகளில் இச்சரிதங்கள், புராணங்களின் தொன்மையான நாயகர்களது வம்சாவளிகள் சிலவற்றை இணைத்துக்கொள்ள, உள்ளூர் மன்னர்களுடன் அந்நாயகர்கள் பிணைக்கப்படுவார்கள். ஒரு மண்டலத்தின் சரிதத்தை எழுதுவது, அம்மண்டலத்தை அங்கீகரிக்கும் இன்னொரு வடிவமாகியது, அதன் ஆட்சியாளர் தொடர்ச்சியை நியாயப்படுத்துவதாகியது.

இப்பிரதிகளில் காலம் நேர்கோட்டிலுள்ளது, சுழற்சிக்கால யூகங்கள் உட்பொதிந்திருக்கலாம் ஆனால் தொலைதூரத்தவையாய் இருக்கின்றன. சுழற்சிக்காலம் மறுதலிக்கப்படாமல், பெரும் கணக்கீட்டில் உள்ளது. நிலக் கொடைகளைக் கூறும் கல்வெட்டுகளில் நீண்டதொரு காலத்தொடர்ச்சி அனுமானிக்கப்பட்டு, மகாயுகத்தையும் தாண்டியதாக உள்ளது. அந்நிலக்கொடை 'சந்திர-சூரியர் உள்ள மட்டும்' என்பதாகப் பொறிக்கப்பட்டிருக்கும். காலம் பல மட்டங்களில் சிந்திக்கப்பட்டுள்ளது என்பது தெளிவாகிறது. ஒரே வேளையில், ஒன்றுக்கு மேற்பட்ட கால வடிவம் பயன்படுத்தியமை, அடுக்குகளாக அது பிரதிநிதித்துவப்படுத்தல், சமூகத்தின் வெவ்வேறான பகுதிகள் தம் கடந்த காலத்தை வெவ்வேறாக பார்க்கக்கூடும் என்பதைச் சுட்டிக்காட்டவே செய்கிறது. ஒரு வரலாற்றாசிரியர் இக்கண்ணோட்டத்தை அங்கீகரித்திட, காலப்பயன்பாட்டின் நுணுக்கங்களுக்குள்ளேயான பலவான கண்ணோட்டங்களில் ஒன்றாக, கடந்த காலத்தைப் பார்ப்பதில் ஒருவித உணர்வு நுட்பம் தேவைப்படுகிறது.

முந்தைய சுழற்சிகளில் தெய்வங்களும் அவதாரங்களும் இடம்பெறத் தலைப்படுகின்றன. ஆனால் மானுடத்தராசு சார்ந்த நிகழ்வுகள், மிகவும் செயல்பாட்டு நேர்கோட்டு காலமாகப் பார்க்கப்பட்டிருக்கக்கூடியதன் பகுதியாக சரிவர

வெளிப்படுத்தப்படுகின்றன. அவை சுழற்சிக் காலக் குறிப்பை விலக்கிவிடுவதில்லை. 7-ஆம் நூற்றாண்டு கல்வெட்டு ஒன்று, கி.பி. 78-இன் சக சகாப்த நிகழ்வைப் பதிவு செய்கின்றது; கலியுக காலக் குறிப்பினை உள்ளடக்கியிருக்கிறது. கலியுகம் போன்ற ஒன்று குறிக்கப்பட வேண்டுமானால், தேவைப்படுவதாகத் தோன்றுவது ஒரு வரலாற்றுக் காலம்தான்.

சடங்கு சார்ந்த பிரதிகளில் குறிப்பிடப்படுவது பெரிதும் நான்கு சகாப்தங்களே. எனினும் வம்சாவளிகளிலும் கல்வெட்டுகளிலும் உள்ள உடனடி காலக்குறிப்பு, நேர் கோட்டுக் காலமே. இவ்வூடறுப்பு இருந்தபோதும், ஒவ்வொரு வடிவத்தின் செயலும் வேறுபடுத்தப்படுகிறது. ஒரே பிரதியில் ஒன்றுக்கு மேற்பட்ட கால வடிவம் இருப்பது, ஒவ்வொன்றைப் பற்றியும் வெவ்வேறான அறிக்கைகள் தரப்படுவதை நமக்குச் சுட்டிக்காட்டும் உத்தேசத்தைக் கொண்டிருக்கலாம். விஷ்ணுபுராணத்தில் சுழற்சிக் காலம், அண்டவியலின் பகுதியாக முன்னிறுத்தப்படுகிறது, நேர்கோட்டுக் காலமோ, வம்சாவளிகளையும் வம்சங்களையும் விவரிக்கும் வரலாற்றுப் பிரிவுகளுக்கு அடித்தளமாயிருக்கிறது. நேர்கோட்டுக் காலத்திற்குள்ளாக பாகுபாடு இருக்கமுடியும். குலங்கள், வம்சாவளிகள் மற்றும் அவற்றின் தலைமுறைகள், மன்னரது வம்சங்களுடன் ஒத்திராத விதத்தில் பதிவு செய்யப்படுகின்றன- இரண்டின் காலவரிசையும் நேர்கோட்டினதாக இருப்பினும். பிந்தையதுக்கு முன் நிகழ்கிறது முந்தையது. வடிவங்கள் மாறினும் நேர்கோட்டுத்தன்மை தொடர்ச்சியைச் சிறப்பித்துக்காட்டுகிறது.

ஆரம்பகால இந்தியாவில் பல்வேறு வடிவங்களிலான காலக் கணக்கீடு பயன்படுத்தப்பட்டன, நேர்கோட்டு-சுழற்சிக் காலக் கருத்தமைவுகள் பரிச்சயமாயிருந்தன என்று உணர்த்துவதுதான் எனது உத்தேசம். குறிப்பிட்ட கால வடிவத்தின் செயல்பாடு, அதனைப் பயன்படுத்தியோர் மற்றும் எதன் பொருட்டு பயன்படுத்தப்பட்டது என்னும் நோக்கம் ஆகியவற்றால் இத்தெரிவு முடிவு செய்யப்பட்டது.

★

வரலாற்றின் பகுதியாக, சமூக-அரசியல் செயல்பாடுகளுக்குள்ளே காலம் பிணைக்கப்பட்டது; சில வரலாற்று மரபுகளின் பல்வேறு உருவாக்கத்தில் அல்லது வெவ்வேறான

நோக்கங்களுக்காக காலத்தைப் பயன்படுத்திடும் அதே சமூகக் குழுவின் எழுத்தாளர்களது படைப்புகளில் சிலவற்றைக் காணமுடியும். வம்சாவளிகள் முதலில் பாணர்களால் தொகுக்கப்பட்டன, ஆளும் குலங்களின் உலகப் பார்வையை இணைத்துக்கொண்டிருக்கும், தம் பழங்காலத்தைப் பதிவு செய்வதை நோக்கமாக கொண்டிருந்திருக்கலாம், திடீர் ஆட்சியாளர்களாகிவிடக்கூடிய தம் புரவலர்களின் நியாயத்தையும் சமூக கோரிக்கைகளையும் நிறுவுவதற்காக பயன்படுத்தும் பொருட்டு இத்தொகுதிகள் பிராமணரால் தணிக்கை செய்யப்படவேண்டி வந்தபோது, இக்கடந்த காலம் பாணர்களிடமிருந்து எடுக்கப்பட்டு, புராண ஆசிரியர்களான பிராமணர்களால் தமதாக்கப்பட்டிருக்க முடியும். சுழற்சிக்காலக் கருத்தமைவு, தொலைவானதாயினும், முழுமையானதாக, பிராமணப் புரோகிதரின் சடங்குகளுக்கும் இதர அக்கறைகளுக்கும் மிகப் பொருத்தமானதாக இருந்தது. கடந்த காலம் குறித்த அவர்களது கண்ணோட்டங்கள் மானுடக் கட்டுப்பாட்டுக்கு அவ்வாறுள்ளதன் மீது அழுத்தமளித்தது. சுழற்சிக் கருத்தமைவு, எந்தவொரு கடந்தகாலத்தையும் இணைத்துக் கொள்ளக்கூடியதான உலகியல் சட்டகமானது. எனவே இவ்விரு காலக்கருத்தமைவுகளும், சமூக ரீதியில் தனித்துவமான இரு குழுக்களின் குறிப்பிட்ட அக்கறைகளுடனும் தொடர்புடையவை, ஆனால் பிராமண-சத்திரிய சாதிக் குழுக்களுடன் குறைந்த அளவே பிணைப்புடையவை, குலச்சமூகங்கள் அல்லது அரசுகள் போன்ற சமூக வகைமைகளுடன் அதிக அளவு பிணைப்புடையவை. மத சித்தாந்தங்களிலிருந்து எழும் பிற கொள்கைகளும், தமது சில முயற்சிகளில் இக்கருத்தமைவுகளில் செல்வாக்குச் செலுத்தின.

கைக்கொள்ளப்படுவதற்காகக் கடந்த காலம் நாடப்பட்டது. காலத்தின் பல்வேறான முன்னிறுத்தங்களுடன் அதனைத் தொடர்பு படுத்துவது, இதனைச் செய்வதற்கான வழிகளில் ஒன்று. அண்டவியல்களை உருவாக்கியவர்கள் என்ற வகையில் பிராமணர்கள், நான்கு யுகங்களின் சுழற்சி வடிவில் காலத்தைப் பெரிதும் குறிப்பிட்டனர். வம்சாவளிகளின் பராமரிப்பாளர்கள் அல்லது கல்வெட்டுகளைப் பொறித்தோர்கள் அல்லது அரசர்களின் வாழ்க்கை வரலாற்றாசிரியர்கள் என்ற வகையில், உடனடிக் குறிப்பு நேர்கோட்டுக் காலமாயிருந்தது. இந்த ஊடறுத்தல் அல்லது உள்ளடக்குதல் இருப்பினும், ஒவ்வொரு

வடிவத்தின் செயலும் வேறுபடுத்தப்படுகிறது. ஒன்றுக்கு மேற்பட்ட வடிவத்தை ஒரே வேளையில் பயன்படுத்துதல் மற்றும் அடுக்கடுக்கான அதன் பிரதிநிதித்துவம், ஒரு சமூகத்தின் வெவ்வேறு பகுதிகள் தம் கடந்த காலத்தை வேறுபட்டதாகக் காணக்கூடும் என்னும் உணர்வைச் சுட்டிக்காட்டுகின்றன. ஒரு வரலாற்றாசிரியன் இதனைக் கண்டுகொள்வதற்கு, கடந்தகாலத்தை, காலப் பயன்பாட்டுக்குள்ளேயான நுணுக்கங்களில் பல்வேறான கண்ணோட்டங்களாகக் காணும் உணர்வுக் கூர்மை அவசியம்.

ஒரே பிரதியில் ஒரு கால வடிவத்திற்கும் மேல் இருப்பது, ஒவ்வொன்றைக் குறித்தும் வேறுபட்ட அறிக்கைகள் தாக்கல் செய்யப்படுவதை நோக்கி, நமக்கு சுட்டிக்காட்டுவதை உத்தேசமாய்க் கொண்டிருக்கலாம். நேர்கோட்டுக் காலத்திற்குள்ளாகவே வேறுபடுத்தலும் இருக்க முடியும். தலைமுறைகள் தொடர்வதன் மீதமையும் வம்சாவளிக்காலம் எப்போதும் ஆவணத்தின் ஆரம்பத்தில் இருக்கும், சம்பிரதாய வரலாறு என நாம் கண்டுகொள்ள இருப்பதுடன் முன்னமையும். புராணங்களின் வாரிசுப் பட்டியல்களில், மண்டலச் சரிதங்களில்கூட, இது வெளிப்படையாகிறது; இவ்வடிவம் தொடர்ச்சியைச் சிறப்பித்துக் காட்டும். ஆனால் இது ஒன்றை இன்னொன்றின் முன் திட்டமிட்டும் சீராகவும் நிறுத்துவதுடன், கடந்த காலத்தின் இருவகைமைகளை வித்தியாசப்படுத்தும் வழிமுறையும்தான்.

கி.பி. முதலாவது ஆயிரத்தின் மத்திக்குப் பிறகு, சாத்தியப்படும் இடத்தே, கடந்தகாலம் மூதாதையைக் கட்டமைப்பதில், சட்ட உரிமைக் கோரிக்கைகளில், சொத்து உரிமைகளில் அறிமுகப்படுத்தப்படுவதாயிற்று. அக்கோரிக்கைகள் ஆட்சேபிக்கப்பட்டபோது இது அதிகமாயிற்று. கடந்தகாலம், காலத்தின் பல்வேறு பார்வைகளைக் கொண்டிருந்தது. பலருக்கு, நான்காவது காலம், மகாயுகத்தின் மாபெரும் சுழற்சியின் பகுதியாக இருப்பினும், நாயகர்கள்-மன்னர்களின் வரலாற்றின் நேர்கோட்டு வடிவங்களைக் கொண்டிருப்பதாகவே தெரிந்தது. சகாப்தங்கள் ஈர்ப்புடையதாக அவசியமாக ஆகின, பல்வேறு வம்சங்களின் கல்வெட்டுச் சரிதங்களில் துல்லியமான காலப்பகுப்பு பின்பற்றப்படலாயின, அரசரின் வாழ்க்கை வரலாறுகள் மற்றும் கடந்த காலத்தின் வரலாறுகள் எழுதுவதை ஆதரித்திட மண்டலச் சமூகங்கள் முனைப்புக் கொண்டன. ஒரு

வரலாற்றுணர்வு சில ஆதாரங்களில் பொதிந்திருந்தது ஆனால் மற்றவற்றில் புலப்பட்டது.

ஏற்கனவே நான் கூறியுள்ளபடி, இந்தியச் சமூகம் சுழற்சிக் காலக் கருத்தமைவை மட்டும் கொண்டிருந்தது என்னும் வலியுறுத்தல் கேள்விக்குள்ளாக்கப் பட்டிருக்கிறது. ஆனால் அதன் நிராகரிப்புகூட, ஆரம்பகட்ட இந்தியப் பிரதிகள் சிலவற்றில் தென்படுவதுபோல, வரலாற்று வடிவங்களின் அங்கீகாரத்தை இன்னும் ஊக்கப்படுத்தி இருக்கவில்லை. நேர்கோட்டுக் காலத்தின் இருப்பினை எடுத்துக் காட்டுவது வாயிலாக, இத்தகைய அங்கீகாரம் வலுப்படுத்தப்பட வாய்ப்புண்டு. ஒவ்வொரு சமூகத்திற்கும் தன் கடந்த காலம் குறித்த உணர்வு இருப்பதால், வரலாற்றை மறுதலிப்பதாகக் கூறப்படும் சமூகத்தை நிர்மாணிப்பது வீணானதாக இருக்கக்கூடும். நியாயப்படுத்தப்பட்டதோ இல்லையோ, ‘மற்றமை’யின் தனித்துவமான பண்பு நலன்களை ஆதரிப்பதற்கான வாதமாகவே இது இருக்க முடியும்; அய்ரோப்பிய வரலாற்று நோக்கிலிருந்து நெறியாக நம்பப்படுவது, இல்லாததாயிருக்கும்.

★

சுழற்சி-நேர்கோட்டுக் காலங்கள் என்னும் இரு காலக் கருத்தமைவுகள், காலத்தின் சாயல்களை இல்லாமலாக்குவதில்லை. இந்தியப் பிரதிகளில் மட்டுமே காலம் பல்திறமான படிமங்களில் சித்தரிக்கப்படுகிறது. வானத்தையும் பூமியையும், நீரையும் சூரியனையும், பலியையும் சடங்குச் செய்யுள்களையும் படைத்தது காலம் மற்றும் ஏழு கடிவாளங்களுடன் குதிரையில் சவாரி செய்தது, ஆயிரங்கண்களுடையது, முதுமையற்றது என்று சிலர் முன்வைக்கின்றனர். அல்லது உயிருள்ள ஒவ்வொன்றும் இறுதியில் மடிவது அதன் மூலமாகவே எனப்படும் அழிக்க முடியாத தெய்வமாயிருக்கிறது. மற்றவர்களுக்கு காலம் என்பது விண்ணுக்கும் மண்ணுக்கும் இடையில் இருந்து, வெளியினூடே கடந்தகாலத்தையும் நிகழ்காலத்தையும் எதிர்காலத்தையும் பின்னிச் செல்லும் அறுதிக் காரணியாயிருந்தது. பகவத்கீதையில் கிருஷ்ணன் காலோஸ்மி –நானே காலம்- என்றறிவிக்கின்றான்.

ஒரு சமூகத்திற்குள்ளேயுள்ள குழுக்கள், காலத்தை எப்படிப் பயன்படுத்தலாம் என்ற நிலையில் வெவ்வேறு விதங்களில் அதனைக் காட்சிப்படுத்துகின்றன. தொன்மங்களை

உருவாக்குவோர், மன்னர்களின் வரலாற்றாளர்கள், வரிவசூலிப்போர், காலத்தின் பல்வேறான படிமங்களை ஏற்கின்றனர். அண்டவியல் காலத்திற்கும் வரலாற்றுக் காலத்திற்குமிடையே பாகுபாடு செய்ய முடியும். முதலாவது காலத்தின் வசீகரப் புனைவாக இருக்க முடியும்; பிரக்ஞை பூர்வமான வசீகரப் புனைவாயினும் கவனமாக உருவாக்கப்பட்டது, எனவே அவற்றை உருவாக்கியோரையும் அவர்களது அக்கறைகளையும் பிரதிபலிப்பது. இரண்டாவது கணக்கிடப்பட்ட காலத்தின் செயல்பாடுகளின் மீதமைந்தது; கவனமாக உருவாக்கப்பட்டிருந்தாலும் வேறுபட்ட அக்கறைகளைப் பிரதிபலிப்பது, காலத்தை வரலாற்றின் உருவகமாகப் பார்க்கப்படவேண்டுமாயின்-அதையே நான் உணர்த்திவருகின்றேன்-காலத்தின் பலவான அமைப்புகள் மற்றும் அவற்றின் ஊடறுப்புகளை நாம் தேடியறிய வேண்டியுள்ளது.

வெவ்வேறு தோற்றங்களில் இந்த அத்தியாயம் முழுவதும் நான் சுட்டிக் காட்டியுள்ளவாறு, காலக் கருத்தமைவுகள், பண்பாட்டு எடுத்துரைப்பின் அம்சங்களாகியுள்ளன. சமயங்களில் வடிவங்கள் ஊடறுக்கின்றன, இன்னும்சில சமயங்களில் ஒன்று மற்றதை உள்ளடக்குகிறது, வேறுசில சமயங்களில் தனித்துவம் கொண்டுள்ளன. விஷ்ணு புராணத்தின் ஓர் அத்தியாயம், சுழற்சிக் காலத்தின் பல்வேறு காலங்களை விரிவாகவே விவரிக்கிறது. இன்னொரு அத்தியாயம், கலியுகத்தின் நாயகர்கள் மற்றும் வம்சங்களின் ஆட்சியாளர்களது வம்சாவளி விவரணங்களைத் தருகிறது. வாழ்தல் அமைப்பைத் தீர்மானிப்பதில், காலம் காணப்படுவதும் பயன்படுத்தப்படுவதுமான முறை, ஒரு சமூகப்பகுதி அல்லது ஒட்டுமொத்த சமூகத்தின் பண்பாட்டை உருவமைப்பதில் அதனை முக்கியக் கூறாக ஆக்குகிறது-அவ்வமைப்பைப் பின்பற்றுவது யார் என்பதைப் பொறுத்து.

4
பண்பாடாக அறிவியல்

வரலாற்றாசிரியர்கள் அறிவியல் வரலாற்றை இரு நோக்குகளிலிருந்து பார்க்கத் தலைப்படுகின்றனர். ஒன்று, அறிவியல் குறித்த நமது நவீன புரிதலால் தீர்மானிக்கப்படும், வானியல், கணிதம், மருத்துவம் போன்ற அறிவியல் பூர்வமானதாகக் கருதப்படும், குறிப்பான துறைகளின் பரிணாமத்தின் பரிச்சயமான நேர்கோட்டு முன்னிறுத்தல். கண்டுபிடிப்புகள்-கண்டறிதல்களைத் தனிமைப்படுத்தி, கறாராக அறிவியல் பூர்வமானதாகப் பார்க்கப்படும் அவ்வறிவின் மீது கவனக் குவிப்பு செய்வதற்கு அழுத்தம் தரப்படுகிறது. இன்னொன்று, அறிவியலைப் பண்பாடாக, சமூக உருவாக்கத்தின் பகுதியாகப் பார்க்கும் முயற்சி. இந்நோக்கு மிகவும் சமீபத்தியதாக, பரந்த கோணமுடையதாக உள்ளது; கலந்துறவாடல்கள்-சவ்வூடு பரவல்களின் பல அம்சங்களை மேற்கொள்ளும்-அது குறிப்பிட்ட அறிவு வடிவைத் தாங்கி நிற்கும். முதலாவது, அறிவியலாளர்களின் பாதுகாப்பிடமாயிருக்க, இரண்டாவது அணுகுமுறை, ஒரு வரலாற்றாசிரியர் தலையிடக்கூடியதாயிருக்கிறது. இந்திய வரலாற்றாசிரியர்கள் முதலாவதுடன் தங்கிவிடத் தலைப்பட்டுள்ளனர். எனவே பண்பாடுகளுடன் பிணைப்புள்ள அறிவியல், ஒதுக்கப்பட்ட பாடமாக உள்ளது.

இரு கருத்துகளும், வரலாற்றாளர்கள் விளக்கங்களைத் தேடும் வழியுடன் நெருங்கிய தொடர்பு கொண்டுள்ளன. சமீபத்தைய இரு ஆய்வுகள், பண்பாட்டு-சமூகச் சூழலுடன் அறிவியலை மிக நெருக்கமானதாக தொடர்புபடுத்திடும் தேவையை சிறப்பித்துக் காட்டியுள்ளன; அறிவியல் சிந்தனையை, பண்பாட்டு-சமூகவியல் பரிமாணம் சேர்த்து, வரலாற்றுச் சூழலின் பகுதியாக

விசாரிக்கவேண்டிய தேவையினையும் தாமஸ் எஸ். குன் தனது நூல் *The Structure of Scientific Revolution*-இல் குறிப்பிடுகிறார். நிலவுகின்ற அறிவு கேள்விக்குள்ளாக்கப்படுகையில் அணுகுமுறையில் நகர்வு ஏற்படுகிறது, புதிய விளக்கம் மிகப் பொருத்தமானதாகப் பார்க்கப்படுகிறது. சீனாவில் அறிவியல்-நாகரிகம் குறித்து புதுமையாக ஆய்வு செய்துள்ள பிரித்தானிய அறிவியலாளர்-வரலாற்றாளர் ஜோஸப் நீதம், ecumenical science[12] என்னும் தொடரைப் பயன்படுத்தி, பல்வேறு நாகரிகங்களில் அது ஆராயப்பட்டுள்ள எல்லா வழிமுறைகளையும் உள்ளடக்கவேண்டிய அறிவியலைக் குறிப்பிடுகிறார். அறிவியல் சிந்தனை, அய்ரோப்பாவில் அறிவியல் ஆய்வை நோக்குதலாக மட்டும் இருப்பதிலிருந்து விலகி வரவேண்டும் என்று உணர்வு இப்போதுள்ளது. சீன அறிவியலை, பிற பண்பாடுகளையும் ஆராய்வது அவசியமாகும், அதன் தோற்றுவாயில் ஓர் அறிவாக அது எப்படி கருதப்படுகிறது என்று நோக்கவேண்டும். எனினும், சீன அறிவியல் குறித்த நீதமின் ஆய்வில் உள்ளதுபோல, அறிவியல் பார்வை மற்றும் தொடர்புடைய பண்பாடுகளின் பிரதிபலிப்பு ஆகிய இரண்டிலிருந்தும் அது பரிசீலிக்கப்படவேண்டும் என்பதே எச்சரிக்கை.

தத்தமது சிறப்புத்துறைகளில் நிபுணத்துவம் பெற்றுள்ள பல இந்திய அறிவியலாளர்கள், ஓர் அறிவு வடிவமாக அறிவியல் பற்றிக் குறைவாகவே அறிவார்கள் அல்லது பிற அறிவு வடிவங்களுக்கும் கூட பொருத்திப் பார்க்கக் கூடியதான அறிவியல் முறையில் அடங்கியுள்ள பகுத்தறிதல் முறையைக் குறைவாகவே அறிவார்கள். நம் மூதாதையர் மேற்கொண்டிருந்ததாகக் கருதப்படும், அறிவியல் தொடர்பான, அறிவியலாளர்கள் அல்லாதவர்களின் புனைவு அடிப்படையிலான அபத்தமான கூற்றுகள் சிலவற்றை, வியப்பூட்டுவதும் உள்ளடங்கியதுமான ஒப்புதலை இது விளக்குவதாயிருக்கும். ஒருசில அறிவியல்களில் முன்-நவீன இந்தியச் சிந்தனையாளர்களின் குறிப்பிடத்தக்க அறிவுக்கும், முன்-நவீன மற்றும் தற்போதைய காலங்களின் அறிவியல் பற்றி அறியாதவரின் பெயரில் பெரிதும் முன்னிறுத்தப்படும் குழந்தைத்தனமான புனைவுகளுக்கும் இடையிலான வித்தியாசத்தைக் கண்டுகொள்ளும் அவர்கள் திறனை இது குறைத்து விடுகிறது. பிந்தையதை மேற்கொள்வதற்கான

காரணங்கள் பெரிதும் அறிவியல்பூர்வ மதிப்பீட்டை விடவும் அரசியல் ரீதியினதாகவே உள்ளன.

பொறுப்பு அறிவியலாளருடையது மட்டுமின்றி வரலாற்றாளருடையதும்தான். ஆரம்ப காலங்களிலிருந்து பண்பாட்டின் பிற அம்சங்களுடன் கருத்துகளை ஒருங்கிணைத்திடுவதில், வரலாற்றாளர்களால் அவ்வளவாகக் கவனம் செலுத்தப் பட்டிருக்கவில்லை. இந்நோக்கிலிருந்து, வரலாற்றாளரின் குறுக்கீட்டிற்கு சில வரலாற்று உருவாக்கங்களின் மறுவடிவமைப்புகூட தேவைப்படுவதாயிருக்கும். சமீபத்தைய வரலாற்று மறு விளக்கங்களில், வேறுசில அம்சங்களுக்கு இது மேற்கொள்ளப்படுகிறது. இவற்றில் ஒன்றுதான், நிலைத்ததும் தொடர்வதுமான வரலாற்று அலகாக 'நாகரிகத்தை'க்கருதுவது.

முந்தைய நூற்றாண்டுகளில், பழக்கவழக்கங்கள் மிருதுவாதல் மற்றும் கலை-இலக்கிய சாதனைகளைக் குறிக்க கவனமாகப் பயன்படுத்தப்பட்ட இது, 19-ஆம் நூற்றாண்டிலிருந்து வரலாற்றின் காலனியக் கண்ணோட்டங்களுடன் பொருந்திப் போவதாக, பரவலாக ஏற்கப்பட்ட வரலாற்று அலகாகியது. ஒவ்வொன்றும் மேலோங்கிய பண்பாட்டை உடைய வெவ்வேறான, புவியியல் ரீதியில் கட்டுண்ட பிரதேசங்களாக உலகம் பிரிக்கப்பட்டது-அறிவார்த்த, அழகியல், தொழில்நுட்ப, மத சாதனைகளிலிருந்து கண்டு கொள்ளக்கூடிய அளவில் வேறுபட்டதாக-நகர்ப்புற மையங்கள், லிபியின் பயன்பாடு, ஓர் அரசின் இருப்பு மற்றும் ஒழுங்கமைக்கப்பட்ட சமூக அமைப்புடன் அவையெல்லாம் தொடர்பு கொண்டிருந்தன. பிரித்தானிய வரலாற்றாசிரியர் ஆர்னால்ட் டாயன்பீ தனது *A Study of History*-இல் இத்தகைய 27 நாகரிகங்களைக் குறிப்பிட்டார்-ஒவ்வொன்றும் எதிர்வினை போதாததாக இருந்தபோது, சவால்கள் மற்றும் வீழ்ச்சிக்கு எதிர்வினையாக எழுந்தவை. சமீபத்தில் சாமுவேல் பி. ஹண்டிங்டனின் *The clash of civilizations and the Remaking of world order*-இல் இந்த எண்ணிக்கை எட்டாகக் குறைந்துள்ளது. அமெரிக்க வலதுசாரிச் சார்பாளராக அவரது, உலகின் எதிர்காலம், மத அடையாளங்களால் உத்வேகம் பெற்ற நாகரிகங்களின் மோதலைச் சுற்றிச் சுழலும் என்னும் கொள்கை, பனிப்போரை இடப்பெயர்ச்சி செய்வதாக முரண்பட்டு மோதும் நாகரிகங்களை முன்வைப்பதாகத் தோன்றுகிறது.

இந்த எட்டினை ஹண்டிங்டன் அடையாளங் காண்பது, மதம், புவியியல், வம்சம், தேசம், இனம், தகுதிநிலை ஆகிய பல்வேறான பண்பு நலன்களின் குழப்பமாகும்; தீவிர வரலாற்றாசிரியர்களால் பொதுவாக ஏற்க முடியாததாகும். ஆனால் சில விமர்சகர்களிடமிருந்து இது பெற்று வரும் எதிர்வினை, நாகரிகக் கருத்தமைவில் புதிய அளவுகோல்களைச் சுட்டிக்காட்டுகிறது. நாகரிகங்கள் இப்போது நிலைத்தனவாகவோ புவியியல் ரீதியில் எல்லைகளுக்கு உட்பட்டதாகவோ பார்க்கப்படுவதில்லை. பண்பாடுகள், வாழ்தல் அமைப்புகள், நம்பிக்கை ஆகியன மாற்றமுடியாதவை அல்ல, தம்மளவில் கொந்தளிப்புகளை எழுப்புவதில்லை; ஜெர்மானிய சமூகவியலாளரும் தத்துவாசிரியருமான மேக்ஸ் வெபெரால் முன்னர் வாதிட்டபடி, நாகரிகங்கள் பகுத்தறிவால் வரையறுக்கப்படவும் தேவையில்லை. மார்க்ஸிய வரலாறு எழுதல் போன்ற பிற சிந்தனைப் புள்ளிகள், பிரான்ஸிலுள்ள *Annales group*-இன் வேறுபட்ட பார்வை, வரலாற்று மாற்றம் குறித்த விளக்கங்களில் கவனக்குவிப்பு செய்து, நாகரிகக் கருத்தின் மறு உருக்கொள்ளலை ஊக்குவித்துள்ளது. பொருளாதாரக் காரணிகள், சமூகப் பிரிவுகள், நம்பிக்கை அமைப்புகளிலிருந்து வாழ்தல் அமைப்புகளாக, பண்பாடுகளின் மிகமுக்கிய உறுப்புகள் வரையறுக்கப்படுகின்றன. ஒரு புவியியல் பரப்புக்குள்ளே, பண்பாட்டு வடிவங்களிலான வேறு வடிவங்கள், நாகரிகங்கள் குறித்த முந்தைய பார்வைகளின் ஒரு பெரும் பண்பினை அழிக்கத் தலைப்படுகின்றன. இதன் விளைவாக, உள்ளார்ந்த இயங்காற்றல் மற்றும் தனதாக்குதல், ஒன்றுடன் ஒன்று கலந்துறவாடல், இரவல் பெறுதலிலிருந்து வரும் மாற்றங்களால் நாகரிகங்கள் பண்புநலன்களைப் பெறுகின்றன-இது மறு ஒழுங்கமைப்பு-மறுவரையறுப்பின் தொடர்ச்சியான நிகழ்வுப் போக்கைக் கோருகின்றது. ஒவ்வொரு நாகரிகத்தினுடைய தனிமைப்படுத்தப்பட்ட தனித்துவம் எவ்வளவு குறைவாய் உள்ளதோ, அவ்வளவு அதிகமாயுள்ளன சமூகங்கள் கொள்ளும் வடிவங்கள்-இவற்றுக்கான காரணங்கள், ஒப்பீட்டாய்வுகளுக்கான அடிப்படையாக ஆகியுள்ளன.

சகவாழ்வு வாழ்ந்து கொண்டிருக்கும் பிற பண்பாடுகளின் கையளிப்புடன் உள்ளார்ந்த உற்பவிப்பு இணைதலிலிருந்து அறிவு எழுகிறது என்று அர்த்தப்படுகிறது-சிறிது போட்டியையும் சிறிது பேரம் பேசுதலையும் ஈடுபடுத்திடக் கூடியது இக்

கையளிப்பு. ஒரு பண்பாட்டிற்குள் மற்றும் பண்பாடுகளுக்கு இடையில் இந்நிகழ்வுப் போக்கு, பண்பாட்டு நடவடிக்கைகளின் வடிவத்தை மேற்கொள்கிறது. தகவலமைப்பாகவோ விளக்கக் கோட்பாடுகளாகவோ பார்க்கப்படும் அறிவு, இக்கையளிப்பின் பகுதியாகும். முகமை மற்றும் அறிவின் சுரண்டல் குறித்த கேள்விகள் மையமாகின்றன. தத்துவத்திற்கும் இலக்கியத்திற்கும் உள்ளது போலவே, அறிவியல்பூர்வ அறிவுக்கும் இது பொருத்தமானது; முந்தையதைப் பண்பாட்டின் பகுதியாக இணைத்துக்கொள்ள வேண்டியதை அவசியமாக்கும். சிந்தனையின் பகுத்தறிவு அலகுகள் மீதமைந்த, தொழில்நுட்ப புத்தாக்கமாக அறிவியல் வரலாறு எழுதப்படுகையில், அறிவியல் அறிவின் வரலாறு எழுதுதல், குறிப்பிட்ட சமூக வடிவத்தில் பொதியப்படுதலில் அடிக்கடி நழுவிவிடுகிறது.

இதுவரை நான் குறிப்பிட்டுள்ளவற்றிலிருந்து பிற அம்சங்கள் எழுகின்றன. ஒன்று, அறிவியல் சாதனைகளை ஒரேயொரு பண்பாட்டின் விளைச்சலாகக் காண முடியாது. பல்வேறு பண்பாடுகளின் கருத்துகளில் ஊடறுப்பு நிகழும்போது, அறிவியல் அல்லது சிலர் அழைக்க விரும்புவதுபோல மூல அறிவியலில், பெரியதொரு சாதனை அடிக்கடி நிகழும். எந்தப் பண்பாடுகள் ஈடுபட்டிருந்தன, இப்பண்பாடுகள் எப்படி அறிவைப் பயன்படுத்தின என்பது தெரிய வருகையில், இவ்விலகலின் புள்ளிகளைப் புரிந்துகொள்ள உதவி கிட்டுகிறது. பழைய 19-ஆம் நூற்றாண்டுப் பீடிப்பான, யார் முதலில் வந்தது, அதன் காரணமாக அறிவியல் முன்னேற்றத்தில் மேன்மையைக் கோருதல், அறிவியலின் வரலாற்றாளர்களது அக்கறையாக இல்லாது போனது.

பழங்காலத்து இந்தியர்கள் பலநூற்றாண்டுகளுக்கு முன்னரே, இப்போது நவீன அறிவியலின் சாதனைகளாகக் கருதப்படுபவற்றுடன் பரிச்சயம் கொண்டிருந்தனர் என இப்போது இந்தியாவிலுள்ள மோஸ்தரும் அர்த்தமற்றதே. இத்தகையக் கூற்றுகளை ஆதரிப்பது, குழந்தை கணேசன் மீது யானைத்தலை பொருத்தப்பட்டதால் பிளாஸ்டிக் அறுவைச் சிகிச்சை இருந்திருக்கவேண்டும் என்பதான ஏற்கமுடியாத கூற்றுகளுக்கு வழிவிடுவதாகும். சிறு அளவிலான ஒட்டுப்போடுதல் பலபண்பாடுகளும் அறிந்ததே, ஆனால் அது பிளாஸ்டிக் அறுவைச் சிகிச்சை இல்லை. காற்றியக்க அறிவியல் இல்லாதபோதும், புஷ்பக விமானம் ஆகாய

விமானமே என்பதும் சம அளவிலே முட்டாள் தனமானதே. நூறு கலயங்களிலிருந்து கௌரவர் பிறந்தது உயிரணு ஆய்வு காரணமாக என்பதும், எந்தப் பிரதியிலும் இந்த ஆய்வு குறிப்பிடப்படவில்லை என்று சொல்லவைக்கிறது.

இத்தகைய அறிவு இருந்தது, நாம்தான் அறிந்திருக்கவில்லை என்பதற்கான பதில், இது இருக்கவில்லை என்பதை நாமறிவோம். அறிவியல் கண்டுபிடிப்புகள் நீண்ட கருவளர்த்தல் காலத்தைக் கொண்டிருக்கும்; ஒரு கண்டுபிடிப்பில் கொள்கையும் நடைமுறையும் ஒன்றிணைகின்றதை வரலாற்றாளர்கள் தேடி அறிய முடியும். சிந்தனையின் இப்பரிசோதனை வழிமுறைகள் பதியப்பட்டுள்ள பிரதிகள், அறிவியல் சிந்தனை வந்துசேர்ந்துள்ள கட்டத்தை நமக்குத் தெரிவிக்கின்றன. இத்தகைய ஆவணங்கள் கிடைக்கவில்லை/ குறிப்பிடப்படவில்லை எனில், கண்டுபிடிப்பு குறித்த கோட்பாடுகூட சந்தேகத்திற்குரியதே. இத்தகைய அறிவு இருந்ததற்கான இன்னொரு சோதனைக்கு, ஒரு பிரதியில் தரப்பட்டுள்ள தகவல், பரிசீலனை-பரிசோதனை மூலம் செய்துகாட்டப்படக்கூடியதாக இருக்கவேண்டும். பிரதிகளில் தரப்பட்டுள்ள புஷ்பக விமான விவரிப்பை, பறக்கக்கூடிய இயந்திரத்தை உருவாக்க, பயன்படுத்த முடியுமாயின், அப்போதுதான் அதனை விமானம் என்று கூறமுடியும். இதனை மேற்கொள்ள எடுத்துக்கொள்ளப்பட்ட முயற்சிகள் எந்த வெற்றியையும் தரவில்லை.

தொன்மையான அறிவியல் அறிவு குறித்த நம்பத்தகாத அறிக்கைகள், அறிவியல் ஆய்வுமுறையின் அடிப்படைப் புரிதல் இன்மையை எடுத்துக் காட்டுகின்றன. எடுக்கப்பட்ட முடிவுகளுக்கான காலடிகளைச் சுட்டிக்காட்டாமல், முடிவுகளின் இருப்பை நிரூபிக்க முற்படுவது, அறிவியலின் வழிமுறை இல்லை. இந்தியப் பள்ளிக் கல்வியின் பகுதியாக, அறிவியல் கற்பிக்கப்படும் வழிமுறைவரை இப்போக்கு நீட்சி கொள்கிறது. முடிவுகள் எட்டப்பட்டதற்கான முறைகளை விலாவாரியாக கேள்விக்குள்ளாக்காமல், மந்திரங்கள் போல கற்கப்படும் சூத்திரங்களும், இம்முறையை ஏனைய அறிவுத்துறைகளுக்கு விரிவுபடுத்துவதுமே பிரச்சனையாகிறது. சுவீகரித்த பண்பாட்டுக்கான நமது வரையறையில், கணிதம் மற்றும் வானியலுடன் தொடர்புடையதை நாமும் ஒதுக்கிவைத்துள்ளோம்-முன்னர் அறியப்பட்டிருந்ததை

கற்பிக்க முயலாமல், குறிப்பிட்ட காலத்தில் அறியப்பட்ட அறிவைத்தாண்டி அது ஏன் செல்லவில்லை என்று அறிய முயலாமல் இருந்துள்ளோம். யோகா, ஆயுர்வேத மருத்துவம் சார்ந்து இப்போதெல்லாம் சமூக வட்டாரங்களில் மோஸ்தரான பேச்சு நிலவுகிறது ஆனால் இந்த ஆய்வுகளில் மேற்கொள்ளப்பட்ட அடிப்படை முறை தெரியவில்லை, நிகழ்கால அறிவில் அதன் பொருத்தப்பாடும் தெரியவில்லை. ஆரம்ப கால அறிவியல் கருத்துகள், மற்ற நிகழ்காலக் கொள்கைகளால் அரிதாக துணைநிறுத்தப்படுகின்றன. எடுத்துக்காட்டாக, பூமி சூரியனைச் சுற்றிவருகிறது என்னும் ஆரியப்பட்டாவின் புவிமையக் கொள்கை, உடனிகழ்காலப் புராணங்களிலுள்ள பிரபஞ்ச விவரிப்பை எந்த வகையிலும் பாதித்ததா, இல்லையெனில், ஏன் பாதிக்கவில்லை? தத்துவார்த்தச் சிந்தனையில் எந்தத் தாக்கத்தையும் கொண்டிருந்ததா?

ஆரம்பகால இந்திய வரலாறுகள், தனித்தனிப் பகுதிகளாக இக்கருத்துகளை குறிப்பிடுகின்றன. இப்பிரிவினையைப் பராமரிப்பது குறித்து வரலாற்றாளர்கள் தொடர்ந்து குற்றஉணர்வு கொள்கின்றனர். அறிவியல் சார்ந்த கருத்துகள் மற்ற கருத்துகளை அல்லது பண்பாட்டின் சாராம்சமான உட்கூறுகளென்று நாம் கருதும் நடவடிக்கைகளைக்கூட பாதித்திருக்கக்கூடும் என்பது பற்றி நாம் சிந்தித்திருக்கவில்லை. ஆலயங்கள், மசூதிகளின் மாட்சிமையை விவரிக்கிறோம், அவற்றின் கட்டிடக்கலையை அதிசயிக்கிறோம் ஆனால் அப்போது நிலவிய பொறியியல் அறிவுடன் இவ்வடிவங்களைத் தொடர்பு படுத்திப் பார்க்கிறோமா அல்லது அக்கட்டிட நிர்மாணத்தில், வேறுபட்ட கணக்கீட்டிலிருந்து பாணியில் மாற்றம் எழுந்திருக்க முடியும் என்று பரிசீலித்திருக்கிறோமா? ஒரு நூற்றாண்டுக்கு மேலாக இந்தியாவில் நவீன அறிவியல் கற்பிக்கப்பட்டு, பயன்படுத்தப்பட்டு வந்தாலும், பல அறிவுத்துறைகளில் பொருந்தக்கூடியதாக, விசாரணை முறையாக அறிவியல் முறையை நாம் அறிமுகப்படுத்தி இருக்கவில்லை, நம்மைச் சுற்றியுள்ள உலகம் பற்றிய நமது புரிதலில் அதன் பயன்பாட்டை விவாதிக்கவும் இல்லை.

கடந்த சில ஆண்டுகளில், பல்வேறான பகுத்தறிவற்ற விளக்கங்களுக்கு முன்னுரிமை அளிக்கப்படுவது அதிகரித்துள்ளது, இத்தகைய விளக்கங்கள் இந்தியப்

பண்பாட்டு மரபுகளுக்கு ஏற்றவை என அடிக்கடி நியாயப்படுத்தப்படுகின்றன. தம் ஆய்வில் நவீன பகுப்பாய்வு முறைகளைப் பயன்படுத்துவோர், மேற்கத்தைய சிந்தனை முறைகளைச் சார்ந்திருப்பதாகக் குற்றஞ்சாட்டப்படுகின்றனர்; இருப்பினும் விவாதிக்கப்படாமலும் கவனம் செலுத்தப்படாமலும் இருப்பது, முன்-நவீன இந்தியச் சிந்தனையில் முனைப்பாயிருந்த, தர்க்கரீதியிலான சிந்தனை, பகுத்தறிவுவாதம் மற்றும் காரண-காரிய அறிவுக்கு அழுத்தம் என்னும் மரபுதான். இது பல தத்துவப் புள்ளிகளில் இருந்தது. இம்மரபுக்கு நாம் ஏன் போதுமான பிரதிநிதித்துவ மளிப்பதில்லை என்பதே கேள்வி?

அறிவியலின் உலகளாவிய தன்மை என்னும் பிரச்சனை, 'உலகளாவிய தன்மை'யை எப்படி வரையறுக்கிறோம் என்பதைச் சார்ந்திருக்கிறது. முன்-நவீன காலங்களிலும் இப்போதும் எப்படி அது பார்க்கப்பட்டது என்பதில் வித்தியாசம் இருக்கிறதா? தத்துவம் மற்றும் அறிவியல் மட்டத்தில், செய்தி தொடர்புப் பகுதி மிகக் குறுகியதாக, மேலும் குறிப்பானதாக இருந்திருக்க வேண்டும். மாற்றத்தை எப்படி நாம் காண்கிறோம் என்பதையும் பொறுத்துள்ளது. பண்புரீதியிலும் அளவு ரீதியிலுமான மாற்றத்தின் நிகழ்வுப் போக்கிற்கு, 'புரட்சி' என்னும் தொடரை வரலாற்றாசிரியர்கள் வசதியாகப் பயன்படுத்துகின்றனர், ஆனால் புரட்சிகள் இயல்பு வேறுபடுகிறது. வேட்டை-உணவு சேகரிப்பிலிருந்து மேய்ச்சலுக்கும் வேளாண்மைக்குமாக ஆரம்பகட்ட சமூகங்களின் இடைநிலை மாறுதலை புதிய கற்காலப் புரட்சி என்றார் வி.கோர்டான் சில்டே. கற்கருவிகளுடன் வரம்பிடப்பட்டிருந்தாலும், தொழில்நுட்ப முன்னேற்றத்தால் சாத்தியமான பயிர்ச்சாகுபடியின் மீதமைந்ததாக இருந்தது இம்மாற்றம். வரலாற்றாசிரியர்கள் 18-ஆம் நூற்றாண்டின் பிற்பகுதி மற்றும் 19-ஆம் நூற்றாண்டின் அய்ரோப்பிய தொழில் புரட்சியையும் குறிப்பிடுகின்றனர்-முதலாளித்துவம் மற்றும் காலனித்துவத்தின் வரலாற்றுச் சூழலில் அது நிகழ்ந்து, துரிதமாகப் பரவியதால் சமூகங்களை அடையாளமிட 'புரட்சி' வசதியான முத்திரையாயிருக்கிறது. ஆனால் இங்கே குறிப்பிடப்பட்ட இரு புரட்சிகளும் ஒரு நிகழ்வுப்போக்காகவோ ஒரு நிகழ்வுப்போக்கின் பொதுமைப்படுத்தலாகவோ ஒத்தவையல்ல.

புதிய கற்காலப் புரட்சியைப் பொறுத்தவரை, தொடர்பற்ற சமூகங்களில் ஒத்த மாற்றங்கள் நிகழ்கின்றன, எடுத்துக்காட்டாக சீனாவில் யங்க்ஷாவோ மற்றும் பலுசிஸ்தானத்தில் மெஹர்கர் சமூகங்களில். இம்மாற்றங்கள், குடியமர்தல், வேளாண்மை, மட்பாண்டக்கலை, கைவினைப் பொருள்கள், வளப்பத்தை அடையாளப்படுத்தும் திரு உருக்கள் போன்ற பண்புநல அமைப்புகளைக் கொண்டுள்ளன. அவை ஒவ்வொரு பண்பாட்டிலும் உள்ளார்ந்ததாகத் தோன்றுகின்றன, ஆகவே கருத்துகளின் பரவலும் கையளிப்பும் காரணமில்லை, - இது விவாதிக்கப்பட்டிருப்பினும் இப்பண்பாடுகள் ஒன்றுடன் ஒன்று நெருக்கமாயிருந்த இடத்தில் இது அப்படி இருந்திருக்கலாம். எனினும், புதிய கற்காலப் புரட்சியை அடுத்து, புதிய கற்காலச் சமூகங்கள் வெவ்வேறான-பாதைகளை மேற்கொண்டிருப்பினும், மக்களிடையே கணிசமான கலந்துறவாடல் நிலவுகிறது. உள்ளார்ந்த மாறுதல் கணிக்கக்கூடியதாயிருந்ததா என்பதே வினவப்படும் கேள்வி. மற்றும் குறிப்பாக, தீர்மானகரமான காரணிகளாக செயல்படக்கூடிய, தொழில்நுட்பம் போன்ற பண்பு நலன்கள் சில இருந்தனவா. தொழில்நுட்பம் மையமான குவிமையமாகிறதா? இவ்வகை அறிவில் தொழில்நுட்பம் வாய்வழியே கையளிப்பு செய்யப்படுவது பெரிய ஆய்வுக்குரியதாகும். ஆனால் தேவைப்படுவது தொழில்நுட்பம் மட்டுமா? ஒரு சமூகத்திற்கு முத்திரையிடுவதில் இது பயனுள்ள வழிகாட்டி ஆனால் ஒரு பண்பாடு எப்படிப் புரிந்து கொள்ளப்படுகிறது மற்றும் அதனைப் பயன்படுத்துகிறது என்று மதிப்பிடுவதில், நாம் தொழில் நுட்பத்தைத் தாண்டிப் போகவேண்டியிருக்கிறது.

தொழிற்புரட்சி, பல்வேறு சமூகங்களினூடே செல்கையில், கிடைமட்டமான பொதுத்தன்மையைக் கொண்டிருக்கிறது. சமூகத்தின் உள்ளார்ந்த இயங்கு திறனால் மாற்றங்கள் பகுதியளவு ஊக்குவிக்கப்படுகின்றன; ஆனால் பரவுதல்- கையளிப்பின் விளைவாகவே பெரிதும் ஊக்குவிக்கப்படுகின்றன. வணிகம்-தொடர்புகள், வெற்றிகொள்ளுதல்-காலனியப்படுத்தல், ஊடகம்-செய்தித் தொடர்பு, சந்தை-உலகமயமாதல் மூலமாக கையளிப்பு நிகழ்கையில், வரலாற்றுச் சூழலில் சாத்தியப்பாடு அதிகரிக்கின்றது.

இம்மாற்றம் பெரிதும் இரு கட்டங்களில் நிகழ்கிறது; அறிவியல் கருத்துகளின் பரவலினைப் புரிந்துகொள்வதில்

இது முக்கியமானது. முதலில் மேலோங்கிய பண்பாட்டின் நகலெடுப்பு உள்ளது, இது சமூகங்களுக்கு மத்தியிலும் இடையிலும் சமமற்ற உறவுநிலைகளை முன்னனுமானிக்கின்றது. கையளிக்கப்படுவதை மேலோங்கிய பண்பாடு கட்டுப்படுத்துகிறது மற்றும் இவ்வாறு அதிகாரத்தின் வழியே அறிவைக் கட்டுப்படுத்துகிறது. எடுத்துக்காட்டாக, காலனியமாக்கப்பட்டவர்களுக்கு எது கிடைக்குமாறு செய்யவேண்டும் என்னும் அறிவை, காலனிய அதிகாரம் கட்டவிழ்க்கும் இடத்தே, இதுவே காலனியத்தின் பண்புநலனாக உள்ளது. காலனிய கட்டத்தை அடுத்து, சமீபத்தில் காலனியப் படுத்தப்பட்டவரால், காலனியம் மற்றும் பிற்பாடு சுதந்திரம் வழியே கிடைத்த அறிவை உள்வாங்குதல் உள்ளது.

காலனியத்தை அடுத்த காலகட்டத்தில், முன்னர் காலனியமாக்கப் பட்டிருந்தவரில் சிலர், காலனிய அதிகாரம் முன்னிறுத்தியிருந்ததற்கு ஏற்ப, முந்தைய காலனிக்கான பண்பாட்டு சட்டகத்துடன் இன்னும் ஏன் ஒட்டிக்கொண்டிருந்தனர் என்பது ஒப்பாய்வை மேற்கொள்வதற்கான கேள்வியாகும். இதனை வினவுவதில் ஒரு தயக்கம் உள்ளது. முந்தைய காலனிகள் பலவற்றில் மத அடையாளங்களின் அரசியல் பயன்பாடு, அதன் பண்பாடு குறித்த காலனித்துவ விளக்கங்களில் வேர் கொண்டிருப்பதுதான். ஆரிய அடிப்படைகளை மட்டுமே கொண்ட இந்தியப் பண்பாடு அல்லது இஸ்லாமியச் சார்புடைய எதுவும் இந்தியாவுக்கு அந்நியமானது, அது அழித்தொழிக்கப்படவேண்டும்-அதனால் வரலாற்றுத் தரவுகளை அழிக்க வேண்டி வந்தாலும் சரி-எனச்சில இந்தியரிடையேயுள்ள இப்போதைய பீடிப்பு, இந்திய வரலாறு-பண்பாடு குறித்துள்ள காலனித்துவ விளக்கங்களை, இன்னும் மேலே கொண்டுசென்றுள்ளதில் வேர் கொண்டிருக்கிறது.

பரந்துபட்ட நிகழ்வாக தொழிற்புரட்சி அறிவியல் புரட்சியுடன் பிணைந்திருக்கிறது; அவற்றின் எழுச்சி முதலாளித்துவம்-காலனியத்தின் வருகையுடன் பிணைந்திருக்கிறது. இவ்வரலாற்றுத் தருணத்திலிருந்து 'அறிவியல் புரட்சி'யை மருத்துவரீதியில் அகற்றிவிட முடியாது. அறிவியல் புரட்சி ஏன் சீனாவிலோ இந்தியாவிலோ நிகழவில்லை என்று கேட்பது, ஆரம்பநிலை முதலாளித்துவத்தின் வடிவில், அய்ரோப்பாவில் உருக்கொண்ட குறிப்பிட்ட வகையிலான சமூக மாற்றம் அதே வீச்சில் இப்பிரதேசங்களில் ஏன் வளரவில்லை

என்னும் முந்தைய கேள்வியை கேட்க வைப்பதாகும். காலனித்துவம் வரும்வரை ஆசியாவும் அய்ரோப்பாவும் தம் பொருளாதாரங்களில் சமமாய் இருந்தன; அதன்பிறகு காலனித்துவத்தின் வருகையால் ஆசியா பின்தங்கியது. ஈரேஷியாவில் தோன்றிய முதலாளித்துவ வகை, வணிக முதலாளித்துவத்தின் ஆரம்பங்களைக் காண, அறிவியல் புரட்சியை ஆதரித்த முதலாளித்துவம் தொழிற்புரட்சியாயிருந்தது ஏன் என்பது குறித்து ஒரு விவாதம் இருந்திருக்கிறது. இது அய்ரோப்பாவில் தோன்றி, வளர்த்தெடுக்கப்பட்டது.

எனினும், முன்னேறிய அறிவியலின் ரீதியில், முன்-நவீன காலத்தில் இந்தியாவும் சீனாவும் என்னதான் செயல்துடிப்புடன் இருந்திருப்பினும், அய்ரோப்பாவில் நிகழ்ந்தது போன்ற அறிவியல் புரட்சி அவர்களிடமிருந்து நழுவிப் போனது. பல காரணங்கள் கூறப்பட்டுள்ளன. அய்ரோப்பாவைப்போல பகுத்தறிவுச் சிந்தனைப் பக்கம் திரும்புவதற்கான திறனை-அறிவு விளக்கத்திற்கு அது தேவைப்பட்டது-இந்தியாவும் சீனாவும் கொண்டிருக்கவில்லை என்பதாலா? அல்லது அறிவியல் புரட்சிக்கு முதலாளித்துவம், தொழில்மயமாதல், காலனித்துவம் என்னும் வரலாற்று மாற்றங்களின் இணைவு தேவைப்பட்டதா- அவை ஆசியப் பண்பாடுகளில் இல்லாதிருந்ததா? *The Religion of india*-வில் மேக்ஸ் வெபெர், இந்திய மதத்தில் பொருளாதார பகுத்தறிவு இன்மை குறித்து வாதிட்டுள்ளார்; கிறித்தவ அய்ரோப்பாவில் இருந்த புரோட்டஸ்டண்ட் நெறியைப் போல; அய்ரோப்பிய முதலாளித்துவத்தின் எழுச்சிக்கு அது பங்களித்ததாகக் கண்டார். ஆனால் மற்றவர்கள் வாதிட்டுள்ளபடி, அய்ரோப்பாவின் அறிவியல் புரட்சியில் புரோட்டஸ்டண்ட் நெறி முக்கிய காரணியாக இருந்திருக்க முடியாது.

இப்போது இந்தியாவில் நாம் ஆரோக்கியமான முதலாளித்துவ வர்க்கத்தைக் கொண்டிருக்கிறோம்-சிறிய அளவிலான தொழிற்துறை வளர்ச்சியுடன் லட்சாதிபதிகளைக் கொண்டதாக- ஆரம்பகட்ட அரசு முதலாளித்துவம் மற்றும் நடப்புத் தனியார் முதலாளித்துவம் இரண்டையும் கொண்டதாக. இருப்பினும் இம்முதலாளித்துவப் பிரிவினரில் யாரும் அறிவியல் புத்தாக்கத்தில் முதலீடு செய்வதில்லை. மேற்கின் அறிவியல் முன்மாதிரிகளைத் திருப்பிச் செய்வதுடன் திருப்தியடைந்து விடுகின்றனர். சில நிறுவனங்கள் நகைப்புக்கு இடந்தருவதாக அரசாங்க ஆதரவால் நலிவடைகின்றன; தனியார்

ஆதரவைச் சார்ந்துள்ள மற்றவை, அதிகம் சொத்துப் பெறுவது புறக்கணிக்கத் தக்கதல்ல என்பதை நினைவூட்டப் படுகின்றது. இவை இரண்டுமே அறிவியல் கருத்துகள் வளர்ச்சிக்கு இணக்கமானதில்லை. அறையிலிருக்கும் யானை நிச்சயமாக காலனித்துவமே. அய்ரோப்பாவில் முதலாளித்துவத்தை முன்னெடுத்துச் சென்றதில், காலனிகளிடமிருந்தான செல்வப் பங்களிப்பு குறித்து இன்னும் விரிவான ஆய்வுகள் அவசியம்.

அறிவியலின் மாறிய நிலையிலான தாவல், நிறுவனங்களுக்குள்ளேயான இதர வரலாற்று மாற்றங்களின் மேலே சவாரிசெய்து எழுந்துவந்தது. தொழில் மயமாதல், முதலாளித்துவம், காலனித்துவம் இவற்றுடன் சமூக உருவரையை மாற்றிய இதர மாற்றங்களும் இருந்துள்ளன. இவற்றில் தேச அரசுகளின் எழுச்சி ஒன்று. தேச அரசு, முந்தைய நிலபிரபுத்துவ அரசுகள், முடியாட்சிகளிலிருந்து வேறுபட்ட, புதுவகை அரசாகும். வரலாற்றின் குறிப்பிட்ட புள்ளியில் தேசியவாதம் வடிவம் கொள்ளும்; ஆரம்பகட்ட சமூகங்களில் அது இல்லை. முதலாளித்துவம், தொழில் மயமாதல் வடிவில், அறிவு விளக்கத்தால் கொண்டுவரப்பட்ட மாற்றங்களுடன் அது பொருந்திப் போகிறது. ஜனநாயகமும் மதச்சார்பின்மையும் கூட தேசியவாதச் சிந்தனையுடன் பிணைந்திருக்கின்றன-மதவாத தேசியம் என்றழைக்கப்படுவதுடன் அல்ல என்றபோதும். மதம், மொழி, சாதி, இனவரைவியல் போன்றவை மீதமைந்துள்ள உடனடி சமுதாயங்களிடத்தேயான மக்களின் விசுவாசம், தேசத்துடனான அடையாளம் மற்றும் விசுவாசத்திற்கு கீழ்நிலையினதாக இருக்கவேண்டுவதை தேசியவாதச் சிந்தனையிலான மாற்றம் அவசியமாக்குகிறது. தேசமே மிகமேலானது என்றுள்ள குடிமக்களின் புதிய சமுதாயம் இது.

அய்ரோப்பாவிலுள்ள புதிய சமூக வர்க்கங்கள், இரு நூற்றாண்டுகளுக்கு முன்னர் தேசம் என்னும் கருத்தினை ஆதரித்தன. இவை புதிய நிகழ்ச்சி நிரலுடன் ஆட்சிக்கு வந்தன. இவற்றில் சில, தொழில்துறையில் அறிவியலை மேற்கொண்டு, புதிய தொழில்நுட்பங்களை உருவாக்குவதில், புதிய வழிகளின் ஆதரவாளர்களாயினர். வேளாண்மை தவிர்த்த இதர வளங்களைப் பயன்படுத்தி, முதலாளித்துவத்தை வலுப்படுத்திய புதுவகைச் செல்வத்தை உருவாக்கினர். பலர், நிலக்கரி, எண்ணெய் போன்ற எரிசக்தி பயன்பாடு போன்ற, குறிப்பிட்ட வகையிலான அறிவியல்-தொழில்நுட்பத்தின் ஆதரவாளர்களாயினர், இயற்கை

வளங்களை உரிமையாக்கி கட்டுப்படுத்தியோருக்கும், அவற்றின் மீது செயல்பட்டு உழைத்தோருக்குமிடையிலான பழைய பிரிவினை, முதலாளித்துவத்தில்-வளங்கள் மாறியிருப்பினும்-தொடர்ந்தது. கார்ல் மார்க்ஸ், மேக்ஸ் வெபர் போன்ற 19-ஆம் நூற்றாண்டு மற்றும் ஆரம்பகட்ட 20-ஆம் நூற்றாண்டு அரசியல் தத்துவாசிரியர்கள், அய்ரோப்பாவில் நிகழ்ந்திருந்த வரலாற்று மாற்றங்களைப் பகுப்பாய்வு செய்தனர். மனித உரிமைகளின் சமத்துவம், இயற்கை வளங்கள் கிடைப்பது, சமூக நீதிப்பிரச்சனை சமூக அக்கறையின் முக்கிய பிரச்சனைகளாயின.

சமூக சமத்துவம், பகுத்தறிவு சார்ந்த அரசாங்கம், மதச் சார்பின்மை ஆகிய கோரிக்கைகளுடன், பிரதிநிதித்துவமும் ஜனநாயகமும் சேர்ந்து, டார்வினியம் போல அறிவியலிலிருந்து கருத்துகளைக் கொண்டு வந்தன. எனினும், மக்களையும் சமூகங்களையும் இன-இனவரைவியல் வகைமைகளாகப் பிரிக்கவும் இக்கருத்துகள் பயன்படுத்தப்பட்டன-இவை சமத்துவக் கருத்துகளுக்குப் பாதகமாயிருந்தன. மதிப்பு நீங்கியது அல்லது குறைந்த பட்சம் நடுநிலையானது என அறிவியலைப் பார்க்க முடியும் என்றெண்ணப்பட்டது-நடைமுறையில், அதனை நிர்வகிக்கும் நிகழ்ச்சி நிரல்கள் மற்றும் புரவலர்களுக்கு ஆதரவாக, அது மதிப்பு-ஏற்றப்பட்டதாக இருந்தது. பெரும்பாலான அறிவைப் போலவே, அதனைக் கட்டுப்படுத்துவோர், பொதுவாக அதன் சமூக நிகழ்ச்சி நிரலை முன்வைத்தனர்.

அறிவியல் கருத்துகள் மற்றும் புதிய சிந்தனை வழிகள் சென்று சேர்வதை நீட்டித்த தொழில்நுட்பங்களில், ‘அச்சு முதலாளித்துவம்’ என்று அழைக்கப்பட்டு வருவதானது இருந்தது என்று வாதிடப்படுகிறது. அது கிளை மொழிகளை, மொழியின் பயன்பாட்டில் உள்ளூர் வடிவங்களை ஒதுக்கித் தள்ளுகிறது; மைய நீரோட்டத்தின் மொழியை விரிவுபடுத்துகிறது; தேசியவாதக் கருத்து மற்றும் தேச அரசு ஆகியவற்றை உருவாக்குவதிலும் பரப்புவதிலும், பலகுழுக்களை ஒன்றிணைக்கிறது. அச்சு பண்பாடு நிச்சயமாக கையெழுத்துப்படி பண்பாட்டிலிருந்து வேறானது, ஏனெனில் அது மிகவும் ஜனநாயகபூர்வமானது, அதிக எண்ணிக்கையிலானவர்களைச் சென்று சேர்கையில், அறிவியலைப் புரிந்து கொள்வதற்கான வாய்ப்பாக இருந்து சமூக மாற்றத்தைக் கொண்டுவரும்.

இந்தியாவில் அறிவியல் வரலாறு பலவான வரலாற்றெழுதியல் பார்வைகளின் பண்புகளைப் பெற்றுள்ளது, எல்லா வரலாற்றெழுதியலைப் போலவே, தன் காலத்தின் சம்பவங்கள் மற்றும் கருத்துகளின் செல்வாக்கிற்குள்ளாகியிருக்கிறது. முன்-நவீன அறிவியல், நவீனத்துறைகளால் வரையறுக்கப்பட்ட தனித்தனி ஆய்வுகளின் வரிசையாகப் பார்க்கப்பட்டது; அய்ரோப்பிய அறிவியல் எவ்வளவு நெருக்கமாக அடைந்துள்ளது என்று மதிப்பிடுகின்ற அக்கறை கொண்டதாயிற்று. மிகத் தொன்மையானதும் மிகமேன்மையானதுமான நாகரிகம், தொழில் நுட்ப கண்டறிதல்கள் மற்றும் அடுத்து வந்த கண்டுபிடிப்புகள் இரண்டையும் தீர்மானிப்பதான பந்தயத்தில், யார் முதலில் வந்தது என்ற ரீதியிலேயே மதிப்பிடப்பட்டன. அய்ரோப்பியரல்லாத அறிவியல்கள், காலத்தின் ஒரு புள்ளியில் நின்றுவிட்டதாகக் கருதப்பட்டன, ஏனெனில் அய்ரோப்பா மட்டுமே அறிவியல் புரட்சியைக் கண்டது.

முன்-நவீன இந்தியாவின் அறிவியல் கண்டுபிடிப்புகள் அல்லது புத்தாக்கங்களின் ஆய்வு, வாழ்வின் பிற அம்சங்களிலிருந்து பிரிக்கப்பட்டதாக பொதுவாகக் கருதப்பட்டது. அது பல்துறை அணுகுமுறையை மேம்படுத்தியிருக்கும். வராகமிகிரரின் *பிர்ஹத் சம்ஹிதா* தகவல்களுக்காக வரலாற்றாசிரியர்களால் ஆலோசிக்கப்படுகிறது. சமூகப் போக்குகளையும் பண்பாடுகளையும் பிரதிபலிக்கின்ற பிரதியாக அதனை நாம் பரிசீலித்தால், நாம் என்ன கற்றுக் கொள்வோம்? பாஸ்கரரின் *லீலாவதி* குறித்தும் இதே கேள்வியைக் கேட்கமுடியும். ‘உயர்’ பண்பாடு, நாகரிகக் கருத்தமைவுகளுக்கு அவ்வளவு அத்தியாவசியமான தத்துவார்த்த கருத்துகள் எந்த அளவுக்கு அறிவியல் கருத்துகளுடன் உரையாட முடியும்? ஒவ்வொன்றையும் புரிந்து கொள்வதற்கு இது முக்கியமானதாக இருக்கும்.

நாம் பார்த்துள்ளவாறு வானியலும் கணிதமும் காலக் கருத்தமைவில் பிணைக்கப்பட்டிருந்தன-இது சோதிடத்திற்காக சிலரால் பயன்படுத்தப்பட்டது. பிந்தையது, முன்-நவீன உலகில் நாம் ஒத்துக்கொள்ள விரும்புவதை விடவும் மிகுந்த செல்வாக்கு கொண்டிருந்தது. இது மக்களிடையே மட்டுமின்றி, அரசவைகளில் மேற்கொள்ளப்பட்ட முடிவுகளிலும் செல்வாக்குப் பெற்றிருந்தது. ஒரு நபரின் ஆயுளை சோதிடம் நிர்வகித்த அளவுக்கு, நீண்ட ஆயுளுடனும்

மரணமில்லா வாழ்விலும் விடாது ஆய்வு செய்து கொண்டிருந்த ரசவாதத்துடனும் பிணைக்கப்பட்டிருந்தது. உடலின் ஆரோக்கியத்தைக் கட்டுப்படுத்தும் மருத்துவத்துடன் தர்க்கரீதியிலான தொடர்பு கொண்டிருந்தது. ஒருநிலையில், ஒவ்வொன்றும் அறிவுக்கான சூச்சுமத் தேடல், இன்னொரு நிலையில், மானுட நிலைமையிலான அக்கறையை அவற்றின் தொடர்பு சுட்டிக்காட்டுகிறது.

பகுத்தறிவற்றதிலிருந்து அறிவுடையதன் பிரிவினை, சோதிட அம்சங்களிலிருந்து வானியலின் பிரிவினை என்பன அறிவியல் அறிவின் பகுப்பாய்வுக்கு அவசியமாகும்; ஆனால் பகுத்தறிவற்றதை வரலாற்று ஆய்விலிருந்து அப்படியே ஒதுக்கிவிட முடியாது. அதன் இருப்பு விளக்கப்படவேண்டும். இப்போதெல்லாம் மோஸ்தராக இருக்கின்ற ஒரு மாற்றாகவோ, உள்ளபடியே அது இருக்கின்ற விளிம்புநிலையினதாகவோ, அதுவும் மதிப்பிடப்படவேண்டும். பகுத்தறிவு ரீதியிலானதுடன் தனக்குள்ளே மோதிக்கொள்ளும் அமைப்பாக, அல்லது, மூடநம்பிக்கை வடிவில், பகுத்தறிவு பகுப்பாய்வுகளுக்குள் அரித்தெடுக்கும் ஒட்டுண்ணியாகச் செயல்படுகிறது.

பகுத்தறிவு சார்ந்தது மற்றும் நேர்மறை அறிவியல்களுக்கான தேடுதல், மேற்குடனான சமநிலைக்குரிய கோரிக்கையாக பகுதியளவில் இருந்தது. இருக்கிறது. கிரேக்க அதிசயம் என அடிக்கடி குறிப்பிடப்பட்டதன் தனித்துவத்தை ஏற்க மறுத்திடும் உறுதிப்பாடு இருந்தது; தொன்மையான அனைத்து நாகரிகங்களிலும், கிரேக்கர் மட்டுமே நவீனச் சிந்தனைக்கான அடித்தளத்தை முன்வைத்தனர். பகுத்தறிவு சார்ந்ததற்கான தேடுதல், பகுத்தறிவற்றதை தனதாக்கிக் கொள்ளும் புள்ளிக்கு எடுத்துச் செல்லப்பட்டு, பின்-நவீன காலங்களில் அகத்தின் மீட்சியாக மட்டுமே நின்றுவிடுகிறது. மாறாக 'வேத கால கணிதம்' கணிதத்தை விட உயர்ந்தது என்னும் தன்னிச்சையான கோரிக்கையில், சமீபத்தில் நாம் கண்டுள்ளவாறு, வரலாற்றுத்திரித்தலினை அது ஆதரிக்கிறது.

எதுவாயினும் ஓர் அறிவியல் புரட்சிக்கு, சிலவகை அறிவின் வகைமைகளையே முன்னெடுத்திடும் பகுத்தறிவுச் சிந்தனையை விடவும் கூடுதலாகத் தேவைப்படுகிறது. தொழில்நுட்ப மாற்றத்திற்கு உந்துதலளிக்கும் ஒருவித புரவலர் ஆதரவும் நிதியும்கூட தேவைப்படுகிறது-அதனை ஆதரிப்போரின் ஆதாயங்களை அடிக்கடி அதிகரிப்பதற்கும் தேவைப்படுகிறது.

இவ்வாறு தொழில்நுட்பத்தில் தரநிர்ணயமும் திரும்பத்திரும்ப நிகழ்வதும் தொழில்மயமாதலுக்கு அடிப்படையாயிருந்தது, கைவினைக் கலைஞர்களது தனிநபர் வாதத்திலிருந்து வேறுபட்டிருந்தது. அறிவியல் புரட்சி காலனித்துவ சமூகங்களில் நிகழ்ந்தது ஒரு விபத்தல்ல.

இந்திய நாகரிகம் முன்னர் இந்து நாகரிகமாக வரையறுக்கப்பட்டதால், அதன் அறிவியல் இந்து அறிவியலாக விளக்கப்பட்டது-இவ்வறியவை முனைப்புடன் எடுத்துச் சென்றவர்கள், பிராமணிய ஆசாரவாதத்தால் சமூகரீதியில் இழித்துரைக்கப் படுவோராக இருந்தாலும். அது இந்து அறிவியலாகப் பார்க்கப்பட்டதால், வாசிக்கப்பட்ட பிரதிகள் சமஸ்கிருதம் மற்றும் இந்திய மொழிகளுடன் வரம்பிடப் பட்டன. சீனாவில் இந்திய ரசவாதம் அல்லது அரபு உலகில் இந்தியக் கணிதம் போல, சீனாவிலோ அரபு உலகிலோ இந்த அறிவியல்கள் ஏதேனும் ஒன்றில் ஆர்வம் எழுந்தது பற்றிக் குறிப்பிடப்பட்டாலும், இந்த அறிவியல்களின் எந்த அம்சங்கள் பிறபண்பாடுகளை ஈர்த்தன என்று கண்டறியும் முயற்சி இல்லாதிருந்தது; சமஸ்கிருதப் பிரதிகளை அரபு மற்றும் சீன மொழிகளில் மொழிபெயர்த்துக் கொண்டிருந்த அறிஞர்களிடமிருந்து பின்னோக்கிய கையளிப்பு இருந்ததா என்றறியும் முயற்சியும் இல்லாதிருந்தது. கி.பி. முதலாவது ஆயிரத்தின் பிற்பகுதியில், இந்தியாவுக்கு வருகை புரிந்த சீன பௌத்த அறிஞர்களது பதிவுகளிலிருந்து, இந்தியாவில் பௌத்தத்தின் நிலைமை மற்றும் தகுதிநிலை பற்றி அதிகம் தெரிந்து கொண்டது போலவே, இம்மொழிகளிலுள்ள பிரதிகளை ஆலோசித்து, இந்திய அறிவியல் பற்றியும் நிறைய அறிந்துகொள்ள முடியும்.

8-ஆம் நூற்றாண்டிலிருந்து குறிப்பாக, இந்திய அறிஞர்கள் தங்கியிருந்ததும் சமஸ்கிருதப் பிரதிகள் வாசிக்கப்பட்டதுமான ஹாருண் அல்-ரஷீத் அரசவையில், இவ்வறிவியல்களிலான அரேபியரின் ஆர்வம் குறித்த விவரணங்கள் கிடைக்கின்றன. இந்தியப் பெருங்கடலின் வணிகவழித் தடங்களில் அரேபியர் கொண்டிருந்த ஆர்வமும், சீனா, இந்தியா மற்றும் மேற்கு ஆசியாவுக்கிடையே பந்தமாகச் செயல்பட்டது. மத்திய ஆசியா வாயிலான தரைவழி வணிகம் கருத்துகளின் சங்கமத்திற்கு இன்னொரு வழித்தடமாயிருந்தது. கிரேக்கப் பிரதிகளின் இந்த ஆதாரங்களிலிருந்து அரேபிய அறிஞர்கள் மொழிபெயர்த்தனர்;

இவை சேர்ந்து குறிப்பிடத்தக்க அறிவார்ந்த கையளிப்பாகி, இறுதியில் ஆரம்பகட்ட அய்ரோப்பிய அறிவியலாக உருக்கொண்டது.

சீனாவின் சுங் காலத்தில் இந்தியாவிலிருந்து பிரதிகள் சீனாவுக்கு வந்துசேர்ந்தன; பௌத்த பிக்குகளாகவோ அவர்களது துணையுடனோ, இந்திய வணிகருடன் சேர்ந்து இந்திய அறிஞர்கள் வந்து தங்கியிருந்தனர். சிலர் தம்முடன் நீண்ட ஆயுள் அளிக்கும் மூலிகைகளைக் கொண்டுவந்தனர்; சிலர் சாதாரணக் கற்களை நீலவண்ணக் கற்களாக மாற்றினர் எனப்படுகிறது; இது மிகவும் பரவலாகவே, சந்தையில் அது தரும் விலை குறைந்துவிட்டது. ரசவாதிகளால் வணிகம் புரிய முடியாமல் போனது. உடனே கைமாறிய அறிவின் வகையினை, பௌத்த ஆர்வங்களின் முத்திரை தீர்மானித்திருக்கவேண்டும். ஆனால் இதில் பெரும்பகுதியும், அக்காலகட்டங்களின் முக்கிய அம்சத்தைச் சுட்டிக்காட்டுகிறது-ஓரிடத்திலிருந்து இன்னோரிடத்திற்கு அறிவும் மக்களும் கைவினைப் பொருள்களும் சுதந்திரமாகப் போய்வந்ததை ஊக்கப்படுத்துவது.

முன்-நவீன அறிவியல் ஆய்வு, பிற ஆய்வுகளிலிருந்து பிரிக்கப்பட்டு, வரலாற்று மாற்றத்துடனான பிணைப்பிலிருந்து தனிமைப்படுத்தப்பட்டதால், எந்தவொரு காலத்திலும் அதனையொரு பண்பாட்டு மரபாக நிறுத்திட, கவன மளிக்கப்படவில்லை. காலனிய சமூகங்களில் அறிவியல் புரட்சி இல்லாதது, காலனித்துவ ஆட்சியாளரை அதிகாரமிக்கவராயும் காலனியப் படுத்தப்பட்டவரை விளிம்பு நிலையினராயும் காணவைத்து, ஏற்றத்தாழ்வை அதிகரிக்கவைத்தது. காலனியமாக்கப்பட்டவர்களுக்கு நவீன அய்ரோப்பிய அறிவியல், நடுநிலை யானதாகவோ உலகளாவியதாகவோ பார்க்கப்படாமல், பெரிதும் கட்டுப்பாட்டுச் சாதனமாகவே பார்க்கப்படுவதாயிருந்துள்ளது. அதன் நடைமுறை அந்நியமாதலைத் தூண்டியதாகக் கூறப்படுகிறது. மாறாக உள்நாட்டு அறிவியல் முழுமையானதாகப் பார்க்கப்படுகிறது. இருப்பினும், இந்நிராகரிப்பு, முன்நவீனச் சமூகங்களில் கூட அறிவியல் அறிவை ஒதுக்கிவைத்திட அனுமதிக்கிறது. பரந்துபட்ட பண்பாட்டிடம் அது திரும்புவதை மறுதலிக்கிறது.

★

அப்படியானால் பண்பாடு என்ற வகையில் அறிவியலை என்ன அர்த்தப் படுத்துகிறோம்? பண்பாட்டின் பொருளாதார, சமூக, அறிவார்த்த வரலாற்றுடன் ஒருங்கிணைந்ததாக, அதனின்றும் உற்பத்தியானதாக ஜோஸப் நீதம் அதனைக் கண்டார். இது ஒரு நிர்ணயவாதப் பார்வையில்லை மாறாக, ஒரு சமூகத்தின் அக்கறைகளையும் உணர்வு நுட்பங்களையும்கூட விசாரித்தறிவதாகும். ஆரம்பகால இந்தியாவில் மருத்துவம், ரசவாதம் தொடர்பாக இதனை நான் சுருக்கமாகப் பேசப் போகிறேன்.

மருத்துவம் தொடர்பான மிகவும் ஆரம்ப நிலைக் குறிப்புகள், மூலிகைகள், மந்திரங்கள், உச்சாடனங்கள் என்னும் *பீஷாஜா* மூலம் குணப்படுத்தியவர்களைப் பற்றியவை. மன்னரைத் தளபதியார் சூழ்ந்திருப்பது போல இத்தகைய நபரைச் சுற்றி மூலிகைகள் இருந்தன எனப்படுகிறது. அவர்கள் மருத்துவர்களல்ல-பூசாரி-மந்திரவாதிகளைப் போல அதிகமான சமூகங்களில் குணப்படுத்துவோராக விளங்கினர், நோயின் பிசாசுகளை அழித்துவிடுவதாகக் கூறிக்கொண்டனர். ஆனால் சமூகரீதியில் படிமுறையிலான சமூகத்தில் குணப்படுத்துபவர் ஊசலாட்டமான தகுதிநிலை பெற்றிருந்தார். அவர் மதநம்பிக்கை-நடைமுறையாக பெரும் வெளிப்பாடாகிய வேள்விச் சடங்கிலிருந்து விலக்கப்பட்டார், தூய்மையற்றவராகக் கருதப்பட்டார்.

கிறித்தவ சகாப்தத் திருப்பத்தில் மருத்துவ அறிவும் நடைமுறையும், *சரகர்*, *சுஷ்ருதர்* போன்றோரின் மருத்துவ நூல்கள் எழுதப்பட, மாறின. அவை குணப்படுத்தல்-மருத்துவத்தின் அடிப்படை நடைமுறைகளையே விவரித்தாலும், அவை சமஸ்கிருதத்தில் எழுதப்பட்டிருந்தமையால், அவற்றை எழுதியோர் அறிஞர்கள், ஆகையால் உயரிய தகுதியுடையனவாகக் கருதப்பட்டன. இப்போது மருத்துவ நபர் அடிக்கடி *சிகித்சகா* என்றழைக்கப்பட்டார். பிற்பாடு வைத்தியர்-கற்றறிந்தவர் எனப்பட்டார். பகுத்தறிவு சார்ந்த பரிசீலனையுடன், திறமைமிக்க சோதனை மீதமைந்த அறிவும் அனுபவமும், நோயின் காரணத்தை அல்லது மருந்தின் விளைவை விளக்கும் எனப்படுகிறது. பூசாரி-மந்திரவாதி ரகத்திலான மருத்துவம் இன்றளவும் தொடர்ந்தாலும், குறைந்தபட்சம் பதிவு செய்யப்பட சில நேர்வுகளிலாவது, மந்திரங்களும் உச்சாடனங்களும் கீழ்நிலையில் வைக்கப்பட்டன. இதனைப் புரிந்துகொள்ளக்

கூடியோர் மற்றும் பெற முடிவோரிடையே புதுவகை அறிவு புழங்கிற்று. நன்கு நிறுவப்படாதவரிடையே பீஷாஜா நிரந்தர அம்சமாய் நிலவிற்று. ஒரு சொல்லாடலின் பகுதியாக அறிவு உருக்கொள்ளவும், சாத்திரங்கள் பயிலாத சூத்திர சீடர்கள் துரோகியரின் வரிசைக்குத் தள்ளப்பட்டனர் என்கிறது *மைத்ரி உபநிடதம்.*

அனுபவம் மாற்றி அனுபவம் என்பதில் மாற்றம் ஏற்பட்டது, முந்தைய அனுபவத்தின் மீது பகுப்பாய்வுகள் அமைந்தன, பிரேதப் பரிசோதனையிலிருந்து கிடைத்த உடற்கூற்றறிவு மற்றும் பிற அறிவின் மீதும் அமைந்தன. அனுபவம், வழமையானதும் அகவயமானதுமான அறிவிலிருந்து பெறப்பட்ட, பரிசோதனை கோட்பாட்டு அறிவுடன் பிணைக்கப்பட்டிருந்தது. கோட்பாடு, ஒருபாதி முந்தைய அனுபவத்திலிருந்து பெற்றது; அதற்கு பதிவு செய்வதும் கிடைக்கப் பெறுவதும் தேவைப்பட்டன; அது அக்காலத்தில் பிரதி எழுதுவதாய் இருந்தது. இம்மாற்றம், இயற்கையை மீறிய ஆற்றலைச் சார்ந்த சிகிச்சையிலிருந்து பகுத்தறிவு ரீதியிலான அணுகுமுறையைச் சார்ந்த சிகிச்சைக்கான நகர்வாக விவரிக்கப்பட்டிருக்கிறது. இந்நகர்வு அவ்வளவு குறிக்கப்படாததாயிருக்கக்கூடும், இருந்தபோதும் வெளிப்படையானதே.

மருத்துவப் பிரதிகள், உயர்பண்பாட்டுமொழி சமஸ்கிருதத்தில் எழுதப்பட்டிருந்தன. அது ஆயுர்வேத மருத்துவ மரபுக்கு அத்தியாவசியமாயிருந்தன. அதே வேளையில், சமூகப் படிமுறை சார்ந்த பிராமணிய நெறிமுறைகள், கோட்பாட்டளவில் மருத்துவர்களை, தாழ்ந்த சமூக மட்டத்தில் நிறுத்தின; தாழ்ந்த சாதியைச் சேர்ந்த இன்னொருவரால் அவ்வுடல் கையாளப்படவில்லையெனில், நோயுற்ற உடல்களையும் பிரதேசங்களையும் கையாள நேர்ந்து, மருத்துவர்களை தீட்டுப்பட்டவர்களாக்கி, சமூகத்தில் தாழ்நிலையில் வைத்துவிடும். இருப்பினும், இம்மருத்துவ அறிவு உயிர்பிழைத்தது மட்டுமின்றி, வேறுபல மருத்துவ ஆர்வங்களை ஊக்குவிக்கவும் செய்தது. எடுத்துக்காட்டாக, பௌத்த பிக்குகள், கோட்பாட்டளவில் நோயைப் பொறுத்து குறைந்த அளவே அருவருப்புற்றனர்; மடாலயங்கள் தம் பிக்குகளின் ஆரோக்கியத்தை உறுதிப்படுத்த வேண்டியிருந்தன. அரசவைகள் குறிப்பாக குதிரைகள்-யானைகளின் ஆரோக்கியம் சார்ந்த கால்நடை மருத்துவத்தை

ஆதரித்தன-அது ராணுவத்திற்குச் சாராம்சமானது என்பதால். மருத்துவம் அதன் பயன்பாடு காரணமாக, மேலோங்கியுள்ள ஆசாரவாதத்துடன் ஊசலாட்டமான உறவுநிலை கொண்டிருந்தது. ஆகவே மருத்துவ வரலாற்றை விசாரித்தறிவது, கிடைக்கின்ற பிரதிகளின் பகுப்பாய்வை விடவும் கூடுதலாகத் தேவையாகிறது. குணப்படுத்துபவருக்கும் மருத்துவருக்குமிடையிலான உரையாடல்கூட அல்லது ஒரு மருத்துவரின் குறுக்கீடு-பல்வேறு பிரதிகளிலிருந்து இதனை யூகித்தறிய வேண்டியுள்ளது-முக்கிய தகவலாகின்றது. இயற்கையைக் கட்டுப்படுத்துவது உத்தேசமாக இல்லை, மாறாக இக்குறுக்கீடு, கட்டுப்பாட்டை உறுதிப் படுத்துவதற்கான முயற்சியானது. மருத்துவ அறிவும் நடைமுறையும் குணப்படுத்து பவரிடமிருந்து மருத்துவரிடம் நகர்ந்ததா அல்லது அவர்கள் ஒன்றாக இயங்கினரா அல்லது மருத்துவ அறிவின் வெவ்வேறு அம்சங்களை அவர்கள் கையாண்டனரா என்று விசாரித்தறிவது நல்லது.

கி.மு. முதல் ஆயிரத்தின் மத்தியிலிருந்து கி.பி. முதல் ஆயிரத்தின் மத்தி வரையிலான காலகட்டம், பிரதிகளின் வடிவில் பல்வேறான அறிவுத் தளங்களின் வகைமைகளைக் கண்டது. இவற்றில் இலக்கணம், வடிவியல், இல்லறம் மற்றும் பொதுவிலான சடங்குகள், சமூகம், அரசியல் பொருளாதாரம், மருத்துவத்தை ஒழுங்குபடுத்தும் சமூக நியதிகள் அடங்கும். ஆளும் குழுக்களை உருவமைப்போரின் மேலாதிக்கத்தை அதிகரிப்பதை சில குழுக்கள் தெளிவாக நிறைவேற்றுகின்றன, கட்டமைக்கப்பட்ட முன்மாதிரியை அவற்றிற்கு வழங்குகின்றன. ஆனால் புதிய தகவல் கிட்டும்போது இவ்வகைமைப்பாடுகளும் நிகழ்கின்றன. அண்டை அயலில் உள்ள பண்பாடுகளுக்கு, குறிப்பாக மேற்கு ஆசிய மற்றும் ஹெல்லெனிய உலகத்திற்கு, இந்தியப் பண்பாடுகள் திறந்து விடப்படுகையில் தோன்றுகின்றன. கிரேக்கத்தைப் பொறுத்தவரை, தாவரங்கள் மீதான தியோ பிரஸ்டஸின் நூல், ஆசியாவிலிருந்து வரும் புதிய ஆதாரங்கள், புதிய உயிரினங்கள் குறித்த தகவலை முன்வைக்கின்றது. புதிய தகவலுக்கு முறைப்படுத்தல் தேவைப்படுகிறது, மற்றும் நிலவுகின்ற அறிவின் மறுவரையறைக்கு இட்டுச் செல்கிறது. இத்தகைய பயிற்சி, கோட்பாடுகள் போட்டியிடும்போது மேற்கொள்ளப்படுகிறது-அவற்றில் சில இறுதியில் கவிழ்க்கப்படலாம்.

பிரதிகள் தாம் கொண்டிருக்கும் தகவல் ஒருபுறமிருக்க, அவற்றின் இயல்பையும் செயலையும் பகுத்தாய்வது, விசாரணைக்கு மையமானதாகிறது. எவ்வாறு பிரதிகள் தகவலை ஒழுங்கமைக்கின்றன, விவாதங்களை உருவாக்குகின்றன? அவற்றின் மொழி தாம் உரையாடும் சமூகப் பகுதிகளுடன் தொடர்பு கொண்டிருக்கின்றனவா? அவை எப்படி உலகைக் கவனிக்கின்றன, தாம் கவனிப்பதை எப்படி பிரதிநிதித்துவம் செய்கின்றன? பண்பாடுகள் மற்றும் வர்க்கங்களுக்கிடையிலான உறவுகளை எப்படிப் பிரதிபலிக்கின்றன அல்லது இந்தியாவைச் சேர்ந்தது என நாம் அங்கீகரிக்க விரும்புவதன் பண்புநலன்களை எப்படி முன்வைக்கின்றன? பாதரசம் குறித்த மருத்துவப் பிரதி, சிவனுக்கும் பார்வதிக்கும் இடையிலான உரையாடல் வடிவைப் பெறுகையில், அது நிச்சயமாக பாதரசம் குறித்த தகவலைத் தருவது தவிர்த்த வேறொன்றை நம்மிடம் கூறுகின்றது. அறிவியலைப் பண்பாடாக சிறப்பித்துக் காட்டக்கூடிய கேள்விகள் இவை, அதற்கு வரலாறு-அறிவியலிடையே கலந்துறவாடல் அவசியம்.

ரசவாதத்தின் அமைப்பு சற்று வித்தியாசமானது. நீண்ட ஆயுள், மரணமில்லாப் பெருவாழ்வு என்னும் முயற்சிகள் சேர்ந்த பரிசோதனைக் களன்களில் ஒன்றாக உடல் திரும்பவும் உள்ளது. இன்னொரு களன், அற்ப உலோகத்தை பொன்னாக்கி செல்வம் குவித்திடுகின்ற, தாதுப் பொருள்களின் விசாரணை. எனவே ரசவாதம் ரகசிய அறிவானது, ரசவாதிகள், எங்கணும் உள்ளது போலவே, தலைமறைவு வாழ்வின் பகுதியாயினர். அநேகமாக ஒவ்வொரு நாகரிகத்தின் அம்சமாக ஆராயப்பட்டுள்ள, உண்மையிலேயே உலகளாவிய அறிவியலுக்கான சீரிய எடுத்துக்காட்டுகளில் ஒன்றை ரசவாதம் முன்வைக்கிறது. அது கட்டுப்படுத்துவதாக கூறிக்கொள்ளும் அறிவைப் பயன்படுத்துதலில் ஈரேஷியா எங்கிலும் ஒத்த தன்மைகள் உள்ளன; ரசவாதிகள் வாழ்ந்துவந்த மக்களின் அணுகுமுறைகள் நமக்குக் கூறப்படுகின்றன.

இந்தியாவில் இது விரிவான அளவிலே இன்னும் ரகசியமான தாந்திரிக நடைமுறைகள், நம்பிக்கைகளுடன் பின்னிப் பிணைந்தது. கி.பி. முதல் ஆயிரத்தின் பிற்பாதியில், குறிப்பிட்டதொரு புள்ளியில், அது ஒரேயொரு நடைமுறைப் பரிசோதனை முறை என்பது நின்று, பதிவுசெய்யப்பட்ட பிரதியியல் அறிவாகவும் அறியப்படலாயிற்று. ஆரம்பத்தில்

நிறுவனமாயிருந்த மதம் சார்ந்த மேட்டுக்குடியினர் விலகி நின்றனர். தாந்திரிகத்துடனான தொடர்பு பிற பக்கத்தினருடன் பிணைக்கப்பட்டது; மறுபிறவி, கூடுவிட்டு கூடு பாய்தல் ஆகியவற்றைவிடவும் மிகவும் மையமானதாயிருந்தது - மறுபிறவியும் மரணமில்லாப் பெருவாழ்வும் இப்போது மேலாதிக்கத்தை உறுதிப்படுத்துவதற்கான அடிப்படைச் சித்தாந்தமாயிருந்தது; தாந்திரிகத்துடன் தொடர்புடைய பரிசோதனைகளை மேற்கொண்டோர், உயர்ந்த - தாழ்ந்த சாதியினராக இருந்தனர்; இச்சடங்கில் சாதி மையமானதாக இல்லை. எனினும் இதுசார்ந்த பிரதிகள் எழுதிவைக்கப்பட்டபோது, அது கற்றறிந்தவர்களின் மொழியில் அமைந்தது, மேற்கு ஆசியாவுக்கு ஏற்றுமதியானவற்றின் பகுதியாய் இருந்தது, அரபு அறிஞர்களிடத்தே பெரும் ஆர்வத்தைத் தூண்டிவிட்டது. இந்த அறிவின் பிரதியாக்கம், இந்தியாவில் கூட, அதன் பலவான பயன்பாடுகளில் அரசவை ஆர்வத்துடன் பொருந்திப் போனதாகத் தோன்றுகிறது. பிரதி அப்போது இரட்டைப் பாத்திரத்தை வகிக்கிறது: அறிவின் உருவம் மற்றும் பிரதாபங்களின் வாசகம் இரண்டாயும் இருக்கிறது.

வானியலாளர்கள், கணித நிபுணர்கள், ஆரம்பகட்ட புராணங்களின் ஆசிரியர்களை ஈடுபடுத்திய மிக மர்மமான கையளிப்புகளில் ஒன்றாக, தொல்கதைகள், தொன்மங்கள், சிறிது வரலாற்றைப் பிரதிகள் இணைத்துக்கொள்ள, ஆரம்பகட்ட கிறித்தவ சகாப்தத்திலிருந்து எழுதப்பட்டன. காலக் கருத்தமைவுகளைக் கொண்டிருந்தது உரையாடல். காலம் குறித்த அத்தியாயத்தில் நாம் கண்டுள்ளவாறு, வானியலாளர்கள் தம் கணக்கீட்டிற்கு பெரும் தொகைகளைப் பயன்படுத்தினர். பலநேர்வுகளில் புராணங்கள் அண்டவியலுடன் ஒத்திசைகின்ற தொகைகள் அவை. இத்தொகைகளை வானியலாளர்கள் இரவல் பெற்றனரா அல்லது புராண எழுத்தாளர்கள் வானியலாளர்களிடமிருந்து பெற்றுக் கொண்டனரா? சுழற்சி காலத்திற்கான எண்கள் ஒன்றேயாக இருப்பதுடன், நான்கு யுகங்களின் கருத்தமைவு, எளிமையானதாயினும், கணிதரீதியில் ஒழுங்கு படுத்தப்பட்டிருக்கின்றன. பிற்பாடு வானியலாளர்கள் காலக் கணிப்புகளின் அசலான தன்மை குறித்து விவாதித்திருக்க, புராணவாதிகள் அசலான கட்டமைவை ஏற்றிருந்தனர். வானியலும் கணிதமும்கூட, ஹெல்லெனிய உலகிலும் பின்னர்

பண்பாடாக அறிவியல் | 141

சீனாவிலும் இருந்த தம் துறையாளர்களுடன், உரையாடல்களை மேற்கொண்டன. புராணவாதிகள் தம் அண்டவியலைக் கட்டமைப்பதில், அறிவின் மேலான கிளைகளாகக் கருதப்பட்டவற்றிலிருந்து அம்சங்களை எடுத்துக்கொண்டிருக்கக் கூடும்-வானியலுக்கும் கணிதத்திற்கும் கற்பிக்கப்படும் அசலான தன்மையை, தம் கட்டமைப்பில் தொடர்புபடுத்திவிடும் உத்தேசத்துடன்.

பகுத்தறிவுத் தன்மையைத் தீர்மானிப்பதில் அவ் விளக்கங்கள் சாராம்சமானவை என்பது ஆரம்பகட்ட கடந்த காலத்தின் சில நடவடிக்கைகளால் திரும்பவும் விளக்கப்படக் கூடியவையே. ஒரு தனிநபரின் வாழ்விலான நெருக்கடிகளோ பெரிய அளவிலான விநாசங்களோ, பேரிடர்களைத் தவிர்ப்பதே, முன்-நவீன அறிவியல் நோக்கங்களில் ஒன்றாக இருந்திருப்பதாகத் தோன்றுகிறது. இது சமயங்களில், பகுத்தறிவற்ற தன்மையை நோக்கி குறிப்பிட்ட ஆய்வு திருப்பிவிடப்பட்டதாயிற்று. வானியலாளர்கள் கிரகணங்களைக் கணக்கிட்டு முன்னுரைத்த பதிவுகள் உண்டு. அதேவேளையில், கிரகணத்தின் கேடுகளை விரட்டிட, செலவு பிடிக்கும் யாகங்களை நடத்துமாறும் தானங்கள் செய்யுமாறும் சோதிடர்கள் அரச குடும்பத்தினரை ஊக்குவித்த பதிவுகளும் உண்டு. பொதுவாக அத்தானங்களைப் பெற்றவர்கள் சோதிடர்களே என்று சொல்லத் தேவையில்லை. அறிவியல் அறிவின் நம்பகத்தன்மை, பகுத்தறிவானதை முன்வைப்பதில் மட்டுமின்றி, பகுத்தறிவானது பகுத்தறிவற்றதாக மாற்றப்படாதிருப்பதை உறுதிப்படுத்துவதிலும் உள்ளது. இவ்வேறுபாடு எப்போதும் கவனிக்கப்பட்டதாகத் தெரியவில்லை.

அறிவைக் கையளிப்பது ஒரு பண்பாட்டு நடவடிக்கை; யார் கையளிக்கின்றார், எவ்வடிவில் என்பது குறித்து கேள்விகள் எழும். ஒரு கோட்பாடு விளக்கப்படலாம், பிரதிகள் மொழிபெயர்க்கப்படலாம், பரிசோதனைகள் செய்துகாட்டப்படலாம். அல்லது பண்பாடுகளின் நெருக்கத்தில், கையளிப்பு சவ்வூடுபரவல் நிகழ்ச்சிப் போக்கின் வாயிலாக நிகழலாம். இவை ஒவ்வொன்றும் தன் பரிணாமத்திற்குள்ளாகி, மாறுதல் அடைகின்றன; கையளிக்கப்படுவது அசலுடன் மாறுதல் கொள்ளக்கூடும். உண்மையில் எது கைமாற்றப்படுகிறது, வெவ்வேறு பண்பாடுகளிலும் வெவ்வேறு மொழிகளிலும் கருத்தமைவுகள் ஒரே அர்த்தத்தைக்

கொண்டுள்ளனவா என்ற ரீதியில், மொழிபெயர்ப்பின் நிலை மாற்றங்களுடன் பரிச்சயமாயுள்ளோம். கையளிப்பு நடவடிக்கை, முன்னதாக விளிம்புநிலையில் இருந்த போதும், கையளிக்கப்பட்ட அறிவை மையப் பாத்திரத்திற்கு நகர்த்திவிடும். அனைத்துச் சமூகங்களும் கையளிக்கப்பட்ட அறிவினை ஒத்தமுறையில் ஏன் கருதுவதில்லை என்னும் கேள்வியும் உள்ளது. எடுத்துக்காட்டாக, பழங்கால மக்கள் விமான வடிவியலை வெவ்வேறு வழிகளில் பயன்படுத்தினர். ஒரு சமூகத்தின் பண்பாடு ஒரு தொழில்நுட்பத்தின் மீது பதிக்கப்படுகையில், அப்போது அப்பதிப்பின் பகுப்பாய்வு தொழில்நுட்பத்தின் வரலாற்றுப் பாத்திரத்தை மதிப்பிடும்போது, அத்தொழில்நுட்பத்தைப் போல அவ்வளவு முக்கியமானது.

முன்நவீன சமூகங்களின் இத்தகைய அறிவு அறிவியல் என்று அழைக்கப் படலாமா அல்லது மூல-அறிவியல் என்று வித்தியாசப்படுத்துவது சிறந்ததா என்ற கேள்வி நிறுத்தப்பட்டுள்ளது. அதனை அறிவியல் என்றழைத்து சிறப்புச் சலுகை கொண்டதாக்குகிறோமா? பிறகு அதுவும் பகுத்தறிவான தன் அடிப்படையிலானது என்று சொல்லப்பட்டதை எதிர்பார்த்து, நவீன அறிவியலுக்கு கற்பிக்கப்பட்டிருப்பது போல, உண்மையை தோராயமாக்குகிறோமா?

இத்தகைய அறிவைக் கட்டுப்படுத்தியது யாரென்று நிறுத்துவது, முக்கிய வரலாற்று விசாரணையாகி, உண்மையாக எது கருதப்படுகிறது என்ற தன்மையில் தாக்கத்தைக் கொண்டுள்ளது. இது சில சமயங்களில் தேசியவாதம்-நாடுகடந்த தேசியவாதம் என்னும் பிரச்சனைகளுடன் பிணைந்திருக்கிறது-அதேவழியில் அறிவியலைத் தமதாக்கிக் கொள்ளாத, பிற நாகரிகங்களின் முயற்சிகளிலிருந்து அய்ரோப்பாவின் சாதனைகளை மூல அறிவியல் பிரித்திடும், என்ற வாதப்படி. மூல-அறிவியல் எனப்படுவதில் பெரும்பகுதி உண்மையில் அறிவியலுக்கு முந்தி இருந்ததே; அறிவு விளக்கக் காலத்தின் அறிவியலின் பெரும்பகுதியும், அதற்கு முந்தையதன் மீதமைந்திருப்பதே. அதனை மூல-அறிவியல் என்பதைவிடவும் அறிவியல் என்றழைப்பது, மிகப்பொருத்தமானதாக எனக்குத் தோன்றுகிறது, குறிப்பாக பண்பாடுகளின் பெரும் கருத்தமைவுகளில் அதனை நம்மால் நிறுத்த முடியுமானால்.

ஒரு தேசிய அடையாளத்தைக் கட்டமைப்பதில், தேவைப்படும் அடையாளத்தை உருவாக்குவதில் திறம்பட்டதாயிருக்கும்,

கடந்தகாலத்திலிருந்து தெரிவு செய்வதன் மூலம் ஒரு மரபினைக் கண்டுபிடிக்க முடியும். வரலாற்று மறுகட்டுமானம் மையமானது, கடந்த காலப் படிமங்களின் மீது சித்திரம் உள்ளது. இதற்கு பல்வேறான அறிவைத் திரட்டுவது அவசியமாகும், அறிவியல் முக்கியமான மாறுபடக்கூடிய ஒன்றாகப் பார்க்கப்படுவதால், அது உரிமை பெற்றதாகிறது. அறிவியல் வரலாற்று வகைமையாகப் பார்க்கப்படுகிறது. அறிவியல் வரலாறு தேசியவாத சித்தாந்தத்துடன் பிணைக்கப்பட்டால், அது எந்தவொரு தேசியவாதமாகவும் இருக்கமுடியும், அதனை உலகளாவியதாகக் கருதமுடியாது. இந்து அறிவியல், இஸ்லாமிய அறிவியல் அல்லது முன்-நவீன அய்ரோப்பிய அறிவியலும், அறிவியலுக்கு உலகளாவிய தன்மையை மறுதலிக்கின்றன.

அறிவியலுக்கு உரிமை வழங்குதல், அது முன்னேற்றத்தின் அடையாளமாகிட அனுமதிக்கிறது; தேசியவாதத்தில் முன்னேற்றம் முக்கிய கருத்தமைவாகும். சமூக மாற்றத்தை விளக்கும் சில கோட்பாடுகளுக்கும் அது மையமானது; குறிப்பிட்ட காரண-காரியக் கண்ணியைக் கொண்டுள்ள குறிப்பிட்ட திசைவழியில் அது உள்ளார்ந்து நகர்வதாகக் கூறப்படுகிறது. இத்தகைய அறிவியல் ஆரம்பகட்ட கடந்தகாலத்தில் நிலவிற்று என்று கூறிக் கொள்ளும் இந்துத்துவா தேசியவாதத்தால் நவீன அறிவியலை ஈர்த்துக் கொள்வதற்கான முயற்சிக்கு இது ஒரு விளக்கமாயிருக்க முடியும். அதன் சித்தாந்தத்தின் இயங்கு தன்மையை முன்னெடுப்பதற்கான முயற்சியாயும் இதனைப் பார்க்க முடியும். சில ஆயிரம் ஆண்டுகளுக்கு முன்னே விமான சேவைகள் இருந்தன என்று கூறுவது, தொன்மையான இந்தியாவின் அறிவியல் சாதனைகளை நிச்சயம் உயர்த்திக் காட்டும், அக்காலத்திற்கு அசாதாரண நாகரிகமாக ஆக்கிக் காட்டும். மேலாதிக்கத்தை உறுதிப்படுத்த அறிவியலும் அதிகாரத்தில் உள்ளோரால் பயன்படுத்தப்படக்கூடியதே-காலனிய அமைப்பின் எதிரொலியாக, அதேபோல அறிவுக்கான போற்றுதலாக-முழுமையாகப் புரிந்து கொள்ளப்படாமல் ஆனால் அதன் செய்முறையாளர்களுக்கு அதிகாரத்தை அளிப்பதாகக் கருதப்படுவது, தொல்கால இந்தியாவிற்காகக் கூறிக் கொள்ளப்படும் நவீன அறிவியலின் குறிப்பான சாதனைகளைப் பகுப்பாய்வு செய்வது சுவையானதாயிருக்கும். வசீகரப் புனைவின் மணம் தெளிக்கப்பட்டிருந்தாலும்,

அவை உடனிகழ்கால அபிலாஷைகளுடன் அதிர்வைக் கொண்டிருக்கவேண்டும்.

தேசியவாதத்தைத் தாண்டிச்சென்று நாடு தாண்டிய தேசியவாதமாக-உலகமயமாதலுக்கு இன்னொரு பெயர்-தன்னை அழைத்துக்கொண்டு, சர்வதேசச் சந்தையின் சங்கொலிக்கு நம்மை ஈர்க்கின்ற கூற்றுகளை நாம் இப்போது அனுபவித்துக் கொண்டிருக்கிறோம். ஆனால் இதன் நூதன அம்சம், எதிர்கால நம்பிக்கைக்கான கலங்கரை விளக்கமாக புகழப்படும் கற்பிதமான கடந்தகாலத்திற்கு இட்டுச்செல்லும், உலகமயமாதலைப் பின்தொடரும் காப்புத்தன்மைதான்.

முன்-நவீனமோ நவீனமோ, அறிவியலின் முழுமையான தன்மை, அது தனியொரு பண்பாட்டுக்கு மட்டும் உரியது அல்ல என்னும் உண்மையில் உள்ளது, உடனிகழ்காலச் சூழலில் இன்னும் அதிகமாக உள்ளது. அதன் வேர்கள் பலவான பண்பாடுகளில் மட்டும் இருக்கவில்லை, மாறாக அவை திரட்டும் அறிவுடன் இப்பண்பாடுகள் என்ன செய்கின்றன என்பதிலும் உள்ளது. தோற்றுவாய்களின் பல்தன்மையும் விளைவுகளும் புரிந்து கொள்ளப்பட்டு, அங்கீகரிக்கப்படவேண்டும். இந்த அறிவியல் மற்றும் பல்திறமான பண்பாடுகளின் சூழலில், பொதிந்துள்ள அல்லது வெளிப்படுத்தப்படும் கருத்துகளை மதிப்பிடுவது இதற்கு தேவையாயுள்ளது. இது ஒப்பாய்வுகளை மேலும் அர்த்தமுள்ளதாக்குகிறது. சீன நாகரிகத்திலுள்ள அறிவியல் குறித்த நீதமின் விசாரணை, சீனக் கடந்த காலத்தின் அம்சமாக மட்டுமே ஆராயப்படக் கூடாது. இத்தகு விசாரணைகள் உலகின் இதர பகுதிகளுக்கும் குறிப்பாக ஏற்றுக் கொள்ளப்பட்ட வித்தகருக்கு இயைந்து போகாததால் இதுவரையும் ஒதுக்கி வைக்கப்பட்டுள்ள பண்பாடுகளுக்கும் தேவைப்படுகிறது.

11-ஆம் நூற்றாண்டில் இந்தியாவுக்கு வருகை புரியும் அல்பருணி, பொதுவாகப் புகழ்ந்துவிட்டு, இந்திய வானியல்-கணித இலக்கியம் முத்துக்கள் மற்றும் எருக்களுடைய கலவையாயிருக்கிறது எனப் பரிகசிக்கிறார். இந்தியர்களால் கறாரான அறிவியல் விசாரணைக்கு தம்மை உயர்த்திக் கொள்ள முடியாததால், அவர்கள் பார்வையில் அவை சமமாகத் தெரிகின்றன என்கிறார். அல்பருணி அய்ரோப்பிய அறிவியல் புரட்சியின் பேச்சாளர் அல்ல, இருப்பினும் சமீபத்தைய சில விவாதங்கள் இவ்வாசகத்தை எதிரொலிக்கும். ஆனால் அறிவின்

மதிப்பிடலுக்கு, அவ்வறிவின் தோற்றுவாயை, சமூகத்தில் அதன் செயல்பாட்டை, அதன் கையளிப்பின் தன்மையை, குறிப்பாக பல்வேறான உலகப் பார்வைகளின் சூழலில் மற்றும் இத்தகைய அறிவால் தோற்றுவிக்கப்படும் தோற்றுவிக்கும் வரலாற்று மாற்றத்தைப் புரிந்துகொள்வது அவசியமாகிறது. வெறுமனே வரலாற்றாளர்களும் அறிவியலாளர்களும் அல்லாமல் நிறையப்பேர் ஈடுபடுவதான, சிக்கலான வரலாற்று நிகழ்வுப் போக்கிற்கு, தவிர்க்க முடியாத நிகழ்வுப் போக்கிற்கு இது நம்மைக் கொண்டு சேர்க்கிறது. சுமார் அரை நூற்றாண்டுக்கு முன்னர் ஜோஸப் நீதம், சீனாவில் அறிவியலுக்கான தன் தேடலைத் தொடங்கியபோது கூறியது ஞாபகத்திற்கு வருகிறது:

"நல்லதோ கெட்டதோ பகடை இப்போது போடப் பட்டிருக்கிறது, உலகம் ஒன்றாயிருக்கிறது. உலகின் குடிமகன் தன் சக குடிமக்களுடன், எப்போதும் குறுகிக் கொண்டுவரும் aerofoil[13] மற்றும் வானொலி-அலை வீச்சுக்குள்ளே வாழவேண்டியுள்ளது. அவர்தம் பண்பாட்டைச் சேர்ந்த ஞானியர், முன்னோடிகள் மற்றும் தன்னுடைய சாதனைகளை அவன் அறிந்திருந்திருந்தால்தான் அவர்களுக்குரித்தான புரிதலையும் பாராட்டையும் அவனால் வழங்கமுடியும்."

5
பண்பாடுகளைக் கட்டவிழ்க்கும் பெண்கள்

சமூகங்களின் பண்பாடுகளுடைய வரையறுப்பு, உயர்குடிகள்-மேட்டுக்குடிகளது நடவடிக்கைகளுடன் இனி நிறுத்திக் கொள்ளப்படுவதில்லை. சமூகத்தின் பல நிலைகளிலான வாழ்தல் அமைப்பு பற்றி விவரிப்பதாக குவிமையம் மாறுகின்றது, ஆதலின் பல்வேறான சமூக வகைமைகளைக் குறிப்பிடுகிறது. ஒரு காலத்தில் 'பெண்கள்' என்னும் ஒற்றை வகைமையாகக் குறிப்பிடப்பட்டது இனி நீடிக்காது, ஏனெனில் ஆண்களைப் போல பெண்கள் பல்வேறான சமூகப் பணிகளைச் செய்கின்றனர். அவர்கள் சார்ந்துள்ள சமூகப் பிரிவுக்கு இவை இயைந்து சென்று, அவர்களது செயல்பாடு-எடுத்துரைப்பின் பெரும்பகுதியைத் தீர்மானித்துவிட, அவையிரண்டும் இப்போது பெரும்வாழ்தல் அமைப்பின் முக்கிய அம்சமாகப் பார்க்கப்படுகின்றன.

எடுத்துக்காட்டாக, எவ்வாறு திருமண விதிகள் பெண்களின் பாத்திரத்தைப் பாதிக்கின்றன என்ற விசாரணை சாதிக்குத் தேவைப்படுகிறது. ஏனெனில் சாதி மீதான கட்டுப்பாடு ஆணாதிக்கத்தை உறுதிப்படுத்துவதுடன் தொடர்புபடுத்தப் படுகிறது. சாதி/மதம் சார்ந்த கலப்புத் திருமணங்கள், மரபார்ந்த இந்தியப் பண்பாட்டு அம்சங்களுக்கு மிரட்டலாக உள்ளன என்று கூறப்படுவதற்கு இது ஒரு காரணமாகும். வளப்பத்துடன் பிணைக்கப்பட்ட தெய்வமாக வணங்கப்படும் போது தாய்த் தெய்வம், நாட்டிலுள்ள ஒவ்வொரு பகுதிக்கும் பொதுவானது; இருப்பினும் கலப்பையால் உழுவதிலிருந்தும் குயவனின் திகிரியைச் சுற்றுவதிலிருந்தும் பெண்கள் விலக்கப்படுகின்ற பல பகுதிகள் உண்டு. பெண்களை அடிமைப்படுத்தி

வைத்திருப்பதில் இது வேர் கொண்டிருப்பதால், இது வெறுமனே ஆன்மிக-சடங்கு மரபல்ல.

நாம் சுவீகரித்துள்ள பண்பாட்டை நாம் குறிப்பிடும்போது, தனிப்பட்ட வகையிலோ குழு வகையிலோ, ஆண்களின் சாதனைகளின் மீதே நமது குவிமையம் பெரிதும் உள்ளது. பெண்கள் சிறகுகளின் நிழல்களில் தங்கிவிடுகின்றனர். அவர்கள் பண்பாட்டுச் சட்டகத்திற்கு வெளியில் இல்லை என்று நிரூபிக்க, சிலர் மட்டும் பொறுக்கி எடுக்கப்பட்டு குறிப்பிடப்படுகிறார்கள்; ஆனால் இவர்கள் கணிசமான வித்தியாசங்களை மேற்கொள்கின்றனர் என்பதை விடவும் அடையாளங்களாகவே கருதப்படுகின்றனர். இருபதாம் நூற்றாண்டின் ஆரம்பத்தில் பெண்களின் பங்கேற்பு தேசியவாதத்திற்குத் தேவைப்பட்டபோது, ‘பெண்கள்’ என்று குறிப்பிடப்படும் வகைமையில் ஆர்வம் ஏற்படத் தொடங்கிற்று. சமூகத்தில் அவர்களது பல்வேறான செயல்பாடுகளின் ரீதியில் பாகுபாடு செய்யப்படவில்லை, கடந்த காலங்களில் பெண்களின் தகுதிநிலை குறித்து சில புத்தகங்கள் மட்டும் எழுதப்பட்டன. பிரித்தானிய தொழில்மயமாதலுக்குப் பங்களிப்புச் செய்த, ஆலைகளில் தயாரிக்கப்பட்ட துணிகளை விடவும் கைத்தறித்துணிகளை அணிந்து, பெண்கள் முழுதாகப் பங்கேற்க வேண்டும் என தேசியவாத அரசியல் கோரியது. இந்த நோக்கத்துடன் ஆலை தயாரிப்புத் துணிகளுக்கு எதிராகப் போராடுமாறு அவர்கள் ஊக்குவிக்கப்பட்டனர்; கள்ளுக்கடைகளை மறியல் செய்யவும் ஊக்குவிக்கப்பட்டனர். பெண் பங்கேற்பாளர்கள் பாராட்டப்பட்டனர், அவர்கள் இந்திய சமூகத்தில் எப்போதும் செய்து வந்திருந்த, முக்கியத்துவமான பாத்திரத்தை நிறைவேற்றிக் கொண்டிருந்ததாகக் கூறப்பட்டது.

இருப்பினும், வரலாற்றிலான அவர்களது சித்தரிப்பு திசைதிருப்பக் கூடியது. தர்மசாத்திரங்களில் அவர்களிடமிருந்து என்ன எதிர்பார்க்கப்பட்டதோ, அதைத் தயக்கமின்றி ஏற்றுக் கொண்டதாக அவர்கள் சித்தரிக்கப்பட்டனர்; இதுவும் எப்போதும் அப்படியே இருந்ததில்லை என்பதை இவ்வத்தியாயத்தின் பிற்பகுதியில் காண்போம். ‘பெண்களின் தகுதிநிலை’ என்னும் தலைப்பிடப்பட்ட விரிவான வகைமைக்குள்ளே, சாதி, பொருளாதாரத் தகுதிநிலை அல்லது மதக் கடப்பாடுகள் சார்ந்த பாகுபாடுகள் பூசிமெழுகத் தலைப்பட்டன.

சிறிது காலமாக, 'தொல்கால இந்தியாவில் பெண்கள்' எனப் பெரிதும் விவரிக்கப்பட்டு வந்ததின் வரலாறு, தர்மசாத்திரங்களில் சமூகத்தில் பெண்களின் பங்கு பணியாகக் கூறப்பட்டதன் தெளிவுபடுத்தலே. இவை மிகவும் ஆண் சார்ந்தவை, ஆண்களுக்கு அவர்கள் அடங்கிப் போதலை சிறப்பிப்பதைத் தவிர்த்து, பெண்களுக்கு அதிக கவனம் செலுத்தப்படவில்லை. அவ்வப்போது மேலும் நேர்மறையானதான பூசிமெழுகல் முயற்சி இருந்தது.

என்ன கூறப்படுகிறது என்பதன் உணர்த்தல்களை விசாரித்தறியாமலே எப்படிச் சமூகம் செயல்பட்டது என்பது குறித்த விவரிப்புகளே இப்பிரதிகள் என வரலாற்றாசிரியர்கள் ஆரம்பத்தில் கருதினர். பெண்கள் எப்படிச் செயல்படவேண்டும் என்பது குறித்து மேலும் சில அறிக்கைகள் இருந்தன ஆனால் இவை இலக்கியப் பிரதிகளிலிருந்து வந்ததால், அவ்வளவாகக் கவனம் பெறவில்லை.

மனுதர்மத்திற்கு முன்னும் பின்னும், சமூக நெறிமுறைகளான தர்மசாத்திரங்கள், ஆடவர்-பெண்டிருக்கான நெறிமுறைகளை முறைப் படுத்தியதால், பெரும் முக்கியத்துவம் கொண்டிருந்தன. மனுதர்மம், மற்றவற்றைவிடவும் பரந்த நிறமாலையைப் பெற்று, இடைக்காலங்களில் மேலும் சிறப்பளிக்கப்பட்டதால், விளக்கவுரைகளில் அதுகுறித்த குறிப்புகளை வைத்துப் பார்க்கையில், நவீன காலங்களில் அதன் மையநிலையின் சாத்தியத்தைப் புரிந்துகொள்ளலாம். இச்சமூக நெறிகளை உருவாக்கியது பிராமணியம், எனவே பழமைப் போக்கினராக குறிப்பிட்ட நோக்குநிலை உடையவராக இருக்கவேண்டும் என்பது கணக்கில் கொள்ளப் படவில்லை.

சமீபத்தைய தசாப்தங்களில் வரலாற்றாளர்கள் இந்த விதிமுறைகளை விளக்கும் பிரதிகள் என்பதை விடவும் ஒழுங்குபடுத்தும் பிரதிகளாகவும், பிராமணிய நோக்குநிலை முன்னர் கருதப்பட்டதுபோல சமூகத்தில் அந்த அளவுக்கு பரவி இருக்கவில்லை எனவும் பார்க்கலாயினர். சமூகங்களின் குறிப்பிட்ட பகுதிகளுடனான தொடர்பில், அதன் செல்வாக்கு காலத்திலும் வீதாச்சாரத்திலும் வேறுபட்டது. பிராமணியமல்லாத ஆதாரங்களும் மதச்சார்பற்ற இலக்கியமும் பிராமணிய நெறிமுறைகளுடன் முரண்பட்டு நின்றது கண்டறியப்பட்டபோது, இவ்விதிமுறைகளை விளக்கப்பிரதிகளாக ஏற்றிருந்தது பிரச்சனைக்குரியதானது.

கி.மு. நான்காம் நூற்றாண்டிலிருந்து கி.பி. நான்காம் நூற்றாண்டு வரை, மௌரியர்களின் காலத்திலிருந்து குப்தர் காலகட்டம்வரை, சில நீட்சிகளுடன், பிரதானமாக இக்காலகட்டம் குறித்து விவாதிப்பேன். இக்காலகட்டத்திற்கான ஆதாரங்கள் பிரிவுபடத் தலைப்படுகின்றன. சிலர் பிராமணிய நோக்கு நிலையைப் பின்பற்ற, மற்றவர்கள் பிரதானமாக பௌத்த-சமண சிராமண நோக்குநிலையைப் பின்பற்றினர். அவர்கள் காலத்தில் அவ்வளவாகப் பிரிந்திராவிட்டாலும், நோக்குநிலைகளில் பிரிந்திருந்தனர். இது குறிப்பாகத் தென்படுவது பெண்கள் மீதான கண்ணோட்டத்தில். இவற்றை காலகிரமப்படிப் பார்த்து வித்தியாசங்களைக் கவனிக்க முடியும்; ஆனால் பெண்களைக் குறித்து என்ன கூறப்படுகிறது மற்றும் நுணுக்கமான நோக்கிலிருந்து அவர்களது செயல்பாடுகள் குறித்து நான் விவாதிக்க விரும்புகிறேன்.

வழமையான பெரிதும் பழமைவாதப் பிராமணிய போக்கிலிருந்து ஒருவிதத்தில் மாறுபடும் நோக்குநிலையிலிருந்து இம்மையக் கருத்தினைப் பார்க்க விரும்புகிறேன். சிராமண ஆதாரங்களிலிருந்தும் சிராமண மரபில் மட்டுமே உள்ள பெண்களின் தனிச்சிறப்பான வகைமையிலிருந்தும் ஆரம்பத்தில் நோக்கினால், வேறுபட்ட கண்ணோட்டத்தைத் தரும். இங்கிருந்து நான், பிற ஆதாரங்களில் குறிப்பிடப் பட்டுள்ள வகைமைகளைக் காண நகர்வேன்.

வித்தியாசத்தைக்காண நான் பயன்படுத்த இருக்கும், முப்பட்டைக் கண்ணாடிகளுள் ஒன்று, பிராமணிய-சிராமண மரபுகளில் வேறு வேறாகப் பரவியுள்ள, துறவு என நாம் குறிப்பிடுவதை-பிந்தையது. பெண்களுக்கு தனிச்சிறப்பான சலுகையாக அனுமதிக்கிறது. பெண்கள் துறவிகளாக முடியுமா என்னும் பிரச்சனையில் இவ்விரு மரபுகளுக்கிடையிலான வித்தியாசத்தை இது அறிமுகப்படுத்துகிறது. இதுசில சுவையான கேள்விகளை முன்வைக்கக்கூடும்-இச்சலுகையும் இக்காணும் தன்மையும் சிராமண மரபில் ஏன் முனைப்பாயும் மற்றதில் குறைந்தும் காணப்படுகின்றன? என்பது போன்று.

துறவியரின் கருத்தமைவும் பாத்திரமும் இந்தியச் சமூகத்திற்கு ஆரம்பத்திலேயே வந்துவிட்டது. சந்நியாசம் அல்லது துறவின் மிக அதீத வடிவம், துறவின் இதமான வடிவிலிருந்து வேறுபடுத்தப்பட்டது; அது சமூகத்துடன் தொடர்ந்துவரும் தன் தர்க்கத்தால், அதனின்றும் குறைந்தே தூரப்படுத்தப்பட்டிருந்தது.

துறவி முற்றிலும் சமூகத்திலிருந்து விலகி, தனிமையில் வாழ்பவராக எதிர்பார்க்கப்பட்டார். மறுபிறவி-நிர்வாண நிலையிலிருந்து விடுதலை பெற்றிடும் தனது கவலை ஒருபுறம் இருக்க, துறவி மற்ற துறவியருடன் சேர்ந்து வாழுமாறு எதிர்பார்க்கப்பட்டார்; சிறந்த முறைகளில் வாழுமாறு மக்களை இட்டுச் செல்லும் என்னும் அனுமானத்துடன், ஒரு மாற்று, அறவழிச் சமூகத்தை முன்னிறுத்துவது அவர்தம் அக்கறையாயிருந்தது. இது சமூக மாற்றத்தில் சிறிது செல்வாக்கை ஏற்படுத்தி இருக்கக்கூடும்-அது சில துறவுப் பிரிவுகளின் உத்தேசமாயுமிருந்தது. சிராமண மரபின் துறவியர் பிக்குகள் துறவுக் கன்னியரின் பிரிவுகளில் இணைந்து மடாலயங்களிலும் கன்னியர் மடங்களிலும் பிரிந்து வாழ்ந்தனர்; ஆனால் பிச்சையாக உணவை ஏற்கவும் போதிக்கவும் குடியிருப்புகளுக்குச் செல்லவேண்டியிருந்தது. எனவேதான் சமூகத்துடன் தொடரும் பிணைப்பு, ஆனால் தம் துறவுக்கு முன் நிலவியிருந்ததிலிருந்து தனித்துவமாக வேறுபடும் தன்மையில் இருந்தது.

சம்பிரதாயமான சமூக நெறி என நாம் கருதுவதைத் துறந்துவிட்ட பெண்களின் மீது எனது குவிமையம் இருக்கிறது. சிலர் நிச்சயமான சமூக நெறிமுறைகளாக உள்ள தர்மசாத்திரங்களை ஒதுக்கிவிட்டு, பௌத்த சங்கத்தில் இணைந்திடத் தெரிவு செய்தனர். இவர்கள் துறவியர்களாகி இச்சமூக நெறிமுறைகளை ஆட்சேபிப்பதாகக் காணமுடியும். இருப்பினும், அவர்கள் ஏன் அப்படிச் செய்தனர், அவர்தம் சமூக அணுகுமுறைகளை எப்படி மதிப்பிடுவது என்று வினவவேண்டியுள்ளது. ‘சமூகத்திலிருந்து வெளியேறுதல்’ என நான் அழைக்க விரும்புவதன் வடிவங்கள், அனைத்து சமூக நெறிகளிலிருந்தும் ஆடவர் பெண்டிரை துண்டித்துவிடவில்லை.

சில தசாப்தங்களுக்கு முன்னர், முந்தைய இந்தியாவிலிருந்த துறவு பற்றி நான் எழுதியபோது, பிரெஞ்சு மானுடவியலாளர் லூயி டுமோ வாதிட்ட வாழ்க்கை மறுப்புக் கொள்கை என்னும் கருத்தை கேள்விக்குள்ளாக்கினேன். மாறாக, நிர்வாணம் (அறிவு விளக்கம்) அல்லது மோட்சம் (பிறப்பிலிருந்து விடுதலை) நோக்கிய பாதையாக பார்க்கப்படுவது ஒருபுறம் இருக்க, வாழ்வின் பிற அம்சங்களைத் தேடிச் செல்லவும் அது இட்டுச் சென்றது. ஏதோ சில காரணங்களுக்காக, சில வகைமைகளிலான துறவிகள், சமூகத்திற்குள்ளாகவே அதிகாரபூர்வ நபர்களாயினர்.

அறிவு விளக்கம் பெற உழைப்பவர் (சிராம்), தன் உழைப்பின் வாயிலாக தார்மிக அதிகாரம் பெற்று, தன்னை மறு பிறவியிலிருந்து விடுவித்துக் கொள்வதுடன், போதனை மூலம் பிறரையும் விடுவிக்கின்றனர். மனுதர்மத்திலிருந்து வேறுபட்ட வாழ்வு வாழ்ந்தவர்கள், அந்நெறி வற்புறுத்தியபடி, சமூகத்திலிருந்து தூக்கி எறியப்பட்டனரா அல்லது மாறான விதத்தில், பல ஆதாரங்கள் உணர்த்துவதுபோல மதிக்கப்பட்டனரா என்ற கேள்வி தங்கியிருக்கிறது.

நிர்வாண நிலைதேடும் துறவியர், வாழ்வை நிராகரிக்கவும் இல்லை, சமூகத்தில் புரட்சிகர மாற்றங்களை ஏற்படுத்த உத்தேசிக்கவும் இல்லை. மோட்ச நிலையை கிட்டக்கூடியதாக, சமூக ஆசாரவாதத்தை மேலும் நெகிழ்ச்சியானதாக ஆக்கிடும், மாற்று வெளியையும் அமைப்பையும் நிறுவ அவர்கள் முயன்று கொண்டிருந்தனர். தவிர்க்க முடியாதபடி அவர்களது குரல், ஆசாரவாதத்தின் போக்குகளை ஒதுக்கித் தள்ளும் அதிருப்திக் குரலாயிருந்தது. மாற்றத்திற்கான இயக்கங்கள் நிலவுகின்ற அமைப்பிலிருந்து தீவிரமாக விலகிப்போக முடியும் அல்லது சவ்வூடு பரவுதலின் வடிவை மேற்கொள்ள முடியும்-அங்கே புது முறையிலான சமூக வாழ்தலை நிர்வகிக்கும் கருத்துகள் சிறுசிறு குழுக்களால் வாழ்ந்து பார்க்கப்படும். அதன்படி பெரிய சமூகத்தில் செல்வாக்குச் செலுத்தும் வகையில் கருத்துகள் பதிக்கப்படும். சிறிய, மாற்றுச் சமூகத்தால் நீட்டிக்க இயலாதபோது, அக்குழு விளிம்பு நிலையினதாகும் அல்லது மங்கிவிடும். இந்தியாவில் துறவியர் வரலாறு, கால-வெளியில் வரம்புக்குட்பட்டிருந்தாலும், துறவு, எதிர்ப்பண்பாட்டினை இணையான சமூகமாக வளர்த்தெடுத்தது என்று உணர்த்துவதாகத் தோன்றுகிறது.

துறவியர் சமூக நிலவியலின் பகுதியாக இருந்தனர். மாற்றப்பட்ட அல்லது இணையான சமூகத்தை உருவாக்குவதை விடவும், ஒரு மனதாகத் தம் விடுதலையில் குவிமையம் கொண்டவர்களாக, தொலைதூர இடங்களிலே தனிமைப்பட்ட துறவியராக அவர்கள் இல்லை. பிராமணத்துறவி சந்நியாசம் மேற்கொள்ளும்போது ஈமக்கிரியைகள் நடத்தப்படுவது சரியான வித்தியாசமாகும். இத்தகைய துறவு அறியப்பட்டிருந்தது ஆனால் பெரிதும் பின்பற்றப்படவில்லை. ஆக சந்நியாசம் துறவிலிருந்து தனித்துவமானதாயிருக்கிறது.

தர்மசாத்திரங்களில் உள்ளபடி, பழைமைவாய்ந்த சமூக அமைப்பிலிருந்து வெளியேறுவது, இணையான சமூகத்தை ஊக்குவிக்கும் உத்தேசத்தையுடையது என்று நாம் வாதிட்டால், அப்போது சமூக உறுப்புகள் எப்படி ஒன்றுடன் ஒன்று தொடர்பு கொண்டிருந்தன என்று பரிசீலிக்கவேண்டிவரும். சில மையமான ஆசாரவாத நம்பிக்கைகளும் சமூக நெறிமுறைகளும் துறவியரின் சில பிரிவுகளால் கைவிடப்பட்ட போதும், இப்பிரிவுகளுக்கு சமூகத்தில் இடந்தரப்பட்டன. சில நேர்வுகளில் அதிகார நபர்களாக மதிக்கப்பட்டனர் என்பதையும் இது விளக்கவேண்டிவரும். சமூகப் போக்குகள், பெண்களால் ஏற்கப்பட்டாலோ அல்லது அவர்கள் மீது திணிக்கப்பட்டாலோ, நடைமுறையிலானவையாக ஆக்கப்பட முடியும். பெண்கள் எதிர்ப்பார்கள் என்பதால் அவர்களைப் பேச அனுமதிக்கக்கூடாது என்பதற்கான மனுவின் வற்புறுத்தலை இது விளக்குகிறது. சமூக நெறிமுறைகளின் இயல்பு, மீறிச் செல்லும் குழுக்களை சமூகத்திலிருந்து ஒருவிதத்தில் நீக்கப்பட்டவர்களாகக் கருதுவது அல்லது மறைமுகமாகவே குறிப்பிடுவது ஆகும்.

ஒருவர் சமூகத்தில் தன் பாத்திரத்தைக் கைவிட்டால், சாதி விதிகள் பொருந்தாது. ஒருவரது தகுதிநிலை, பெண்களுடையதைப்போல, தாழ்ந்ததாகக் கருதப்பட்டால், விதிமுறையை மீறுவது நல்ல நிலையிலுள்ள உயர்சாதிப் பெண்களைத் தவிர அவ்வளவு அதிக்கிரமமான குற்றமாக இருப்பதில்லை. துறவு அம்சங்கள், ஆண்களை விடவும் பெண்களின் நடவடிக்கைகளில்தான் மிகவும் புலப்படுவதாய் உள்ளன என்பது ஆச்சரியப்படுத்துவது இல்லை. அடக்கிவைக்கப்பட்ட குழுக்கள், தம் அடிமைத்தனத்தை மீறுகையில் கவனத்தை ஈர்க்கின்றன.

முதலில் நான் பௌத்த ஆதாரங்களைச் சரிபார்க்க விரும்புகிறேன். ஒப்பீட்டளவில் இவை ஒழுங்கு படுத்துபவை என்பதை விடவும் விவரிப்பவையே-தாம் கூறுவதற்கு சித்தாந்தத் தோற்றத்தை அவற்றாலும் அளிக்க முடியும் என்றபோதிலும்- பௌத்த அமைப்பான சங்கத்தின் உறுப்பினர் விதிமுறைகளைப் பின்பற்றுவதை எடுத்துக்காட்டாக முன்வைக்கலாம்.

மேலும், பெண்கள் சமூகத்தின் வெவ்வேறு நிலைகளில் இருந்ததால், பாலின வகைமை தவிர்த்து, ஒரு வகைமையாக எதேச்சையாகக் கருதிவிட முடியாது. பெண்கள் நடவடிக்கைகளின் நோக்கு நிலையிலிருந்து பார்த்தால்,

குறைந்தது மூன்று விரிவான தொழில் குழுக்களைக் கொண்டுள்ளன- இவை தொடர்பற்றதாக இல்லை. இவை ஒவ்வொன்றுக்குள்ளும் தகுதிநிலையுள்ள பெண்களும் அதுபோலவே தகுதிநிலை குறைந்த/தகுதிநிலையற்ற பெண்களும் இருந்தனர்-பிந்தையவர்கள் ஆதார நூல்களில் பெரிதும் புலப்படாதுள்ளனர். இவ்வகைமைகளை முதலில் சமூகத்தினூடே கிடைமட்டமாக முன்வைத்து, அவற்றின் தனித்துவமான தொழில்களுடன் அடையாளப்படுத்தி முன்வைக்கவும், பிறகு தோராயமாக அதே போன்ற தொழில்களுடன் அடையாளப்படுத்தப்பட்ட ஒவ்வொரு குழுவுக்குள்ளும் செங்குத்தாக முன்வைக்கவும் முயல்வேன்.

மிகவும் சிறந்ததும் புலப்படுவதும், அடிக்கடி குறிப்பிடப்படுவதுமான வகைமை, இல்லறத்தாரின் மனைவியான கிருஹபத்தினியினுடையது. பொதுவாக, இல்லங்களாக விவரிக்கப்பட்டவை அதிகாரத்திலுள்ள நபர்களுடையதாக இருக்கத்தலைப்பட்டன-கணசங்கங்களின் (தலைவர் பொறுப்பில்) ஆளுங் குடிகளைச் சேர்ந்த உறுப்பினர்கள், அரசுகளிலுள்ள அரச குடும்பங்கள், நகர்ப்புறங்களில் வசித்த செல்வந்த வணிகர்கள். இவர்கள் செல்வாக்குள்ளவர்களாதலால் இவர்தம் மனைவியர், சாதாரண மனைவியரைப் போலன்றி முக்கியத்துவமுடையவராகக் கருதப்பட்டனர். ஆணாதிக்க விதிமுறைகளின்படி மணந்துகொள்ளப்பட்ட மூத்த மனைவி, பெரும்பாலும் முதல் மனைவியாக இருப்பவர், செல்வத்தையும் தகுதிநிலையையும் சுவீகரிக்கும் பிள்ளைகளைப் பெற்றிருப்பர். பெண் குழந்தைகளாயிருந்தால் தாயின் சுவீகரிப்பில்-ஸ்ரீதனத்தில்-பங்குபெறுவர். பௌத்தத்தின் ஆரம்ப வரலாற்றில், இவ்வெளி சார்ந்த பெண்கள், கிருஹபத்தினியரும் அவர்தம் புத்திரிகளுமான குழுவிலிருந்து அக்காலத்து துறவுக் கன்னியர் வந்தனர். பௌத்த சங்கத்தில் அவர்கள் சேர்வதற்கு, கணவர் மற்றும் தந்தையரிடமிருந்து அனுமதிபெற வேண்டும்-அவ்வப்போது ஆண்களும் பின்தொடர்ந்ததைப் பௌத்த பிரதிகள் தெரிவிக்கின்றன.

சக மனைவியாயிருப்பதிலான பிரச்சனைகள் அல்லது குழந்தை பெற்றெடுப்பதிலான வலி குறித்து பிரச்சனை எழுந்தால், அவள் வசதியான வாழ்க்கை பெற அல்லது துறவுக் கன்னியாகிவிட-கணவர் இசைவு தந்தால்-இழப்பீடு பெறமுடியும். எவ்வளவு

பேர் துறவுக் கன்னியர் ஆகினர் என்பது வேறொரு பிரச்சனை, ஏனெனில் இந்த கிருஹபத்தினியர், குடும்பத்தின் வருவாயை அதிகரித்திட, தம் வீட்டுக்கு வெளியே பணியாற்றவில்லை.

இப்படிச் சம்பாதித்தவர்கள் குடியானவர், கைவினைக் கலைஞர்களது வீட்டுப் பெண்களாயிருந்தனர்- சில தொழில்களில் பெண்கள் தம் கணவருடன் வேலையைப் பகிர்ந்துகொள்ள வேண்டியிருந்தது. எனவே இத்தகைய பெண்களுக்கு வெளியேறும் தெரிவு இருக்கவில்லை. வறுமையிலுள்ள கிருஹபத்தினி உலக்கை, கணவன், தண்ணீர்க்குடம், வாழ்வின் பொதுவான சிரமங்களிலிருந்து விடுபடுவது பற்றிக் கனவுகண்டாள்- அங்கு அவளுக்கிருந்த தெரிவு, அவள் துறவுக் கன்னியாக மாறுவதே. எனினும், இல்லத்திலிருந்து வெளியேற அனுமதி பெறுவது எளிதாக இல்லை.

மிகவும் கீழ்நிலையில், ஆனால் ஒப்பீட்டளவில் சிறப்பான இல்லத்திற்கு அத்தியாவசியமாக இருந்தவள் தாசி; அவள் தண்ணீர் எடுத்து வந்து, கடைக்குப் போய்வந்து, வீட்டைச் சுத்தப்படுத்தி, துணிகளைத் துவைத்து, நெல்லரைத்து அரிசியாக்கி, சமையல் செய்து, வீட்டுத் தலைவிக்கு வேலைகள் செய்துகொடுக்கவேண்டும். இல்லறப் பொறியமைவில் அவள் முக்கிய கண்ணியாயிருந்தாள். தேவைப்பட்டால் வீட்டுத் தலைவிக்கு அல்லது ஆண் விருந்தினர்களுக்கு உபசாரங்கள் செய்ய வேண்டும். பிருஹத்தாரண்யக உபநிடதம் போன்றவற்றில் இப்பிந்தைய தேவை உறுதிப்படுத்தப்படுகிறது- ஒரு வீட்டில் தாசியாகப் பணிபுரிந்த தாய், மகனின் தந்தையை அடையாளங்காட்ட முடியாததால், மகன் சத்யகாம ஜாபலா தன் சாதி குறித்து தெளிவின்றி இருந்தான் என்கிறது இவ்வுபநிடதம். தாசிபுத்திர பிராமணர்கள் (தாசிகளுக்குப் பிறந்த பிராமணர்கள்) என்னும் விநோதக் குறிப்பும் வேதங்களில் உள்ளது. முறையான பிராமணர்களால் முதலில் பரிகசிக்கப்பட்ட அவர்கள், தம் அதிமானுட ஆற்றல்கள் வெளிப்படுத்தப்பட்டதும், ஆர்வத்துடன் சேர்த்துக் கொள்ளப்பட்டனர். முறையான பிராமணரால் ஒதுக்கித் தள்ளப்பட்டதும், புனித சரஸ்வதி நதியால் பின்தொடரப்பட்டனர்-யார் சிறந்தவர் என்பதை எடுத்துக்காட்டுவது போல. அய்த்ரேய பிராமணத்தைப் பொறுத்தவரை, தந்தையின் சாதிதான் பிரச்சனைக்குரியது என்பதால் தாய், தாசியாக இருக்க முடியும்.

தாசி சுதந்திரமின்றி சுவீகரிக்க எதுவுமின்றி இருந்தாள். வீட்டுத் தலைவருக்கு ஒரு குழந்தை பெற்றுக்கொடுத்தால் அல்லது அவள் விடுதலைக்கு அவர் இசைந்தால், அவள் விடுவிக்கப்படமுடியும். அவளை உரிமை கொண்டிருந்த நபரின் கைகளில் அவளது வாழ்வு இருந்தது. தலைவரின் இசைவின்றி அவளால் சங்கத்தில் சேரமுடியாது. குறைந்தபட்சமானவர்களே சேர்ந்திருப்பதை வைத்துப் பார்க்கையில், அனுமதி பெரிதும் நிறுத்தி வைக்கப்பட்டிருக்கும் என்று தெரிகிறது. தாசிகள், அமைப்புக்கு சமூகத் தகுதிநிலையை அளிக்க இயலாது. இல்லத்தின் சூழலில் கிருஹபத்தினியும் தாசியும், ஒப்பீட்டளவிலான சுதந்திரம் மற்றும் சுதந்திரமின்மை என்னும் இரு அதீதங்களை பிரதிநிதித்துவம் செய்யும்.

இப்போது இன்னும் நேரிடையான ஆனால் முரண்பட்டதான, ‘வெளியேறும்’ வழியைப் பின்பற்றும் பெண்கள் பக்கம் திரும்புவோம்-ஒருபாதி அவர்களது பாலியலை மையமிட்டு. மனுதர்மத்தை மீறிய இருவகைமைகள் துறவுக் கன்னியரும் அரசவை நடனமாதர்களும். அவர்களது ஆட்சேபணை நேர் எதிரான அடிப்படைகள்-தேவைகள் மீது அமைந்தது. துறவுக் கன்னியர் ஆவோர்க்கு, துறவு, சமூகத்திலிருந்து தொலைவுபடுத்திக் கொள்ளும் வடிவமாகும்; ஆனால் அரசவை நடனப் பெண், ஏற்கப்பட்ட நெறிமுறைகளை ஆட்சேபித்தாலும், சமூகத்திலான ஈடுபாட்டை உறுதிப்படுத்தினாள்.

சங்கத்தில் சேர்வது பிக்குணி ஆவதாகும், அது கிருஹபத்தினி நிலைக்கு நேர் எதிரானது; ஆனால் பிணைப்புகள் துண்டிக்கப்பட்டதாகத் தெரிவதில்லை. பிக்குணி ஒரு கூட்டுச் சமுதாயத்தில் வாழ்ந்ததால், இல்லத்தரசி இல்லை. அவளால் மணமுடிக்க முடியாததால், அவள் குடும்பத்தைப் பராமரிக்க வேண்டியதில்லை, அல்லது ஏற்கனவே மணமாகி இருந்தால், கணவனிடத்தே இயல்பான வழிவகை கொண்டிருப்பாள். அவள் தேவைப்பட்டால், தன் உடன் பிறந்தோர்-உறவினரது பிள்ளைகளுடைய குடும்பத்தைப் பார்த்துவர முடியும். அவள் சங்கத்திற்கு நன்கொடைகள் வழங்கியிருப்பது, குடும்பத்துடன் தொடரும் பந்தங்கள் மற்றும் செல்வத்துடனான-வரம்புக்குட்பட்டதாயினும்-உரிமையை உணர்த்துவதாயுள்ளது. பர்ஹீத் மற்றும் சாஞ்சி தூபிகளிலுள்ள காணிக்கை வழங்கும் கல்வெட்டுகளில் கணிசமானவை பெண்களுடையவை-அவற்றில் சில துறவுக் கன்னியருடையவை.

பெண்கள் துறவுக் கன்னியராகி, மடாலயங்களில் தம் வாழ்வை நிறுவிக் கொள்ளமுடியும். அதாவது வசதியான இல்லற வாழ்வை விட்டு நீங்கி, எளிமையான மடாலயத்தில் வாழ்வது. கூந்தலை மழித்து முரட்டுச் சீருடைகளை அணிவது; அருகிலுள்ள கிராமம்/நகரத்தில் பிச்சையாகக் கிடைக்கும் சாப்பாட்டை உண்பது; விருந்துண்ணும் நியதிகளைப் பின்பற்ற வேண்டியதில்லை; கறாராக பிரம்மச்சரியம் பேணுதல்; பிரார்த்தனையிலும் தியானத்திலும் நேரத்தைக் கழித்தல்; தேவைப்படும் இடங்களில் துயரப்படும் மற்ற பெண்டிருக்கு உதவுதல். பிராமணியப் பிரதிகளில் விதிக்கப்பட்டுள்ளவாறு, சங்கத்தில் இணைவதே சமூக நெறிமுறையை மீறுவதாயிருந்தது; சாதி மற்றும் ஆணாதிக்க விதிகளுக்கு முரணாக நடப்பதாயிருந்தது. ஆனால் சங்கத்தின் மாற்று விதிக்கு அடிபணிதலைக் குறிப்பதாயும் இருந்தது.

பௌத்த சங்கத்தில் பெண்களைச் சேர்த்துக்கொள்ள முதலில் நிலவிய தயக்கம் நீண்ட காலம் நீடிக்கவில்லை. ஆனால் பிக்குணி துறவிக்கு அடங்கி இருக்கவேண்டும். புத்தரின் போதனைகளைக் கற்றுத்தேறி, அதன் பொருட்டு மதிக்கப்பெற்ற பெண்கள் குறித்த எடுத்துரைப்புகள் உண்டு. துளைத்தெடுக்கும் கேள்விகளை எழுப்பி, இந்திய மரபுகளுடன் தொடர்பு கொண்டிருந்த பெண் ஆசிரியர்கள், தத்துவவாதிகள் இருந்தனர் ஆனால் யாரும் சிந்தனைப் பள்ளிகளை நிறுவவில்லை. கார்க்கியும் மைத்ரேயியும் கேள்விகள் கேட்டனர், கோதமியும் பிறரும் அப்படியே, ஆனால் புதிய சிந்தனைப் பள்ளிகளின் தோற்றுவாய் பற்றிய குறிப்பு வருகையில், மேற்கோள் காட்டப்படுகின்ற கேள்விகளல்ல இவை. ஆர்யா என்பது மதிக்கப்படும் ஒருவர் என பொருள்பட்டு, துறவிகளுக்குப் பயன்படுத்தப்பட்டது, இத்தகைய விருது துறவுக்கன்னியருக்குத் தரப்படவில்லை.

முதிய துறவுக்கன்னியர் புதிய கன்னியருக்கு தீட்சை தந்ததால், சித்தாந்தத்தை சம அளவில் நன்கறிவர். மௌரியச் சக்கரவர்த்தி அசோகரின் மகளாகக் கூறப்படும் துறவுக்கன்னி சங்கமித்ரா, இலங்கை அரச குடும்பத்தைச் சேர்ந்த அரசிக்கும் பிற பெண்களுக்கும் தீட்சை அளிப்பதற்காக சிறிலங்கா சென்றாள். சிறிலங்காவின் மகாவிகார மடாலயத்தின் முந்தைய கால சரிதம் தீபவம்சம் துறவுக் கன்னியரால் எழுதப்பட்டிருக்கலாம் என்று உணர்த்தப்பட்டுள்ளது-அது விவரிப்பது பெரிதும்

பண்பாடுகளைக் கட்டவிழ்க்கும் பெண்கள் | 157

துறவுக்கன்னியரின் வாழ்வைப் பற்றியது என்பதால். மடாலய வாழ்வில் புலமை பெறுவது ஒரு பகுதியாக இருந்திருக்க முடியும் என்பதை இது உணர்த்துகிறது. பட்ட குண்டலகேச போன்ற பிக்குணிகள் தேர்ந்த நிலையில் விவாதிப்பவர்களாக இருந்தனர். புத்தரின் முதுநிலைச் சீடர் சாரிபுத்தரால் மட்டுமே அவர் இறுதி விவாதத்தில் தோற்கடிக்கப்பட்டார். குறிப்பிடத்தக்க வகையில் சாதனைகள் மிக்க பிக்குணி, ஆரம்பகட்ட புத்தரின் காலத்தைச் சேர்ந்த மூதாதையினைக் கொண்டிருக்க முடியும். எனினும் சிந்தாந்தத்தை எவ்வளவு சிறப்பாகத் தெரிந்து கொண்டிருந்தாலும், அவரால் அதனின்றும் விலகிச்செல்ல இயலாது, ஆனால் பிக்குகள் ஓரளவு வரை சென்று, புதிய பிரிவை நிறுவலாம்-பல்வேறு குழுக்களில் விவாதங்களுக்குப் பிறகு நிகழ்ந்துள்ளது போல.

பௌத்தத்தின் ஆதரவாளர்களாக அறிவிக்கப்பட்டவர்களில் கீழ்மட்டத்தில் இருந்த பெண்கள், சாதாரணச் சீடர்களாக-உபாசிகாக்களாக இருந்தனர். பெரும்பாலும் இல்லறத்தாரான இவர்கள் அவசியப்படும் நியமங்களைச் செய்து, சங்கத்திற்கு நன்கொடைகள் தந்து, யாத்திரைகள் மேற்கொண்டனர். அவர்களது நடவடிக்கைகள் தூபங்கள் உள்ள வளாகங்களின் கல்வெட்டுகளில் பதியப்பெற்றன. பெரும் செல்வம் இல்லாதபோதும், இல்லறச் செல்வத்தில் அவர்களுக்குக் கட்டுப்பாடு இருந்ததால், அவர்களால் நன்கொடைகள் வழங்க முடிந்தது. நன்கொடையுடன் தம் குடும்பத்தைத் தொடர்புபடுத்தி, சாதாரணச் சீடர்கள் தம்மை அடையாளப்படுத்திக் கொண்டனர்.

இல்லறத்துப் பெண்கள் மற்றும் பிக்குணிகள் என இவ்விரு பெண்களுக்கும் நேர் எதிராக இருந்த, முற்றிலும் வேறான ஒரு வகைமை உண்டு. இவர்கள் கணிகையர் அல்லது நாட்டியப் பெண்டிராக மாறியவர்கள், நகர்ப்புற வாழ்வின் பகுதியாயிருந்தவர்கள். நூற்றாண்டுகளினூடே தேடி அறியப்படுவதான தொழில் தொடர்ச்சி உடையவர்கள்-வடிவங்கள் வேறுபட்டிருந்தாலும். தொடர்ச்சியைப் பொறுத்த மட்டில், நாட்டியப் பெண்களின் மூதாதை அப்சரஸ்; பின்-குப்தர்காலத்துக் கணிகை, பிற்கால தேவதாசிகளுக்கு பகுதியளவு மூதாதையாயிருந்தாள். ஒரு கணிகை ஒரு கணிகையின் மகளாயிருக்கும் தொடர்புகள் அவ்வப்போது காணப்படுகின்றன-மணிமேகலையில் இடம்பெறுவது

போல. இது தாய்வழி அமைப்பின் பண்புநலன் எனச் சிலர் உணர்த்தியுள்ளனர், ஆனால் தனித்துவமான உறவுமுறை கணிகையருடன் தொடர்புபடுத்தப்படவில்லை - ஆணாதிக்க இல்லத்திலிருந்து அவர்கள் விலகிச் சென்றபோதிலும். நாட்டியப் பெண்டிருக்கும் படிமுறையின் மிகக் கீழேயுள்ள பெண்டிருக்கும் - வேசி/பாலியல் தொழிலாளி - இடையிலான இந்த வகைமையில்கூட ஒரு பாகுபாடு செய்யவேண்டிய தேவை மீண்டும் உள்ளது. பிரதிகளில் பயன்படுத்தப்பட்டுள்ள தொடர்கள் அவற்றிற்கிடையே சீராகப் பிரித்துக்காட்டுவதில்லை ஆனால் சமூக கண்ணோட்டத்தில் நடைமுறையில் கணிசமான வித்தியாசம் உண்டு. நாட்டியப் பெண் இசை, நாட்டியம், கலைகளில் பயிற்சியளிக்கப்படவேண்டும் - அவள் தன் தொழிலை மேற்கொள்ளும் முன்னர் தேவைப்படும் தகுதிகள் இவை.

அவளது திறமைகளும் உடலழகும் அவளது நகர மக்களை மதிக்கும்படி வைத்தன. அவள் குறிப்பிட்டதொரு பண்பாட்டினை உயர்த்திப் பிடித்தாள். வரலாற்றாசிரியர்கள் கணிகையரை கிரேக்க நகர அரசுகளிலிருந்த ஹெடேரா[14] (hetaera)-வுடன் ஒப்பிட்டுள்ளனர். இருவரது செயல்பாட்டில் ஒத்ததன்மை உண்டு. ஆனால் ஹெடேரா பெரிதும் இன்னொரு நகரைச் சேர்ந்தவள். இக்காலகட்டத்து இந்திய நகரங்கள், தம் இதர நகரத்தேவைகளைக் கொண்டிருந்தது ஒருபுறமிருக்க, பண்பாட்டு மையங்கள் என்னும் உணர்வை வலுவாகக் கொண்டிருந்தன. குறிப்பிட்ட நகரத்துடனான தொடர்பு மதிக்கப்பட்டது. அதிகம் மேற்கோள்காட்டப்பட்ட நாட்டியப்பெண் அம்பாபாலி, வைசாலி நகரால் தத்தெடுத்துக் கொள்ளப்பட்டவள்.

நாட்டியப்பெண் பொதுவாக குடும்பம் இல்லாதவள், குழந்தை தற்செயலானதே. தன் வாடிக்கையாளரைத் தெரிவுசெய்யும் சுதந்திரம் அவளுக்கு இருந்தபோதும், வாடிக்கையாளர்களுடனான அவளது உறவுகளில், சாதி விதிகள் திரும்பத் திரும்ப மீறப்பட்டன. சமூக நெறிமுறைகளை மீறியதான அவளது நடவடிக்கைகள், காம விளையாட்டுகளுக்கு முன்னுரிமை அளித்து, ஆணாதிக்கத்தை மட்டம் தட்டின.

இவ்வகைமையின் கீழ்மட்டத்திலுள்ள பரத்தையும், வேசி/ரூபஜீவி என்று குறிப்பிடப்பட்டு, நகரின் அங்கமாயிருந்தாள். அவளுக்கு எந்தக் கலையிலும் பயிற்சி இல்லை, வழமையான

பாலியல் தொழில் தவிர்த்து வேறெந்த தகுதிநிலையும் இல்லாதவள். பரத்தையின் சேவை அனைவருக்கும் உரியதாயிருக்க, நாட்டியப்பெண் தன் வாடிக்கையாளரைத் தெரிவு செய்ய இயலும், பெரிதும் செல்வந்தர்களிலிருந்து தெரிவு செய்யப்படுவர். பரத்தைக்கு அவளது தொழில்/ வேலை-வருவாயைத் தர, நாட்டியப் பெண்ணுக்கு உல்லாசமும் கணிசமான செல்வமும் கிடைத்தது. நாட்டியப் பெண் சந்தோஷம், தோழமை இரண்டையும் தந்தாள். இரண்டுக்கும் இடையிலான வித்தியாசம் அடிக்கடி கூறப்பட்டுள்ளது போல, எது சரக்காக கருதப்படுகிறது என்று கேட்பதில் அமைந்துள்ளது.

இதுவரையில் நான் கூறியுள்ளவற்றில் எதுவும் புதிதில்லை. நாமறிந்துள்ளவற்றை ஞாபகப்படுத்திக்கொள்ளும் வகையில் தொகுத்துத் தந்துள்ளேன். பெண்களின் வகைமைகளைப் பாகுபடுத்தும்போது, அவர்களிடையே உள்ள சமூகத் தொடர்புகள் அல்லது பிரிவினைகள் எவை என்று காண்பது பயனுள்ளதாயிருக்கும். இதனை மேற்கொள்வதற்கான ஒருவழிமுறை, இருவகைமைகளுக்கு இடையில் ஒவ்வொரு வகைமைக்குள்ளே நான் பட்டியலிட்டுள்ள, அவற்றின் சமூக இருப்பிடங்களில் உள்ளார்ந்துள்ள இருமை எதிர்வினை கவனிப்பதுதான். இத்தகைய இருமை எதிர்வுகள் கூர்மையாக பிரிக்கப்பட்ட எல்லைகளைக் கொண்டிருப்பதில்லை. சில சந்தர்ப்பங்களில், விவரிக்கப்படுவதன் யதார்த்தத்தை உறுதிப்படுத்தும் விளிம்புகளில் தெளிவின்மை உள்ளது.

அப்போது, வேறுபடுத்தப்பட்ட நோக்குநிலை என்றழைக்கப்படக் கூடியதை கிடைமட்டத்தில் பெற்றுள்ளோம். சமூகத்தின் மிகவும் பண்பட்ட பகுதிகளில் உள்ள குழுக்களாக இவர்கள் இருப்பார்கள்; அவற்றில் சில எதிர்த்தும் சில உடன்பட்டும் இருக்கும். கணவனது இல்லத்திலுள்ள இல்லத்தரசியின் நிறுவப்பட்ட தகுதிநிலை, துறவுக்கன்னி-நாட்டியப்பெண் என்னும் வேறு இரு வகைமைகளுக்கு எதிரானதாகும். துறவுக்கன்னி மடாலயத்தின் கூட்டு வாழ்வில் இருக்கிறாள், கன்னியாக உள்ளாள். நாட்டியப்பெண் தன் காமத்திறன்களை வெளிப்படுத்துகிறாள், ஆனால் அவளது பாலியல் இனவிருத்திக்குரியது அல்ல. ஆக கிருஹபத்தினி, துறவுக்கன்னி மற்றும் நாட்டியப்பெண் இருவருக்கும் மாற்றுநிலை இணைப்பாக இருப்பவள். சமூக கீழ்மட்டத்திலுள்ள கிடைமட்ட நோக்கு நிலைகள்,

குறைவான இறுக்கமும் மிகுந்த திரவ நிலையும் உள்ளவை. உபாசிகா, தாசிக்கும் வேசிக்கும் எதிர் நிலையில் நிற்கக் கூடியவளாயிருக்கலாம்; அதே வேளையில் பகுதியளவு கிருஹபத்தினியாக இருக்கமுடியும், மற்ற இருவரைவிடவும் மிகுந்த சுதந்திரம் உடையவள்.

ஒவ்வொரு வகைமையிலுமுள்ள செங்குத்தான இருமைகள், ஒவ்வொன்றின் மேல்-கீழ் முனைகளில் உள்ளன. கிருஹபத்தினி சமூக ரீதியில் மதிக்கப்படுபவள். இல்லறத்தின் இன்னொரு கோடியிலுள்ள தாசி, தாழ்ந்தவளாகக் கருதப்படுகிறாள், ஆனால் அவளது உழைப்பே இல்லத்தை இயங்க வைக்கிறது. வெறும் கால்நடையாகவே நடத்தப்படுகிறாள். இல்லத்தின் செல்வம் பற்றிப் பேசுகையில் மனு அவளை கால்நடைகளுடன் பட்டியலிடுகிறார். பௌத்த வகைமையில் உபாசிகா, சாதாரண வழிபாட்டாளராக, சங்கத்திற்கு நன்கொடை தருவோரில் இடம்பெற்று, அமைப்பை வலுப்படுத்துகிறாள், ஆனால் பௌத்தத்தைப் பரப்புவது பிக்குணியே. வேலைசெய்யும் பெண்களிடையேயான இன்னொரு வகைமையில், நகர மையங்களில் பாலியல் தொழிலாளிகளுக்கான தேவையை நிறைவேற்றுகிறாள், ஆனால் நகரில் வாழ்வோரது பாராட்டை அள்ளிச்செல்வது தேர்ச்சிமிக்க கணிகையே.

இவ்விருமைகள் பெண்களிடையிலான உறவுநிலைகளைப் பிரதிபலிக்கின்றன ஆனால் அவர்களது வாசிப்பும் ஆண்களின் கண்ணோட்டத்தைச் சார்ந்திருக்கிறது. கிருஹபத்தினி தன் கணவனான கிருஹபத்தினியின் அச்சினைச் சுற்றி இல்லறத்தையும் குடும்பத்தையும் ஒன்றிணைக்கிறாள். எனினும், துறவுக்கன்னியர், என்னதான் மதிக்கப்பட்டாலும், துறவியின் முடிவுகளுக்கு எப்போதும் பணிந்தாக வேண்டும். இது துறவுக்கன்னியராக அவர்கள் தீட்சை பெறுவதிலுள்ள நிபந்தனையாகும். சில உபாசிகைகள் தனிப்பட்ட நன்கொடைகள் வழங்கியுள்ளனர் ஆனால் ஒருசிலர் தந்தது குடும்பம் சார்பாக செய்யப்பட்டதே. நாட்டியப் பெண் தன் தெரிவுக்குரிய ஆண் வாடிக்கையாளரைச் சார்ந்திருக்கிறாள். பாலியல் தொழிலாளிக்கு தகுதிநிலை இல்லாததால், வருகின்ற அனைவருக்கும் சேவை புரியவேண்டும்.

இந்நோக்கிலிருந்து பார்க்கையில், வகைமைகளுக்கு இடையிலான பிரிவினை, எதிர்கொள்ள முடியாதது அல்ல எனினும், தெளிவானது. துறவுக்கன்னி முன்னதாக மனைவியாக,

மகளாக ஓர் இல்லத்தாரின் விதவையாக இருந்திருக்கலாம் அல்லது அரசவையிலிருந்து வந்திருக்கலாம். நாட்டியப் பெண் ஒரு வாடிக்கையாளரை மணமுடித்து இல்லறத்தை நிறுவமுடியும் ஆனால் அப்போது அவள் நாட்டியப் பெண்ணாக நீடிக்க முடியாது. ஒரு துறவுக்கன்னி சங்கத்தை விட்டு வெளியேறி ஒரு குடும்பத்தைத் தொடங்குவது சாத்தியமில்லை. சங்கத்தைக் கைவிட்ட துறவுக்கன்னியர் குறிப்பிடப்படவில்லை, அது சங்கத்திற்கு அவப்பெயரை ஏற்படுத்தும் என்பதால் இருக்கக்கூடும்.

இம்மூன்று வகைமைகளினூடே சில பிணைப்புகள் உள்ளன. ஒவ்வொரு வகைமைக்குள்ளேயும் பல்வேறான தொடர்புகள் உள்ளன. பாலியல் தொழிலாளியைப் போல தாசி சுதந்திரமின்றி இருந்தாள். இருவரும் கீழ்மட்டத்தில் இருந்தனர். இருவரும் சங்கத்தில் இணைந்திடும் சுதந்திரத்தைத் தேடியதற்கான குறிப்புகள் உள்ளன, வரம்புக்குட்பட்டதாக அவை இருந்தபோதும்.

பிராமணிய மரபு, சிராமண மரபிலிருந்து வேறுபட்டிருந்தாலும், இவ்விரு வகைமைகளையும் ஒரு கருத்தாகவும் நிறுவன வடிவமாகவும் பிரதிபலிக்கிறதா என்பதே இப்போது கேட்கவேண்டிய கேள்வி. கிருஹபத்தினியும் தாசியும் இரண்டுக்கும் பொது. தாசி, இரு மரபுகளிலும் ஒன்றேபோல் கருதப்பட, பிராமணிய மரபில் கிருஹபத்தினி மிகவும் அடிபணிந்த பெண்ணாயிருக்கிறாள். பௌத்த மரபுகளில் இடம்பெறும் சில பெண்கள் செய்தது போல, அவள் தன் கணவனைப் பிக்குவாக மாறும்படி தூண்டிவிட முடிந்திருக்குமா? ஆரம்ப நூற்றாண்டுகளில், எடுத்துக்காட்டாக, இக்ஸ்வாகு அரச குடும்பத்தவரிடையே, பெண்கள் சங்கத்திற்கு நன்கொடை வழங்கிக் கொண்டிருக்க, அவர்தம் கணவர்களோ தொடர்ந்து வேள்விகளைச் செய்து கொண்டிருந்தனர். இது அரசியல் ரீதியில் சாமர்த்தியமானதாகவும் இருந்திருக்கும் என்பதை ஒத்துக்கொள்ள வேண்டும்.

பிக்குகளையும் துறவுக் கன்னியரையும் பிராமணிய மரபு அந்நிய வகைமைகளாகக் கருதிற்று. பெண்களுக்கு வேதம் கற்பித்தல் எவ்வகையிலும் தடை செய்யப்பட்டது. ஆணோ பெண்ணோ, அவ்வப்போது பிச்சைக்காரன் தர்மசாத்திரங்களில் குறிப்பிடப்படுகிறான், இதர ஆதாரங்களிலிருந்து அறியப்படுகிறான். எனினும், அர்த்தசாத்திரத்தில் வரும்

பிக்குணி, நடிகர்கள், பாணர்கள், பிற அலைந்து திரிவோர் என்னும் இழிந்துரைக்கப்பட்டவர்களுடன் சேர்த்தே குறிப்பிடப்படுகிறாள். மொட்டையடிக்கப்பட்ட சூத்திரப் பெண் துறவியிடமிருந்து அவள் வேறுபடுத்திக் காட்டப்படுகிறாள்-போகிறபோக்கில் குறிக்கப்படும் இவள் துறவுக் கன்னியாயிருக்கவேண்டும். அரசாங்கத்தின் உளவாளியாக அவள் முனைப்பான பாத்திரத்தைக் கொண்டிருக்கிறாள்; அநேகமாகப் பிச்சைக்காரிக்கான வரையறையாகத் தோன்றுமளவுக்கு மிகவும் அழுத்தம் தரப்படும் பாத்திரத்தைக் கொண்டிருக்கிறாள்.

பௌத்தப் பனுவல்களிலுள்ள உபாசிகாவைப்போல, பெண் நன்கொடையாளர்கள், அரசகுடும்பத்தினர் தவிர, நன்றாக வரையறுக்கப்படவில்லை. ஆரம்ப நூற்றாண்டுகளில், அரச குடும்பத்தினர் தவிர்த்து, பெண் நன்கொடையாளர்களுக்கு பிராமணிய மரபு வெளியைக் கொண்டிருக்கவில்லை. கி.பி. முதல் ஆயிரத்தின் பிற்பகுதியில், நிலப்பரப்பில் ஆலயங்கள் முனைப்புடன் தென்பட்டபோதும், பௌத்தப் புனித இடங்களிலான காணிக்கைக் கல்வெட்டுகளுடன் ஒப்பிடுகையில், பெண் நன்கொடையாளர்கள் அரிதாகவே குறிப்பிடப்பட்டனர். நான் குறிப்பிட்டுள்ள தொடர்புகளின் முக்கோணத்தில், பிராமணிய ஆதாரங்களில் வரும் பெண்கள் அநேகமாக விலக்கப்பட்டனர்-தெய்வங்கள் அவர்களை இடம்பெயரச் செய்துவிட்டன.

நாட்டியப்பெண்-பரத்தை வகைமை அர்த்தசாத்திரத்தில் பிரதானமாகக் குறிக்கப்படுகிறது. இங்கே அவர்கள் தெளிவாக வரையறுக்கப்பட்ட பாத்திரத்தைப் பெற்றுள்ளனர். அரசுக் கருவூலத்திற்கு வருவாய் சேர்த்தனர். ஒரு நாட்டியப் பெண்ணைப் பெற அரசு 24,000 பணம் தந்தது-உயர்மட்ட நிர்வாகிக்கு ஊதியமாகத் தரப்படும் அதே தொகை. அவள் தனது இல்லத்தை அமைத்துக்கொள்ள நிதியாக 1,000 பணம் அளித்தது. அவளது சம்பாத்தியங்களுக்கு வரி விதிக்கப்பட்டது, அவள் நல்ல முதலீடாகப் பார்க்கப்பட்டாள். நாட்டியப் பெண்ணின் நிலையும் வேலையும் அரசு அலுவலர் கணிகத்யாக்சரால் கட்டுப்படுத்தப்பட்டது. அர்த்தசாத்திரத்தில் ஒரு முழு அத்தியாயமே அவரது பணிக்காக ஒதுக்கப்பட்டிருக்கிறது. பிராமணிய மரபில் மனுதர்மத்திற்கு ஏற்ப லட்சிய ரீதியில் செயல்படவேண்டிய ஒரு சமூகத்திற்கு, இது மனித உறவுகளில் காட்டும் அவநம்பிக்கை மிக்க அணுகுமுறையாகவே

தோன்றுகிறது. சங்கத்திற்குத் தன் சொத்தினை நன்கொடையளிக்கச் சுதந்திரம் பெற்றுள்ள, பௌத்தப் பனுவல்களின் தேர்ச்சிமிக்க கணிகைக்கான போற்றுதலிலிருந்து இது வேறுபடுகிறது.

பரத்தையர் அரசின் சேவையில் இல்லை ஆனால் அரசுக்கு மாதாந்திர வரி செலுத்தவேண்டும். அவர்களது ஒருமுறை வாடிக்கையாளர் கட்டணத்தில் இருமடங்கிற்கு இணையானது இத்தொகை. வரிவிதிக்கப்படக்கூடிய தொழில்களுக்குச் சமமானதாக பாலியல் தொழிலைக் கருத அரசுக்கு தயக்கங்கள் இருந்ததில்லை என்று தோன்றும்; அத்துடன் பாலியல் தொழிலாளர்களை ஒற்றர்களாகப் பயன்படுத்தியிருக்கிறது. நாட்டியப் பெண்ணை மனு விவரிக்கவில்லை. பரத்தையரைக் கணிகையர் என்கிறார் (அப்போது பொது வழக்கில் அச்சொல்லின் பொருள் மாறியிருக்கக்கூடும்), அவர்களை வெறுக்கிறார். அர்த்தசாத்திரமும் மனுவும் ஒருவரிலிருந்து இன்னொருவர் மற்றும் பௌத்த பிரதிகளிலிருந்து வேறான நிலைகளை மேற்கொள்கின்றனர்.

இவ்வளவு சிக்கல்கள் இருக்கையில், எந்த வகைமையும் தகுதிநிலையும், யாரால் எப்போது பேசப்படுகின்றன என்பதைப் பரிசீலித்திட, பல்வேறு மரபுகளிலுள்ள பெண்களைப் பற்றிப் பேசும் வரலாற்றாளர்களுக்கு குழப்பம் வந்துவிடுகிறது. வகைமைகளின் பாதி உயரத்திலுள்ள பெண்கள், புரவலர்களாக நன்கொடையாளர்களாக தகுதிவாய்ந்த நபர்களாக தகுதிநிலையைக் கோர, பாதி கீழேயுள்ளவர்கள் வித்தியாசமான விதத்தில் இயங்குமாறு பார்த்துக் கொள்கிறார்கள். அவர்கள் ஒவ்வொருவரும், கணவர், வேலை தருவோர், சங்கம், குடும்பம், தமது நிறுவனம் மற்றும் அரசுப் பாதுகாப்பு என்னும் வெவ்வேறான ஆதரவு அமைப்புகளைக் கொண்டுள்ளனர்.

உடலையும் ஆன்மாவையும் ஒருங்கே பராமரிப்பது துறவிக்கு மையமானதில்லை ஆனால் அதே வேளையில் புறக்கணிக்க முடியாது. உற்பத்தியின் மையமாக இருப்பது இல்லம். இல்லத்தலைவரது நிலத்திலிருந்து வரும் வருவாயாலோ, கைவினைத் தொழில் மற்றும் வணிகத்தின் வருவாயாலோ அது செல்வத்தைப் பெற்றது. மடாலயங்கள் நிலமானியங்களைப் பெற்று, மேக்ஸ்வெபர் ‘மடாலய நிலபிரபுத்துவம்’ என்றழைத்ததை நிறுவவும், வேளாண் செல்வம் பிரும்மாண்டமாயிற்று. உள்நாட்டு-வெளிநாட்டு

வணிகத்திலிருந்து கிட்டிய வருவாயும் குறைந்ததில்லை. மடாலயங்கள் வணிக வழித்தடங்களை ஒட்டி மையங்கள் நிறுவி, வியாபாரத்தின் மூலமும் முதலீட்டாளர்களாகவும் வருவாய் ஈட்டியதை சமீபத்தைய ஆய்வுகள் தெரிவிக்கின்றன. வணிகரும் துறவியரும் தொலைதூர இடங்களுக்குச் சரக்குகளையும் மதத்தையும் சுமந்து சென்றனர்.

சித்தாந்த வேறுபாடுகள் ஒருபுறம் இருக்க, சிராமணப் பிரிவுகள் மீது பிராமணியப் பிரதிகளில் காணப்படும் வெறுப்பினை இது ஒருபாதி விளக்கக்கூடும். நாத்திகர் (நம்பிக்கையில்லாதவர்), வேத நிந்தனையாளர் (வேதங்களைப் பரிகசிப்பவர்), பாசாண்டர் (மோசடியாளர்), மகாமோஹர் (ஏமாற்றுப் பேர்வழிகள்) என சிராமணர் விவரிக்கப்படுகின்றனர். சமஸ்கிருதப் பிரதிகளில் காணப்படும் பிராமண-சிராமண என்னும் இரு தர்ம நெறிகள், பகைமை சார்ந்த துவைதத்தைச் சுட்டிக்காட்டுகின்றன.

சமூக பாகுபடுத்தல் ரீதியில், எதிர்பார்த்தபடியே சாதி-குறுங்குழுவாத வேறுபாடுகள் மீது அழுத்தம் இருந்தது. சிராமணப் பிரிவுகளைச் சார்ந்த ஆடவர் பெண்டிருக்கு புராணங்கள் மறுபிறவியிலிருந்தான விடுதலையை மறுதலிக்கின்றன; மனு அவர்களை சமூக விலக்கம் செய்தார். மதமும் சாதியும் ஊடறுத்து நின்றன, அனைவரையும் வரவேற்ற மதங்கள் சமூக தரப்படுத்தலில் கீழிறக்கப்பட்டன. ஆனால் நிர்வாணநிலைக்கு சமூக எல்லைகள் இல்லை. ஓரளவு அறிவு விளக்கம் பெற்றதாகக் கூறிக்கொள்ளும் துறவுக்கன்னியர், மன இருள் திட்டினைப் பிளந்து, விடுதலைப் பெற்றிருப்பதாக விவரிக்கின்றனர்.

பெண்ணின் சுயாட்சியின் நினைவூட்டலை துறவுக்கன்னி கொண்டு செல்கிறாள். மனுதர்மப்படி, பெண் தன் வாழ்வின் பல்வேறு கட்டங்களிலும் தந்தை, கணவன், மகன் என முழுமையாகச் சார்ந்திருந்தது, தனக்கென்று விருப்புறுதி அனுமதிக்கப்படாதவளாக இருந்த விதிமுறைக்கு இது முரணானது. பல்வேறு பிரிவுகளின் பிச்சைக்காரர்கள் சுற்றித்திரிய, சிராமணர்களிடையே தவிர்த்து, துறவியர்-துறவுக் கன்னியர் அமைப்புகள் இருக்கவில்லை. லட்சிய ரீதியில் துறவு, சமூகத்திலிருந்து பிரிந்திடும் தனிப்பட்ட செயல். இதனால் பிராமணியப் பிரிவுகளில் அடிக்கடி நிகழவில்லை; துறந்து செல்பவர் ஒரு தனிநபராக சமூகத்திலிருந்து பிரிக்கப்பட்டார்; ஆரம்ப வரலாற்றில் அவர் எந்தவொரு அமைப்பிலும்

சேரவில்லை. இதில் ஆச்சரியமளிப்பது என்னவென்றால், பெண்களைப் பற்றிப் பேசும்போது பிராமணிய தர்மம், எந்தவொரு தர்மத்தின் துறவுக்கன்னிக்கு இடமே தருவதில்லை. ஆண்கள் என்ன செய்யவேண்டும் எனக் குவிமையம் கொண்ட தர்மசாத்திரங்கள், வரம்புக்குட்பட்ட உயர்சாதிப்பயன்பாட்டிற்கு மட்டும் இருந்ததால், துறவுக் கன்னியர் புலப்படாது போயினரா? இருப்பினும் உயர்சாதிகளிலிருந்து தான் முதலில் பெண்கள் மடாலயங்களில் இணைந்தனர் அல்லது அவ்வாறு கூறப்பட்டது.

கொள்கையளவில் எல்லா மதங்களும் துறவிகளுக்கான இடத்தைக் கொண்டிருந்தாலும், மடங்களை கன்னியர் இல்லங்களை எதுவும் கொண்டிருக்கவில்லை என்பதை நாம் ஞாபகத்தில் கொள்ளவேண்டும். இதற்கான மத-சமூகக் காரணங்களை விவாதிப்பது எனது நோக்கமில்லை மாறாக, தெளிவான சமூகப் பணிகளுடன் நன்கு வரையறுக்கப்பட்ட துறவியர், துறவுக் கன்னியர் அமைப்புகள், கிறித்தவத்திலும் பௌத்தத்திலும் சமணத்திலும் உள்ளன என்பதைக் குறிப்பிட்டால் போதுமானது.

கிறித்துவத்தில் துறவு தனிமைப்படலில் ஆரம்பித்தது, எடுத்துக்காட்டாக, எகிப்தியப் பாலையில் தூணின் உச்சியில் *சிமியோன் ஸ்டைலிடெஸ்* அமர்ந்தபோது. ஸ்டைலிடெஸையும் அவரைப்போன்ற 'பாலைவனத் தந்தையரையும் மக்கள் சூழ்ந்து திரண்டபோது, அவர்கள் புதியதொரு சமுதாயத்தின் அணுக்கருவாயிருந்தனர். ஆனால் இடைக்காலங்களில் அய்ரோப்பாவில் துறவியர் நன்கு நிறுவப்பட்ட மடங்களையும் கன்னியர் இல்லங்களையும் சேர்ந்தவர்களாயிருந்தனர். பல்வேறு ஆதாரங்களிலிருந்து சொத்து வந்தது. இடைக்கால அய்ரோப்பிய சமூகம் குறித்த தனது அற்புதமான ஆய்வு நூல் *medievel people*-இல் அய்லீன் பவர் சில குறிப்புகளை முன்வைக்கின்றார். தம் புதல்வியரை தேவாலயத்திற்கு அர்ப்பணித்த தந்தையர், வரதட்சணையும் தரவேண்டியிருந்தது. துறவுக் கன்னியர் நிலத்தை சுவீகரிக்க இயலாது, எனவே இத்தகைய சுவீகரிப்பைப் பெற இருக்கும் புத்திரியார், அவர்தம் சோதரரால் துறவுக்கன்னியராகும் திசையில் தள்ளப்பட்டனர். ஆனால் நிறுவனங்கள் இதனைச் சாதகமாக்கிக் கொண்டன, துறவுக்கன்னியராக ஆகப் போகிறவருடன் சிறு நிதி உடன் சென்றது. இதனால் ஏழைக் குடும்பத்தைச் சேர்ந்த சிறுமியருக்கு

கன்னியர் இல்லங்களால் ஏற்கப்படுவதில் பிரச்சனைகள் இருந்தன.

புனித அகஸ்டீனின் கொள்கைப்படி, ஒவ்வொருவரும் ஆதிப்பாவத்தால் பிறந்துள்ளதால், துறவுக் கன்னியின் பெரும்பாலான நேரம், மரணத்திற்குப் பிறகான தன் வாழ்வின் பொருட்டாக மட்டுமின்றி, மற்றவர்களுக்காகவும் பிரார்த்தனை செய்வதிலேயே கழிந்தது. துறவுக்கன்னி கிறித்துவின் மணமகளாகக் குறிப்பிடுகிறாள், இதனைப் பலநிலைகளில் உருவகமாக விளக்க முடியும். நூற்பு, நெசவு, அலங்காரத் தையல் என்னும் 'பெண்களுக்கான கைத்தொழில்களை' துறவுக்கன்னியர் பயிற்சி செய்தனர். ஆனால் கையெழுத்துப் படிகளை விளக்கும் பொருட்டு அவர்களுக்கு லத்தீனும் கற்பிக்கப்பட்டது. தவிர்க்க முடியாதபடி சில பிரதிகள் வாசிக்கப்பட்டு விவாதிக்கப்பட்டன. 12-ஆம் நூற்றாண்டில் பெனிடிக்டைன் மடாலயத்தில் கட்டுண்டிருந்த ஹில்டகார்ட் வோன் பிங்கென், இறையியல் குறித்து எழுதியதையும் ஆரம்பகால தேவாலய இசைக்கு கீர்த்தனங்கள் எழுதியதையும் இது விளக்கும். கடும் ஒற்றைத் தலைவலியால் அவதிப்பட்ட அவர், அதிசயிக்கத்தக்க காட்சிகள் கண்டு பைபிளை விளக்கக் கூடியவராயிருந்தார்! காட்சிகள் ஒருபுறம் இருக்க, அய்ரோப்பிய பண்பாட்டு உருவங்கள் சிலவற்றின் எழுச்சிக்கு துறவுக்கன்னியர் சிறிய அளவிலேனும் பங்களித்தனர்.

இவர்களைப் போன்ற பெண்டிர் ஏன் பௌத்த துறவுக் கன்னியர் மத்தியில் இல்லை? கத்தோலிக்க கீதங்கள் போல சிக்கலான எந்தவொரு இசையும், ஆரம்பகட்ட பௌத்த சடங்கில் பெரும்பகுதியாக இல்லாதிருந்திருக்கலாம்-பிற்காலங்களில் அது அறிமுகப்படுத்தப்பட்ட போதிலும். முதலில் தெய்வங்கள் இல்லாதிருந்தது, காட்சிகளுக்கான தேவையைக் குறைத்திருக்கலாம் ஆனால் அப்படியிருக்க வேண்டிய அவசியமில்லை. கையெழுத்துப் படிகளை நகலெடுத்ததும் அவற்றுக்கு விளக்கவுரை எழுதியதும் பிற சாத்தியப்பாடுகளை திறந்துவிட்டிருக்க வேண்டும்.

கி.பி.முதல் ஆயிரத்தின் பிற்பகுதியிலிருந்து, புராண இந்துமதம் ஆரம்பகட்ட வேதகால பிராமணியம் போல அவ்வளவு தெளிவானதாக சற்று வேண்டா வெறுப்புடன் தம் மதக் கருத்துகளை பரப்புரைச் செய்திடும் பெண்களின் நியாயத்தை இறுதியில் அங்கீகரித்தது. ஆனால் துறவுக்கன்னியர்

அமைப்புகள் நிறுவப்படவில்லை. இவர்கள் ஏற்கனவே நான் குறிப்பிட்டது போல, அரசுக்கு உளவு பார்ப்பதற்காக பணம் தரப்பட்ட பிச்சைக்காரிகள் இல்லை; மாறாக, பக்தி மரபில் உள்ளடக்கப்பட்ட சுதந்திரமான பக்தைகள்-தீவிர மதப்பற்றுள்ள சுதந்திரமான பெண்கள். பழமைவாத நம்பிக்கை-நடைமுறையைப் பெரிதும் மீறி, இந்து மதத்தின் பக்தி இயக்கத்திற்கு அவர்கள் கணிசமாகப் பங்களித்தனர். அவர்களில் சிலரது கீர்த்தனங்களது கணிசமான இலக்கியப் பண்பும் மத உள்ளடக்கமும் இப்போது கண்டுகொள்ளப்படுகின்றன. போற்றத்தக்க இலக்கிய வடிவங்களிலான, மத உணர்வோட்டங்களின் எடுத்துரைப்பு வடிவம், கி.பி. முதல் ஆயிரத்தின் பிற்பகுதியிலிருந்து உள்ளூர் மொழிகளின் கவிதைகள், பாசுரங்கள் வாயிலாக தெற்கில் தொடங்கியது. முதலில், நகரங்கள்-கிராமங்களில் அலைந்து திரிந்த ஆடவரும் பெண்டிரும் இப்புதிய மதக் கருத்துகளைக் கற்பித்து, புதிய பக்தி வடிவங்களைப் பரப்பினர். அவர்களில் ஆண்டாளும் அக்கா மகாதேவியும் அடிக்கடி மேற்கோள் காட்டப்படுகின்றனர். ஆண்டாளின் பாசுரங்கள் வைணவ வழிபாட்டின் மையமாக மாற, அக்கா மகாதேவியின் வழிபாடு சிவனை மையம் கொண்டது. தாம் வழிபட்ட தெய்வத்துக்கு மணமுடித்துக் கொடுக்கப்பட்டதாகச் சொல்லும் உறுதிப்படுத்தல்கள் பற்றி நிறையவே பேசப்பட்டிருக்கிறது. மானுடக் கணவனின் நிராகரிப்பையும் உள்ளார்ந்திருக்கும் பாலியலையும் இது பேசுகிறதா? கிறித்துவ துறவுக் கன்னி கிறித்துவின் மணமகளாக இருப்பது பற்றி நினைவூட்டப்படுகிறது.

பிற்பாடு, கி.பி. இரண்டாம் ஆயிரத்தில், வடஇந்தியாவில் இந்த வழிபாட்டு வடிவம் மிகப் பரிச்சயமானது. வடக்கில் மிகவும் பரவலாக அறியப்பட்ட பக்தையரில் இருவர் காஷ்மீரில் லால் தெத் என அழைக்கப்பட்ட வல்லேஸ்வரி மற்றும் ராஜஸ்தானின் மீராபாய்-இருவரும் கி.பி.இரண்டாம் ஆயிரத்தின் மத்திய பகுதியைச் சேர்ந்தவர்கள். அவர்கள் உயர்சாதிப் பெண்கள், பழைமைவாதக் குடும்பங்களில் பிரச்சனைகளைக் கொண்டவர்கள், இறுதியில் வெளியேறியவர்கள். உயர்ந்த பக்தர்களிடையே ஒத்துக் கொள்ளப்பட்ட அவர்கள், கற்றறிந்தவர் மொழிக்குப் பதிலாக, பொதுவாக புரிந்துகொள்ளப்பட்ட மொழியைப் புரிந்துகொண்டனர். பிராமணரின் மடங்களில் கட்டமைக்கப்பட்டுக் கொண்டிருந்த மதத்திலிருந்து

அவர்களுடையது தனித்திருந்தது. புதிய மதச் சிந்தனையை வளர்த்தெடுத்த சில மடங்கள், இக்கருத்துகளைப் பரப்புரை செய்திட, ஒரு துறவியர் அமைப்பை இயல்பாக ஏற்படுத்தின. இது வேறு வகையில் தமக்கு எதிராயிருந்த பௌத்தரையும் சமணரையும் நகல் செய்த நடவடிக்கையா? அல்லது சில பக்தி ஆசிரியர்களது செல்வாக்கிற்கு எதிரான பிராமணிய உறுதிப்படுத்தலாயும் இருக்கக்கூடும்! ஆனால் ஆரம்ப காலங்களில் பிராமணிய துறவுக்கன்னியர் அமைப்பு இருந்ததில்லை.

இருந்தபோதிலும், பக்தியைப் பரப்புரை செய்த பெண்களின் வாழ்க்கைமுறை, தர்மசாத்திரங்களின் சமூக நெறியை மீறியது. அவர்கள் கிருஹபத்தினியராக இல்லாமலும் மேசை நாகரிகத்தைப் பின்பற்றாமலும் நாடோடி வாழ்க்கை வாழ்ந்தனர். ஒரு பக்தை, புராண இந்துமதத்துடன் விடாத தொடர்பு கொண்டிருப்பினும், பௌத்த-சமண துறவுக் கன்னியர் போல, ஓர் அமைப்பைச் சேர்ந்தவர்களாயில்லை. சிறிய ஆதரவாளர் கூட்டத்துடன் இப்பெண்கள் வாழ்ந்தனர். அவர்களது சாதியத் தகுதிநிலை, சாதிய விதிகளை ஒதுக்கித் தள்ளுவதில் அவர்களுக்குச் சிறிது இடமளித்திருக்கவேண்டும்.

ஒரு மாற்று, இணைச் சமூகத்திற்குள் துறவுக்கன்னியர் தெரிவு செய்யப்பட்டு, நிறுவன ஆதரவு பெற்றிருந்தனர். முறையான பயிற்சிபெற்று, எழுதப்படிக்கத் தெரிந்தவர்களாக, தம் தீட்சைக்கு அவசியமான பிரதிகளைக் கற்றனர். இவ்வமைப்பு பயிற்சியாளரிலிருந்து தலைவி வரையிலான படிமுறையைப் பெற்றிருந்தது; உடை, தோற்றம், அன்றாட வாழ்க்கை வழமைக்கான நெறிமுறைகளைக் கொண்டிருந்தது. துறவுக்கன்னியர் முழுதுமாக குடும்ப பந்தங்களிலிருந்து துண்டிக்கப்பட்டிருக்கவில்லை, குடும்பத்திலிருந்து அன்பளிப்புகள் பெறுவதினின்றும் விலக்கப்பட்டிருக்கவில்லை. கன்னியர் இல்லங்கள் உயிர்பிழைத்திட இத்தகு நிறுவன ஆதரவு அநேகமாக அவசியப்பட்டது. கி.பி. இரண்டாம் ஆயிரத்தின் ஆரம்பத்தில் புரவலர் ஆதரவு தொடராதபோது, இவை வீழ்ச்சியுற்றதிலிருந்து இது தெரியவருகிறது மற்றும் பௌத்தமே இந்தியாவின் பல பகுதிகளில் மங்கிக் கொண்டிருந்தது.

தொகுத்துரைப்பதானால், கடமையுணர்வுள்ள மகள், அடிபணியும் மனைவி, புகார் தெரிவிக்காத விதவையாயிருப்பதன் மையத்துவத்தை நிராகரித்து, துறவுக்

கன்னியரும் பக்திக்கால பக்தைகளும் மனுதர்மத்தைத் தூக்கி எறிந்தனர். சிராமண மரபுக்கு ஒத்தியைந்த சமூகங்களில், சாதிய விதிமுறைகளுடன் ஒத்திசைவது மற்றும் ஒத்திசையாமை என்னும் இருமையில் அழுத்தம் குறைவாயிருந்தது. துறவிகளாக விரும்பியவர்கள் நியாயமான மாற்றிடத்தைத் தேடினர். ஆசாரவாத சாதி நெறிகளை ஆட்சேபித்த ஒத்தியையாதவர்களிடம் பிராமணிய மரபு மிகக் கடுமையாயிருந்தது, அபராதங்கள் விதித்தது. மீராபாய் கன்னியர் இல்லத்தில் சேர்ந்திருந்தால், ஒழுங்கீனமானவளாகக் குற்றம் சாட்டப்பட்டிருக்க மாட்டாள். ஆனால் அப்போது சமணக் கன்னியர் இல்லங்களே இருந்தன; மற்றும் மகானுபாவா என்பது போன்ற பக்தி மரபின் அவ்வப்போதைய அமைப்பே இருந்தது. பௌத்த சங்கத்தின் மாற்று அமைப்பு ஒடுக்கும் தன்மைத்தான நெறிகளிலிருந்து பாதுகாப்பு அளித்தது. ஆனால் துறவுக்கன்னியர் தாமாக முன்வந்து சேரவேண்டியிருந்தது. இவ்விதிமுறைகளை அவர்கள் தாமாக மாற்றிட முடியாது. ஒருவர் சாதிவிதிகளை மீறினால்கூட, சங்கத்தின் விதிகளைப் பின்பற்றவேண்டும் என்பதால், சில விதங்களில் இது துறவின் சுதந்திரத்தை முடிவுகட்டிவிடுகிறது.

ஆரம்பகாலப் பெண்களிடையே எதிர் பண்பாடுகள் குறித்த விழிப்புணர்வு இருந்ததை விசாரித்தறியும் கட்டத்தை வந்தடைந்திருக்கிறோம். மத அமைப்பில் சேரும் பொருட்டு துறவு பூணுதலிலிருந்து தனிப்பட்ட சுயவெளிப்பாட்டைக் கண்டறியும் பொருட்டு சமூக சம்பிரதாயங்களைத் துறப்பதுவரை இவை அமைகின்றன. சிராமண மரபுகள் சங்கத்தின் வாயிலாக முதலாவதற்கு சந்தர்ப்பங்களை முன்வைக்க, பக்தி-சாக்த மரபுகள் இரண்டாவதைப் பின்பற்றுவதாகத் தோன்றுகின்றன.

நமக்குத் தகவல் கிட்டாத வகைமை, குடியிருப்புகளின் சேரிகளாக்கப்பட்ட வெளிப்புறங்களில் தம் குடும்பங்களுடன் வாழ்ந்த பெண்கள்-தீண்டத்தகாதவராக கருதப்பட்ட, புறச்சாதியாரான அவர்ணர்கள் வாழ்ந்த பகுதிகள். தம் கணவரது தொழில்களில் நேரிடையாக ஈடுபட்டிருந்தவர்களாதலால், நான் விவாதித்திருப்பவர்களிடமிருந்து அவர்தம் சமூக நெறிகள் வேறுபட்டிருக்கக்கூடும். இதனால் அவர்கள் அதிக சுதந்திரம் பெற்றிருக்கக்கூடும் ஆனால் அதே வேளையில் இது, அவர்ணர்களின் ஒட்டுமொத்த விலக்கல் நிலையால், குறைக்கப்பட்டிருக்கும்.

இத்தகு ஆய்வுகளின் முக்கியத்துவம் இருவிதமானது. ஒன்று, சில பெண்கள் வகைமைகள், தமக்கே உரிய வழியில் ஆணாதிக்கத்தை ஆட்சேபித்தன, ஒவ்வொரு நிலையிலும் இல்லாது போனாலும் நியாயமான அளவில் ஆட்சேபித்தன என்பதற்கு நாம் அவ்வளவாகக் கவனம் செலுத்தியிருக்கவில்லை. நெறியை மீறியவர்கள் மீதான, பிந்தைய தர்மசாத்திரங்களின் மௌனம், ஏற்க முடியாததைப் புறக்கணித்திடும் முயற்சியாயிருந்திருக்கும், அத்தகையோர் இருக்கவில்லை அல்லது போகிற போக்கில் கண்டிக்கத்தக்கவர்களே என்று பாவனை செய்வதாயிருந்திருக்கும். இத்தகு ஆய்வுகள் கடந்த நூற்றாண்டில் பெண்கள் குழுக்களால் ஏற்பாடு செய்யப்பட்ட பல்வேறு இயக்கங்களை வலுப்படுத்தவும் செய்திருக்கும். இவை ஆணாதிக்கத்தை நேரடியாக அதீத அநீதி வடிவம் என்றழைத்து, அதனுடன் மோதி முரண்பட்டுள்ளன; நிலவுகின்ற உள்ளீடற்ற முயற்சிகளை இடம் பெயரச் செய்து, இந்திய சமூகத்திற்கு மிகவும் சமத்துவமான திருப்பத்தைப் பாலின நீதி ரீதியில் தந்திட விவாதித்துள்ளன. படாடோபமான வழியில் இல்லாமல் குறிக்கோள் மிக்க வழியிலேயே, கடந்த காலத்தில் இத்தகு அநீதியை எதிர்த்துநின்ற பெண்கள் குழுக்கள் இருந்தன. மரபார்ந்த இந்தியப் பண்பாடுக்கு அடிபணியும் பெண்களே தேவைப்பட்டனர், ஆகவே பெண்கள் தம் சுதந்திரத்தை எடுத்துக்காட்டுவது இந்திய மரபுக்கு மாறானது என்னும் கருத்தினை தூக்கி எறிய உதவிடும் ஒரு பாரம்பரியத்திற்கு இது போதுமானதாய் இருக்கும். இன்றைக்கு தன்னாட்சிமிக்க பெண்ணாக உறுதிப்படுத்துவது, ஆரம்ப காலங்களின் உறுதிப்படுத்தலின் தொடர்ச்சியாக, நமது கடந்தகால பண்பாடுகளிலிருந்து சுவீகரித்தலாக இருக்கும்.

6
பாகுபடுத்தும் பண்பாடு

தொல்காலத்திலிருந்து விலக்குவதைப் பின்பற்றி மற்றும் அதனை நியாயப்படுத்த, அடையாளத்தைக் கோருவது, அநேகமாக அனைத்துச் சமூகங்களிலும் உள்ளார்ந்திருக்கிறது, அப்படியே தொடர்கிறது. ஒரு சமூகத்தில் அவை பரவியுள்ள அளவு அல்லது சமூகத்திற்கு வடிவமளிப்பதில் அவை வகிக்கும் பாத்திரம் என்பன உள்ளார்ந்து இல்லாதிருப்பதற்கான காரணங்கள். ஒரு சமூகத்தை அல்லது நாகரிகங்களென்று நாம் அழைப்பதை நிர்வகித்திடும் அறங்கள், சித்தாந்தங்கள், மதிப்புகளுக்கு இக்காரணங்கள் குறிப்புகளை முன்வைக்கும். அவற்றை ஒதுக்கிவிடத் தலைப்படுகிறோம் அல்லது ஏற்புடைய விளக்கங்களைக் கண்டறியாமல் இருக்கிறோம். ஆனால் இன்று வரலாற்று விளக்கங்கள் இத்தகைய கேள்விகளுக்குப் பதிலளிக்க முயலவே செய்கின்றன.

பெரும்பாலான சமூகங்களுக்குப் பொதுவாயுள்ள சமூகவிலக்கம், வேறுபட்டது. அதிகாரத்தை வைத்துள்ள குழு, மற்றவர்களைத் தாழ்ந்தவர்கள் அல்லது தவறானவர்கள் என்று ஒதுக்கி விலக்கிவைக்கிறது. இந்த அதிகாரம் உடல் வலுவிலிருந்து மூடநம்பிக்கை வரை எதன்மீதும் அமைந்திருக்கக்கூடும். பல்வேறு வடிவங்களிலான இழப்புகள், அவை பின்பற்றப்படும் நிலைமைகளால் கட்டுப்படுத்தப்பட்டு, பாகுபாட்டு வடிவங்களாகின்றன. வாழ்வாதாரங்களுக்கான வழிவகை கட்டுப்படுத்தப்படுவது அல்லது மறுதலிக்கப்படுவது, இதற்கான நியாயம் மதச்சாயம் பெறுகிறது அல்லது இது தெய்வத்தின் கட்டளை என்று கூறிக் கொள்வதை அல்லது அதிகாரத்தை வெறுமனே உறுதிப்படுத்தலைக் கூடப் பார்க்க முடிகிறது.

விலக்குதல் ஒரு பாகுபடுத்தல், அதன் தர்க்கத்தின்படி, விலக்குவோருக்கும் விலக்கப்படுவோருக்கும் அடையாளம் தேவை. ஒன்றின் மீதான அழுத்தம், இன்னொன்றின் மீதான அழுத்தத்தை அனுமானிக்கிறது. இதுவே பாகுபடுத்தலைப் பெரிதும் முத்திரையிடுகிறது. எடுத்துக்காட்டாக சாதியச் சமூகத்தில் உள்ளடக்கப்பட்டவர்கள், சவர்ணர்களாக (வர்ணத்தாரிடையே உள்ளடக்கப்பட்டவர்கள்) அவர்ணர்களாக (வர்ண அடையாளத்திலிருந்து விலக்கப்பட்டவர்கள்) அடையாளப்படுத்தப்படுகின்றனர்.

இந்நடைமுறைகள் குறித்த தகவல் தொன்மையான பிரதிகளிலிருந்து வருகின்றது, ஏற்கனவே நான் சுட்டிக்காட்டியவாறு, தொல்பழங்காலத்தில், இப்பிரதிகள் பொதுவாக மேட்டுக்குடியினரால் எழுதப்பட்டு, அவர்தம் பார்வைகளைப் பிரதிபலித்தன. அதிகாரத்தில் உள்ளோரால் சமூகம் எப்படி கனவுகாணப்பட்டது என்பதற்கு அவை ஒரு குறிப்பை முன்வைக்கின்றன; சந்தர்ப்பவசமாக, உத்தேசிக்காமலேயே, உண்மையிலேயே அது எப்படி செயல்பட்டது என்பதற்கான சில குறிப்புகளையும் முன்வைக்கின்றன. சமூகம் எப்படிச் செயல்படவேண்டும் என்பதற்கான நெறிகளைக் கொண்டிருக்கத் தேவையில்லை- அவை ஒருபோதும் கொண்டிருப்பதில்லை. ஒரு விதியின் மீது திரும்பத்திரும்ப வற்புறுத்தல் இருக்குமிடத்தே, அது எப்போதாவதோ/இயல்பாகவோ பின்பற்றப்படுவதாக இருக்கும். எடுத்துக்காட்டாக, மௌரியச் சக்கரவர்த்தி அசோகர் இன்னொருவரின் பிரிவை மதிக்கவேண்டும் என்று திரும்பத்திரும்ப தன் குடிமக்களை அறிவுறுத்துவது, அது நெறியாக இருக்கவில்லை என்று உணர்த்துகிறதா? வரலாற்றாசிரியருக்கு ஆர்வத்தைத் தருவது, நெறிக்கும் நடைமுறைக்கும் இடையிலான வித்தியாசம் கண்டுகொள்ளப்படும் முறை, விட்டுக்கொடுத்தல் பின்னர் சரிசெய்து கொள்வதுதான். கொள்கையளவில், நெறி தொடர்ந்ததாகக் கூறப்பட்டது, நடைமுறையில், அது மாறியிருக்கலாம். எனினும், விதிகள் நுணுக்கமாகவோ அப்பட்டமாகவோ தலைகீழாகப்படக்கூடியவை என்பதைப் பார்ப்போம்.

சாதி அல்லது வர்ணாசிரம தர்மம் எனப்படுவதை நிர்வகிக்கும் விதிகள், அனைத்துச் சமூக உறவுகளையும்

தீர்மானித்தன என்று எண்ணப்படுகிறது. இது அனைத்து வர்ணங்களுக்கும் பொருந்தக்கூடியதான, நெறிமுறை/நடத்தையின் ஒழுங்குபடுத்தலாக, அல்லது சாதிச்சமூகம் செயல்பட்ட லட்சிய அமைப்பாக அழைக்கப்படக் கூடியதாக இருந்தது; இச்சந்தர்ப்பத்தில் ஆசிரமங்கள், பொதுவாக உயர்சாதி மனிதனின் ஆயுளிலுள்ள நான்கு கட்டங்களை-மாணவனாயிருத்தல், இல்லறத்தானாதல், இல்லத்தைவிட்டு நீங்குதல் இறுதியில் துறவியாதல்-குறித்தன.

எனினும் நுணுகி ஆராய்ந்தால், விலகல் தெரிகிறது. ஒரு வர்ணத்திற்கு அனுமதிக்கப்பட்டு, உண்மையில் பின்பற்றப்பட்டு வந்த நடவடிக்கைகள் மாறக்கூடும். ஆனால் அது இயல்பான முறையில் இருக்காது. புதிய நெறிகளைப் பின்பற்றுவதாகக் கூறிக் கொள்வது, புதிய தொழில்களை, சடங்குகளை, சம்பிரதாயங்களை மறைக்கக்கூடும், நடைமுறையில் அறநெறிகளிலிருந்து வேறுபட்டு, அந்நபர் தனது வர்ணத்தகுதி நிலையைத் தக்கவைத்துக்கொள்ள அனுமதிக்கப்படும் வகையில் விட்டுக் கொடுப்பதாயிருக்கும். கொள்கையளவில் படிமுறை மற்றும் தொழிலின் தொடர்ச்சியான அமைப்பைப் பொதிந்து வைத்திருக்கும், ஆனால் இடைவெளிகள் இருந்தன. வெவ்வேறான செயல்பாட்டு விதிகளைக் கொண்ட வர்ண சாதி அமைப்புக்கு வெளியேயும் அதிக எண்ணிக்கையில் இருந்தன. இப்பெரும்பான்மையினரிடையே, பாகுபடுத்தப்பட்ட வகைமையிலான மக்கள், தம் பாகுபாட்டில் மாற்றப்பட முடியாதவர்களாக, அவர்ணர்கள் எனக் குறிப்பிடப்பட்டவர்களாக இருந்தனர்.

சமூக நடைமுறைகள், மொழி அல்லது நம்பிக்கைகளிலுள்ள வித்தியாசங்களால் வரையறுக்கப்படும்போது-அப்படித்தான் பெரிதும் இருந்தது-விலக்கலும் அடையாளமும் ஆழ்ந்து பதியப்படுகின்றன. சில கருத்தமைவுகள் ஏன் வரலாற்று மாற்றத்துடன் மடிகின்றன ஆனால் மற்றவை நீடிக்கின்றன என்பதுதான் வரலாற்று ஆர்வத்திற்குரியது. இப்பிரச்சனையை அணுகுவதில் என் அக்கறை மிகவும் வரம்புக்குட்பட்டது. இந்தியச் சமூகத்தை மற்றவற்றிலிருந்து வித்தியாசப்படுத்திய பாகுபாட்டு வடிவத்தின் மீதுதான் என் குவிமையம்-சவர்ண சமூகம் என்னும் கருத்திற்குத் தேவையானது என்று கருதப்பட்ட, கவனமாகத் தயாரிக்கப்பட்ட வர்ணாசிரம தர்ம கொள்கை,

அவர்ணர்களை வெளியே வைத்திருக்க வேண்டிய வகைமை உருவாக்கம் என.

ஒரு காலத்தில் வரையறுக்கப்பட்டது போல சாதி, சமூகத்தை ஒழுங்குபடுத்தும் இறுக்கமான அமைப்பாக இல்லை, மாற்றமில்லாமலேயே அவ்வரையறுப்புக்குத் தொடர்ந்து ஒத்தியைந்து வந்தது. காலப்போக்கில் அதன் பயன்பாட்டு வரலாற்றில், அது மாற்றங்களைப் பதிவு செய்தது. ஆரம்ப காலப் பிரதிகளில் வேதங்கள் வர்ணத்தைக் குறிப்பிடுகின்றன, அவ்வப்போது சாதியைக் குறிப்பிடுகின்றன. மற்ற ஆரம்பகாலப் பிரதிகள் இந்தியச் சமூகம் குறித்த பதிவுகளில், போகிற போக்கில் குறிப்பிடுகின்றன அல்லது குறிப்பிடுவதே இல்லை. எடுத்துக்காட்டாக, மௌரிய காலகட்டத்தில் (கி.மு.4-ஆம் நூற்றாண்டு) ஹெல்லெனிய உலகத்திலிருந்து இந்தியாவுக்கு வந்த மெகஸ்தனிஸ், பெரிதும் தொழில் சார்ந்த ஏழு சமூக வகைமைகளைப் பட்டியலிடுகிறார். அசோகரின் கல்வெட்டுகள் அரசின் குடிமக்களான பிரஜாவை (குழந்தைகள் என்று பொருள்படும்) குறிப்பிடுகின்றன. *பாசாண்டர்கள்* (மதப்பிரிவுகள்), *அடவிகள்* (காட்டில் உறைவோர்) போன்ற இதர மக்கள் வகைமைகளையும் குறிப்பிடுகின்றன. வர்ணமாகவோ சாதியாகவோ சாதியைப் பற்றிய குறிப்பில்லை.

ஆறு நூற்றாண்டுகளுக்குப் பிறகு, இந்தியாவில் பயணித்த சீனாவின் பௌத்த துறவி ஃபாஹியான், அதீதமான விலக்கலுக்கு ஓர் எடுத்துக்காட்டைத் தருகிறார். நகருக்கு வெளியே அவர்ணர்களாக வசித்து வரும் சண்டாளர்கள், நகருக்குள் நுழைகையில், மக்கள் அவர்களிடமிருந்து விலகிச் சென்றுவிடும் பொருட்டு மரச் சேகண்டியை அடிக்க வேண்டியிருந்தது பற்றித் தனது *A Record of Buddhist Kingdoms*-இல் குறிப்பிடுகிறார்-சண்டாளர்கள் அசுத்தமானவராயும் நிரந்தரமாகத் தீட்டுப்பட்டவர்களாகவும் கருதப்பட்டு, அதன் காரணமாக தீண்டத்தகாதவர்களாக ஆக்கப்பட்டவர்கள். இக்காலகட்டத்தில் சாதி நன்கு நிலைபெற்றதாகி, அவர்ணர்கள் எனப்பட்டோர் மாசுபடுத்துவோராக கருதப்பட்டு, அதன் காரணமாக குடியிருப்புக்கு வெளியே வாழ நேர்ந்தவர்கள். இது மௌரிய காலத்திலிருந்து வரும் முக்கிய சமூக மாற்றமாகும், சில மக்கள் வகைமைகள் மதிப்பிழந்ததைப் பதிவு செய்கிறது. இருப்பினும் இந்திய நாகரிகத்தின் கற்பனாவாத பொற்காலமாக நவீன காலங்களில் மதிப்பிடப்பட்டதும் இதே குப்தர் காலமே.

ரிக்வேதத்தில் வர்ணத்தைப் பற்றிய ஆரம்பகாலப் பதிவில் தொடங்கி, பிற்காலங்களில் தொடர்வதற்கு அனுமதியுங்கள். ஆரிய-தாச வர்ணங்கள், ஆரிய-மிலேச்சர்கள் வித்தியாசங்கள், சாதி என நாம் குறிப்பிடும் நால்வர்ணங்கள், ஆதிவாசிகளின் விலக்கம், அஸ்பிரிஸ்யா (தீண்டத்தகாதவர்) எனப்படும் வகைமை நிறுவப்படுதல் என்பதுபோன்ற, அடிக்கடி குறிப்பிடப்பட்ட விலக்கலின் அம்சங்களிலுள்ள, எதிர்க்கப்படும் இருமையை விவாதிப்பேன். மதநம்பிக்கைகள் மற்றும் பாலின அடிப்படையிலான விலக்கல்களை விவாதிக்கப் போவதில்லை. முந்தைய அத்தியாயத்தில் பெண்கள் எப்படி பாகுபடுத்தப்பட்டனர் என்னும் சில அம்சங்களை நான் தொட்டுள்ள போதிலும், அவையிரண்டும் இப்புத்தகத்தின் எல்லைக்கு அப்பாற்பட்டவை.

ரிக்வேதத்தில் இடம்பெறும் மிகவும் ஆரம்பநிலைக் குறிப்பு ஆரிய மற்றும் தாச வர்ணம் பற்றியது. இப் பிரதியின் ஆசிரியர்கள் தம்மை ஆரியர் என்றும் தம்மிலிருந்து வேறுபடுவோரை தாசர்கள் என்றும் ‘மற்றமை’யாக-ஆரிய அடையாளத்திலிருந்து விலக்கப்பட வேண்டியவர்களாக-காண்கின்றனர். தாசர்கள் ஆரியர்களுக்கு எண்ணிக்கையில் சமமாக/அதிகமாக இருந்தனர். ஆரியா என்னும் தொடர் இனம் என்னும் பொருளில் பயன்படுத்தப்படவில்லை மாறாக மொழி சார்ந்த பண்பாட்டு வித்தியாசத்தை அடையாளப்படுத்துகிறது. அவர்கள் ஆரியம் பேசும் மக்கள், தம் தனித்துவமான பண்பாட்டிற்காக மதிக்கப்படுபவர்கள், இவையெல்லாம் சேர்ந்து தாசர்கள் மீது அவர்களுக்கு உயர்வை அனுமதிக்கிறது.

பேச்சு ஒரு முக்கிய அடையாளம். தாசர்கள் ஆரிய மொழியைப் பேசவில்லை அல்லது தவறாகப் பேசினர். சரியற்றபேச்சாக *மிருத்ர-வாக்* பற்றிய குறிப்புகள் உள்ளன. ஆனால் மொழி கையாள முடியாதது அல்ல. புருவின் மத்திய உயரிய வம்சாவளியின் நடவடிக்கைகளை மகாபாரதம் எடுத்துரைக்கின்றது. எனினும் வேத நூல்களில் அவனது பேச்சு குறைபாடுடையதாக- மிருத்ர-வாக்-கூறப்படுகிறது, அவனது மூதாதை அசுர-ராட்சசனுடையது எனப்படுகிறது. இங்கே நாம் முரண்பாட்டை அல்லது மற்றமையின் உள்ளடக்கலைக் காண்கிறோமோ? பௌத்தப் பிரதிகளில் மிலேச்சர்கள் சிலவேளைகளில் தம்மொழியைப் பேசுவதாகவும் அவர்களில் சிலர் தென்மண்டலத்துடன்

தொடர்புடையவர்களாகவும் கூறப்படுகிறது. அருகருகே வாழ்ந்துவந்த ஆரியர்கள்-மிலேச்சர்களின் பண்பாடுகள் கலப்புற்று, தொடர்ந்து மாறியிருக்கவேண்டும். அவர்களின் மிலேச்சமொழி குறிப்பிடப்படுகிறது, ஆனால் அவர்கள் மொழி பேசப்படும் இடங்களிலிருந்து பிரித்துக் காட்டப்படுகின்றன. மொழி முற்றிலும் பரிச்சயமற்ற இடத்தே, பரபரகரோட்டி என அர்த்தமற்ற சப்தங்களை எழுப்புவதாகக் கூறப்படுகிறது.

மிலேச்சரின் பேச்சுக்கு எடுத்துக்காட்டாக, ர ஒலிக்குப் பதிலாக ல ஒலி இடம்பெறும். அரி என்பது அலி எனப்படும். இது மத்திய கங்கைச் சமவெளி மொழியின் பண்பு. இங்கே பிந்தைய காலங்களில் அசோகர் கல்வெட்டுகளில் ராஜா, லாஜா வாகக் குறிப்பிடப்படுகிறார். சமூகரீதியில் தாழ்ந்தவரான மிலேச்சர், 'வேறுபட்டவர்' என்பதைக் குறிக்கவும் பயன்படுத்தப்படுகிறது. சுல்தான் முகம்மது பின் துக்ளக்கைப் புகழ்ந்துரைக்கும் இந்து வணிகர் ஒருவர், மிலேச்சர் என்கிறார், இங்கு அது எதிர்மறைப் பொருளில் பயன்படுத்தப்படவில்லை. பிரத்யேகமான ஒரு தொடரை இழிவாகப் பயன்படுத்தும் உத்தேசமின்றி பயன்படுத்தியதற்கு இது இன்னொரு எடுத்துக்காட்டு. தாசரைப் போல, மிலேச்சரும் தன் பொருளை மாற்றிக் கொள்கிறது, ஆனால் தாசரைப் போல மோசமான பொருளில் அல்ல.

வர்ணக் கருத்தமைவு தனக்கான வரலாற்றைக் கொண்டுள்ளது. அதன் நேர்பொருள் நிறம் அல்லது வேறுசில வகைகளில், உறை பகல்-இரவின் நிறங்களைக் குறிக்கவும் பயன்படுத்தப்படுகிறது. குறியீட்டளவில் நிறம் பிரிப்பதாகவுள்ளவிடத்தில், அது இருபாதிகளின் அடையாளமாயிருக்க முடியும். நிறம் என்ற வகையில் அதன் பொருள் tvacam-krishnam (கருத்த தோலுடைய) என தாசரின் குறிப்பிலிருந்து வருகிறது. சாயனர் சருமத்தின் நிறத்தைக் குறிப்பிடாது, கிருஷ்ணன் என்னும் பெயருள்ள அரக்கனின் தோலைக் குறிப்பிடுகிறது என்கிறார். சில உடலியல் வித்தியாசங்கள் குறிக்கப்படுகின்றன ஆனால் அறிவார்த்த விவாதத்திற்குரிய விஷயமாக இருக்கிறது. 'அனஸ்' 'மூக்கின்றி', அதாவது 'திருகப்பட்ட மூக்கு' என்று பொருள்படுமா அல்லது 'வாயின்றி' அதாவது 'இன்னொரு மொழி' என்று பொருள்படுமா? தாசர்கள் தம் குலங்களை (vish) கொண்டுள்ளனர், அவர்களது சில தலைவர்கள் குறிப்பிடப்படுகின்றனர். அவர்களிடம் இருந்த ஆநிரைச் செல்வம் ஆரியத் தலைவர்களால் கொள்ளையிடப்பட்டன.

அவர்கள் வேறுபட்ட சடங்கு-சம்பிரதாயங்களைக் கொண்டிருந்தனர், ஆண் குறியை வணங்கினர், கஞ்சத்தனமாயும் நட்பின்றியும் இருந்தனர்.

சமூக மாற்றத்திற்கேற்ப சொற்கள் படிப்படியாக தம் பொருளை மாற்றிக் கொண்டன. ஆரியா, தாசா என்னும் இரண்டின் பொருளும் மாறின. ஆரியா, பெரிதும் ஆரியமொழி பேசியவர்களைக் குறித்து, மரியாதையைக் குறிப்பதாயிற்று, இந்த அளவில் அதிக வகைமைகளிலான மக்களை உள்ளடக்குவதாயிற்று. பௌத்த பிக்குகள், தம் சமூகத் தோற்றுவாய்கள் எதுவாயிருந்தபோதும், அய்யா அல்லது ஆரியா என்றழைக்கப்பட்டனர். முதலில், உயர்சாதிப் பிக்குகள் அதிக எண்ணிக்கையில் இருக்க, தாழ்ந்த சாதியினரும் அச்சாதிக் கட்டமைவுக்குள் சேர்க்கப்படலாயினர். இத்தகையவர்களுக்குப் புத்தர், பிக்குகளாக தீட்சை அளிக்கவும், ஆரிய என அழைக்கப்பட்டதும் பற்றிய கதைகள் உள்ளன. மூதாதையரை நிச்சயப்படுத்த முடியாத அரச குடும்பங்களும் ஆரியபுத்திர என்னும் கண்ணிய விருதைப் பயன்படுத்துகின்றன. ஆரியரது நிலம், ஆரியவர்த்தம் என்னும் பெயருடைய பிரதேசம், மேற்கு கங்கைச் சமவெளியிலிருந்து கிழக்கு நோக்கி நகர்வதாயிற்று. மனுவின் காலத்தில் இது விந்திய மலைகள் வரையிலான வடஇந்தியா ஆயிற்று; சுவையான வகையில் தெற்கில் அதனைத் தாண்டவில்லை.

ஆரியா என்னும் தொடர் இந்தியாவுக்கே உரித்தானதில்லை. தொன்மைக்கால ஈரானியரும் தம்மை அடையாளப்படுத்திக்கொள்ள இத்தொடரைப் பயன்படுத்தினர். இருமக்கள் குழுக்கள் ஒரே அடையாளத்தை பயன்படுத்துகையில், அது சில தொடர்புகள் உள்ளதை உணர்த்தும். ரிக் வேதத்திலும் அவெஸ்தாவின்[8] ஆரம்பப் பகுதிகளிலும் சொல்லப்பட்டுள்ளவற்றில் இணை அம்சங்கள் இருக்கின்றன. வடகிழக்கு ஈரானில் பழைய ஈரானிய மொழியில் எழுதப்பட்டது அவெஸ்தா. குறைந்த பட்சம் இருமொழியாளர்கள் புவியியல் ரீதியில் அண்மையில் வாழ்ந்திருக்க வேண்டும். இம்மொழிகள் பொது தோற்றுவாய்களைக் கொண்டவை. எனவே ஒத்திருப்பவை; அப்படியே அவர்களின் பல முக்கிய தெய்வங்களும் சமூக வடிவங்களும் - சில மாற்றங்களிருப்பினும். Ariia மற்றும் daha என்னும் இரட்டைப் பிரிவினை, Arya மற்றும் Dasa-

வுக்கு இணையானது. கி.மு. முதல் ஆயிரத்தின் மத்தியைச் சேர்ந்த *அக்கேமெனிட்*[11] மன்னன் *டேரியஸ்,* பெகிஸ்டுடன் கல்வெட்டில் ஆரிய மொழி பேசுபவனாகவும் ஆரியன் எனவும் குறிப்பிடப்படுகிறான். இந்த அடையாளம் இந்தியாவுடன் வரம்பிடப்படாது, தொன்மையான ஈரானிய மக்கள் பகுதிகளையும் உள்ளடக்கியிருந்தது.

வேறுபட்டவர்களாகப் பார்க்கப்பட்ட மற்றமையான தாசர்கள், கீழ்நிலையில் வைக்கப்பட்டவர்களின் அர்த்தத்தை மெல்லப் பெற்று, சில நேர்வுகளில் அடிமை நிலைக்கு குறைக்கப்பட்டனர். எனினும், தாச சமூகத்திலுள்ள சிலர் ஆரிய வர்ணத்திற்குள் சேர்க்கப்பட்டதால், இது எல்லாருக்கும் பொருந்தாது. ஆனால் தாசி அப்படியில்லை. தாசி என்பவள் வீட்டுவேலைகளைச் செய்யும் அடிமைப் பெண் என்பதைக் குறிப்பிட்டுள்ளோம். ஆடுமாடுகளுடன் சேர்த்து நன்கொடையாக அளிக்கப்படக் கூடியவள் என்பதை வேதங்களிலிருந்தும் மகாபாரதத்திலிருந்தும் தெரிந்து கொள்ளலாம். அசோகரின் கல்வெட்டுகள், தாசருக்கும் *பிரிதகாவு*க்கும் (அடிமைகளுக்கும் வேலையாட்களுக்கும்) இடையிலான வித்தியாசத்தை எடுத்துக் காட்டுகின்றன. வேளாண்-கைவினைத் தொழில் உழைப்பாளர்களாக அடிமைகளைப் பயன்படுத்தியதை விடவும், வீட்டு அடிமை முறையே பொதுவாகக் குறிப்பிடப்படுகிறது. இம்மாற்றம் நடைமுறையாகி, ஜாதகக் கதைகள் போன்ற பிந்தைய பிரதிகள், அடிமைகளுக்குத் தரப்பட்ட விலையையும் கூலித் தரப்படாத உழைப்பாளரையும் குறிப்பிடுகின்றன. தாசர் இப்போது சுதந்திரமற்றவர்களாதலால், பிக்குகளாக தீட்சை பெற முடியாது. விடுவிக்கப்படாதவரையும் தவறாமல் அடிமையாக இருக்கும் தாசருக்கு, எந்தச் சலுகையும் தரப்படுவதில்லை. எனினும் தாசர்கள் செல்வந்தரின் வீடுகளில் வேலை செய்யமுடியும். ஏனெனில் அவர்கள் தீண்டத் தகாதவராக வகைமைப் படுத்தப்பட்டவரில்லை.

இருப்பினும் ஆரிய-மிலேச்சர் இருமை, எழவிருக்கும் பிற வேறுபாடுகளைப் போல அவ்வளவு மையமானது இல்லை. சாதிவடிவில் சமூகத்தின் கட்டமைப்பு, இணையாக மாற்றியமைக்கப்பட்டதே இதற்கான காரணமாக இருக்கக்கூடும்; அதாவது, வர்ணம் மற்றும் சாதியின் புதிய உருவாக்கம் படிப்படியாக முக்கியமானது. ரிக் வேதத்திலுள்ள பிந்தைய பாசுரம் ஒன்று, பிராமணர், சத்திரியர், வைசியர், சூத்திரர்

என நான்கு குழுக்களான மக்களைப் படிமுறையில் கடவுள் பிரஜாபதி படைக்கின்றதைத் தெரிவிக்கிறது; ஆனால் வர்ணம் என்னும் சொல் இங்கு பயன் படுத்தப்படவில்லை-அது பிந்தைய பிரதிகளில்தான். மனித சமூகத்தால் ஒன்றிணைக்கப்பட்ட ஒரு திட்டத்திற்கு உயரிய அங்கீகாரத்தை இவ் வகைமைகளுக்கு தெய்வீகப்படைப்பு எனும் கற்பிதத்தை ஏற்படுத்தி, வழங்கச் செய்துவிட்டது. இவ்வளவுக்கும் நான்கு வர்ணங்களும் மனித உடலிலிருந்து எழுகின்றன. அடிப்படையில், பிராமணியக் கோட்பாடான அது, தர்மசூத்திரங்களிலும் தர்மசாத்திரங்களிலும் வர்ணாசிரம தர்மமாக உருவாக்கப்படுகிறது. பகவத் கீதையில் இது உறுதிப்படுத்தப்படுகிறது, ஆனால் கிருஷ்ணர், தான் உருவாக்கியதாகக் கூறிக் கொள்கிறார். இத்தோற்றுவாய் கோட்பாடு வேறுபடுகிறது ஆனால் தெய்வீகத் தோற்றுவாய் சார்ந்தே உள்ளது. ஒவ்வொரு வகைமையின் சமூக நடத்தையினையும் ஆவணமாக்கிடும் சிக்கலான விதிமுறைகள் தயாரிக்கப்பட்டன. பிராமணியமல்லாத பார்வைகள் அவ்வப்போது படிமுறையை மாற்றவே செய்தன. பௌத்தர்கள் சத்திரியரை உயர்மட்டத்தில் நிறுத்தி, அடிக்கடி சாதியைக் குறிப்பிட்டனர்.

இம்மாற்றத்தின் நிகழ்வுப் போக்கில் என்ன ஈடுபட்டிருந்தது? இவ்வாதத்தை எளிமைப்படுத்தும் வகையில், ஆரம்பகாலச் சமூகத்தின் அடிப்படை அலகு, விரிவுபடுத்தப்பட்ட குடும்பமான குலமாயிருந்தது. பெரியதும் மிகத் திறம்பட்ட அலகுமான, vish/jana என குடியை உருவாக்கும் பொருட்டு குடும்பங்கள் ஒன்று சேர்ந்தன என்று தோன்றும். பிற்பாடு சாதிகளாகச் சமூகத்தின் பிரிவினையில் இதுவொரு காரணியாக மாறியிருக்க வேண்டும். கி.மு. முதலாவது ஆயிரத்தில் நிகழ்ந்து கொண்டிருந்த, மக்கள் மற்றும் பண்பாடுகளின் உட்கலப்பில், சமூகத்திற்கு அமைப்புவடிவம் தந்திட, இது தேவையாயிருந்தது என்பேன். சாதி ஜனாவிலிருந்து (குடி) வேறுபட்ட சமூக அலகு, ஆனால் அதன் பண்புநலன்களில் பல, குடியிலிருந்து சிறு தொடர்ச்சியுள்ளதை உணர்த்துகின்றன. குடியில் உள்ளது போல, அடையாளம் பிறப்பின் வாயிலாக சாதிக்குள் இருக்கிறது. யாரை ஒருவர் மணக்க வேண்டும் அல்லது மணக்கலாகாது என்னும் அகமண-புறமண விதிகள் குலம் மற்றும் குடி இரண்டிலும் நிலவின. பெண்ணை பேரம் பேசும் அலகாக்கி, சமூகத்தின் ஆணாதிக்க ஒழுங்கிற்கு அனுமதித்து,

இவை அமைப்பாக்கப்பட்டன. தொழில்கள் சாதிகளுடன் தொடர்புபடுத்தப்பட்டு, அவை படிமுறையில் வைக்கப்பட்டன. தன் அடையாளத்திற்கு அடிப்படையான, சடங்குகளையும் சம்பிரதாயமான விதிகளையும் பராமரித்து வருவது ஒரு மதக் கடமையாக ஒவ்வொரு சாதிக்கும் விதிக்கப்பட்டது.

சாதிகள் விரிவடைந்து சிக்கலான நிறுவனங்கள் ஆயின. உயர்-கீழ் மட்டங்களில் சடங்குகள்-நெறிமுறைகளில் வேறுபாடுகள் சேர்ந்த ஒரு படிமுறையை ஒவ்வொரு சாதியும் பெற்றிருந்தது. அவை வர்ண பேதங்களல்ல, தொழில் அடிப்படையில் ஒன்று சேர்க்கக் கூடியனவாயிருந்தன; சிறிது வர்ண இணைப்பளிக்கப்பட்ட வகைமைகள் போல, அமைப்புக்கு சிறிது நியாயமளிக்கப்படவே இது நடந்திருக்கும். புதிய சமுதாயங்களை ஒரு சாதியாக சேர்த்திருக்க முடியும் அல்லது ஒட்டுமொத்த கட்டமைப்பில் ஒரு சாதியாக ஒரு தரநிலையை அனுமானித்திருக்க முடியும். மேசை நாகரிக நெறிகள் படிமுறையை வலுப்படுத்தின. மக்களைத் தனிநபர்களாக மாற்றுவதை விடவும், புதிய சாதியில் தாழிடுவது இவ்வமைப்பில் எளிதாயிருந்திருக்கும். மத மாறுதல்கள் நிகழ்ந்த போது, சாதிப் படிமுறைகள் மாற்றப்படும் மதத்தில் பதியமிடப்பட்டன. இத்தகு புதிய அடையாளங்களை, வர்ணத்தை விடவும் சாதிக்குள் எளிதாகப் பொருத்திவிடலாம். கலவையான மதக் குழுக்கள், சில வேளைகளில் சாதி இணைப்புகளுடன் பிரிவுகளாகிடத் தலைப்பட்டன.

சமூகப் பாகுபாடுகளின் வரிசைக்கு, நிர்வகிக்கக்கூடிய கட்டமைப்பைத் தந்திடும், ஒழுங்கமைக்கும் நெறியினையே வர்ணம் உணர்த்துகிறது. நடைமுறைப்படுத்தும் நெறியைவிடவும் நெறிகளையுடைய முன்மாதிரியாகவே அது இருந்தது. ஆனால் அதிகாரத்தில் இருந்தோர், வெளிப்படையாக ஒத்தியங்குதலை வற்புறுத்தினர். பிராமணிய நோக்கு நிலையால் வரையறுக்கப்பட்டு, தர்மசாத்திரங்களில் விதிகளாக்கப்பட்டிருந்த உயர்சாதி விதிமுறைகளில் அது தெளிவாய் இருந்தது. சூத்திரமும் அதற்குக் கீழ் நிறுத்தப்பட்டிருந்தோரும் அதிக எண்ணிக்கையிலமைந்து, இரு பிறப்பாளரிடமிருந்து தம்மை தூரப்படுத்திக் கொள்வதைத் தவிர்த்து, தம்முடைய சாதனங்களை உருவாக்கிக் கொள்ளுமாறு விடப்பட்டனர். அவர்களுக்கான விதிகள் கறாராக ஒரு சீராக இல்லை. அக மணத்திற்கான விதிகள் கூட பிரதிக்குப் பிரதி மாறின.

வர்ணத்தின் மையத்துவம், சாதிகளின் செயல்பாடுகளை, வர்ணங்களின் மூலம் ஒதுக்கப்பட்ட தகுதி நிலைகளின் வழியே, கட்டுப்படுத்திடும் நெறிப்படுத்தும் சித்தாந்தமாகிவிடுவதுதான். வர்ணாசிரம தர்மம் தெய்வீகத் தோற்றங்களைக் கொண்டிருந்தது, தீட்டு-தூய்மை சார்ந்த கோட்பாடுகளின் மீதமைந்தது-தொல்காலச் சமூகங்கள் பலவற்றிலிருந்து நமக்குப் பரிச்சயமானவை இவை-என்னும் கூற்றின் மூலம் இக்கட்டுப்பாடு நியாயப் படுத்தப்படுகிறது. சாதி பிறப்பினால் நிறுவப்பட்டது, கறாரான திருமண விதிகளால் கட்டுப்படுத்தப்பட்டது என்பது தவிர்த்து, ஒருவரின் வாழ்வை கட்டுப்படுத்துவதாகக் கூறப்பட்டது; கோட்பாட்டளவில் தொழிலை மாற்றுவதையோ தகுதிநிலையை மாற்றுவதையோ அனுமதிக்கவில்லை. இருந்தபோதும், உயர்மட்டங்களில் சமூகத்தை ஆதரித்த ஆதாரங்களை கட்டுப்படுத்தியோராலும், கீழ்மட்டத்தில் உள்ளவர்கள் மூலமாகவும், அவற்றை கட்டுப்படுத்துபவர்களுக்கு வளங்கள் உற்பத்தித் திறன் வாய்ந்தவை என்பதை உறுதிப்படுத்துவதன் மூலம் கட்டமைப்பை ஏற்றுக்கொள்வது செயல்படுத்தப்பட்டது. அரசியலாயினும் சமூகமாயினும் மதமாயினும் சமத்துவமின்மையே ஒவ்வொரு நடவடிக்கையிலும் நெறியாயிருந்தது என அனுமானித்தது.

பிரதிகளின் நெறிமுறைகளின்படி, இந்தியாவின் சமூகங்கள் வர்ண முன்மாதிரியைப் பின்பற்றினவா என்பதே நாம் கேட்கவிரும்பும் கேள்வி. அதன் நடவடிக்கையில் முன்மாதிரியிடமிருந்து விலகல் இருந்ததா? விலகலை ஏற்றுக்கொள்ள, நெறிமுறைகளில் அளிக்கப்பட்ட சலுகைகள் என்ன? இது விதிகளை நீர்த்துப்போகச் செய்ததா? இத்தகு விலகலின் எடுத்துக்காட்டுகள் சிலவற்றைப் பரிசீலிக்கப் போகிறேன். சாதி மற்றும் வர்ணத்திற்கிடையேயும் இருமையின் அம்சங்கள் இருந்தனவா- ஒவ்வொன்றும் மற்றதிற்குச் சலுகைகள் அளிக்கவேண்டியிருந்தது போல? ஒரு சாதி சலுகையளிப்பது எளிமையானது ஏனெனில் அதற்கு புதிய சடங்கு-சம்பிரதாயங்களை மேற்கொள்ள வேண்டியிருந்தது-இவை உயர்ந்த தகுதிநிலைக்கான கோரிக்கைகளாயிருந்தவை. ஆனால் வர்ணத்தின் நெறிப்படுத்தும் முன்மாதிரி சலுகைகளையும் பேரங்களையும் மேற்கொள்ள வேண்டியிருந்ததா-அதன் விதிகளை நீர்த்துப் போகும் செய்யும் விதத்தில்?

தர்மசாத்திரங்களின் விதிக்கும் யதார்த்த நிலைக்கும் இடையிலான வித்தியாசத்தைப் பரிசீலித்தால் இது முக்கியத்துவம் பெறும். கோட்பாட்டு அளவில், ஆரியர் பெரும்பான்மையினராக இருந்த இடங்களிலெல்லாம், நால்வர்ணங்கள் நிறுவப்பட்ட படிமுறை வரிசையில் நிலவின. இருப்பினும், இந்நூலில் முன்னரே நான் குறிப்பிட்டுள்ளபடி, துணைக்கண்டத்தின் பலபகுதிகளில் மேலாதிக்கம் செலுத்திய சாதியினர் பிராமணரல்ல. ஆரியர் என்று கூறிக் கொண்டோர், காலனித்துவ ஆட்சிக்கு முந்தைய காலத்தில் இருந்ததுபோல, பல நூற்றாண்டுகளாக நன்கு நிறுவப்பட்டிருந்தவர்கள்; வர்ணப் படிமுறை நிலவியதாகக் கூறப்பட்டாலும், த்விஜ வர்ணங்களில் பேதங்கள் நிலவின. குறிப்பிட்ட வர்ணத் தகுதிநிலையினராக கூறிக் கொள்ளும் சிலர், அத்தகுதிநிலையினராக இருக்க வேண்டிய அவசியமில்லை, அதனை அவர்கள் பல்வேறு வழிகளில் பெற்றிருக்க முடியும். தொன்மையான குலங்களுடன் பிணைந்திடும் தோற்றத் தொன்மங்கள் மற்றும் வம்சாவளிகள் வாயிலாக, சத்திரிய/அரசத் தகுதிநிலையை கூறிக் கொள்வோரிடையே இது பொதுவாயிருந்தது. இவ்வகையில் இந்திய அனுபவம் பிற சமூகங்களினுடையதை ஒத்திருந்தது.

சமூகம் ஒழுங்கமைக்கப்பட்டிருந்தது, வர்ண ரீதியில் குறைவாகவே பார்க்கப்பட்டு, கத்ரிகள், ரஜபுத்திரர்கள், மராத்தியர்கள், படேடார்கள், வொக்களிகர்கள், ரெட்டிகள், காயஸ்தர்கள், வெள்ளாளர்கள், நாயர்கள் என மேலாதிக்க சாதிகளாயிருந்தவர்களின் ரீதியில்தான் அதிகம் பார்க்கப்பட்டது. வேறுபாடுகள் கணிசமாயிருந்தன, அவர்களின் தோற்றுவாய் பெரிதும் நிலஉரிமையாளர்கள்/கட்டுப்பாட்டாளர்களாயிருந்தது, பிராமணருடனான அவர்களது உறவுநிலை காலவெளியில் மாறுதலடைந்தது, ஏனெனில் பிராமணர் உள்ளிட்ட அவர்களெல்லாம் அதிகாரத்திற்கும் பொருளாதார ஆதாரங்களுக்கும் போட்டி இட்டுக் கொண்டிருந்தனர். பிராமணர்கள் பொருளாதாரத்தைக் கட்டுப்படுத்தியவிடத்தும், சமூகத்தின் வழமையான செயல்பாடு, மற்ற சாதிகளின் கைகளிலிருந்தன. பிந்தையவர்களில் சிலர் தாம் விரும்பியபோது வர்ண தகுதிநிலையின் அலங்காரங்களைப் பொறுத்துக் கொண்டனர்; மற்றவர்கள், தம்மிடத்தே அதிகாரம் நீடித்து, பொருளாதாரத்தைக் கட்டுப்படுத்த முடிந்ததுவரை இதுபற்றி கவலைப்படவில்லை. அவர்கள் பிராமணர்களுக்கு சலுகை

பாகுபடுத்தும் பண்பாடு | 183

காட்டியது, கிரியைகள் செய்வதில்தான். சடங்குகள் செய்யப்பட வேண்டும், அவற்றை நிகழ்த்துவதற்கான கட்டணமாக, தட்சணை வடிவில் தொட்டுணரக்கூடிய பரிசுப் பொருட்களை புரோகிதர்களுக்கு அளிக்கவேண்டும் என மூடநம்பிக்கை நிர்ப்பந்தித்தது. யார் புரவலராய் இருந்து உதவினார், யார் சடங்குகள் செய்தார் என்பதும் சமூகப் பிரிவினையின் அடையாளமாயிருந்தது. வர்ண சமூகக் கொள்கையைப் பராமரித்தல் என்னும் முகப்பின் பின்னே என்ன நிகழ்ந்து கொண்டிருந்தது என்னும் கேள்வியை? இது எழுப்புகிறது.

வர்ண திட்டம், விலக்கலின் வீதாச்சாரங்களிலுள்ள மூன்று உறுப்புகளுக்கிடையே வேறுபடுத்திக் காட்டிற்று. முதலாவது, தெய்வீக ஆதாரங்களிலிருந்து அல்லது சடங்குகள் செய்வதிலிருந்து பெறப்பட்ட சடங்குத் தூய்மை அடிப்படையில் மற்றும் கல்வியறிவு-கற்றலின் பாதுகாவலர்களாக, அதிகபட்ச உயர்வை பிராமணர் கூறிக்கொள்வது. அவர்தம் தனித்துவமான விதிகள் மற்றவர்களிடமிருந்து அவர்களைப் பிரித்தன. பிறப்பிலும் தீட்சை பெறுகையிலும் த்விஜராயிருக்கும் தகுதிநிலை அவர்களுக்கு விட்டுத்தரப்பட்டது. ஆனால் படிப்படியாக இந்த அடைமொழி பிற உயர்சாதிகளுக்கு பயன்படுத்தப்படலாயிற்று. இரண்டாவது உறுப்பில் இருப்பவர்கள் பிராமணரல்லாத வர்ணங்கள்-சத்திரியரும் வைசியரும் சூத்திரரும் ஒவ்வொருவராக தொழில், சடங்கு சம்பிரதாயங்கள் மற்றும் தாழ்ந்த தகுதிநிலை பற்றி மிகவும் திறந்த மனம் கொண்டவர்களாயினர். இந்நான்கு வகைமைகளும் சவர்ணர்கள்- எல்லாப் பிரிவினரும் உள்ளடக்கப்படக் கூடிய தொகுப்பாக சூத்திர வர்ணம் ஆனபோதும், வர்ண சமூகத்தில் உள்ளடக்கப் பட்டவர்களாக இருந்தனர். வர்ண கலப்பிலானப் பெற்றோருக்குப் பிறந்தமையால் தாழ்ந்த தகுதிநிலை கற்பிக்கப்பட்டதாகக் கூறப்படுகிறது-வர்ணசங்கர அல்லது சங்கீர்ண சாதி என விளக்கப்படுகிறது. தாழ்ந்த சாதித் தகுதிநிலையைக் கற்பிப்பது சமூகத் தோற்றுவாய்களின் கவனமான மதிப்பீட்டை பிரதிபலிக்க வேண்டிய தேவையில்லை, ஏனெனில், உயர் தகுதிநிலையை கூறிக்கொள்ள முயல்வோரை அடக்கிவைக்க மட்டுமே அது பயன்படுத்தப்பட முடியும்.

மூன்றாவது உறுப்பு அவர்ணர்கள் சமூகத்திலிருந்து ஒட்டுமொத்தமாக விலக்கப்பட்டவர்கள். முதலில்

தெளிவின்றி இருந்த இக்குழு பின்னர் தெளிவாக அடையாளமிடப்பட்டது. ஆரம்பநிலை ஆதாரங்களில் சண்டாளர்கள் என அழைக்கப்பட்டவர்களையும் பிற்பாடு அஸ்பிரிஷ்யா (தீண்டத்தகாதவர்) எனப்பட்டவர்களையும் இது உள்ளடக்கியது. இவர்களின் வாழிடம், குடியிருப்புக்கு அப்பால், மற்றவர்களிடமிருந்து பிரிக்கப்பட்டிருந்தது. நடைமுறையில் சேரிகளாக. இக் குடிமை அமைப்பு கி.பி. முதல் ஆயிரத்தின் ஆரம்பத்தில் வடிவம் கொண்டது. அஸ்பிரிஷ்யாக்களின் அசுத்தம் எதிர்த்தரப்பில் இருக்க, பிராமணரின் சடங்குத் தூய்மையின் கூற்று அதிகரித்துவர, அது முடிவுக்குக் கொண்டுவரப்பட்டதாக வாதிடப் பட்டிருக்கிறது. எனவே பின்னவர்கள் தீட்டுப்பட்டவர்களாக பிரிக்கப்பட வேண்டியவர்களாயினர், அதனைப் பதியச் செய்யும் பொருட்டு, அது மரபணுத் தீட்டு என்பது போல சித்தரிக்கப்பட்டது. இத்தகைய நபர்கள் தீட்டுப்பட்டவர்களுக்குப் பிறந்தவர்கள் எனவே தாமாகவே தீட்டுப்பட்டவர்களாகின்றனர். இதுதான் ஒரே வரலாற்றுக் காரணமா என ஒருவர் வினவ முடியும்.

சாதியச் சமூகத்திற்கு அடிப்படையானது, விலக்குதல் மூலம் வகைமைப்படுத்தல். யார் உள்ளடக்கப்பட்டார், யார் வெளியேற்றப்பட்டார்? விலக்குதலின் வீதாச்சாரங்கள் படிமுறையை வலுப்படுத்தின. விலக்குதலின் அடிப்படை, பெரிதும் சமூக-பொருளாதார காரணிகளாயிருந்தன, புனித விலக்கலை நாடி, நியாயப்படுத்தப்பட முயற்சி மேற்கொள்ளப்பட்டது. வர்ண அமைப்பின் விதிகள் எவ்வளவு நெருக்கமாகப் பின்பற்றப்பட்டன? மீறப்பட்டபோது, யார் மீறலாம்? இவ்வமைப்பில் அதிகபட்ச நலன்களைக் கொண்டிருந்த பிராமணர்கள், விதிகளுக்கு நெருக்கமாய் இருப்பதை வற்புறுத்தி, மற்றவர்களிடமிருந்து அதையே கோரியிருப்பார்கள் என ஒருவர் எண்ணியிருக்க முடியும். அவர்கள் கோரவே செய்தனர், ஆனால் அது எவ்வளவு ஈடுபட்டது என்பது இன்னொரு விஷயம், தாழ்ந்த சாதிகளையும் அவர்ணர்களையும் பொறுத்தவரை, ஒப்பந்தம் இறுக்கமாயிருந்தது ஆனால் உயர்சாதிகளுடனான உறவுநிலைகள் சில சந்தர்ப்பங்களில் விட்டுக் கொடுத்தலுக்கு இடமளித்தன.

பிராமணர்கள் தெய்வங்களிடம் செல்லும் வழிவகை பெற்றிருந்ததால், தனியொரு வகைமையாகக் கூறிக் கொண்டனர், எனவே தனிச்சிறப்பான சடங்குகள், கறாரான

திருமண விதிகள், கோத்திரச் செயல்பாடுகள், உணவு வகைகளை ஏற்பது என்பனவற்றின் வாயிலாக அதிகபட்ச தூய்மையைப் பராமரித்தனர். அவர்தம் தொழில் சடங்கின் நிபுணர்களாயிருப்பதுடன் கட்டுண்டு, புலமைக்கு விரிவு பெற்றது. இருப்பினும் நூதன தோற்றுவாய்களுடைய, விசித்திரமான பிராமண வகைமைகளைப் பற்றிய குறிப்பு உள்ளது. தாசிபுத்திர பிராமணர்கள் என்னும் விதிவிலக்கான வகைமையை வேதப் பிரதிகள் குறிப்பிடுகின்றன-அநேகமாக முரணணியான இதனை ஏற்கனவே பேசியிருக்கிறேன். அப்பெயர் உணர்த்துவது போல அவர்கள் தாசியின் மகன்கள்.

தாசி இலூஷாவின் மகனான மிகவும் மதிக்கப்பட்ட பிராமணன் கவச அய்லுஷா, ஒரு புரோகிதனாக இருந்ததாகக் கூறப்படுகிறது. பெயரில் தாய் பெயர் இணைந்திருப்பது தாசியின் அடையாளத்தை உறுதிப்படுத்துவதாய் இருந்திருக்கக்கூடும். கவசன் வேள்வியில் சேர்ந்து கொள்ள முயன்றபோது பிராமணர்கள் அவனைப் பாலைவனத்திற்குத் துரத்திவிட்டனர்-தாசிக்குப் பிறந்தவன் அவன் என்பதால். அங்கே அவன் தண்ணீரை நினைத்து ஒரு பாசுரத்தை ஊதவும், சரஸ்வதி நதி வந்து அவனைத் தழுவிக் கொண்டது. அவனைக் கடவுளர் அறிந்துள்ளனர் என்றறிந்து, தம்மில் அவனே மிகச்சிறந்தவன் என ஏற்றுக்கொண்டனர். இதுபோலவே வணங்கப்பட்டவன் தாசி உஷிஜாவின் மகன் கட்சிவந்த் அனுஷிஜா.

அறிவைத்தேடி துறவிகளிடம் வந்த ஜபாலாவின் கதையை உபநிடதங்கள் சொல்கின்றன. அவன் பிராமணனா என அவர்கள் கேட்க, அவன் தன் தாய் ஒரு தாசி, ஒரு வீட்டில் வேலை பார்க்கிறாள், அவளிடம் வரும் ஆண்களின் தேவையை நிறைவு செய்யவேண்டும், எனவே என் தந்தை யாரென்று தெரியாது என்கிறான். அவன் உண்மையைச் சொன்னதால் பிராமணனாக இருக்கவேண்டுமென்றெண்ணி, மாணவனாக ஏற்றுக் கொண்டனர்.

பிராமணருடன் தொடர்புடைய தொழில்கள் படிப்படியாக இன்னொரு திருப்பத்தை அடைந்தன. சடங்கியல் நிபுணர்களான அவர்களது மேன்மை, விரிவான வேள்விகள் நிகழ்த்தப்பட்டது வரை நீடித்தது. கி.பி. முதல் ஆயிரத்தில், மக்கள் செல்வாக்குள்ள புராண இந்துமதத்திற்கு வேத பிராமணியம் வழிவிட்டபோது, அது சரியத் தொடங்கிற்று. அப்போது அரச குடும்பத்தினருக்காக தனிச்சிறப்பான சந்தர்ப்பங்களில் வேத வேள்விகள்

நிகழ்த்தப்பட்டன; கடந்த காலங்களிலிருந்து பாரம்பரியமானது என்ற பாவனையுடன் இன்னும் ஆற்றல்மிக்கதாயிருந்ததாகக் கருதப்பட்டது. இத்தகைய சடங்குகளை ஆதரித்தோர் பெரிதும் தம்மை சத்திரியராகக் கூறிக் கொண்டவர்கள்-அவர்தம் தகுதிநிலையை நியாயப்படுத்திட, பிராமண நிபுணர்கள் வரவழைக்கப்பட்டனர்.

பிற்பாடு ஆலயங்கள் நிர்மாணிக்கப்படத் தொடங்கியதும், பிராமணர் கோயில் பூசாரிகளாயினர். இது வேத வேள்விகளிலிருந்து விலகலாகும். குப்தர் காலத்திற்கு முன்னர், கி.பி. 4-ஆம் நூற்றாண்டில் ஆலயங்கள் இல்லை, வழிபாட்டுக்கான திருஉருக்களை நிறுவுவது பின்னர் வந்தது. வேதக் கடவுளரான இந்திரனும் அக்னியும், சிவனுக்கும் விஷ்ணுக்கும் பிரதான தெய்வங்களாக வழிவிட்டனர். திறந்த வெளி வேள்வியிலிருந்து கருவறைப் பூசையாக சடங்கு மாறிற்று. தர்மசாத்திரங்கள் மீதான இடைக்கால விளக்கவுரைகள், தகுதிநிலையில் மிக உயர்ந்தவர், வேத சுரோத்ரிய பிராமணனா அல்லது கோயில் பூசாரியா என்று விவாதிப்பது ஆச்சரியப்பட வேண்டியதில்லை. பலவான புதிய அரசுகள் நிறுவப்பட்டபோது இது பிரச்சனைக்குரியதாயிற்று. இதனால் சில உள்ளூர் வழிபாடுகளும் அவற்றின் பூசாரிகளும் புராண இந்துமதத்தில் சேர்த்துக் கொள்ளப்பட்டன. தாசிபுத்திரர் போல அவர்களும் தூய்மைபெற்று, உயர் தகுதிநிலையுள்ள பிராமணராக மாறினாரா?

ஆனால் இது பிராமணரின் தொழில்கள் பெருகிய காலமாகும். கௌடில்யரைப் போல அவர்கள் மன்னர்களிடம் அமைச்சர்களாகி, ஒருசில பிராமணரல்லாத உயர்சாதி நிர்வாகிகளுடன் அரசை நிர்வகித்தனர். குப்தர்காலத்திற்குப் பிறகு மன்னரிடமிருந்து தாம் நிலமானியங்களாகப் பெற்ற பரந்து விரிந்த சொத்தின் நிர்வாகிகளாயினர், சில நேர்வுகளில் கால்நடை மந்தைகளையும் பெற்றனர். இன்னும் சில தலைமுறைகளில், சிறிய அரசுகளின் ஆட்சியாளர்களாகவும் ஒத்துக் கொள்ளப்பட்டனர்.

மற்றவர்கள், கி.பி. முதல் மற்றும் இரண்டாம் ஆயிரங்களில் நிறுவப்பெற்ற பல செல்வந்த ஆலயங்களின் சொத்துக்களையும் நிதிகளையும் நிர்வகிக்க வேண்டியிருந்தது. அரசுகளில் நிர்வாகிகளாக இருந்து அவர்கள் அனுபவம் பெற்றிருந்தனர். ஆலயங்களில் சேர்ந்திருந்த செல்வம், குறிப்பாக கி. பி.

இரண்டாவது ஆயிரத்தின் பெரிய ஆலயங்களில், மிகவும் அதிகமாயிருந்தது-இன்று நாட்டின் ஒவ்வொரு பகுதியிலுமுள்ள பெரிய ஆலயங்களின் கருவூலங்களில் கொட்டிக் கொண்டிருப்பதை வைத்து முடிவு கட்டுவதானால், அது தொடர்கிறது என்றே சொல்லவேண்டும். இத்தகைய செல்வத்தை பதிவு செய்வதும் பாதுகாப்பதும், கோயில் பூசாரியைத் தேர்ச்சிபெற்ற நிர்வாகியாக, கணக்காளராக மாற்றியிருக்கும். நாடெங்கிலுமுள்ள கல்வெட்டுகள் பிராமணரின் இப்புதிய பங்குபணிகளைக் குறிப்பிடுகின்றன. பிற்பாடு ஒரு பாதி பிராமணியத் தோற்றுவாயுடையவர்களாகக் கூறப்படும், கணக்காளரும் நிர்வாகிகளுமான காயஸ்த சாதியினர் வந்தபோது போட்டி எழுந்தது.

இன்னொரு விலகல், பிராமணர் பெரும் வணிக நிறுவனங்களைக் கட்டுப்படுத்தியபோது ஏற்பட்டது. சிலர் அபாரமாக வெற்றிபெற்றனர். மத்திய ஆசியாவின் கவர்ச்சிகரமான குதிரை வணிகத்தில் நடந்தது போல. வடஇந்திய ஆலயங்களுக்குப் பெரும் நன்கொடைகள் வழங்கியுள்ளனர்.

தெளிவாக விவரிக்கப்பட்டுள்ள இரண்டாவது வர்ணம் காயஸ்தர்கள். சூரிய-சந்திர வம்சத்தினராக மேன்மையுடன் முத்திரையிடப்படும் தொன்மையான கொடிவழிகளை உடையவர்களாகக் கூறப்பட்டனர்; வீரர்களாயும் ஆரம்பகட்ட இந்தியாவின் நாயகர்களாயும் மன்னர்களாயும் விளங்கினர். ஜனபாதங்கள் (ஆரம்பகாலப் பிரதேசங்கள்) குருக்கள், பாண்டவர்கள், விருஷ்ணிகள் என்பது போன்ற அடையாளங்காணப்பட்ட சத்திரிய குலத்தவரால் பெரிதும் ஆட்சிசெய்யப்பட்டன. ஆனால் ஆரம்பகட்ட வம்சங்கள் என்று வருகையில், ஆட்சியாளர்கள் சத்திரியர்கள் அல்லர் என பிராமணிய ஆதாரங்களில் கூறப்படுகிறது. ஆரம்ப நிலையைச் சேர்ந்ததும் மிகவும் மதிக்கப்பட்டதுமான விஷ்ணுபுராணம், சுமார் கி.மு. 500-லிருந்து கி.பி. 300 வரையிலான காலத்திற்கு வம்சங்களின் பட்டியல்களைத் தருகிறது. நந்த வம்சமும் அவர்களையடுத்து வந்தவர்களும் சூத்திரர் எனப்படுகின்றனர். ஏனெனில் பல வம்சங்கள் இக்காலத்தில் பிராமணியத்தைவிடவும் பௌத்த-சமண இணைப்புகளைக் கொண்டிருந்தன.

பிராமணிய நோக்கில் இத்தகைய இணைப்புகள் அவர்களைத் தாழ்ந்த சாதி சூத்திரர்களாக்கி இருக்கும். இதில் மௌரியர்கள் அடக்கம். ஆனால் பௌத்தப் பிரதிகள் சந்தேகத்திற்கிடமின்றி மௌரியர், சத்திரியர் என்கின்றன. அதன்பிறகு பிராமணரான கண்வர்களும் சுங்கர்களும் வருகின்றனர்; அடுத்து குப்தர் உள்ளிட்ட சத்திரியர் அல்லாதவர் வருகின்றனர். நூலாசிரியரின் விருப்பத்திற்கேற்ப வர்ண அடையாளங்கள் மாறமுடியும். வர்ணாசிரம தர்மக் கொள்கை பிரச்சனைகளுக்குள்ளாகிக் கொண்டிருந்தது.

சத்திரியருடன் தொடர்புடைய இன்னொரு வகைமை யவனர்-யோனர் எனவும் குறிப்பிடப்பட்டனர். முதலில் ஆசியாமைனரின் அயோனியாவைச் சேர்ந்த கிரேக்கர்களைக் குறித்து, ஹெல்லெனியக் கிரேக்கரைக் குறிப்பதாகி, மேற்கிலிருந்து இந்தியாவுக்கு வரும் பல்வேறு மக்களையும் குறித்தது. அவர்களது ஒட்டுமொத்த பண்பாடு வேறுபட்டது, இருப்பினும் வடமேற்கு இந்திய பண்பாட்டுடன் ஒத்துப்போக முயன்றனர். சிலர் வடமேற்கு இந்தியாவிலோ மத்திய ஆசியாவிலோ தளத்தைக் கொண்ட ஆட்சியாளராயிருக்க, சிலர் வணிகராயிருந்தனர். ஆட்சியாளருக்கு தகுதிநிலை அளிக்கப்படவேண்டும் என்பதால் சத்திரிய வர்ணத்தில் இடமளிக்கப்பட்டனர்-ஆனால் அது இழிந்த/தாழ்ந்த சத்திரியர்களான *விரத்யராக* –வேண்டா வெறுப்புள்ள சலுகையாக இருந்தது.

யவனரது புரவலர் ஆதரவு பௌத்தர்களுக்கு இருந்ததாகத் தோன்றியதால், பிராமணர்கள் அவர்களை அன்புடன் அணுகாதுபோக, விரத்யர்களாக சேர்த்துக் கொள்ளப்பட்டனர். பௌத்தர்கள் யவனர்களை இழிவுக் குறிப்பின்றியே அழைத்தனர். சில யவனர்கள் பௌத்தப் புனித இடங்களுக்கும் வேறு சிலர் வைணவப் புனித இடங்களுக்கும் நன்கொடைகள் வழங்கினர். இந்திய-கிரேக்க மன்னன் *மேனாந்தருக்கும்* பௌத்த பிக்கு நாகசேனருக்கும் இடையே நடந்ததாக *மிலிந்த-பன்ஹா* பதிவு செய்துள்ள நீண்ட உரையாடல், தகுதிநிலை உடையவர்களைப் பௌத்தத்திற்கு மாற்றும் முயற்சிகளைச் சுட்டிக்காட்டுகிறது. இதுபற்றிய குறிப்பு பிராமணியப் பிரதிகளில் இல்லை; எனினும் யவனர்கள் மிலேச்சராயிருப்பினும்-சமூகத்திற்கு வெளியே எவ்வளவு விஷயம் தெரிந்தவர்களாயுள்ளனர் என வராகமிகிரர் தனது

பிர்ஹத் சம்ஹிதையில் குறிப்பிடுவதால், அவ்வுரையாடல் நிகழ்ந்திருக்க வேண்டும் என அறிந்து கொள்ளலாம்.

வம்சங்களின் பட்டியலை முன்வைக்கும் அதே விஷ்ணுபுராணம், குப்தர்களை அடுத்து புதிய சத்திரியர்கள் ஆக்கப்படுவார்கள் என்கிறது. பல்வேறு வகைகளிலான விரட்யாக்களும் புது அந்தஸ்தினருமான (அத்வித-விரட்யர், உதித-ஓதித-வம்சம்) தாழ்ந்த தகுதிநிலையுடையவர்களாயிருப்பார்கள். நகை முரணாக இப்போதுதான் ஆளும் குடும்பங்கள், சூரியவம்சம்-சந்திரவம்சம் அல்லது புதிதாய் கண்டுபிடிக்கப்பட்ட அக்னிகுலம் மற்றும் மிகச்சமீபத்தைய நாகபன்சி போன்ற தொன்மையான சத்திரிய கொடிவழிகளுடன் வம்சாவளிப் பிணைப்புகள் இருப்பதாகக் கூறிக்கொண்டன. புத்தாயிரத்தின் பிற்பகுதியிலிருந்து அவர்கள் தம் கூற்றுகளை கல்வெட்டுகளிலும், பிந்தைய பாணர் கவிதைகளிலும் பதிவு செய்தனர். அப்படியானால் சத்திரிய அரச நிலையைக் கூறிக் கொண்டோரின் உண்மையான தோற்றுவாய்கள் என்ன? சத்திரிய தகுதி நிலை எப்படிப் பெறப்பட்டது? பட்டியலிடப்பட்டுள்ள சில ஆட்சியாளர்கள் தெளிவாகவே சூத்திரராக அல்லது பிராமணிய தர நிர்ணயங்களின்படி இன்னும் தாழ்ந்தவராக உள்ளனர். அவர்கள் கூறிக்கொள்வது போல, வரலாற்றுத் தோற்றுவாய்கள் இருக்கவேண்டிய தேவையில்லை; சிலவேளைகளில் தோற்றுவாயுடன் தொடர்புடைய தொன்மம் அதற்கான குறிப்புகளைத் தருகிறது-அவை வரலாற்று அறிக்கைகளாக அல்லாமல் உண்மையான கதையாக இருக்கக்கூடியதின் குறிப்புகளாக உள்ளன. வம்சாவளிகளின் புனைவுகளைத் தேடிச் செல்வது வசீகரமான வரலாற்றுப் பொழுதுபோக்காக இருக்கமுடியும்.

கிராமத்து ஆநிரையை அல்லது கிராமத்தைக் கொள்ளையரிடமிருந்து காப்பாற்றும் போது மடிந்த, உள்ளூர் வீரர்களது பண்பாட்டில் ஈர்க்கின்ற ஓர் அம்சம், அப்சரஸ்களால் அவர்கள் சொர்க்கத்திற்குக் கொண்டுசெல்லப்படுவதாக வீரக்கற்களில் சித்தரிக்கப்பட்டிருக்கும். இவ்வகையில் அவர்கள் மரணமுற்றால், மறுபிறப்பிலிருந்து விலக்கப்படுவர் என்று தோன்றும். கர்மவினை-சம்சாரக் கொள்கை உலகளாவ மேற்கொள்ளப்பட்டதாகத் தெரியவில்லை; விலக்கப்பட்ட குழுக்கள் ஏன் அப்படிச் செய்யப்பட்டன என்று பகுத்தாராய்வது பயனுள்ளதாயிருக்கும்.

முறையான அடையாளமாக வர்ணத்தைப் பயன்படுத்துவது, குப்தருக்குப் பிந்தைய காலத்தில் அதிகரிக்கிறது. கணிசமான நில மானியங்கள் ஆதரவாளர்களுக்கு அளிக்கப்படும் வெகுமதியாகவும், அதே வேளையில் வேளாண் ஆதாரங்களை விரிவுபடுத்துவதும் இதே காலத்தில்தான் நடந்தன. புதிய சத்திரியர்களுக்கு சடங்குகள் செய்த பிராமணருக்கு கணிசமான சாகுபடி நிலம் அல்லது புஞ்சை நிலம் மானியங்களாக அளிக்கப்பட்டன-தம் தகுதிநிலையை சட்டபூர்வமாக்க அல்லது கிரகணத்தின் கேடுகளை விரட்ட அல்லது திருஷ்டிப் பரிகாரமாக. நிர்வாக அலுவலர்களுக்கு ஊதியத்திற்குப் பதிலாக அல்லது செய்துள்ள சேவைகளுக்காக குறைந்த அளவிலான நன்கொடைகள் தரப்பட்டன. நில உரிமை கொண்ட மேட்டுக்குடியினராக, இவர்களில் சிலர் *பிரம்ம-சத்திரா* என்னும் பிளவு வர்ணத் தகுதி நிலையைக் கோரினர்.

சில சமயங்களில் மானியமாக வழங்கப்பட்ட நிலம், சுத்தம் செய்யப்படவேண்டிய காடாக இருந்தது. இதில், இருக்கின்ற ஆதிவாசி சமூகங்களுடன் புது உறவு நிலைகள் ஏற்பட்டு, சில ஆதிவாசிகள் சாதிகளாக மாற்றப்படும் நிகழ்வுப் போக்கிற்கு இட்டுச் சென்றது; வர்ண தகுதிநிலையும் வழங்கப்பட்டது அல்லது மாற்றாக புறச்சாதிகளாக கருதப்பட்டன. சில பிரதிகள் அவர்களை *அடவிகாக்கள்* அல்லது மிலேச்ச சாதிகள் என்றன. இப்பாகுபாட்டிற்கான காரணம் தெளிவாயில்லை. நிர்வாக உத்தி வடிவம் என அழைக்கப்பட்டிருப்பது அக காலனியமாக்கலின் திட்டமாக மாறிக் கொண்டிருக்கிறது என்று இதனை எடுத்துக் கொள்ள முடியுமா?

கனோஜின் ஹர்ஷவர்தனரது ஏழாம் நூற்றாண்டு வாழ்க்கை வரலாறு *ஹர்ஷசரிதத்தில்* பாணபட்டர் காடுகளின் மையங்களில் வாழும் ஷபரா பழங்குடியினரை விவரிக்கிறார். அவர்கள் அஸ்பிரிஷ்யாக்களாகக் கருதப்படவில்லை. அவர்கள் காடு குறித்து குறிப்பிடத்தக்க விஷயஞானமுள்ளவர்களாய் இருக்கின்றனர். அவர்களின் உடல் தோற்றம் வேறுபட்டிருக்கிறது அஞ்சனக் கல்லின் மேகம்போல கருப்பாயும் ரத்தச் சிவப்பிலான கண்களும் உயர்ந்த கன்ன எலும்புகளும் தடித்த உதடுகளும் கொண்டுள்ளனர். இத்தகு விவரிப்புகள் சம்பிரதாயமானவை, சமஸ்கிருத இலக்கியத்தில் ராட்சசர்களைப் பற்றிய விவரிப்புகளை நினைவூட்டுபவை. அரசின் கிராமப்புற குடியிருப்புகளாக மாற்றப்பட்டுக் கொண்டிருந்த நிகழ்வுப்

போக்கிலிருந்த கிராமங்களில் மற்ற ஆதிவாசிகள் வசித்தனர். சுவையான வகையில், பின்னர் ஷாபரா பிராமணர் பற்றிய குறிப்புகள் உள்ளன.

இத்தகைய சந்தர்ப்பங்கள், சமரசம் காணவோ வர்ண விதிகளை மாற்றவோ பயன்படுத்தப்பட்டு இருக்கலாம் என்னும்போது, சமூக மாற்றத்தின் அம்சங்களுக்கு இடங்கொடுக்கும் வகையில், எந்த அளவுக்கு வர்ணம் விட்டுத் தரக்கூடியதாயிருந்தது என வினவ முடியும்? எந்த அளவுக்கு வர்ணாசிரம தர்ம கொள்கை தன் இயக்கத்தில் இந்தியச் சமூகத்தை வளர்த்தெடுத்தது? அல்லது மற்ற சமூக-பொருளாதாரப் பிரிவினைகள் மிக இறுக்கமாக மேற்கொள்ளப்பட்டிருக்க, பெரியதொரு சமூகத்திற்கு இது வெளித் தோற்றமான பார்வைதானா? சாதி வர்ணத்தைப் போன்றதாக இருக்கவில்லை. எனவே சாதியை வர்ணமாகக் கண்ட 19-ஆம் நூற்றாண்டு அய்ரோப்பிய பார்வை, மறுபரிசீலனை செய்யப்பட வேண்டியுள்ளது. சமூகத் தேவைகள், எப்போதும் வெளிப்படையான விதத்தில் இல்லையெனினும், சாதிய விதிகளின் மேல் முந்திக்கொள்ள முடியுமா? மாறாமல் வர்ண விதிகள் பின்பற்றப்பட்டது குறித்த வழமையான குறிப்பு ஏற்கத்தக்கதாய் இல்லை.

பிராமணர்களுக்கென முறைப்படுத்தப்பட்ட புதிய தொழில்கள் பல சமூகத்திசை வழிகளில் கிளைத்தன. கி.பி.முதல் ஆயிரத்தின் பிற்பாதியில் பௌத்தம் மெல்ல மங்கிவந்தது, புராண இந்து மதம் முன்னணிக்கு வருவதுடன் பொருந்திப் போனதாகத் தோன்றுகிறது. வேதங்களின் முன்மாதிரி பிராமணனிடமிருந்து உத்வேகம் பெற்ற சமூகப் பகுதியின் கட்டமைப்பில் ஒரு மாற்றம் கூட நிலவிற்று. விரிவான அரசின் புரவலர் உதவி மற்றும் அரசனின் மானியங்கள் மூலமாக செல்வம் வந்துசேர, பிராமணரில் ஒரு பகுதி, பாதி அதிகாரம் மிக்கதாயும் பாதி துறவுத்தன்மை கொண்டதாகவும், ஒரு மாற்றுச் சமூகத்தை நிறுவிற்று. கல்வியறிவு பெற்றுள்ளதாகக் கூறிக்கொண்ட பிராமணர்கள்-சிலர் நன்கு கற்றறிந்தவர்களாயிருந்தனர்- மடங்களில் தம் வாழ்வை அமைத்துக் கொண்டனர். இம்மடங்கள் ஆசிரமங்களிலிருந்து வேறுபட்ட பாடத்திட்டத்தையும் செயல்பாட்டையும் கொண்டிருந்தன. குவிமையம் அறிவின் மீதிருந்தது-அது மிகுதியும் மத-தத்துவார்த்த சொல்லாடலைக் கொண்டிருந்தது. பௌத்த மடாலயம், விஹாரை, மடத்திற்கான கருத்தை வழங்கியிருக்கும்

என்று சொல்லப்படுகிறது. மடங்களில் வாழ்ந்தோர் பிரம்மச்சாரிகள் இல்லை, அவர்கள் குடும்பங்கள் உடன் வாழ்ந்தனர். மக்கள் செல்வாக்குள்ள மதத்தில் அவர்களுக்கு ஆர்வமில்லை, எனவே பக்தி அடியார்கள் மடங்களில் வசிக்கவில்லை. ஒரு சிலர் தமக்கான மடங்களைத் தனியே அமைத்துக் கொண்டனர். மடாதிபதி பொது வாழ்விலிருந்து சற்று தொலைவிலேயே இருந்தார்; ஆனால் இப்போது போல அப்போதும், மதவடிவ முகப்புடன் மதச்சார்பற்ற அதிகாரத்தைப் பிரயோகிக்கும் கவர்ச்சி, மிகவும் தூண்டுவதாக இருந்தது. மடாதிபதிகள் அரச அதிகாரத்துடன் நிச்சயம் அரசியல் தொடர்புகள் கொண்டிருப்பார்கள்.

மடங்கள் தமது சுதந்திரமான ஆதாரங்கள்-அமைப்புடன், குடியிருப்பிலிருந்து பிரிக்கப்பட்டதாக, தனித்த, தன்னாட்சி நிறுவனங்களாயிருந்தன என்றெண்ணப்பட்டன. இது அவர்களுக்கு ஒரு வசீகரத்தை வழங்க, அதன்மூலம் தம் அதிகாரத்தை உறுதிப்படுத்தினர். பௌத்த விஹாரத்திற்கு இணையான அம்சம் குறிப்பிடத்தக்கது. மடங்களின் புலமை வேத-செவ்வியல் சமஸ்கிருத பிரதிகளில் குவிமையம் கொண்டது; எழுதுவது ஒரு புறமிருக்க, பெரிதும் விளக்கவுரைகள் வடிவை மேற்கொண்டது. தர்க்கம், பகுத்தறிவு முறைகள், கணிதம், வானியல், மருத்துவம் குறித்து பிறமரபு அறிஞர்களுடன் விவாதங்கள் நிகழ்ந்து ஆவணப்படுத்தப்பட்டன. பக்தி மரபு, சூஃபி மரபைச் சேர்ந்த பிற மரபுகளின் கருத்துகள் சிறிய அளவிலே வந்து சேர்ந்திருக்கலாம். இது விசாரிக்கப்பட வேண்டும். இச்சிந்தனையிலிருந்து புதிய கருத்துகள் எழுந்து வரவும், பல்வேறான மத-தத்துவ சிந்தனைப் பிரிவுகளைச் சேர்ந்த அறிஞர்களுடனும் ஆசிரியர்களுடனும் விவாதங்கள் நடந்து கடைசி ஆயிரம் ஆண்டுகள் வளமாயிருந்தன. இது ஒவ்வொரு மரபிலும் புதிய மதப் பிரிவுகளின் உருவாக்கத்தை ஊக்குவித்தது, இந்து மதத்துடன் பிணைப்புக் கொண்டிருந்த பிரிவுகளில் இது மிகுந்திருந்தது.

கபீர், தாது, ரவிதாஸ் போன்றோரின் சீடர்களை உடைய பிரிவுகள் சில, தாழ்ந்த சாதியினர் தொடர்பாக, தாராள சமூக நெறியைப் பரப்புரை செய்தன. கீழ் மட்டத்தில் மிகவும் கீழான மட்டத்தில் இருந்தவர்களது வாழ்க்கை மிகவும் பரிதாபகரமானதாக ஆரம்ப காலங்களிலிருந்தே இருந்து வருகிறது. அவர்ண குழுக்களின் விலக்கம், சமூகத்தின்

இயல்பான நிலைமையாக பார்க்கப்படுவதாகத் தோன்றுகிறது. பிராமணரின் தூய்மை நிலைநாட்டலுக்கு எதிர்நிலையில், விலக்கப்பட்ட குழுக்கள் பிரிக்கப்பட்டது இருந்தது என ஏற்கனவே குறிப்பிட்டுள்ளேன்-விலக்கப்பட்ட குழுக்கள், நான்கு வர்ணங்களுக்கு வெளியில் இருந்தது மட்டுமின்றி, நால்வர்ணப் பண்பு நலன்களுடன் முரண்பட்டதாயும் இருந்தன. இவ்வுறுப்பு அவர்ணர் அல்லது தீண்டத்தகாதவரான அஸ்பிரிஷ்யர் என சேர்த்துக் கூறப்படுகிறது. இது காலப்போக்கில் நிகழ்ந்திருக்கும் ஆனால் கி.பி. முதல் ஆயிரத்தின் ஆரம்பத்தில் உருப்பெற்றிருப்பதாகத் தோன்றுகிறது. இதனை முற்றிய நிலைக்குக் கொண்டுவந்தது, தீட்டு குறித்த எண்ணமாக இருக்கவேண்டும், ஆனால் வரலாற்றுக் காரணம் இது மட்டுமா?

பிராமணரின் சடங்கியல் தூய்மைக் கருத்துகள், வேத வேள்வி நிபுணனாக பிராமணன் இருந்த காலத்திற்குச் செல்கின்றன. புராண இந்துமதம் எழுச்சிபெறவும், வேத பிராமணியம் முனைப்புக் குறைந்ததாயிற்று என்பதை ஏற்கனவே சுட்டிக்காட்டி உள்ளேன். ஆனால் குப்தர்களுக்குப் பிந்தைய காலத்தில் எழுந்த பல்வேறு அரசுகளின் ஆட்சியாளர்களைச் சட்ட ரீதியில் தகுதியுடையவர்களாக்கிட, வேத வேள்விகளின் புதுப்பித்தல் இருந்தது. வேத பிராமணியத்தின் இந்த நிலைநாட்டல் முதலில் சிறிய மேட்டுக்குடியுடன் கட்டுண்டிருந்தது, ஆனால் வளர்ந்து அசாதாரணத் தகுதிநிலையைக் கூறிக்கொண்டது.

அவர்ணர்களை விலக்கியது, சில சமூகங்கள் அஸ்பிரிஷ்யாக்களாயிருந்தன என்னும் வாதத்தின் வடிவைப் பெற்றது-அஸ்பிரிஷ்யா என்னும் தொடர் இக்காலத்தில் பயன்பாட்டுக்கு வந்தது. இது கி.பி. முதலாயிரத்தின் ஆரம்பத்திலிருந்து மத்தி வரையிலான காலத்தைச் சேர்ந்தது. விளக்கம் வரலாற்று ரீதியில் முழுமையற்றிருந்தாலும், இக்கருத்தினை உருவாக்கியிருப்பதன் பரிணாமத்தைக் கண்டறிய அனுமதியுங்கள். சமூக வரலாற்றாளர்கள் இன்னும் ஆரம்ப இந்தியச் சமூகத்தின் அவர்ணர்களை ஆராய்வதில் குவிமையம் கொள்ளவில்லை என்பது ஒருபாதிக் காரணம். சேரியாக்கப்பட்ட சமுதாயங்கள் கல்வி கற்றிருக்கவில்லை யாதலால், ஆவணங்களை விட்டுச் செல்லவில்லை. கற்றறிந்த குழுக்களின் ஆவணங்களினூடே தேடி ஆராயப்படவேண்டும். நம்மிடமுள்ள விவரிப்புகளைக் கொண்டு, விலக்குதலும் பாகுபடுத்தலும் தனிச்சிறப்பாக விளக்கப்பட்டு, எதிர்நிறுத்தப்பட்டால்,

இச்சேரியாக்கப்பட்ட சமூகத்தின் செயல்பாடு-மதிப்புகள் குறித்த ஒரு கருத்தினை மீட்டெடுப்பது சாத்தியப்படும்.

இப்புள்ளியில் தூய்மை மற்றும் தீட்டுக்கான அழுத்தத்திற்குச் சாத்தியமான காரணமாக இருந்தது-குப்தர் காலத்திற்குப் பின் எழுந்த பல்வேறு அரசுகளின் ஆட்சியாளர்களை சட்ட ரீதியில் தகுதிநிலைப்படுத்தும் தேவை, பிராமணரின் சடங்கியல் பங்கு பணியை ஓரளவுக்குப் புதுப்பித்திருக்க வேண்டும்.

பிராமணரின் அதிகபட்ச தூய்மைக் கொள்கையை, குறைந்த பட்சம் பிராமணர் மத்தியிலாவது, இப்புதுப்பித்தல் புனருத்தாரணம் செய்ததா? அதனால் மறுமுனையில் அஸ்பிரிஷ்யாக்களின் அதீத அடையாளம் தேவைப்பட்டதா? பல்வேறு விதங்களிலும் வீதாச்சாரங்களிலுமான விலக்கங்கள் உலகின் பிற பகுதிகளிலுள்ள மற்ற சமூகங்களில் அறியப்படாமல் இல்லை; ஆனால் இந்தியாவில் நிறுவப்பட்ட தீண்டாமை, அப்பட்டமாக மனிதாய மாற்றாக, வேறெந்த சமூகமும் மேற்கொள்ளாததாக இருந்தது. ஒரு நபரின் தீட்டை ஏற்படுத்துவதாக, அதன் காரணமாக அவருடனான ஸ்பரிசம் விலக்கப்பட்டது மட்டுமின்றி, இன்னும் மோசமானது, தீட்டு உள்ளார்ந்ததாக, மரபணுரீதியிலானதாக ஆக்கப்பட்டதுதான்-உறவினரும் தீட்டாகிவிட, பிறப்பிலிருந்தே தீட்டுப்பட்டவராகிறார்.

எண்ணற்ற சமுதாயங்கள், சமூகத்தின் கீழ்மட்டங்களிலுள்ளதாக பட்டியலிடப்படுகின்றன, இப்பட்டியல்கள் வேறுபடுகின்றன. ஆனால் தவறாமல் இடம்பெறுபவர்கள் சண்டாளர்கள். வேதப் பிரதிகள் சண்டாளர்களைத் தூய்மையற்ற பிறப்புடையவர்கள், வேள்விக்குப் பலியானவர்கள் என்று குறிப்பிடுகின்றன. இச்சந்தர்ப்பத்தில் அவர்கள் வேள்வியுடன் தொடர்பு படுத்தப்படுவதால், தீண்டத்தகாதவரில்லை ஆனால் காலப்போக்கில் அப்படி ஆகின்றனர். சில சமூக விதிமுறைகள் அவர்களைக் கலப்புச் சாதியினர் என்கின்றன. இத்தகைய ஒருவருடன் பாலுறவு கொள்வது/உண்பது கடும் தண்டனைக்குரியது, எனவே இது முற்றிலும் எண்ணிப்பார்க்க முடியாததல்ல. புத்தர் இன்னும் மனிதாயமிக்க, பகுத்தறிவு மிக்க பார்வை கொண்டிருந்தார்; ஒருவன் சண்டாளனாவது பிறப்பாலல்ல மாறாக நடவடிக்கைகளாலும் தீய எண்ணங்களாலும் தான் என்றார். எனினும் ஜாதகக் கதைகள் போன்ற பௌத்தப் பிரதிகள், சண்டாளருக்கு

எதிரான பாகுபாட்டைப் பிரதிபலிக்கவே செய்கின்றன. பொதுவாகப் பேசப்படும் மொழியிலிருந்து வேறுபட்ட மற்றும் சண்டாளருக்கே உரித்தான சண்டாள மொழி குறித்த குறிப்பு உள்ளதால், மொழித்தடையும் இருக்கிறது. சண்டாளருக்கும் இதர தாழ்ந்த சாதிகளுக்கும் இடையிலான வித்தியாசத்தைக் கூர்மைப்படுத்தும் அர்த்தசாத்திரம், சண்டாளரின் குடியிருப்பை மயானத்தின் அருகே நிறுத்துகிறது. குடியிருப்பில் வாழ்கின்ற சூத்திரர்கள் (அணிர்வசிடா) மற்றும் வெளியே வாழ்கின்றவர்கள் (நிர்வசிடா) ஆகியோருக்கிடையே வேறுபாடு கற்பிக்கின்றனர். இலக்கணக்காரர்களான பாணிணியும் பதஞ்சலியும்; சண்டாளர்கள் இடம்பெறுவது நிர்வசிடாக்களிடையே.

சூத்திரத் தந்தைக்கும் பிராமணத் தாய்க்கும் பிறந்தவர்கள் அவர்கள் என மனு பேசுகிறார்-இது, பிரதிலோமா (hypogamy)[4]யின் இழிந்த வடிவம் எனப்படும். மனுவில் சொல்லப்பட்டுள்ள பிற விஷயங்களுக்கேற்ப, பெண்களை அடக்கிவைக்கும் உத்தேசங் கொண்டதாக இதனை வாசிக்க முடியும். சண்டாளர்களுக்கு உண்டு எஞ்சிய மிச்சமே கிட்டும், பிரதேசங்களிலிருந்து எடுத்த ஆடையை உடுத்துவர், இரும்பு ஆபரணங்களையே அணிய முடியும் எனப்படுகிறது. கடும் பட்டினி கிடக்கையிலே சண்டாளரிடமிருந்து உணவு பெற முடியும். தர்மசாத்திரங்களுடன் வேறுபடும் உறவு நிலையிலுள்ள மகாபாரதத்தின் பிந்தைய அத்தியாயம் ஒன்றில் இதுதான் விவாதப் பொருள். கடும் பஞ்சத்தின்போது பிராமணருக்கு அனுமதிக்கப்படும் மாமிசத்தின் வகை, உடலை உயர்த்திருக்கத் தக்கவிதத்தில், தடைசெய்யப்பட்டதை உண்ணுவது சரியா என இந்த அத்தியாயத்தில் விஸ்வாமித்ர முனிவர் ஒரு சண்டாள மன்னனுடன் விவாதிக்கிறார். தடையை மீறுவதிலிருந்து முனிவரைத் தடுக்க சண்டாளன் முயன்றாலும் அவன் வெற்றிபெற முடியவில்லை. பிராமண தர்மம் பற்றி சண்டாளன் நன்கறிந்திருப்பது சுவையானதாயிருக்கிறது; இது பரிகாசக் குறிப்பா என வியப்படையலாம். அவர்களுக்கிடையிலான சமூகத் தொலைவு அவ்வளவாக இறுக்கமாயில்லாத காலத்தின் ஆரம்ப கட்டத்தைச் சேர்ந்ததாக இச்சம்பவம் இருக்கவேண்டும். விலக்கப்பட்ட உணவை உண்பது குறித்த தடை அவ்வளவு கடுமையாகப் பின்பற்றப்பட்டிருக்காது என்பது இன்னொரு விளக்கமாயிருக்கக்கூடும்.

கி.பி. ஆயிரத்தின் மத்தியில் சண்டாளரையும் பிறரையும் விலக்கியது, கீழ்நிலைச் சாதிகளை உருவாக்கி, நன்கு நிறுவப்பட்டுவிட்டது. விலக்கப்பட்டதாகப் பொதுவாகப் பட்டியலிடப்படும் பிற சமுதாயங்கள், *நிஷாடாக்கள்*, *புக்காஷாக்கள்* அல்லது *வேணாக்கள்* மற்றும் *ரதகாராக்கள்* போல தாழ்ந்த தொழில்கள் செய்யும் ஆதிவாசிகளாகத் தலைப்பட்டதைப் பௌத்தப் பிரதிகள் தெரிவிக்கின்றன. அவர்கள் ஏன் தாழ்ந்த சாதியினராயுள்ளனர் என்பது பற்றி எதுவும் சொல்லப்படவில்லை. குடியிருப்புக்கு வெளியே வசிக்குமாறு நிர்ப்பந்திப்பது, அவர்கள் விலக்கப்பட்டவர்கள் என்பதை உடனே அடையாளம் காட்டுகிறது. இது தேவைப்பட்டிராவிட்டால், அவர்கள் நாளடைவில் அவ்வளவு தாழ்ந்த சாதிகளல்லாத பொதுமக்களுடன் கலந்திருப்பார்கள்.

தீட்டுடையவர்களாகக் கருத்தப்பட்டோரின் அடையாளத்தில் படிப்படியாக இரு பண்புநலன்கள் பொதிந்து வைக்கப்படலாயின. ஒன்று அசுத்தம் சார்ந்தது. பிரேதம் தீட்டினை ஏற்படுத்துவதாக கருதப்பட்டதால், மயானத்தை உடனடியாகப் பராமரிக்க வேண்டியதும் குடியிருப்புப் பகுதியில் சுத்திகரிப்பு செய்யவேண்டியதும் இருந்ததால், இது அதிகரித்தது. விசித்திரமான வகையில், பிரேதங்கள் தொடர்பாக சில சைவ-தாந்திரிக சடங்குகளுக்கும் மயானம் இடமாயிருந்தது-அவற்றில் உயர்சாதிகள் பங்கேற்றன. இத்தகைய சடங்குகளின் சமூக உணர்த்தல்கள் குறித்து மக்கள் சிந்தித்துப் பார்க்கவில்லையா? ஹரப்பா நகரங்களின் அதிசய அம்சமான சாக்கடை வசதி, கெடுவாய்ப்பாக பிந்தைய நகரங்களில் காணப்படாததால், சுத்திகரிப்பு அவசியமானது. சுத்திகரிப்பு கிராமப்புறங்களில் தேவைப்படாது இருந்திருக்கலாம் ஆனால் நகரங்களில் தேவைப்பட்டன. இவ்வகைமையிலான மக்கள் தீட்டுப்படுவதை வற்புறுத்துவது, அவர்கள் செய்யவேண்டுமென்று எதிர்பார்க்கப்பட்ட வேலையுடன் பிணைப்புடையதாகும்.

ஆதிவாசி தோற்றுவாயுடையவரை இக்குழுவில் உள்ளடக்குவது, புதிய பகுதிகள் திறந்துவிடப்படுகையில் இப்பகுதிகளைச் சேர்ந்த நிலவுகின்ற சிறிய சமுதாயங்கள் தனித்துவிடப்பட்டன அல்லது தாழ்ந்த சாதிகளாகச் சேர்த்துக் கொள்ளப்பட்டன. எண்ணிக்கையைப் பராமரித்திட சிலபேரைச் சேர்த்துக்கொள்ள வேண்டி இருந்தது. இத்தகைய சமூகங்கள் தீட்டானவை என்று கருதப்பட்டதால், அவை குடியிருப்புக்கு வெளியே

வசிக்க வேண்டியிருந்தது, எனவே அவர்தம் பெயர்களில் அன்ட்யா, பயா போன்ற தகுதிநிலைகள் இருந்தன-வெளியே என்ற பொருளுடையவை. குடியிருப்புக்கு வெளியே வாழ்ந்தது அவர்களை மேலும் பிரித்துவைத்தது. இருவேறு சமூகங்கள் இருப்பது பற்றிய உணர்வு வேர்கொண்டது- ஒன்று தீட்டுடையதாகக் கருதப்பட்டு, குடியிருப்புக்கு வெளியே வசிக்கவேண்டியிருந்தது; இன்னொன்று குடியிருப்பில் வசித்தது, தீட்டுப்படாததாகக் கருதப்பட்டது. வெளியே வசிப்போரை அய்ந்தாவது வர்ணமாக சிலர் பார்த்திருக்கக்கூடும் ஆனால் தர்மசாத்திரங்கள் அவர்களை, வர்ண வகைமைகளிடமிருந்து தனியே பிரித்துவைத்தன. தீட்டுப்படாததாக தன்னைக் கருதிக்கொண்ட சமூகம், குடியிருப்புகளில் வாழ்ந்தது- இது ஆழமாக ஆராயப்பட்டுள்ளது; ஆனால் குடியிருப்புக்கு வெளியே வாழ்ந்த மற்ற சமூகம் அப்படி ஆராயப்படவில்லை.

விலக்கப்பட்ட குழுக்களின் எல்லா வகைமைகளிலிருந்தும் அஸ்பிரிஷ்யாக்களை வித்தியாசப்படுத்திய மற்றமையின் இவ்வரையறையினுடைய மூன்று கூரிய அம்சங்களாவது இருந்தன. ஒன்று, இக்குழு தனித்துவமான, தனித்த இருப்பிடத்தைக் கொண்டிருந்தது. உலகெங்கிலும் முன்-நவீன நகரங்கள் பலவற்றில் இருப்பது போல, ஒரே தொழிலில் உள்ளோர் ஒன்று சேர்ந்திடும் போக்கு இருந்தது, இவை அத்தொழில்களின் இடங்களாக பிரிக்கப்படலாயின. ஆனால் அஸ்பிரிஷ்யாக்களின் தொழில் தீட்டாக இருந்து, அவர்கள் தீட்டுடையவர்களாகக் கருதப்பட்டதால், நகரில் வசிக்க அனுமதிக்கப்படவில்லை. அவர்களின் வேலைகள் சுத்திகரித்தலும் விலங்குகளின் சடலங்களை எடுத்துச் செல்வதும் குற்றவாளிகளைத் தூக்கிலிடுவதும் மயானத்தைப் பராமரிப்பதுமாக இருந்ததால், அவர்களின் தீட்டுத் திரும்பத் திரும்ப எடுத்துக்காட்டப்பட்டது. மரணம்-தூசின் அசுத்தங்களாக கருதப்பட்டவற்றுடன் தொடர்புடைய, தனித்துவமானதும் உடல் ரீதியில் பிரிக்கப்பட்டதுமான சமூகமாகும். சிலரைப் பொறுத்தவரை, அது சாதிச் சமூகத்தின் தனிமைக்குள்ளான படியாக்கம் என்பதைப் போல, அது மெய்நிலைச் சாதிகளின் தனக்கேயான படிமுறையை வளர்த்தது. வேறுசில வேலைகளும் தீட்டுக்குரியதாய் ஏன் கருதப்பட்டது என்பது பிரதிகளில் விளக்கப்படவில்லை. அப்படியே கூறப்படுகிறது.

இரண்டாம் அம்சம், பிராமணிய நோக்கில், தீட்டுப்படுத்தும் பொருள்களாக கருத்தப்பட்டவற்றை அவர்கள் கையாள வேண்டியிருந்ததால், அவை நிரந்தரமாய் அசுத்தமாயும் தீட்டுப்பட்டும் இருப்பதை தொடர்ந்து எடுத்துக் காட்டியதுதான். தீட்டு, விலக்குதலின் பிற வகைமைகளுடனான பிரச்சனையாக இல்லை. இது ஆரம்பநிலைப் பிரதிகளில் அவ்வளவாகத் தென்படவில்லை மாறாக படிப்படியாக தீவிரம் காண்கிறது. விசித்திரமான விதத்தில், அதிகபட்சம் குழுக்கள் பற்றிய குறிப்புகள், அதிகபட்சம் தூய்மை கொண்டிருப்பதான பிராமணிய கூற்றுகளின் புதுப்பித்தல் காலத்துடன் பொருந்திப் போவதாகத் தோன்றுகின்றன.

கி.மு. நான்காம் நூற்றாண்டின் பிற்பகுதியில் கிரேக்கப் பயணி மெகஸ்தனீஸ், மௌரியர் கால இந்தியா பற்றி எழுதுகையில், சாதி குறித்த தெளிவற்ற குறிப்பாக இருந்திருக்கக் கூடியதின் உண்மைக்குப் புறம்பான விவரிப்பே உள்ளது; தீண்டத்தகாத வகைமை போன்ற எதனுடைய குறிப்புமில்லை. ஏற்கனவே நான் குறிப்பிட்டுள்ளவாறு, கி.பி. 4-ஆம் நூற்றாண்டில் இந்தியாவுக்கு வருகை புரியும் ஃபாஹியான், தீண்டத்தகாதவர்கள் நகரில் நுழையும்போது, மற்றவர்கள் விலகிச் செல்ல ஏதுவாக தம் இருப்பை உணர்த்திட சேகண்டி அடிக்க வேண்டி இருந்ததைக் குறிப்பிடுகிறார். குப்தர்களின் பொற்காலம் என்று அழைக்கப்படுவதில்தான், தீண்டத்தகாதவரின் இருப்பு அழுத்தமாக அடையாளமிடப்பட்டு, வரையறுக்கப்பட்டது. இக்காலமே கடந்த நூற்றாண்டாக எடுத்துக் கொள்ளப்பட்டிருக்கிறது; வசீகரமான நாகரிக முத்திரையுடன், இந்தியப் பண்பாட்டின் உயரிய புள்ளியாக இன்னும் இருக்கிறது. பண்பாட்டு இனங்களுடன் குறிப்பாகத் தொடர்புடைய இக்காலச் சாதனைகள் அடிக்கடி குறிப்பிடப்படுகின்றன. ஆனால் நாணயத்தின் மறுபக்கமாக, ‘பொற்காலம்’ பற்றி விவரிக்கையில், அஸ்பிரிஷ்யாக்களின் இருப்பு புறக்கணிக்கப்படுகிறது.

அவர்ணர்கள் கலப்புத் தோற்றம் கொண்டிருந்தனர், சில இடங்களில் வேறுபட்ட மொழி பேசினர், தவிர்க்க முடியாதபடி வேறான சமூக சம்பிரதாயங்களையும் நம்பிக்கை அமைப்புகளையும் கொண்டிருந்தனர். அவர்கள் அதிக எண்ணிக்கையில் இருந்ததால், மெய்நிகர்ச் சாதிகளின் படிமுறையை வளர்த்தெடுத்தனரா, இறுக்கமான/நெகிழ்ச்சியான

அமைப்பைக் கொண்டிருந்தனரா? என்று வினவ முடியும். அது சாதிச் சமூகத்தின் படியாக்கமா? அது தலைகீழான கண்ணாடி பிம்பமா, கண்ணாடியை விடவும் கவிழ்த்தல் முக்கியமானதா? ஆரம்ப காலங்களிலிருந்தே அவர்ணர் சமூகம் தன் உட்பிரிவுகளையும் பூசாரிகளையும் கொண்டிருந்தது, ஆரம்ப காலங்களில் வேறுபட்ட சமூகத்தை உணர்த்துகிறது.

மூன்றாவது அம்சம், தீட்டு நிரந்தரமானது. பழங்காலத்தின் ஒவ்வொரு சமூகமும், சடங்குகள் செய்யும் சூழலில், அசுத்தத்தின் தற்காலிக கால கட்டங்களை நடைமுறைப்படுத்திற்று. சடங்கியல் நிபுணர்களும் குறிப்பிட்ட காலத்திற்கு அசுத்தமாயிருக்க முடியும், ஆனால் நிரந்தரமாக தீண்டத்தகாதவராயிருப்பதிலிருந்து வேறுபட்டது. சடங்கியல் நிபுணர்களாயிருந்த பிராமணரால் தூய்மை கூறிக் கொள்ளப்பட்டது. ஆனால் மக்களை நிரந்தரமான தீட்டு நிலைக்கும் அசுத்தத்திற்கும் உள்ளாக்குவது இந்தியாவுக்கே உரித்தானது, இதுவரையிலும் செய்யப்பட்டுள்ள விசாரணையைவிடவும் பெரிய விசாரணைக்கு உரியதாகும். அஸ்பிரிஷ்யா தன் சாதியை/வர்ணத்தகுதிநிலையை/வேலைகளை மாற்றிக்கொள்ள முடியாது, தர்மசாத்திரங்களில் சொன்னபடி நடந்தாக வேண்டும். அவனுடையது தனித்துவமான தனிச் சமூகம், தன் சமூகத்தின் படிமுறையினூடேதான் அவனால் இயங்க முடியும். சலுகைகள் சில தரப்படும் வர்ண தகுதிநிலையை விட்டுக் கொடுக்கப்பட்டுமுள்ள இதர வகைமைகளிலிருந்து இது மீண்டும் வேறுபட்டதாகும். பிரிவினை அம்சங்கள் மாறாதவை மற்றும் ஆரியர், மிலேச்சர், யவனர் மற்றும் வர்ண விஷயத்தில் மீளவும் மேற்கொள்ள முடியாதவை என்பதையும் நிரந்தரம் அர்த்தப்படுத்தும். தீட்டு தற்காலிக நிலையோ அடுத்த தலைமுறையால் உதிர்த்துவிடக் கூடியதோ இல்லை. பெற்றோரிடமிருந்தான பிறப்பும் தீட்டுப்படுவதால், அது நிரந்தரமானது மற்றும் சுவீகரிக்கப்படுகிறது. மரபணுக்காரணி, தீட்டின் இதர வகைமைகளிலிருந்து அதனை வித்தியாசமானதாக்குகிறது.

நிரந்தரத் தீட்டு பிரிவினையாக, விலக்கப்பட்ட பிற குழுக்களுடன் பிணைக்கப் பட்டிருந்ததில்லை. இத்தகு நிரந்தரத்திற்கான தேவை, இப்போது அதிகார ஆளுமைகளாயிருந்த, குறிப்பிட்ட வகையிலான சடங்கியல் நிபுணர்களால் அதிகபட்ச தூய்மைக் கூற்றுகளின் புதுப்பித்தலாக

இருக்க முடியுமா-எடுத்துக்காட்டாக, புதிய சத்திரியர்களுக்கான சட்ட ரீதியிலான தகுதிநிலைச் சடங்குகளைச் செய்வோர் அல்லது இத்தகைய நடவடிக்கைகள் இத்தகைய பெரும் மாற்றத்திற்கு ஈடாக மாட்டாதவை. பசுப்பாதுகாப்புக்கான கோரிக்கை அதிகம் பிரதிகளில் இடம்பெறுவதும் இக்காலத்தில் தான் மற்றும் உடன் நிகழ்காலக் கல்வெட்டுகளில் பட்டியலிட்டபடி, அதிக எண்ணிக்கையிலான பசுக்கள் பிராமணருக்கு பரிசளிக்கப்பட்டதுடன் பிணைப்புக் கொண்டிருக்கலாம் என்பது சுட்டிக்காட்டப்பட்டிருக்கிறது. இதனுடன் சேர்ந்து வந்தது, கிராம ஆநிரைகளைப் பாதுகாப்பதில் மடிந்த வீரர்களுக்கு வீரக்கல் எடுப்பதில் ஏற்பட்ட அதிகரிப்பு. கால்நடை வளர்ப்பு கிராமியப் பொருளாதாரத்திற்கு ஆதாரமானது. ஆனால் கால்நடை எண்ணிக்கை அதிகமானால், மாடுகளின் சடலங்களைச் சுத்திகரித்தலும் அதிகரிக்கும். மேல் சாதியினருக்கு விடப்படும் பசுவதைப் பாதுகாப்பு, இப்போது அதிகம் குறிப்பிடப்படுகிறது. இது, தாழ்ந்த சாதிகள் மற்றும் புறச்சாதிகளின் ஊட்டச்சத்து அமைப்பைப் பாதித்திருக்கவேண்டும்.

குறிப்பிட்ட சமுதாயங்களுக்கு மரபணு அசுத்தத்தை கற்பித்தலுக்கு விசாரணை மேற்கொள்ளப்படவேண்டும். இது ஏன் பரவலாக ஏற்கப்படுகிறது, கையளவிலான பக்தி அடியார்களாலும் வேறு சிலராலுமே கேள்விக்குள்ளாகிறது? இந்நம்பிக்கையையும் நடைமுறையையும் ஏற்றுத் திணித்த பெரிய சமூகத்தின் இயல்பையும் மதிப்புகளையும் இது பிரதிபலிக்கிறது. இச்சிந்தனையின் அறிவியல் அடித்தளம் என்ன? அது தென்படாவிட்டால், துன்புறுத்த வேண்டும் ஏனெனில் இக்காலங்களின் உயர்சாதிப் பண்பாட்டின் வேறுசில அம்சங்கள் பாராட்டத்தக்கவையாக கருதப்படுகின்றன. அறிவியலானதும் அழகியலானதும் அறவியலற்றதுடன் எப்படி ஒரே சமூகத்திற்கு ஏற்புடையதாயிருக்கும்?

கி.பி. முதல் ஆயிரத்தின் மத்தியைச் சேர்ந்த பண்பாடும் அதன் தொடர்ச்சியும் இந்திய நாகரிகத்தின் பொற்காலமாக, கடந்த காலங்களின் கற்பனைச் சமூகமாக நீண்ட காலமாகக் கருதப்பட்டு வருகிறது. குடியிருப்புகளில் நடந்த அகழ்வாய்வில் கிடைக்கும் குப்தர்கால உலகியல் பண்பாடு மனதைத் தொடுவதில்லை என வாதிடும் வரலாற்றாசிரியர்களால் இது ஆட்சேபிக்கப்படுகிறது. இருப்பினும், மெருகேறிய தத்துவப் பள்ளிகள், காளிதாசர் மற்றும் இதர கவிஞர்களின்

உயரிய இலக்கியப் படைப்புகள், குப்தர்களின் சிற்ப-அஜந்தா சுவரோவியங்களின் அழகியல், ஆலயக் கட்டிடக்கலை, இந்திய அறிஞர்களால் கணிதம்-வானியியலில் உண்டாக்கப்பட்ட முன்னேற்றங்கள் ஆகியவற்றை இக்காலகட்டம் கண்டது. இவற்றில் சில முந்தைய நூற்றாண்டுகளில் உருக் கொள்ளத் தொடங்கி, அப்புறம் முதிர்வுற்றன; இந்திய அழகியலாகவும் அறிவாகவும் உருவம் பெற்றன. இதே சமூகம் எப்படி அஸ்பிரிஷ்யா என்னும் கருத்தை உள்வாங்கி இருக்க முடியும் மற்றும் அவர்ணர் என வகைமைப் படுத்தப்பட்ட ஆடவர்-பெண்டிரின் இழிவால் எப்படி பாதிப்புறாதிருந்தது? இம்மக்களைத் தொடக்கூடாது, தனிநபர்களாக மட்டுமின்றி ஒட்டுமொத்த சமுதாயத்தையும் அதன் சந்ததிகளையும் தொடக்கூடாது, ஏனெனில் உடல்ரீதியில் அவ்வளவு அசுத்தமானவர்கள் என அறிவிக்கின்ற நம்பிக்கையும் நடைமுறையும் இந்தியச் சமூகத்துடன் மட்டுமே ஒட்டியிருப்பதாகும்.

இவ்வளவு ஈர்க்கும் தன்மையதான அழகியலுடனும் சிந்தனைத் தேடலுடனும், இவ்வளவு கடுமையான மனித இழிவை எப்படி ஒத்திசையச் செய்வது? இவை ஒரு பண்பாட்டின் முரண்பாடுகளா? மானுட நிலையுடன் தொடர்பு கொண்டிராத அளவுக்கு அறவியல் அவ்வளவு சூக்குமமானதா? ஒருவர் பெரிதும் கேட்கின்ற சலிப்பூட்டும் பதில், கர்மவினை மற்றும் 'சம்சார'த்தின் விதிவலிமையியத்துடன் (கடவுளையும் மீறித் தீமை நிலவல்)[5] - இப்பிறவியல் செயல்படுவதற்கேற்ப அடுத்த பிறவியில் அறுவடை செய்வாய்- பிணைக்கப்பட்டிருக்கிறது என்பதே. நிலவுகின்ற நிலைமையை நியாயப்படுத்துவதுடன் நின்று விடுவதால், இது கேள்விக்குப் பதிலளிப்பதில்லை. மரபணுரீதியில் அசுத்தமான நபர் எனும் கருத்து எங்கிருந்து வந்தது, அது ஏன் வேர்விட்டது? பல்வேறு மரபுகளில் இப்பிரிவினையினை மறுதலித்த ஆடவரும் பெண்டிரும் இருந்தனர், தம் போதனைகளில் அவ்வளவு வேகத்துடன் இயங்கினர், ஆனால் சமூக ஒழுங்குபடுத்தல்களில் ஒன்றும் செய்ய இயலவில்லை. அறமற்ற பாகுபாட்டைச் சமூகத்தில் பரப்புரை செய்துள்ளோர் மதவியல்-சமூகவியல் இயக்கத்தை, அதுவும் நூற்றாண்டுகளாகக் கட்டுப்படுத்துமாறு ஏன் அனுமதிக்கப்பட்டனர்? இதுவொரு கற்பனாவாதச் சமூகத்தின் நியாயமான எடுத்துரைப்பா, அதன் உணர்த்தல்கள்

நம் மூதாதையரின் அறவியல் மனசாட்சியை அது பாதிக்கவில்லையே? கடந்தகாலத்தின் நமது பொற்காலங்கள் குறித்த நமது விவரிப்புகள், இதுவரையும் இருந்துள்ளதை விடவும் மேலும் யதார்த்தமாக இருக்கவேண்டியுள்ளது. அல்லது சமூகச் சமத்துவப் பிரச்சனைகளில் அக்கறையில்லாத ஆரம்பகாலச் சமூகங்களுக்கு இதுவொரு எடுத்துக்காட்டா? -நவீன காலங்களில்தான் அது சமூகச் சிந்தனையின் அம்சமாக எழுகின்ற அக்கறையா? சமூகப்பாகுபாடு நிலவியது விளக்கப்படக் கூடியது, ஆனால் அதற்குக் குறிப்பான நியாயப்படுத்தல், மன்னிக்க முடியாததல்ல என்றால் புரிந்துகொள்ள முடியாதது.

கி.பி. இரண்டாவது ஆயிரத்தின் பிற்பகுதியில், சில அவர்ணர்கள் மதங்களுக்கு மாற்றப்பட, கடவுளின் பார்வையில் அனைவரும் சமம் என்பதைப் பராமரித்தது. இருப்பினும் தீண்டாமையின் கருத்தும் நடைமுறையும் ஆழமாகப் பொதிந்திருந்தமையால், இம்மதங்களிலுள்ள கடவுள்கூட, அதற்கு இடமளிக்கக் கூடியவராயிருந்தார். தம் கடவுளுடன் தொடர்புபடுத்தப்பட்டிருந்த அறத்தை இம்மதங்கள் ஏன் தடைப்படுத்தின? இக்கருத்தமைவும் நடைமுறையும் இஸ்லாம், கிறித்தவம், சீக்கியத்தை மாற்றி, அவர்ணர்களின் நிரந்தரத் தீட்டினையும் சமூக விலக்கலையும் ஏற்குமாறு செய்திருந்தது-அது அவற்றின் அடிப்படை நெறிகளுக்கு எதிராக இருந்தபோதும். அதாவது, ஒன்று, இந்நிலைமை இந்து மதத்துடனான தொடர்பைத் தாண்டிச் செல்கிறது அல்லது இம்மதங்கள் இந்து மதத்தின் அதிகாரத்தைச் சவாலுக்கு இழுக்க விரும்பவில்லை. இஸ்லாமும் கிறித்தவமும் இதனை மேற்கு ஆசியா, அய்ரோப்பாவில் அறிமுகப்படுத்தவில்லை. மதத்திற்கு திரும்பிவிடுவதன் மூலம் நியாயப்படுத்தப்பட முற்பட்டாலும் இது மதத்தில் வேர்கொண்டிருக்கிறதா அல்லது சமூக-பொருளாதாரத் தேவைகளிலா? என்று கேட்கப்பட்டுள்ளது.

அமைப்பை நியாயப்படுத்துவோர் என்னும் கூற்று, காரணிகளின் வரிசையுடன் தொடர்புடையோரிடமிருந்து வருகின்றது; நியாயப்படுத்துவோர் செல்வத்துடன் நேரிடை வழிவகை கொண்டிருந்ததுடன், அதிகபட்சத் தூய்மையை உறுதிப்படுத்தல் பொருந்திப் போகிறது; நியாயப் படுத்துவோரின் உள்ளார்ந்த உயர்வு, ஆற்றல் என்னும் விளக்கத்திற்கு அப்பாற்பட்டது; அமைப்பு தெய்வீக அமைதி கொண்டது, தெய்வீகமாகப்

படைக்கப்பட்டது என உறுதிப்படுத்தல்; ஒரு குழுவின் அதிகபட்சத் தூய்மைக்கு எதிர்நிலையில் இன்னொன்றின் அதிகபட்ச அசுத்தத்தை நிறுத்தல் என்னும் கருத்து.

ஒரு சமூகக் கட்டமைப்பாக, சாதிச் சமூகம் சமூக-பொருளாதாரத் தேவைகளின் அடிப்படையில் உருக்கொண்டுள்ளது. இவ்வம்சங்கள் வரலாற்று ரீதியில் கட்டுப்படுத்தப்படுகின்றன; எந்தவொரு தெய்வீக அமைதியை நாடாமலேயே சிதைக்கப்படக் கூடியவை அல்லது மாற்றியமைக்கப்படக்கூடியவை கூட. பிராமணியம் சார்ந்த இந்துமதமே, சாதிச் சமூகம் மற்றும் தீண்டாமையின் பிரதான நியாயப்படுத்தலாக இருந்தது என்பது சவர்ண-அவர்ண சமூகத்திற்கு இடையிலான முரண்பாட்டில் தெரியவரும். மதம், ஒடுக்கப்பட்டோரின் எதிர்ப்பாய் இருக்க முடியும் எனச் சரியாகவே கூறப்பட்டுள்ளது. ஆனால் அது மேட்டுக்குடியின் ஒடுக்குதலாக இருக்கமுடியும்.

தீண்டாமைப் பிரச்சனையில் சமூக அறங்கள் இந்தியாவில் மதங்களால் ஓரங்கட்டப்பட்டன என்று தோன்றும். அப்படியாயின், அவர்ண சமுதாயங்களின் தொடர்ச்சியை உறுதிப்படுத்திய இந்தியச் சமூகத்தின் சமூக-பொருளாதாரத் தேவைகளை நாம் பரிசீலிக்க வேண்டியுள்ளது. அவற்றுடன் தொடர்புடைய வேலைகள் மற்றும் தீட்டுள்ளதாகக் கருதப்படுவது ஒருபுறம் இருக்க, கூடுதல் வரலாற்றுக் காரணமாக, நிலமற்ற, சுதந்தரமற்ற விவசாயக் கூலியின் வளர்ந்துவரும் தேவை இருந்தது என வாதிடப்பட்டிருக்கிறது-அக்காலகட்ட வேளாண் பொருளாதாரத்திற்கு முக்கியமான தேவை அது. பிரிவினை செய்யப்பட்ட குடியிருப்பு இத்தகு உழைப்புக்கான ஆதாரத்தை முன்வைத்தது-தீட்டு என்னும் அவப்பெயரால் அதன் நிரந்தரம் காப்பீடு செய்யப்பட்டது-தன்னை மறுஉற்பத்தி செய்து கொள்வது தவிர்த்து வேறு எதிர்காலம் இல்லாதிருந்தது. விவசாயக் கூலிகளின் கலகங்கள் நிகழ்ந்த சீனா போன்றில்லாமல், இந்தியாவில் ஆரம்பகாலங்களிலான எதிர்ப்பு, குடியானவர்கள் அண்டை அரசுகளுக்கு புலம்பெயர்ந்து போகும் வடிவத்தை மேற்கொண்டது. ஆனால் நிரந்தரத் தீட்டுடையோர் புலம்பெயரவும் முடியாது, வேறெங்கும் வேலை பார்க்கவும் இயலாது. அவர்ணர்கள் என்ற முறையில், புதிய இடங்களில் குடியமர்வதில் அவர்களுக்குப் பிரச்சனைகள் இருந்தன;

அத்துடன் அவர்கள் கொத்தடிமைகளாக இருந்திருந்தால் சாத்தியமற்றது.

குப்தருக்குப் பிந்தைய காலத்திலும் கி.பி. இரண்டாவது ஆயிரத்தில் தொடர்ந்தும், வேளாண்மை விரிவாக்கத்திற்கு, முந்தைய காலங்களை விடவும் பெரிய தொழிலாளர் கூட்டம் தேவைப்பட்டது. புறச் சமுதாயத்தினரும் நிலமற்ற கூலிகளாகத் திருப்பப்பட்டு, முதலில் அவர்கள் தங்கியிருந்த நிலங்களில் வேலைபார்த்து வாழ்ந்து வருமாறு பிணைக்கப்பட்டனரா? இதனைச் சாதித்திட வலுக்கட்டாயம் ஒருவழியாக இருந்திருக்கும் ஆனால் கூடுதல் வழி புலம்பெயர்வதைத் தடுப்பதாயிருந்தது. கட்டாய உழைப்பின் ஆதாரங்களாக இருந்தவை *விஷ்டி* மற்றும் *பெகர்.*[9] பிரதானமாக இத்தொழிலாளர் அவர்ண வகைமையிலிருந்து வந்தனரா என்பது விசாரிக்கப்பட வேண்டும்.

ஏற்கனவே குறிப்பிட்டுள்ளவாறு அனேகமாக உலகின் ஒவ்வொரு பகுதியிலும் ஆரம்ப காலங்களிலிருந்து, குழுக்கள் வெளியேற்றப்பட்டிருக்கின்றன, பாகுபடுத்தப்பட்டிருக்கின்றன. பிரசவம் அல்லது மாதவிடாய்க்குப் பிறகு பெண்களைப் போல, சில சமூகங்கள் குறுகிய கால அசுத்தத்தைக் குறிப்பிட்ட நபர்கள் மீது சடங்கியல் காரணங்களுக்காகச் சுமத்தின. அவர்ணர்களில் அதிகமாக கீழ்நிலையில் வைக்கப்பட்டிருந்தோர் தொழிலாளராகப் பயன்படுத்தப்பட்டனர், சிலர் அடிமைகளாக்கப்பட்டனர். பிந்தையவர்கள் வேளாண்மையில்/கைவினைப் பொருள் தயாரிப்பில்/இல்லத்தில் வேலை செய்தனர். முந்தையவர்கள், ஸ்பார்ட்டா வில் *ஹெலாட்*[6]களைப் போல, அமெரிக்காவின் தெற்கு வயல்களில் கருப்பர்களைப் போல, மைய நீரோட்டத்திலிருந்து பிரிக்கப்பட்ட சமுதாயங்களில் வசித்தனர். ஆப்பிரிக்க அடிமைகள் 19-ஆம் நூற்றாண்டு இன அறிவியலில் மரபணு ரீதியில் தாழ்ந்தவர்களாகக் கருதப்பட்டனர், ஆனால் அவர்கள்கூட மரபணு ரீதியில் தீட்டுடையவர்களாக ஒருபோதும் கருதப்பட்டதில்லை.

கடந்தகாலத்திலிருந்து தற்போதுவரை திட்டமிட்டு சேரியாக்கப்பட்ட சமூகங்கள் ஆழமான ஆய்வைக் கோருகின்றன. இவ்வளவு அதீத வடிவிலான விலக்கல் மற்றும் தூரப்படுத்துதலுக்கு ஏன் வந்தனர், இப்படி ஒதுக்கப்பட்டோருக்கு இத்தகைய இழிவுபடுத்தும் அடையாளம்

ஏன் தரப்பட்டது? பண்பாடுகளை மதிப்பீடு செய்வதில் இக்கேள்விகள் இயற்கையானவை.

இத்தகு அமைப்புகள் ஏன் உருவாக்கப்பட்டன மற்றும் அதனால் விளைந்த சீர்கேட்டின் தாக்கம் என்ன என்று நாம் அறியவேண்டியுள்ளது. சண்டாளனுக்கும் விஸ்வாமித்திரருக்கும் இடையிலான உரையாடல், இயல்பான அரட்டையில்லை. நாம் தேடி ஆராயவேண்டிய அர்த்தத்தைக் கொண்டுள்ளது. நேரடியாகவோ மறைமுகமாகவோ, சாதியமைப்பை ஆராய்ந்தவர்களின் கருத்துகள், கடந்தகால எடுத்துரைப்பில் மிகவும் புலப்படுவதாய் இருக்கவேண்டும் ஏனெனில் நம் பாரம்பரியம் ஒருதலைப்பட்சமானதில்லை. சார்வாகர்கள், பௌத்தர்கள், சிராமண ஆசிரியர்கள், சொக்கமேளா, ரவிதாஸ், சூஃபி ஆசிரியர்கள் முதலானோரின் கருத்துகளை மேலதிகமாகத் தெரிந்துகொள்ள வேண்டும். சார்வாகர்கள் மதத்தைக் கேள்விக்குள்ளாக்கியதால் நிராகரிக்கப்பட்டனர்; மற்றவர்களைப் பொறுத்தவரை, பொதுவான முறை தவிர்த்து, அவர்தம் சமூக அக்கறைகள் அரிதாகவே விவாதிக்கப்பட்டன. தர்மசாத்திர இலக்கியம், சமூகத்தின் ஒரு சிறு பகுதியினரது நலனில் மட்டுமே அக்கறை கொண்டிருக்கிறது. கடந்தகால உரையாடல்களில் விவாதிக்கப்பட்டது என்ன என்பது குறித்து ஒரு கருத்தினைப் பெறும்வகையில், அதனுடன் மாறுபட்டவர்களது சிந்தனையை நாம் அறிந்துகொள்ள வேண்டியிருக்கிறது. அதிருப்தியின் மாற்று சித்தாந்தங்கள் நம் பண்பாட்டின் முக்கிய அம்சங்களாகும், நாம் அவற்றைப் புரிந்துகொள்ளவேண்டும்.

ஆரம்பகால வரலாற்றுப் பிரதிகள் பெரிதும் உயர்சாதிகளிலிருந்தே வந்துள்ளன. ஆவணங்களை விட்டுச் செல்லாதவர்களின் வாழ்வின் மீதான சான்றுக்காக அவை நுணுக்கமாக சலித்தெடுக்கப்பட வேண்டும். சமீபத்தைய நூற்றாண்டுகளின் வாய்மொழி மரபுகள், சேரியாக்கப்பட்ட சமூகங்களைச் சேர்ந்தவையானாலும், கவனமாகப் பரிசீலிக்கப்பட வேண்டும். வாய்மொழி வரலாறு இப்போது வரலாற்று ஆய்வின் அங்கீகரிக்கப்பட்ட கிளையாகும். லத்தீன் அமெரிக்காவில் ஸ்பானிய வெற்றி பற்றி இன்காக்கள் எண்ணியது என்ன, 'வெற்றிகொண்டவரின் பார்வை' என்றழைக்கப்படுவது என்ன என்பதிலிருந்து, பாண்டு வாய்மொழி ஆதாரங்களிலிருந்து உள் சஹாராவின் ஆப்பிரிக்க

வரலாற்றை மறுகட்டுமானம் செய்வது வரை அது உள்ளது. பாண்டு மக்கள் மத்திய, தெற்கு ஆப்பிரிக்காவில் வசித்தனர், பாண்டு, மொழிகள் பேசினர், இவ்வாய்மொழிக் கதைகள் இப்போது பகுப்பாய்வு செய்யப்படுகின்றன. இதுபோன்ற முறைகள், வாய்மொழி மரபுகளை மட்டுமே கொண்டுள்ள இந்தியச் சமுதாயங்களின் கடந்தகாலம் குறித்த சிலவற்றை வெளிப்படுத்தக் கூடும்.

விலக்குதல் ஏன் இடம்பெற்றது என்பதை வரலாறு விளக்கக்கூடும், ஆனால் கேள்வி, அதனை எப்படி மாற்றுவது என்பதே. இக்கவலை நம் காலத்தினுடையது மட்டுமில்லை. கடந்த நூற்றாண்டுகளின் மக்கள், இந்தியச் சமூகத்தின் ஏற்றத் தாழ்வுகளுக்கு எதிராகப் பேசியுள்ளனர் ஆனால் அதனை மாற்ற முடியாதவர்களாய் இருந்தனர். நாம் ஏன் என்று கேட்கவேண்டியுள்ளது. அது அவ்வளவு வேரூன்றி வருவதற்கான காரணங்களை இன்னும் தீவிரமாக ஆராய்ந்தால், அதனை எப்படி கெல்லி எறியலாம் என்பதற்கான சிறந்த கருத்துகள் கிடைக்கக்கூடும். உடன்பாட்டு நடவடிக்கை ஒருபுறமிருக்க, நாம் என்ன செய்யவேண்டும் என இது நமக்குச் சொல்லக்கூடும், ஏனெனில் பிந்தையது நிரந்தரத் தீர்வல்ல. சாதகங்களைத் தமதாக்கிக் கொள்ளும் பொருட்டு, பிற பின்தங்கிய சாதிகளாக (OBC) கூறிக்கொள்ளும் செல்வாக்குள்ள சில மேலாதிக்க சாதிகளால் அது ஏற்கனவே கடத்தப்பட்டுக் கொண்டிருக்கிறது. நிரந்தரமான, திறம்பட்ட மேலும் இரு முயற்சிகள் கல்வித் திட்டத்திலும் குடிமைச் சட்டத்திலும் இயல்பானதாயிருக்கும்.

நாம் பெற்றுள்ள ஒருவித பார்வையியல் மூலம் சமூகத்தை நோக்கும் மனப்போக்கு இப்போது கைவிடப்பட வேண்டியிருக்கிறது. இதில் அறவழியில் மிகவும் பொறுப்புள்ள சமூகத்தை உருவாக்குவதில் கல்வி பங்களிக்க முடியும். ஆனால் இதற்கு, கல்வித்தரத்தை மேம்படுத்தும் தேவை ஒருபுறமிருக்க, சமூக அறங்களை விளக்கவும் பரிந்துரைக்கவும், பள்ளி-கல்லூரிக் கல்வியின் உள்ளடக்கம் மாற்றப்படும் அவசியம் உள்ளது. இதனை அடுத்த அத்தியாயத்தில் தொட்டுச் செல்வேன். ஏற்றத்தாழ்வுகளையும் பாதகங்களையும் அவசரகோலத்தில் துடைத்தழித்திட முடியாது. ஏற்றத் தாழ்வுகளையும் பாதகங்களையும் குறைப்பதை நோக்கி திரும்பியுள்ள மிகவும் முனைப்பான பொருளாதாரம் அதற்கு அவசியம்-ஆனால் நடப்புப் பொருளாதார மாற்றம் நகர்ந்து கொண்டிருப்பது அந்தத்

திசையில் அல்ல. மரபணுத் தீட்டுக் கருத்துகளை வெளியேற்றும் வகையில், மனப்போக்கை மாற்றுவதை நோக்கமாகவுடைய சமூக அறங்களைப் பரிந்துரைப்பதும் அவசியமாகிறது.

பிறகு நமது குடிமைச் சட்டங்கள் மதவியல் மரபுகளில் மட்டும் சிக்கிக் கிடக்காமல், காலனித்துவ வாசிப்புகளிலிருந்தும் உத்வேகம் பெறுவனவாகவும் உள்ளன-அது இன்னும் சட்டங்களைச் சிக்கலாக்குகிறது. இங்கே திரும்பவும், திருமணம், சுவீகாரம் தொடர்பான சட்டங்களின் நோக்கமும் உள்ளடக்கமும் மதிப்பிடப்பட வேண்டியுள்ளன. பெரும்பான்மை-சிறுபான்மை மதங்களில் நெறிமுறைகளது பலவான சட்டங்களை அகற்றி, இந்தியக் குடிமக்கள் அனைவருக்கும் பொருந்தக்கூடிய, முற்றிலும் புதிய மதச்சார்பற்ற நெறியை உருவாக்கினால் போதுமானது. அது நம் சிந்தனையில் அறவியலைக் கொண்டுவரும்.

சவர்ண சமூகம் தான் கட்டமைக்கப்பட்ட காலத்திற்கு குறிப்பானதாயிருந்தது என்று வாதிட முயன்றுள்ளேன். வரலாற்று மாற்றம் ஒரு விட்டுக் கொடுத்தலை வேண்டும்போது, மாற்றப்படாத முகப்புக்கூற்று பராமரிக்கப்பட்டாலும், சமூக-பொருளாதார தேவைகளுக்கேற்ப, அது செய்யப்பட்டது. அதிகாரத்திலுள்ள குழுக்கள் உயர்ந்த தகுதிநிலையை உறுதிப்படுத்த விரும்பினால், பொருத்தமான தகுதிநிலை நியாயத்துடன் ஏற்கப்பட்டது. உயர் சாதிகள் தம்மிடையே, இறுக்கமிக்கதும் மாறாததுமான சாதி அடையாள அமைப்பை பராமரிக்கவில்லை. எனினும், உயர்சாதிகளால் அவர்ண அமைப்பு ஏற்படுத்தப்பட்டதும், அசாதாரணமான, நிரந்தரமாக விலக்கப்பட்ட சமுதாயங்களின் வரிசையாக, தனித்துவமாக வேறுபட்டதாக அது தங்கியிருந்தது-அதன் நிரந்தரமான விலக்குதல், மரபணு அசுத்தம் என பகுத்தறிவற்ற வகையில் விளக்கப்பட்டது. அவ்விஷயத்தில் விட்டுக் கொடுத்தல்களோ சலுகைகளோ இல்லை, எண்களின் சேர்க்கையே இருந்தது.

விலக்குதல் வெவ்வேறு விதங்களில் இருக்கமுடியும். சிலர் அதிகாரத்தில் உள்ளோரால் விலக்கப்படுகின்றனர்-அப்போதுதான் அதிகாரத்தில் உள்ளோர் தம் அதிகாரத்தை உறுதிப்படுத்தி, மற்றவர்களை அடங்கியவர்களாக ஒதுக்கிவைக்க முடியும். விலக்குதலுக்கு இழப்பும் தேவைப்படும்-அப்போது விலக்கப்பட்டதாக அடையாளமிட தனிச்சிறப்பான அடையாளம் தரப்படுகிறது, இழப்பு பராமரிக்கப்படுகிறது. அடிக்கடி

முன்வைக்கப்படும் எதிர்நிலைக் கருத்து-ஆதாரங்களை கட்டுப்படுத்துவோரிடம் அதிகாரம் வருகின்றது; அந்த ஆதாரங்களில் உழைப்போருக்கு எதிராக வருகின்றது; சேவைகள் புரிவோருக்கு எதிராக வருகின்றது-எனவே விலக்கப்பட்டவர்களாக நடத்தப்படுகின்றனர். உரிமைகளும் கட்டாயச் சலுகைகளும் மறுக்கப்படுகின்றனர். மிகவும் மோசமானவகையில் மரபணு ரீதியில் தீட்டுடையவர்களாக அறிவிக்கப்படுகின்றனர்.

நம்மை ஒரு சமூகமாக நாம் புரிந்துகொள்ள வேண்டுமாயின், சில சமுதாயங்களை மைய நீரோட்டமானதாக உள்ளடக்கவும், மற்றவற்றை வெளியேற்றவும் செய்தது எது என்று பகுப்பாய்வு செய்யவேண்டாமா? வரலாற்று காலங்களில் ஆரம்பகட்டத்தில் உருவான நிலைகள் எப்படி மாறின? விலக்குதல் ஏன் இத்தகைய அதீத வடிவம் பெற்றது? என்ற கேள்வி சம அளவில் முக்கியமானது. விலக்குதல்களையும் அடையாளங்களையும் கேள்விக்குள்ளாக்கியது, அவை எப்படி, ஏன் வந்தன, நம் நாகரிகம், அறவியல் விழுமியங்கள் என நாமழைப்பவற்றில் அவற்றின் பங்களிப்பு ஆகியவற்றை விளக்கும். சமூக நீதியை மறுத்து, அறரீதியில் ஏற்க முடியாததாக உள்ள நம் பாரம்பரியத்தின் பகுதியை வலுவுடன் நீக்குமாறும் நம்மை அது இட்டுச்செல்லும்.

7

அறிவு பாரம்பரியமாக

ஒரு நாகரிகத்தை உருவாக்குவதில் கல்வி முக்கியமானது என திரும்பத்திரும்ப கூறப்படுகிறது. நூற்றாண்டுகளினூடேயான அதன் வெவ்வேறு வடிவங்களில், நாம் வாழும் உலகைப் புரிந்து கொள்வதற்கும், சில வழிகளில், அதனை எப்படி அனுபவிக்கிறோம் என்பதற்கும், அது முக்கியமானதாக இருந்துள்ளது, இருக்கிறது. அனைத்து மனித கலந்துறவாடலுக்கு அவசியமான விழுமியங்களை நம்மிடம் அது பதிக்கின்றது. மாபெரும் நாகரிகத்தை சுவீகரித்துள்ளோம் என்று பேசிக்கொண்டு, தரமான கல்விக்கு முன்னுரிமை அழிப்பது குறித்து சிறிதும் அக்கறையின்றி இருக்கிறோம்-அத்தரமான கல்வியே நம்மை விசாரணை செய்யவைத்து, வார்ப்பச்சிலிருந்து வித்தியாசமாக சிந்திக்குமாறு நம்மை ஊக்குவிக்கும்-நம் கடந்தகாலச் சாதனைகளை உருவாக்குவதில் பங்களிப்புச் செய்திருந்தது அதுவே.

கல்வி குறித்த இவ்வத்தியாயம் இரு பகுதிகளாக பகுக்கப்பட்டிருக்கிறது. தற்போது கல்வியின் உள்ளடக்கத்தில் இல்லாதது எது மற்றும் கல்வி நிறுவனங்கள் ஏன் பண்பாட்டு முகவர்களாக சிறிய பங்கினையே வகிக்கின்றன? என்பதை நோக்குகிறது. பொறுப்புள்ள குடிமக்களாக மக்களை ஆக்கிடும் கற்பித்தல் என எதிர்பார்க்கப்பட்ட பணியில் அவர்கள் வெற்றிகரமாக செயல்படவுமில்லை, நம்மையும் நம் தேவைகளையும் புரிந்து கொள்வதற்கு மையமான விளக்கக் கோட்பாடுகளைத் தேடி அறிந்து, நம் அறிவை முன்னெடுக்கும், பழமைவாதமில்லாத சிந்தனைத் தரத்தை ஊக்குவிக்கவுமில்லை. பிந்தையதை மேற்கொண்டு சொற்ப அளவே வெற்றிபெற்றுள்ளவர்களில் சிலர், அவ்வாறு

செயல்படுவதின்றும், இப்போது, அரசு ஆதரவின்றி, தடுக்கப்பட்டுள்ளனர். மக்கள் தொகையில் பாதிகூட கல்வியறிவு பெற்றவர்களாகக் கூறிக்கொள்ள முடியாது-இவர்களில் பலர் மிகவும் சொற்பமாகவே கல்வியறிவுள்ளவர்கள். முன்-நவீன காலங்களிலிருந்து தற்போதுவரை, இந்தியாவில் இருந்த கல்வி மற்றும் அறிவு குறித்துச் சுருக்கமாக இந்த அத்தியாயத்தின் முதல் பகுதியில் விவரிப்பேன், தற்போதைய கல்வியின் தரத்தை முறையாக மேம்படுத்திட என்ன செய்யப்படவேண்டும் என்று கூறுவேன்.

இவ்வத்தியாயத்தின் இரண்டாம் பகுதி மிகவும் தனிப்பட்டது, ஜவஹர்லால் நேரு பல்கலைக்கழகத்துடனான எனது ஈடுபாடு தொடர்பானது அல்லது இன்னும் குறிப்பாக, வரலாற்று ஆய்வுகளுக்கான மையத்தின் நிறுவன அணியாக இருந்த நாங்கள், வரலாற்று அறிவு அறிந்து கொள்ளக்கூடியது, முன்னெடுத்துச் செல்லப்படக் கூடியது என்னும் இடத்தை நிறுவிட என்ன முயற்சிகள் செய்தோம் என்பது தொடர்பானது. கல்வி முகமையாக இப்பல்கலைக்கழகத்தின் பரந்த காட்சியில் இது உள்ளடக்கப்பட்டிருந்தது. புதுச் சிந்தனை முறைகளை மேம்படுத்திட, பல்கலைக்கழகங்கள் கிரியா ஊக்கிகளாவதை ஊக்குவிப்பதே இப்பல்கலைக்கழகத்தின் நோக்கத்தின் ஒரு பகுதி என்பது எங்கள் எண்ணமாயிருந்தது. இந்தியப் பல்கலைக்கழகங்கள், அறிவு வளர்ச்சிக்கான தம் பங்களிப்பால் வடிவமைக்கப்பட்ட நிறுவனங்களாவதற்குப் பதிலாக, காலனித்துவ காலங்களிலிருந்து சுவீகரிக்கப்பட்ட தனியொரு முன்மாதிரியின் படிவங்களாகிடத் தலைப்பட்டுள்ளன. இப்பல்கலைக்கழகம் வித்தியாசமாயிருக்குமாறு உத்தேசிக்கப்பட்டது, இதனை இரண்டாம் பகுதியில் சில விவரணங்களுடன் விவரிப்பேன்.

I

கல்வி நிறுவனங்கள் அசைவற்றவை அல்ல. சமூகங்கள் மாறும்போது மாறுகின்றன. அவற்றிடமிருந்து குறைந்தபட்சமாகத் தேவைப்படுவது, அவை பயிற்றுவிக்கும் நபர்கள், தாம் பெறும் அறிவால் தாம் வாழும் உலகைப் புரிந்து கொள்ளும் பயிற்சி பெற்றிருக்கவேண்டும்; தேவைப்படுமிடத்தே இவ்வறிவைக் கேள்வி கேட்கும் தைரியம் கொண்டிருக்க

வேண்டும்; பகுத்தறிவு ரீதியில் நன்கமைந்த சமூகத்தின் குடிமக்களாக தம் உரிமைகளைக் கோரும் விழிப்புணர்வு உடையவர்களாக இருக்கவேண்டும். ஜனநாயகம் என்பது, அரசின் தன்னிலைகளாக இருப்பதிலிருந்து மக்களை மாறச்செய்ய, உரிமைகளும் சிறப்புச் சலுகைகளும் உடைய அரசின் குடிமக்களாக மாறச் செய்ய வழிவகை செய்வதே. ஜனநாயகத்தில் குடியுரிமை, ஒருமனதாயும் அனைவருக்குமாயும் வழங்கப்பட்ட, சமூக நீதியின் பாலும் மனித உரிமைகளின் பாலும் சமவழிவகை கிடைக்கச் செய்வதே. எந்த வகைமையான குடிமகனுக்கும் முன்னுரிமை கிடையாது. இன்று நாம் பெற்றுள்ள குடிமக்களில் அநேகமாக 50% தங்களது தவறின்றி, கல்வியின்றி உள்ளனர். நம் ஜனநாயகத்தை எவ்வளவு மோசமாக வரையறுக்கிறோம் என்பதன் பிரதிபலிப்பே இந்த இல்லாமை மற்றும் அதன் பொதுவான ஏற்புநிலை.

அதிகமான இன்னும் அதிகமான எண்ணிக்கையில் நிலவுகின்ற நிறுவனங்களைப் படியாக்கம் செய்வது ஒரு தீர்வில்லை. சமீப காலங்களில் முளைத்துள்ள இரு மையக்கருத்துகளிடம் நாம் திரும்பவேண்டியுள்ளது. அவை தீர்மானகரமாக இல்லாமல் அதன் காரணமாக கல்விக்கான திட்டத்தை வடிவமைப்பதைத் தடுக்கின்றன. ஒன்று, கல்வியின் உள்ளடக்கத்தை அதன் நோக்கத்துடனும் செயல்பாட்டுடனும் தொடர்புபடுத்தும் பிரச்சனை; இன்னொன்று, பல்வேறு மட்டங்களில் கற்பிக்கும் மொழி, என்னும் சிக்கலான ஆனால் தொடர்புடைய பிரச்சனை. இதுவரையும் கற்றறியாத சமூகப் பகுதிகளின் திறனைக் கண்டறிந்திட, மிகக்குறைந்த பொது அளவுகோலைத் தாண்டிய, அனைவருக்குமான கல்வி இருக்கவேண்டும். இது நிகழாமலிருப்பது, கல்வி கற்ற வாக்காளரின் சாத்தியப்பாட்டால் அரசியல் கட்சிகள் மிரளுகின்றனவோ என வியப்படைய வைக்கிறது. கல்வியின் உள்ளடக்கம் புதிய சிந்தனையை ஊக்குவிப்பதை நோக்கி திருப்பிவிடப்படாததாலும், கல்வியின் மொழி போதாததாலும்கூட இது நிகழ்கின்றது.

கல்வியின் நோக்கம்-செயல்பாட்டினை மிகச் சாதாரணமாகக் கருதுகிறோம். அதற்கான நிதி ஒதுக்கீடு சொற்பம், அதுவும் அவ்வப்போது குறைக்கப்படும், அதனைத் தூக்கி எறிந்துவிடலாமா என்றெண்ணுகின்றனர். கற்பிப்பதில் மிகச் சாதாரணமாக இருப்பதாலேயே மக்கள் தொகையில் பாதிப்பேரே கற்றுள்ளதாக கூறிக்கொள்ள முடியும், இவர்களிலும்

பாதிப்பேரே ஏதோ பயனுள்ள கல்வியைப் பெறமுடியும். பெரும்பாலான பள்ளிகளில், பரிசோதனைகளில்லாமலேயே அறிவியல் கற்பிக்கப்படுகிறது, வரைபடங்களில்லாமல் புவியியல் கற்பிக்கப்படுகிறது; இத்தகு கல்வி மேலோட்டமான தகவலைத் தருவது தவிர்த்து வேறெந்த மதிப்பும் இல்லாதது. தரமான கல்வி அதிக எண்ணிக்கையிலானவர்களுக்கு கிடைக்குமாயின் மேலும் பல திறமைசாலிகள் கிடைப்பர். பொருளாதார வளர்ச்சியின் அடிப்படையான எளிய திட்டங்களையாவது அல்லது புதிய தொழில்நுட்பங்களையாவது முன்வைத்து, சமூக மாற்றத்திற்கான தேவையைப் புரிந்து கொள்வதாயிருக்கும்-நாம் ஏங்கும் சமூகத்தை நோக்கிச் செல்லும் நம்பிக்கை கிடைக்கும். தொழில்நுட்பரீதியில் முன்னேறிய நாடுகளில், பயன்படுத்தப்படும் கணினி மயமாக்குதல் போன்று தொழில்நுட்பத்தை வெறுமனே நகலெடுப்பதற்கும், நம் பொருளாதாரத்தில் மட்டுமல்லாது சமூகத்திலும் ஏற்படுத்தக் கூடிய மாற்றத்தை விசாரித்தறிந்த பிறகு, மேற்கொள்வதற்கும் இடையிலான வித்தியாசத்தை உணர்த்த விரும்புகிறேன். சமூக உறவுகளின் மீது இத்தொழில்நுட்பம் ஏற்படுத்தும் தீவிர தாக்கத்திற்கு ஆயத்தமாகும் வகையில், இவ்விளைவை நாம் புரிந்து கொள்ளவும் முன்னுணரவும் வேண்டியுள்ளது. விளைவுகளைக் குறித்த புரிதலின்றியும் அவற்றிற்கான ஆயத்தமின்றியும் நாம் மேலோட்டமாக கருத்தினை மேற்கொண்டுள்ளோம்.

ஒவ்வோர் அரசாங்கமும் கல்வியின் மோசமான தரம் குறித்தும் கல்வி நிறுவனங்களின் செயல்பாடு குறித்தும் கவலைப்படுவதாகக் கூறிக்கொள்கிறது ஆனால் திறன்மிகு மாற்றமெதுவும் செய்யப்படவில்லை. இதுவரையிலும் ஒரு அரசாங்கமும் கல்வியை நிறுவி மேம்படுத்துதல் நிகழ்ச்சி நிரலைத் தீவிரமாக அணுகியிருக்கவில்லை. நாம் சுவீகரித்து மறுமதிப்பீடு தேவைப்படுவதற்கும், தரமான கல்வியிலிருந்து நம்மை வெளியேற்றுகின்ற, தற்போதைய பெருந்திரள் சித்தாந்த உந்துதல்களுக்கும் இடையில் நாம் சிக்கியிருக்கிறோமா? பள்ளிகள், கல்லூரிகள், பல்கலைக்கழகங்களின் எண்ணிக்கை அதிகரித்துள்ளதை மேற்கோள்காட்டுவது, கல்வியை உருவாக்கிடும் அளவுகோல் பற்றி நமக்கு அவ்வளவாகத் தெரிவிக்காது. தான் வாழும் உலகம் குறித்த சிறு புரிதலை

அறிவு பாரம்பரியமாக | 213

ஒவ்வொரு இந்தியனுக்கும் அளிப்பதில்தான் மேம்பாடு இருக்கும்.

பிரச்சனையின் ஒருபகுதி, கல்வியின் உள்ளடக்கத்தில் தொழில்துறை சாராதவர்களிடமிருந்தான தலையீட்டில் இருக்கிறது. விசாரணையை மறுதலிப்பது, கல்வியின் நோக்கத்தை எளிதாகக் கவிழ்த்துவிடும்; கற்பிக்கப்பட்ட உள்ளடக்கத்தை நீர்த்துப் போகச் செய்தல் அல்லது பொய்மைப்படுத்தல் போல. இன்றைக்குப் பள்ளிகளில் இவற்றில் ஏதும் இல்லாமலில்லை. ஆசிரியர்கள் பெறுகின்ற மோசமான பயிற்சி-அப்படி ஏதேனும் இருப்பின்-அவர்கள் கற்பிக்கின்ற பாடநூல்களின் தரம் என்பவற்றிலிருந்து இது வெளிப்படும். நிர்வாகிகள், கல்வி நிறுவனங்களைத் தனிப்பட்ட பேராசைகளுக்கான படிக்கற்களாகக் காண்கின்றனர், இதனால் நிறுவனம் பாதிக்கப்படுகிறது. அரசியல்-மத நிறுவனங்கள், பாடத் திட்டம், வாசிக்கவேண்டியவற்றின் பட்டியல், பாட நூல்களின் உள்ளடக்கத்திலிருந்து நீக்கங்களைக் கோருகின்றன. இன்னொரு மட்டத்தில், ஆசிரியர்கள் நியமனங்களில் தலையிடுகின்றன. குறிப்பிட்ட சித்தாந்தத்துடன் நெருங்கி இருப்பது, நடவடிக்கையின் உந்து சக்தியாகிறது. நான்கு தசாப்தங்களுக்கு முன்னர் இது அவ்வளவாகத் தென்படவில்லை, ஆனால் சமீப காலங்களில் பெருமளவுக்கு அதிகரித்துள்ளது. கெடுவாய்ப்பாக பல கல்வியாளர்கள் இதனை அறிந்திருந்தாலும், எதிர்க்கத் தயங்குகின்றனர்.

பாடத்திட்டத்திலுள்ள ஒரு பகுதி தம்மத உணர்வுகளைப் புண்படுத்துவதாகக் கூறி, டெல்லி பல்கலைக்கழக மாணவர்களின் ஒரு குழு நடத்திய வன்முறைப் போராட்டத்தால், கல்வி வளாகக்குழு அதனை நீக்கியது-பாடத்தைக் கற்பிக்க அது முக்கியமானதாக இருந்தும். அரசியல் ஆதரவுடைய கும்பல்களின் மிரட்டலுக்கு பல்கலைக்கழகம் பணிந்தது; இத்தகு கோரிக்கைகளுக்கு இணங்குவதால் உண்டாகும் அறிவார்த்த சேதாரத்தையும் புரிந்து கொண்டதா? இங்கேதான் விவாதம் வாயிலான முடிவு தேவைப்படுகிறது. முந்தைய காலங்களில் சாமர்த்தியமிக்க துணைவேந்தர்கள் இப்பிரச்சனைகளைச் சமாளித்தனர், இத்தகைய தலையீட்டை அனுமதிக்காதிருக்க வழிமுறைகளைக் கண்டனர். ஆனால் சமீப காலங்களில், துணை வேந்தர்களும் நிர்வாகத் தலைவர்களும், சில நேர்வுகளில் அவர்களே பிரச்சனையின் பகுதியாக உள்ளனர்.

ஆசிரியர்கள், மாணவர்கள், நிர்வாகமும், நிதிதருவோர் என்ற நான்கு உறுப்புகளை பல்கலைக்கழகங்கள் கொண்டுள்ளன. உலகின் மிகச்சிறந்த பல்கலைக்கழகங்களில், அரசோ தனியாரோ, நிதிதருபவர் கல்வித்துறை விஷயங்களில் தலையிட அனுமதிக்கப்படுவதில்லை. ஆனால் நம் பல்கலைக்கழக அமைப்பின் வேர்கள், காலனிய நிர்வாகத்தில் இருப்பதால், அதிகாரத்திலிருப்பதாக அல்லது அதிகார நாட்டமுள்ளவராகக் கூறிக் கொள்வோரின் குறுக்கீட்டிற்கு பழகிப் போனவர்களாயிருக்கிறோம். இது நமது முதல் குடியரசுத் தலைவர் சர்வபள்ளி ராதாகிருஷ்ணனால் எச்சரிக்கப்பட்டது: "உயர்கல்வி சந்தேகத்திடமின்றி அரசின் கடப்பாடு ஆகும், ஆனால் அரசின் உதவியை, கல்வித்துறைக் கொள்கைகள்-நடைமுறைகள் மீதான அரசுக் கட்டுப்பாட்டுடன் குழம்பிக் கொள்ளக் கூடாது." பல்கலைக்கழக நிர்வாகம், லட்சிய ரீதியில் பொறியமைவை இயங்கச் செய்யும் பணியாக இருக்கவேண்டும்; துணைவேந்தரோ நிர்வாகத்திலுள்ள வேறு யாரோ, தன் அதிகாரத்தை உறுதிப்படுத்த கல்வி விஷயங்களில் தன் பிரதானத்தைக் கூறிக் கொள்ளக் கூடாது.

அப்படியாயின் பல்கலைக்கழகத்தின் முக்கிய மையம், கற்பிப்பவரையும் கற்பவரையும் பற்றியதாக இருக்கவேண்டும். இம்மையத்தின் அக்கறை, தேவைப்படும் தகவலாக என்ன கற்பிக்கப்படுகிறது, புதிய கருத்துகள்-முறைகள் மூலம் அறிவைத் தேடியறிவு எப்படி என்பதாக இருத்தல் வேண்டும். எடுத்த எடுப்பிலேயே நான் குறிப்பிட்டபடி, விரிவான தளத்தில் இதன் உத்தேசம், கல்விகற்ற பொதுமக்களை உருவாக்குவது, ஆகவே பொறுப்புள்ள குடிமக்களை உருவாக்குவதாக இருந்தது மற்றும் இருக்கிறது; குறிப்பான நிலையில், அறிவின் முன்னேற்றத்திற்கு பங்களிப்புச் செய்யவேண்டும். புதிய சிந்தனையைத் தூண்டுவதும், தேவைப்படும்போது மரபு வழிச் சிந்தனையிலிருந்து அதிருப்தி கொள்வதும் இந்நிகழ்வுப் போக்கின் அடிப்படை. சிந்தனைச் சுதந்திரத்தை வளர்த்தெடுக்கும் வெளியாக அமைவது பல்கலைக்கழகத்திற்கு அடித்தளமாகும். இது எங்குமுள்ள சிறந்த பல்கலைக்கழகங்களின் ஆதார நிலையாக இருந்து, உலகம் குறித்த நமது புரிதலையும் அறிவையும் ஒவ்வொரு துறையிலும் முன்னேற்றியுள்ள ஆய்வைத் தந்துள்ளது. பல்கலைக்கழகங்களின் செயல்பாட்டில் சுயாட்சி அத்தியாவசியமானது; சிந்திக்கவும்

பேசவும் விவாதிக்கவும் சுதந்திரமுள்ள இடங்களாக இருந்திடும் தம் உரிமையை அவை பாதுகாக்கவேண்டும். ஜவஹர்லால் நேரு பல்கலைக்கழகத்தில் நாங்கள் முயன்று கொண்டிருந்தது இதனையே என்பதைப் பின்னர் விளக்க முற்படுவேன்.

கல்வியின் அடித்தளங்களை நிறுவிடும் தொடக்க-உயர்நிலைப் பள்ளிகளிலாயினும், நாட்டில் கல்வியைத் திட்டமிடலும் அதற்கு நிதிவசதி செய்வதும் மிகவும் போதுமானதாக குவிமையம் கொண்டதாக இருக்கமுடியும். அரசுப் பல்கலைக்கழகங்கள் நிதிவசதியின்றி வசதிகளின்றித் தவிக்கின்றன. இதற்கான மாற்று தனியார் கல்லூரிகளும் பல்கலைக்கழகங்களும் என்றெண்ணப்படுகிறது. ஆனால் சில தனியார் முதலீட்டாளர்களுக்கு கல்வி ஒரு தொழிலாகியுள்ளது. கல்லூரிகளும் பல்கலைக்கழகங்களும், துறைகள் என்பதை விடவும் ஆலைகளாக நடத்தப்படுகின்றன; நிதிதருவோரின் பிரதான அக்கறை முதலீடும் ஆதாயமும், நிதியின் பேராசை மேலோங்கி, இத்தகு இடங்கள் தகுதிமிக்கவர்களுக்குத் திறப்பதில்லை - தேவைப்படுகின்ற பெருந்தொகையை தந்தால் ஒழிய. இம்மாற்றுகள் நிபுணத்துவமிக்கவர்களையும் பொறுப்புள்ள குடிமக்களையும் நமக்கு அளிக்கின்றனவா? விளம்பரங்களில் பெரிதும் வாக்குறுதி தரப்படுவது கற்றலுக்கும் அறிவுக்குமல்ல, மாறாக வெற்றிக்கே-வெற்றியின் பொருள் என்பது நமக்கெல்லாம் தெளிவாயிருக்கிறது.

★

இந்த ஆண்டுகளில் நாம் மிகக்குறைந்த எழுத்தறிவுள்ள நாடுகளிடையே தங்கியிருக்கிறோம். எழுத்தறிவுகூட, ஆரம்பக்காலடியே என்பதால், கல்விகற்ற மக்களுக்கான சோதனை இல்லை. கல்வியின் உறுப்புகளில் இரண்டினை அத்தியாவசியமானவையாக விவாதிப்பேன். எளிமையாகச் சொல்வதானால், ஒன்று அறிவுக்கான வழிவகை, மற்றது அவ்வறிவின் தொடர்புறுத்தல்.

அறிவுக்கான வழிவகைக்கு கற்பிக்கப்படும் விஷயம் குறித்து இதுவரையிலான தகவலைப் பெற்றிருக்க வேண்டும்; நிலவுகின்ற அறிவு இன்னும் செல்லுபடியானதாக இருக்கிறதா அல்லது புதிய அறிவால் இடப்பெயர்ச்சி செய்யப்பட்டுள்ளதா என்று கேள்வி கேட்பது அவசியம் என்கிறது. நாம் வாழும் உலகினைப் பற்றி அறிதலுடனும் நம் அண்டை அயலாருடனான

பண்பாடுகளுடன் எப்படித் தொடர்பு கொள்கிறோம் எனத் தொடங்க முடியும்.

ஆர்வத்தை உருவாக்குவது, பெரியதொரு காலடி நம் அண்டை வீட்டாரால் விவாதிக்கப்படுபவற்றுக்குக் கூட நாம் ஆர்வம் காட்டுவதில்லை, எளியதொரு எடுத்துக்காட்டைத் தருவதானால். பக்கத்து நாடுகளிலுள்ள பள்ளிகளிலும் பல்கலைக்கழகங்களிலும் உள்ள பாடத்திட்டங்கள் பற்றி கடைசியில் நாம் தீவிர ஆய்வு செய்தது எப்போது? இந்நாடுகளில் கற்பிக்கப்படுபவை, அவர்களது கண்ணோட்டத்தையும் அண்டை நாட்டாரிடத்தேயான அணுகுமுறைகளையும் பற்றி நமக்குத் தெரிவிக்கும்-அந்த அண்டை நாட்டார்களில் நாம் ஒருவர். பாடப் புத்தகங்களில் எவற்றைச் சேர்ப்பது மற்றும் ஏன் என்பது குறித்த சர்ச்சைகளில் அவர்களும் ஈடுபட்டிருப்பார்கள்-நமக்கு இணையானவை என்பதால், அச்சர்ச்சைகள் நமக்கு ஆர்வத்தை ஏற்படுத்துபவையாக இருக்கும். கல்வித் திட்டங்கள் குறித்த ஆய்வு நாம் நம்மை எப்படிப் பார்க்கிறோம், மற்றவர்கள் நம்மை எப்படிப் பார்க்கிறார்கள் என்பது பற்றி நமக்கு நிறையவே சொல்லும்.

கல்வியின் தரம், மாணவர்களால் பெறப்படும் தகவலின் அளவை வைத்து மட்டும் தீர்மானிக்கப்படுவதில்லை. மிகவும் முக்கியமானது அவர்கள் விமர்சனபூர்வமாகச் சிந்திக்க கற்பிக்கப்பட்டுள்ளனரா என்பது. ஒவ்வொரு கல்வி வடிவத்திற்கும் அத்தியாவசியமான விமர்சன விசாரணை நிகழ்ச்சிப் போக்குடன் மாணவர்கள் பரிச்சயம் கொண்டுள்ளனரா? இது ஒவ்வொரு ஆய்வுப் பொருளுக்கும் அநேகமாக ஒவ்வொரு மனித நடவடிக்கைக்கும் பொருந்தும். இது கேள்விகள் கேட்பதுடன் தொடங்குகிறது, அவற்றிற்கான பதில்கள், விசாரணை செய்யப்படும் விஷயத்தின் மீதான அறிக்கைகளாக அமையும்; இவற்றைத் திரும்பவும் கேள்விக்குள்ளாக்கி, பகுப்பாய்வு செய்யமுடியும். எது தர்க்க ரீதியிலான வாசகம், எது அப்படியில்லை என்னும் எளிய விளக்கம் தொடக்கமாயிருக்க முடியும். விமர்சனபூர்வ விசாரணை என்றால் என்ன அர்த்தம் என்பதை முதலில் ஆசிரியர்கள் புரிந்து கொண்டிருக்க வேண்டும்.

மேலும் குறிக்கோளுள்ள தொடக்கம், முதலில் ஆசிரியர்களுக்குக் கற்பித்து தொடங்கப்பட முடியும். விஷயஞானமிக்க ஆசிரியர்களைத் தவிர்த்து வேறு யார் இந்த பயிற்சியைச்

செய்யமுடியும்? இதற்கு விரிவான நிதிவசதி தேவையில்லை- எப்போதும் அந்தக் காரணமே சொல்லப்படும். எதுவாயினும் ஆசிரியர்களைப் பயிற்றுவித்து, கற்பித்தலுக்குப் பாட நூல்கள் எழுதப்பட வேண்டும். வெறுமனே தகவல்கள் அளிப்பதுடன், இன்னும் சில நேர்வுகளில் தவறான தகவல்கள் அளிப்பதுடன் நின்று விடுவதற்குப் பதிலாக, கேள்விகள் கேட்க, விமர்சன பூர்வமாகச் சிந்திக்க, விசாரணை முறைகளில் பரிச்சயம் கொள்ள, ஆசிரியர்கள் பயிற்றுவிக்கப்பட முடியும்; பாடநூல்கள் மாணவர்களுக்கு தகவலளித்து, தாம் என்ன கற்கிறோம் எனக் கேள்விகள் கேட்குமாறு ஊக்குவிக்கவேண்டும். மிகவும் சிக்கலான கற்பித்தல் கருவி, பாடநூல்கள் எழுதுவதாகும்; இருந்தும் எல்லாவிதமான முட்டாள்தனங்களையெல்லாம் எப்படிப் பாட நூல்கள் என அனுமதிக்கிறோம் என்பது ஆச்சரியகரமானது. அறிவைத் தொடர்புறுத்தவும், கல்வியை முன்னெடுக்கின்றவரிடத்தே அதன் சமூக மதிப்பை விளக்கவும் விரிவான, ஊடுருவித் தெரிவதான உறுதிப்பாடு அதற்குத் தேவை. நன்கு பயிற்றுவிக்கப்பட்ட ஆசிரியர்கள் பெற்றோராலும் மற்றோராலும் சிறப்பாகப் பாராட்டப்பட, அதன் காரணமாக தற்போதுள்ளதை விட அதிக மதிப்பினைப் பெறுவர்.

விமர்சனபூர்வ விசாரணை என எதனை அர்த்தப்படுத்துகிறேன், அது கல்வியின் சாரம் என்று ஏன் சிந்திக்கிறேன்? அறிவைப் பெறப் பயன்படுத்தப்படும் விசாரணை குறித்த விழிப்புணர்வு இருந்தாலொழிய, கற்றலும் அறிவைப் பெறலும் முழுமை அடையாது. இதனை ஒரு சிந்தனை நிகழ்வுப் போக்காகவும், அனைத்துப் பாடங்களுக்குப் பொருத்தமுடையதாகவும் கற்பிக்க வேண்டும். கேள்விகள் எழுப்புவதற்கான சுதந்திரத்தையும் விசாரணையை அதிகப்படுத்தும் கேள்விகளைத் திருப்பிவிடும் சுதந்திரத்தையும் அது எடுத்துக் கொள்ளும். இத்தகு பயிற்சி இன்னொரு வகையில் உதவும். ஒவ்வொரு விசாரணையும் உணர்த்தப்பட்ட விளக்கங்களை மதிப்பீடு செய்வதில் ஈடுபடுகிறது. எல்லா விளக்கங்களும் சம அளவிலான நியாயத்தைக் கொண்டிருப்பதில்லை. சிலவற்றிற்கு அளிக்கப்படும் முன்னுரிமை, ஒரு தெரிவையும் சில ஏன் தெரிவு செய்யப்பட்டன, மற்றவை ஏன் நிராகரிக்கப்பட்டன என்பதற்கான விளக்கத்தையும் பெற்றிருக்கும். இதற்கு விமர்சனபூர்வ விசாரணை அவசியம்.

இம்முறை பொது அறிவிலிருந்து பிறக்கிறது. தரவுகளைச் சேகரித்து, அதன் நம்பகத்தன்மையை உறுதிப்படுத்துவதுடன் இது ஆரம்பிக்கிறது. இந்நிகழ்வுப் போக்கில் சில புனைவு குறுக்கிடலாம், ஆனால் சான்றிலிருந்து புனைவு பிரித்தறியப்பட வேண்டும். விளக்கக் கோட்பாடுகளுக்குத் தேவையான காரணகாரியத் தொடர்புகள் பெரிதும், தர்க்கபூர்வ வாதம் மற்றும் பகுத்தறிவுச் சிந்தனையிலிருந்து வருகின்றன; வாதத்திற்கு வெளிச்சம் பாய்ச்சுமாயின் அவ்வப்போதான கற்பனையின் பாய்ச்சல் அனுமதிக்கப்படலாம். தகவல் மற்றும் பகுப்பாய்வின் புதுமுறைகள் சார்ந்த புதிய கண்டறிதல்கள் தொடர்ந்து நிகழ்கின்றன. இதனால் அறிவின் ஆதாரங்களது வரிசை விரிவடைகிறது; நிலவுகின்ற தகவல் புதியவற்றுடன் நிறைவடைய வேண்டியிருக்கிறது, தேவைப்பட்டால் மாற்றியமைக்கப்படும்.

தொல்வரலாற்றிலான எனது நிபுணத்துவத்திலிருந்து இதனை விளக்கிக்காட்ட முயலுகிறேன். ஒரு பாடநூலில் சொல்லப்பட்டது ஆதாரமாயிருந்த காலமுண்டு. கி.மு. 5-ஆம் நூற்றாண்டைச் சேர்ந்தவரும், வரலாற்றின் தந்தை என மக்களால் விவரிக்கப்படுபவருமான ஹெரோடட்டஸ், சில நேர்வுகளில் வதந்தியால் வரலாற்றை இடப்பெயர்ச்சி செய்தார் என அவரது காலத்தவர் சிலரால் குற்றஞ் சாட்டப்பட்டார். அவர் வதந்தியை சான்றாகப் பயன்படுத்தினார்-வதந்தி சான்றில்லை. இதே குற்றச்சாட்டு, ஆரம்பகால அரசுகள் மற்றும் சுல்தானிய அரசுகள் இரண்டும் சார்ந்த இந்திய அரசவைகளின் சரிதங்கள் சிலவற்றின் மீது சுமத்தப்பட்டது. இருப்பினும், இரு நூற்றாண்டுகளுக்கு முன்னர் வரை, இவ்வாதாரங்களிலிருந்தான எடுத்துரைப்புகள் வரலாறாக சொல்லப்பட்டு வந்தன, விவரிக்கப்பட்டு வந்தன. இவற்றின் எடுத்துரைப்புகளை வரலாறாகக் கருதும் முன்பு, இன்றைய வரலாற்றாசிரியர்கள் இப்பிரதிகளின் நம்பகத்தன்மை குறித்து விசாரணை செய்யவேண்டியுள்ளது. இதர ஆதாரங்களைக் கொண்டு பிரதியைச் சரிபார்க்க வேண்டும். இவை வரம்புக்குட்பட்டதாக இருக்கும் பட்சத்தில், அகதா கிறிஸ்டியின் துப்பறிவாளர் ஹெர்கூல் பாய்ராட்டின் உத்தியை மேற்கொள்ள வேண்டும்-ஒரு தீர்வினைக் கண்டறியும் எதிர்பார்ப்புடன் ஒரு கருதுகோளை ஒன்றிணைக்க முற்படவேண்டும்.

ஆகவே, வரலாற்றாளன் பிரதியைக் குறுக்கு விசாரணை செய்யவேண்டும், ஆசிரியரையும். சாதி, தொழில், குடும்பம்,

மதம், வசிப்பிடம், கல்வி போன்ற ஆசிரியரின் சமூகவியல்-அறிவார்த்தப் பின்புலம் என்ன? அவரது பின்புலம் அவர் எழுதியதில் செல்வாக்குச் செலுத்தியதா? அவரது அறிவார்த்தச் சார்புகள் என்ன? பிரதியின் வரலாற்றுச் சூழல் என்னவாயிருந்தது? யார் அதனை வாசித்தார், ஏன்? பிரதியின் உத்தேசம் என்ன-வெளிப்படையாயும் மறைமுகமாயும்?

கடந்தகாலங்களில், ஒரு பிரதியின் மொழியை அறிந்திட, அதனைத் தகவலுக்கான ஆதாரமாகப் பயன்படுத்தினால் போதுமானதாயிருந்தது. இப்போது மொழியைவிடவும் அதிகமாக அறிந்துகொள்ள வேண்டியிருக்கிறது. மொழியியல் நிபுணர்கள், ஒரு மொழியின் பல்வேறு பரிமாணங்களைப் பற்றி நமக்குக் கூறுகின்றனர்-ஒரு மொழி இன்னொன்றின் மதிப்பைக் கொண்டு செல்லும், அதன் அண்மையில் அது பயன்படுத்தப்பட்டிருக்கலாம் என்பது போல. எடுத்துக்காட்டாக, வேதகால சமஸ்கிருதத்தில் திராவிட அம்சங்கள் உண்டு எனச்சிலர் வாதிடுகின்றனர். இது, இருமொழி பேசுபவர்களுக்கிடையிலான பண்பாட்டு கலந்துறவாடல் குறித்த புதிய கேள்விகளுக்கு இட்டுச் செல்கிறது. இன்னொரு ஆதாரம் தொல்லியல்; அதே காலத்தைச் சேர்ந்த இடத்தில் அகழ்வாய்வு செய்தவற்றுடன் பிரதியில் விவரிக்கப்பட்டுள்ளவற்றை ஒப்பிடலாம். மத்திய தரைக்கடல் பகுதியைச் சேர்ந்த மதுக்குடுவைகள், கேரளாவின் பட்டணம் போன்ற இடங்களில் கண்டறியப்பட்டுள்ளன-செங்கடல் வணிகத்தைக் குறிப்பிடுவதான கிரேக்க மற்றும் தமிழ் ஆதாரங்களுடன் அவற்றை ஒப்பிடமுடியும். இப்போது தொல்லியல் கண்டுபிடிப்புகள், பல்வேறு அறிவியல் உத்திகளைக் கொண்டு பரிசீலிக்கப்படுவதால், தொடர்புடைய அறிவியலில் தொல்லியலாளர் பரிச்சயம் கொண்டிருக்க வேண்டியுள்ளது. எடுத்துக்காட்டாக, சட்லெஜ் நதிக்கரை குடியிருப்புகள் பற்றி ஆராய்கின்ற தொல்லியலாளர், நீரியல் நிபுணர்களை கலந்தாலோசிக்க வேண்டியுள்ளது ஏனெனில் இந்த நதி, ஒரு தடவைக்குமேல் தன் போக்கினை மாற்றியுள்ளது. வரலாற்றில் மக்களில் புலம்பெயர்தல் ஆய்வு செய்யப்படுகையில், அவற்றின் DNA பகுப்பாய்வுகளும் மரபணுவியலும் வாதத்தின் அங்கமாகிவிடுகின்றன. கடந்த காலத்தின் கப்பல் போக்குவரத்து-கலம் செலுத்தல் பற்றிய தொழில்நுட்ப விபரமின்றி, கடல் வணிகத்தை விளக்க இயலாது.

தகவல் பெறுகின்ற இத்தகு முறைகள் ஒரு புறமிருக்க, சமூகங்களின் ஒழுங்கமைவு-செயல்பாடுகளை விவரிக்கும் கோட்பாடுகளின் துணையுடன் வரலாறு இப்போது விளக்கப்படுகிறது. எனவே வரலாற்றாசிரியர்கள் பிற சமூக விஞ்ஞானிகளுடன் உரையாடல் நடத்துகின்றனர். வரலாறு மீதான மக்களின் கண்ணோட்டம், பல்துறை ஆய்விலும் விசாரணை உத்திகளிலும் பயிற்சி பெற்றுள்ள வரலாற்று ஆசிரியர்கள் மற்றும் வரலாற்றாசிரியர்களாகக் கூறிக்கொள்ளும், முற்றிலும் பயிற்சியற்ற, தன்னார்வலர் கூட்டம் ஆகியவர்களுக்கு இடையிலான பிளவை இன்னும் உணராதிருப்பதுதான். விமர்சனபூர்வ விசாரணை அடிப்படையிலான கல்வி, பகுத்தறிவு மீதான விவாதங்களையும் தொன்மம் அடிப்படையிலான வாதங்களையும் வித்தியாசப்படுத்தி அறிந்துகொள்ள, நிபுணத்துவமல்லாதவருக்கு துணை நிற்கும்.

பிரதிகளை விமர்சனபூர்வமாக பரிசீலிக்கும் முறைகள், சிலவேளைகளில் புதிய விலகல்களுக்கு இட்டுச் செல்லக் கூடியவை. இப்படித்தான் காலப்போக்கில், வாய்மொழி வரலாற்றின் முக்கியத்துவம், வரலாறு-இலக்கியத்தின் துணைப் பிரிவாக எழுந்திருக்கிறது-கடந்தகாலத்தைப் புரிந்து கொள்வதில் புதிய பரிமாணத்தைச் சேர்த்திருக்கிறது. எடுத்துக்காட்டாக, ஒரு காலத்தில் வாய்மொழி ஆவணங்கள் புனைவென்று ஒதுக்கித் தள்ளப்பட்டன, ஆனால் இப்போது விசாரணை உத்திகள் வளர்ந்து, வாய்மொழி வரலாறுகளை நுணுக்கமாகப் பரிசீலித்து, வரலாற்றுத் தகவல் பெறுகின்ற நிலையில் உள்ளது. அவற்றில் உள்ளவற்றை அப்படியே எடுத்துக்கொள்ள முடியாது எனினும், பகுப்பாய்வு முறைகள் சில வரலாற்றுக் குறிப்புகளைத் தரமுடியும். நவீன வாய்மொழி இதிகாசங்களில் மேற்கொள்ளப்பட்ட ஆய்வு முறைகள், கடந்த காலத்து இதிகாச இலக்கியத்தில் மேற்கொள்ளப்பட்டபோது, சுவையான விளைவுகள் கிட்டியுள்ளன.

தவிர்க்க முடியாதபடி, புதிய கோட்பாடுகள் முன்மொழியப்படுகையில் சர்ச்சைகள் பெருகும். அவற்றை கல்விவளாக விவாதங்களால் அல்லது புதிய சான்றினைக் கண்டறிதலால் மட்டுமே தீர்க்க முடியும். அறிஞர்களுக்கும் சர்ச்சையாளர்களுக்குமிடையிலான முரண்பாடு பொதுவெளியில் அடிக்கடி எழும், அவற்றில் சில அரசியல் சித்தாந்தங்களுடன் பிணைப்புக் கொண்டிருக்கும். இந்தியாவில், வரலாற்று

விளக்கத்தின் மீதான சர்ச்சை, தேசிய அடையாளத்தினை வரையறுப்பதுடன் பிணைந்திருக்கிறது-அது சமயச் சார்பற்ற அடையாளமாயிருக்க முடியும் அல்லது மதத் தீவிரவாதத்தை அங்கீகரிப்பதுடன் இணங்குவதாய் இருக்க முடியும்.

சோவியத் ஒன்றியத்தில் வேளாண் உயிரியலாளர் டிரோஃபின லைசென்கோவின் மரபணுக்களை மாற்றும் திட்டம் மரபணுவியலுடன் பிணைக்கப்பட்டு, சமூக மாற்றம் குறித்த சாத்தியமான சிந்தனை முறையாக முன் நிறுத்தப்பட்டது. அமெரிக்காவில் *Scopes Monkey Trial*, கடவுள் மனிதனைப் படைத்தார் என்று பைபிளில் கூறப்பட்டிருப்பதை எதிர்ப்பதாகப் பார்க்கப்பட்ட, டார்வினின் பரிணாமவாதக் கொள்கை மீதான தாக்குதல்களில் தொடர்பு கொண்டிருந்தது. இத்தகு சூழல்களில் பாடநூல்களே பலியாகின்றன. லட்சிய ரீதியில் அவை தொழில்துறையினரிடம் விடப்பட வேண்டும். மாறாக, பாடநூல்களின் உள்ளடக்கத்தைத் தீர்மானிப்பதில் அனைத்து வகையினரும் ஈடுபடுகின்றனர். பெரும்பாலானவர்கள் துறையின் புதிய அறிவு பற்றி அறியாமை மிக்கவர்களாக உள்ளனர். அவர்தம் ஒரே நோக்கம் சித்தாந்த நிகழ்ச்சி நிரலை தள்ளிவிடுவதே.

சமீபத்தைய தசாப்தங்களின் பொதுத்தேர்தல்களில், ஒத்திராத சித்தாந்தங்களையுடைய வெவ்வேறு அரசியல் கட்சிகள் அரசாங்கத்தை அமைக்க ஒன்றிணைகின்றன. சில கல்வியின் உள்ளடக்கத்தில் தலையீட்டை வற்புறுத்துகின்றன; நோக்கம், அறிவைத் தேடுவதல்ல மாறாக, மக்கள் சிந்தனையைக் கட்டுப்படுத்தும் சித்தாந்த காரணங்கள். ஆக இந்தியாவை நிர்வகிக்கும் அரசியல் கட்சி மாறுகையில், மத்திய அரசுப் பள்ளிகளின் பாடநூல்களும் மாறுகின்றன. இது, அய்க்கிய மக்கள் கூட்டணி (UPI) தேசிய ஜனநாயகக் கூட்டணி / (NDA) அரசாங்கங்களில் அடுத்தடுத்து நிகழ்ந்தது. ஏற்கனவே நான் குறிப்பிட்டுள்ளது போல, அரசியல்வாதிகள், நிர்வாகத்துறையினர், அவர்களின் எடுபிடிகள் வரலாற்று ஆய்வுடன் தொடர்பே இல்லாத, பல்வேறான மத நிறுவனங்கள் என வரலாறு சாராதவர்களின் கூட்டம், பாடநூல்களில் தம் கருத்துகள் இடம்பெறவேண்டுமென்று கோருகின்றது. மதங்களைச் சந்தைப்படுத்தல், வாக்குகளைத் திரட்டுதல் என்னும் தமது விவகார எல்லைகளுக்குள் நின்று கொண்டு, கல்வியின் உள்ளடக்கம் மீதான கட்டுப்பாட்டைத் தொழில்

ரீதியில் தகுதியுடையவர்களிடம் அவர்கள் விட்டுவிடவேண்டும் என விரும்புகிறோம். எனவேதான் 12 ஆண்டுகளுக்கு முன்னர் நாங்கள் பலர், பாட நூல்களைத் தயாரிக்கும் கல்வி ஆய்வு மற்றும் பயிற்சிக்கான தேசிய குழு (NCERT) அல்லது பல்துறைகளிலுள்ள ஆய்வுக் குழுக்கள், மத்திய அரசாங்கத்தால் கட்டுப்படுத்தப்படும் நிறுவனங்களாக இருக்காமல், குறிப்பிட்ட பாடத்தில் நிபுணத்துவமுள்ள கல்வியாளர்களின் கட்டுப்பாட்டில் கொண்டுவரப்பட வேண்டுமென்று வாதிட்டோம். ஆனால் ஆச்சரியப்பட முடியாதபடி, அதிகாரத்திலுள்ள யாரும் இதற்கு செவிமடுக்கவில்லை. புரவலர் ஆதரவுக்கான வழிவகையை இழக்க அரசியல்வாதிகள் விரும்புவதில்லை.

பள்ளி-கல்லூரியில் கற்பிக்கப்படுவதன் உள்ளடக்கம், ஓர் அரசியல் கட்சியின் சித்தாந்தத்தை முன்னெடுப்பதாக இருக்கவேண்டுமா அல்லது தொடர்புடைய பாடத்தின் நாளது தேதிவரையிலான அறிவைக் கொண்டிருக்க வேண்டுமா என்பது குறித்து நாமொரு முடிவு எடுக்க வேண்டியுள்ளது. இத்தெரிவு இதுவரையிலும் சமூக அறிவியல்களுக்கு முக்கியமாயிருந்துவந்ததேயொழிய அறிவியல்களுக்கல்ல. அறிவியல்களிலான குறுக்கீட்டைக் கண்டுகொள்வது இதுவரையும் அறிவியலாளர்களுக்கு அவ்வளவு ஆர்வமுடையதாக இருக்கவில்லை; அப்படியான குறுக்கீடு இல்லை என்பதால் அல்ல, பெரும்பாலான அறிவியலாளர்கள் தம் ஆய்வினை மதிப்புகளிலிருந்து நீக்கியதாகவும் முற்றிலும் சித்தாந்தத் தொடர்பற்றதாகக் கருதுவதாலும்தான். சிலர் அத்தொடர்புள்ளதாக எடுத்துக்காட்ட முற்பட்டுள்ளனர், பெரும்பாலோர் ஆர்வமற்றவர்களாகவே உள்ளதை, இது சமூக மாற்றத்தில் உள்ளார்ந்துள்ள அறிவமைப்பு என்பதை விடவும், தொழில்நுட்பமாகவே அறிவியல் இன்னும் பார்க்கப்படுவதால்தான் தானா?

★

நாம் கனவு காணுகின்றவாறு, கடந்தகாலத்தில் முரண்பட்டதாகத் தோன்றுவது, தற்காலத்திற்கு வடிவமளிக்க முற்படுவதாக உள்ளது. குறிப்பிட்ட அடையாளங்களை நிறுவிட முற்படும் அரசியல் சித்தாந்தங்கள், அடையாளத்தை ஆதரிக்க அறிவை விளக்குவதில் ஈடுபடுகிறது. இது பிறகு தேசம்-தேசியவாதம், ஜனநாயகம், சமயச் சார்பற்ற சமூக வாசிப்புடன் பிணைக்கப்படுகின்றன-இவையெல்லாம் நம்

பொதுவாழ்வுக்கு மையமானவை. பகுப்பாய்வு செய்து விவாதித்து இக்கருத்தமைவுகளைப் புரிந்துகொள்ள வேண்டுமேயொழிய, இவற்றை முழக்கங்களாகக் கருதுவதால் அல்ல. இவ்விவாதத்திற்கு அடிப்படையானது, தகவலறியும் உரிமையும் கேள்விகள் கேட்கும் உரிமையும்.

குடிமக்கள் உரிமையை வளர்த்தெடுப்பதே உரிமைகள். தகவலறியும் உரிமை பொது வாழ்வுக்கு முக்கியமானது. தகவல் பெற்றிட கேள்விகள் கேட்கப்பட வேண்டும். எனவே கேள்விகள் எழுப்புவது, உடனிகழ்கால அரசியல்வாதிகள் சிலர் கருதுவது போல, தேசத்திற்கு எதிரானதில்லை-சிந்தனை நிகழ்ச்சிப் போக்கின் வேராக இருப்பது கேள்வி கேட்டல். சாக்ரடீஸின் கேள்விகளே கிரேக்க தத்துவச் சொல்லாடலை ஆரம்பித்து வைத்தன. புத்தர், சார்வாகச் சிந்தனையாளர்கள், உபநிடத ரிஷிகள் சிலர் போன்றோரின் கேள்விகளும், வேறு பலரது கேள்விகளுமே இந்திய தத்துவார்த்தச் சிந்தனையை தூண்டிவிட்டன. மக்கள் கூடி கருத்துகளை விவாதிப்பதற்கான பூங்காக்கள் நகரில் இருந்தன. இவை குதூகலச் சாலைகள் எனப்பட்டன. பௌத்த, சமண விஹாரங்கள், பிற்கால பிராமண மடங்கள், சூஃபிகளின் கன்ஹாக்கள், பலவிதமான கோட்பாடுகளை விவாதிக்கும் இடங்களாயிருந்தன. சிந்தனையிலிருந்து எழுந்ததை நமதாக்கிக் கொள்கிறோம், ஆனால் கேள்வி கேட்பதில் உள்ளார்ந்துள்ள நிகழ்வுப் போக்கைக் கண்டு கொள்வதில்லை.

முன் நவீன மற்றும் நவீன கல்விக்கிடையே வேறுபாடு உள்ளது, பிரதிகளில் உள்ளதைக் கேள்வி கேட்பது முன் நவீனக் கல்விக்கு அந்நியமானது என்று அடிக்கடிக் கூறப்படுகிறது. புதிய கேள்விகளை ஊக்குவிக்காத ஆசாரவாத மரபுகளிலிருந்தே இப்பொதுமைப்படுத்தல் எழுகிறது. குறிப்பிட்ட மதத்தைப் பரப்புரை செய்யும் நிறுவனங்கள், அம்மதத்திற்குள் இளைஞர்களைக் கலந்துறவாட வைத்தன. அவை நிலவுகின்ற அறிவைக் கேள்வி கேட்க எப்போதும் ஊக்குவித்ததில்லை. அவர்கள் விரும்பிய கற்பித்தலில், முன் தீர்மானிக்கப்பட்ட கேள்விகளுக்கு முன் தீர்மானிக்கப்பட்ட பதில்கள் அளிக்கப்பட்டன. கற்றறிந்த சிலருடனே கேள்விகள் கட்டுண்டிருந்தன. இந்து, பௌத்த, சமண, இஸ்லாமிய, சீக்கிய, கிறித்தவம் என ஒவ்வொரு மதத்தின் பொருத்தமான மத அமைப்பு, தன் அமைப்புகளில் கல்வியின் உள்ளடக்கத்தை

கட்டுப்படுத்திற்று. விலகல்களோ மாற்று விசாரணைகளோ ஊக்குவிக்கப்படவில்லை. எனினும் விமர்சனபூர்வ விசாரணை, கருத்துகளைத் தேடியறிவதில் புதிய வழிகளை உணர்த்துகிறது- அவை மதம் மற்றும் சமூகம் சார்ந்ததாக இருப்பினும்; அவை நம் காலங்களுக்கு அல்லது தேவைகளுக்கு மிகவும் பொருத்தமானவையாக இருக்கக்கூடும்.

எனினும், உயர்சாதிகள், மேட்டுக்குடியினரின் அதிகாரத்துவ, சம்பிரதாய நம்பிக்கைகள் இருந்த போதும், விலகிச்சென்ற பிரிவுகளுக்கும், இந்நம்பிக்கைகளை கேள்விக்குள்ளாக்கியவர்களுக்கும் குறைவில்லை. அவர்கள் அறிவின் புது அம்சங்களில் ஆர்வம் கொண்டிருந்தனர், சமூக அமைப்புக்கு மாற்றுப்பாதைகளை அறிவித்தனர். பௌத்தர், சமணர், ஆசீவகர், சார்வாகர் போன்ற பல்வேறு சிராமண குழுக்கள் பிராமணிய நம்பிக்கைகளைக் கேள்விக்குள்ளாக்கின. எனவே இக்குழுக்கள், மிகவும் ஆசாரவாதிகளால் நாத்திகமானவை அல்லது நம்பிக்கையில்லாதவர்கள் என ஒதுக்கித் தள்ளப்பட்டன. பொது மக்களிடத்தே பொய்யான சித்தாந்தங்களைப் பரப்புரை செய்தல் என்னும் குற்றச்சாட்டு, பிராமண-சிராமண தர்மங்களுக்கிடையே திரும்பத்திரும்ப பரிமாறிக் கொள்ளப்பட்டன; எனினும், ‘சந்தேகம்’ அல்லது தர்க்கத்தைப் பயன்படுத்துதல் போன்ற வகைமைகளின் அர்த்தம் மீதான, அவற்றிற்கிடையிலான தத்துவார்த்த விவாதங்கள் உயரிய அறிவார்த்த ரீதியில் இருந்தன.

பிராமண-சிராமண தர்மங்களின் கிருபை 1500 ஆண்டுகளாக இருந்து வருகிறது, இன்னும் நீண்ட காலம் நீடித்திருக்கலாம். கி.பி. இரண்டாவது ஆயிரத்தின் ஆரம்பம் வரையும் பல பிரதிகளில் குறிப்பிடப்படுகிறது; இரு தர்மங்களுக்கு இடையிலான பகைமை போலவே, இந்திய மதம்-சிந்தனையின் பண்பு நலனாகக் கருதப்படுகிறது. மக்கள் மட்டத்தில் கடந்த ஆயிரம் ஆண்டுகளாக அடிக்கடி விவரிக்கப்பட்ட இந்து பலியாக்க காலமாயிருப்பினும், வரலாற்று விபரங்கள் இதனுடன் முரண்படுகின்றன. மத-தத்துவப் பிரிவுகள், அவற்றின் நம்பிக்கைகளின் குறிப்பாக, இந்துமதம் மற்றும் இஸ்லாம் போன்ற மதங்களைத் தோற்றுவித்த அவர்தம் பாசுரங்களும் பிரதிகளும் இருந்த திசையில், வளர்ச்சியில் வளமாயிருந்த காலகட்டம் அது. ஏற்கனவே நான் குறிப்பிட்டுள்ளவாறு, இப்பிரிவுகளை நிறுவியவர்கள், சமூக-மத

நிறமாலையினூடே நின்றனர், கற்றறிந்த புலமையாளர்களுடன் மக்கள் செல்வாக்குள்ள மதப்பிரதிகளை உருவாக்கியோரும் சேர்ந்திருந்தனர். உயர்சாதி மதத்தினரால் விலக்கப்பட்டிருந்த பெண்களும் தலித்துகளும் பிற கீழ்ச் சாதிகளும் இவர்களில் அடங்குவர். சில பிரிவுகள் குறிப்பிட்ட தெய்வத்திற்கு அர்ப்பணிக்கப்பட்டிருந்தன. வேறுபல பிரிவுகள் சம்பிரதாய மதங்களின் எல்லைகளை மீறி, அவற்றிற்கிடையிலான, ஒன்றன் மீது மற்றது படியும் பகுதிகளையும் பெரும் சீடர் கூட்டத்தையும் துலக்கிக் காட்டின. இந்த வெளியில் கிருஷ்ணனின் இஸ்லாமிய பக்தர்கள் இருந்தனர்-இவர்களில் ஒருவரான ரஷ்கானின் பாடல்கள் இன்றளவும் இந்துஸ்தானி இசையில் பாடப்படுகின்றன. கடைசி ஆயிரம் ஆண்டின் ஆசிரியர்கள், நம்பிக்கையின் புது குவிமையங்களை உருவாக்கி, நிலவுகின்ற மதங்களை வளப்படுத்தினர்-முன்னர் தூரமாக்கப்பட்டிருந்தோரை அது உள்ளீர்த்தது. இந்நடவடிக்கைகள் முந்தைய மரபார்ந்த அறிவை விரிவுபடுத்தின.

இக் கேள்விகேட்டல் இன்று நாம் புரிந்து கொண்டிருப்பதைப் போல, விமர்சனபூர்வ விசாரணையாக இருந்திருக்கத் தேவையில்லை; சம்பிரதாய அறிவை விசாரித்து மாற்றுகளை முன்வைப்பதாகவே இருந்தது. இப்பிரிவுகளை வெறுமனே தனியொரு மதத்தின் வடிவங்களாக முன்னிறுத்தத் தலைப்படுகிறோம். 14-ஆம் நூற்றாண்டைச் சேர்ந்த, இந்திய தத்துவார்த்த பள்ளிகளின் தொகுதியான *சர்வ தர்சன சங்கிரஹம்*, சார்வாக அல்லது லோகாயுத பள்ளி மீதான அத்தியாயத்துடன் ஆரம்பிக்கின்றது. அறிவின் மீதமைந்த விவாதங்களிலிருந்து பெற்ற, சுதந்திரச் சிந்தனையின் ஆரம்பப் பள்ளியாக இது இருந்தது-மரபார்ந்த ஆதாரங்களின் எதிர்ப்பு நிலவினும், பிந்தைய காலங்கள் வரை தொடர்ந்தது. கடந்த நூற்றாண்டில் எழுதப்பட்ட தத்துவவரலாறுகள் குறுகிய பாவ அறிக்கையிடத் தலைப்படுகின்றன. இருந்தபோதும் இத் தொகுதியின் ஆசிரியர் மாதவாச்சாரியர் தான் லோகாயத தத்துவத்தை ஏற்காதபோதும், அது அங்கீகரிக்கப்பட வேண்டும் என்கிறார்.

அறிவு சார்ந்த இவ்வணுகுமுறை இந்தியாவில் இப்போதெல்லாம் பின்பற்றப்படுவதில்லை-அதிலும் அதிகாரத்தில் உள்ளவர்களால். ஊடுருவித் தெரிவதான ஆதாரத்துடன் தர்க்கரீதியிலான வாதத்துடனும் பேசவும்/எழுதவும் மற்றும் ஒருவரது பார்வைகளை வற்புறுத்துவதற்கான சுதந்திரம், கோருவதற்கும்

பாதுகாக்கவும் சிரமமானதாயுள்ளது, ஆனால் நாகரிகமடைந்த சமூகத்தின் அத்தியாவசியப் பண்பாகும்.

இந்தியாவில் பகுத்தறிவுச் சிந்தனை-விசாரணையின் நீண்ட மரபு இருந்ததை சில அறிஞர்கள் சுட்டிக் காட்டியுள்ளனர். இத்தகு மரபுகள் எப்போதும், தத்துவார்த்த சிந்தனையின் வலுவான மையங்களுடன் இருந்ததால், இது எதிர்பார்க்கக் கூடியதாயிருந்தது. இம்மரபினை அதன் வரலாற்றுச் சூழலில் காணவும் பாடத்திட்டத்தில் பயன்படுத்தவும் வேண்டியுள்ளது. கடந்த காலத்தின் பாரம்பரியமான இது, சிந்தனையைத் தூண்டும் நோக்குநிலைகளைச் சுட்டிக்காட்டுகிறது-அவற்றில் சில, நாம் விடாது மேற்கோள் காட்டுபவற்றைச் சவாலுக்கு இழுக்கின்றன.

கல்வியின் உள்ளடக்கம் தொடர்புடை துறைகளின் தொழில் துறையினராலும் அறிஞர்களாலும் வரையறுக்கப்படவேண்டும் என நான் அர்த்தப்படுத்துவதையும் இது எடுத்துக் காட்டுகிறது. ஆரம்பகட்ட இந்திய கடந்த காலத்தில், தர்க்கம் மற்றும் பகுத்தறிவின் இந்த தத்துவார்த்த மரபை, தொழில்துறை அல்லாதவர் யாரும் உணர்ந்திருக்கவில்லை. உணர்ந்திருப்பினும், அறிவார்த்தப் போக்கின் பகுதியாக அதனை ஆக்கிடத் தயங்குகின்றனர். மரபார்ந்த இந்தியச் சிந்தனை பெரிதும் அறிவார்த்தத்திற்கு எதிரானது என்னும் கருத்து நம்மில் பதிக்கப்பட்டுள்ளது. எனவே இப்போது, கல்வித் திட்டத்தில் தர்க்கம், பகுத்தறிவு, விசாரணையைச் சேர்ப்பதை எதிர்ப்போர், அது இந்தியச் சிந்தனை மரபுக்கு அந்நியமானது என்று விவரிப்பார்கள்-அதனைப் பின்பற்றுவதில் முனைப்பாய் உள்ளவர்கள் இருப்பது போலவே. எல்லாவற்றுக்கும் மேலாக, பகுத்தறிவுச் சிந்தனை ஓட்டத்தில் கொண்டு வருவது, நம்மைச் சுற்றியுள்ள உலகை விளக்குவதற்கு அவ்வளவு பொருத்தமானதாயிருக்கும்.

முன்னர் நான் எழுப்பிய பிரச்சனைக்கு இப்போது வருவோம். கல்வியின் உள்ளடக்கம் மீதான அக்கறை, அறிவுறுத்தலின் திறம்பட்ட மொழியின் வாயிலாக தொடர்புறுத்தலுக்கு தீவிர பரிசீலனை அளிப்பதாகும்-இந்நோக்கத்திற்காகப் பயன்படுத்தப்படும் மொழி, அறிவு விவாதத்திற்கு இணக்கமாக இருக்கவேண்டும். அதிகாரபூர்வ கொள்கை எதுவாயினும், நாட்டின் பெரும் பகுதிகளில் கற்பிக்கும் மொழியாக அதிகம் பயன்படுத்தப்படுவது மண்டல மொழி தான் என்பது நடைமுறை. எனினும் பேராசை மிக்க மாணவர்களும்

பெற்றோரும், வேலைக்கான மதிப்புமிகு தகுதியாகவும் விரிவான அறிவார்த்த உலகப் பயன்பாட்டிற்காகவும், ஆங்கில வழிக் கற்றலையே விரும்புகின்றனர். மேட்டுக்குடியினரின் பள்ளிகளில் தவிர்த்து, அது எந்த அறிவார்த்த தேட்டத்தையும் முன்வைப்பதில்லை என்பதாகவே ஆங்கிலம் பொதுவாகப் பயன்படுத்தப்படுகிறது. நாம் எப்போதும் ஒன்றுக்கு மேற்பட்ட மொழிகளை, ஒவ்வொன்றையும் வெவ்வேறு வழிகளில் பயன்படுத்தியுள்ளோம் என்பதால் இந்நிலைமை மாற்றப்படக் கூடியது.

வரலாற்று ரீதியில் பார்க்கும்போது, மாறுபாடுகள் சுவை கூட்டுகின்றன. ஹரப்பா பண்பாட்டு மொழி இதுவரை அறியப்படாதது ஆனால் வடமேற்கு இந்தியாவில் பயன்படுத்தப்பட்டிருக்கலாம். ஆயிரம் ஆண்டுகளுக்கு பிறகு ஒரே காலத்தில் 3 மொழிகள் வழக்கிலிருந்தன. இரண்டு இந்திய-ஆரிய குழுவைச் சேர்ந்தவை. இவற்றில் ஒன்று வேதகால சமஸ்கிருதம்-வேதம் சாராத பிரதிகளிலும் பேச்சிலும் பயன்படுத்திய சமஸ்கிருதத்திலிருந்து பாணினி பிரித்துக்காட்டியது. கி.மு. முதல் ஆயிரத்திலிருந்து இலக்கண-மொழியியல் நூல்கள் மற்றும் அற்புதமான வேர்ச்சொல் அகராதிகளெல்லாம் சமஸ்கிருதத்தில் எழுதப்பட்டன. இத்தகைய நிபுணத்துவமிக்க பிரதிகளின் தேவை, அப்போது சமஸ்கிருதத்தைத் தவிர பிறமொழிகளும் வழக்கிலிருந்ததைச் சுட்டிக்காட்டுகிறது. நீண்டகால ஓட்டத்தில் எந்தவொரு மொழியும் உள்ளாகும் இயல்பான மாற்றம்கூட, திருத்தியமைக்கப்படும் இலக்கணத்தையும் வேர்ச்சொல் ஆய்வையும் கோரும். இவ்வளவு விரிவான இலக்கண நூல்கள் எழுதப்படுவது, பிறமொழிகளின் இருப்பால், அதன் கட்டமைப்பைத் திடப்படுத்தும் விதிகளையும், சமஸ்கிருதம் அறியாதவர்களுக்கு கற்பிக்கப்படவேண்டி இருந்ததையும் உணர்த்துகிறது.

இன்னொரு இந்திய-ஆரிய மொழி, மிகவும் பரந்துபடப் பேசப்பட்ட பிராகிருதம். ஏற்கனவே குறிப்பிட்டுள்ளபடி, பௌத்த, சமணப் பிரதிகள் பாலியிலும் பிராகிருதத்திலும் எழுதப்பட்டன; இரு மொழிகளும் இந்திய-ஆரிய மொழிகளே, ஆனால் சமஸ்கிருதத்திலிருந்து வேறுபட்டவை. அசோகர் மற்றும் வேறுபல ஆட்சியாளர்களின் கல்வெட்டுகளில் பிராகிருதம் பெரிதும் பயன்படுத்தப்பட்டது. பெண்களும்-

உயர்சாதிகளில் சிலவற்றைச் சேர்ந்தவர்கள்-சூத்திரர்களும் மற்ற கீழ் சாதியினரும்கூட அதனைப் பயன்படுத்தினர். இவர்கள் ஒன்றிணைந்து மக்கள் தொகையின் பெரும்பான்மையினர் ஆயினர். கிறித்தவ சகாப்தத்தை ஒட்டி, மத்தியாசியாவிலிருந்து வந்த சாகர்கள், ஷத்ரபாக்கள், குசாணர்கள் போன்ற வம்சங்களின் ஆட்சியில் சமஸ்கிருதம் நிர்வாக மொழியானது-இவ்வம்சங்களில் சில பிராகிருதத்தை விடவும் சமஸ்கிருதத்திலேயே கல்வெட்டுகளை எழுதுவித்தன. இதனையடுத்து அது அரசவை மொழியாக, நிர்வாக மொழியாக, உயர்சாதி ஆண்களுடன் தொடர்புடைய மொழியாக ஆனது. ஆயிரம் ஆண்டுகள் அப்படியே நீடித்தது. தவிர்க்க முடியாதபடி, கற்றலின் பிரதான மொழியாயிருந்தது. பிராமணிய மதப்பிரதிகள் சமஸ்கிருதத்தில் எழுதப்பட்டன; கணிதம், வானியல், மருத்துவம், தத்துவம், அழகியல், இலக்கியம் போன்றவை குறித்த நூல்களும், சமூக விதிமுறைகள், இதிகாசங்கள் போன்றவை குறித்த விளக்கவுரைகளின் வரிசைகளும் எழுதப்பட்டன. பௌத்த, சமண ஆசிரியர்களும் தம் பிரதிகளை சமஸ்கிருதத்தில் எழுதத் தொடங்கினர். பாரசீகமும் மண்டல மொழிகளும் அரசவைகளில் பயன்படுத்தப்படத் தொடங்கியதும், அரசவை மொழியான சமஸ்கிருதம் வீழ்ச்சியுற்றது.

இந்திய-ஆரிய மொழிகளுக்கு இணையாக, இரண்டாம் மொழிக்குழுவாக, தீபகற்ப இந்தியாவில் நடப்பிலுள்ள, திராவிடமொழிகள் இருந்தன. வடஇந்தியாவில் கூட சமஸ்கிருதம் தவிர்த்த மொழிகள் இருந்தன என்பது சமஸ்கிருதப் பிரதிகளிலுள்ள குறிப்புகளால் தெரியவருகின்றது. சதபத பிராமணம் போன்றவை சமஸ்கிருதம் பேசாதவர்களை இழிவாகச் சித்தரிக்கின்றன-புரிந்துகொள்ள இயலாத சண்டாள மொழி பேசுவோர், சமஸ்கிருதம் சரிவரப் பேசத் தெரியாத மிலேச்சர் என. கி.மு. முதல் ஆயிரத்தின் பின்பகுதியிலிருந்து தென்னிந்தியாவில் தமிழ் முக்கியமானதாயிருந்தது; பிராகிருதம் சிறிது அறியப்பட்டிருந்தது. இங்கே சமஸ்கிருதம் பிற்பாடு வந்து சேர்ந்தது. ஆதிவாசியினர் இக்காலகட்டத்தில் இருந்திருக்கக் கூடுமானால், முண்டா போன்ற மொழிகளும் பேசப்பட்டிருக்கும். இன்னொரு மொழிகளின் குழுவை உருவாக்கியிருக்கும்.

மற்ற மொழிகள் இருக்க, சமஸ்கிருத மையம் எனச் சமீபத்தில் விவரிக்கப்படுவது, கி.பி.முதல் ஆயிரத்தின் மத்தியில்

நிறுவப்பட்டது. மற்ற மொழிகள் தொடர்புடைய பிராகிருதங்கள், பின்னர் உருக்கொண்ட அபபிராம்சம் மற்றும் தீபகற்பத்தின் திராவிட மொழிகளைக் குறிப்பிடவே வேண்டியதில்லை. தெற்கில் தமிழ் பிரதானமாய் இருக்க, தமிழ் மொழி நிலப்பரப்பில் தெலுங்கும் கன்னடமும் எழுந்தன. கி.பி. இரண்டாம் ஆயிரத்தின் ஆரம்பத்தில் (சில நேர்வுகளில் இன்னும் முன்கூட்டியே), வட இந்தியாவில் இந்திய-ஆரிய மொழிகளிலிருந்து கிளைத்த மொழிகளும் பல்வேறு மொழிகளாக வேறுபட்டுக் கொண்டிருந்தன-இவற்றை இப்போது நாம் மண்டல மொழிகள் என்கின்றோம். ராமகதையின் எடுத்துரைப்புகளது மக்கள் செல்வாக்குள்ள பதிவுகள் போன்ற, அதிகம் எடுத்துக்காட்டப்படும் சமஸ்கிருதப் பிரதிகள், புதிய வடிவங்களில் பல்வேறு மொழிகளில் மாற்றியமைக்கப்பட்டன; இவற்றில் தமிழ், இந்தி, வங்காள வடிவங்கள் பெரும் கவனம் பெற்றன. வட இந்தியாவின் சூஃபிகளும் மொகலாயரும் இந்தியில் எழுதினர்; கற்றறிந்தவர்கள் பேசியதும் அரசவை மொழியாக இருந்ததுமான பாரசீகம் போன்ற பிறமொழிகளிலும் பதிப்புகள் வெளியாயின. மொகலாய அரசவையில், பெரும் சமஸ்கிருதப் பிரதிகளைப் பாரசீக மொழியில் மொழியாக்கம் செய்யப்பட்டதைக் கண்காணிப்பதில் பிராமண, சமண அறிஞர்களிடையே துடிப்பான ஒத்துழைப்பு நிலவிற்று. சில வடஇந்திய அரசவைகளிலும் வடபுலத்தின் பரவலான பண்பாட்டிலும் பிரஜ்பாஷா பொதுவாயிருந்தது.

பிறகு போர்த்துகீசிய, பிரெஞ்சு, ஆங்கில மொழிகளுடன் அய்ரோப்பிய வர்த்தகக் கம்பெனிகள் வந்தன. இந்தியாவில் போர்ச்சுகல் குடியேற்றங்களில் போர்த்துகீசியம் தொடர்ந்து பேசப்பட்டது. பிரான்ஸின் குடியேற்றங்கள் படிப்படியாக முக்கியத்துவத்தை இழந்ததும் பிரெஞ்சு சரிவுற்றது. பிரித்தானிய காலனித்துவம் அறிமுகப்படுத்திய பெரிய அய்ரோப்பிய மொழியாக ஆங்கிலம் ஆனது. நிர்வாகம்-அதிகாரத்தின் மொழியான ஆங்கிலம், எழுந்து வந்த நடுத்தர வர்க்கங்களாலும் தம் மண்டல மொழிகளுடன் சேர்த்து பயன்படுத்தப்பட்டது. சாதிகளின் பாகுபாட்டில் தொழில் ஒரு காரணியாக இருந்தால், ஆங்கிலக்கல்வி, வர்க்கங்களின் பாகுபாட்டில் அதே பங்கைக் கொண்டிருந்தது. தொடர்பு மொழியாக சமஸ்கிருதத்தை விடவும் அதிக எண்ணிக்கையிலானவர்களைச் சென்று சேர்ந்தது-கீழ்நிலைச் சாதிகளும், அவர்ணர்களும் பெண்களும்

ஆங்கிலம் கற்றுக் கொண்டிருந்தனர். அறிவியல், தத்துவம், ஆரம்ப நிலைச் சமூக அறிவியல்களில் தனிச்சிறப்பான அறிவு ஆங்கிலத்தில் கற்பிக்கப்பட்டது. சீக்கிரமே கவிதை-உரைநடை இரண்டிலுமான மத்தியதர வர்க்கத்தின் வெளிப்பாடு, மண்டலமொழியுடன் ஆங்கிலத்தில் அமைந்தது. எனவே அறிவின் மொழி, பிராகிருதத்திலிருந்து சமஸ்கிருதம் பாரசீகம் ஆங்கிலம் என்றானது.

இந்தியர்களுக்கு கற்பிப்பதில் எது மொழிகளின் பயன்பாட்டில் பொருத்தமானதாக இருந்திருக்கும்? இக்கேள்விக்கான பதில் உட்பொதிந்திருப்பது ஆங்கிலத்தின் அல்லது இந்திய-ஆங்கிலம் என்றழைக்கப்படுவதன், மண்டல மொழிகளுடன் அதன் உறவு உள்ளதா? இன்றைய உலகில் ஆங்கிலத்திற்கான தேவை, அது அறிவின் மொழியாக இருக்கிறது என்பதுடன் பிணைந்திருக்கிறது. இன்னொரு நிலையில் அது சர்வதேச சந்தையின் மொழியாகவும் உள்ளது-இச்சந்தையுடன் இப்போது இந்தியப் பொருளாதாரம் பிணைக்கப்பட்டுள்ளது. அறிவின் முன்னேற்றத்துடன் ஆங்கிலம் பிணைக்கப்பட்டிருப்பின், அது அறியப்பட, நன்கறியப்படவேண்டும். அனைத்துத் துறைகளிலுமான ஆய்வுக்கு, சரியான, துல்லியமான மொழிப் பயன்பாடு முக்கியமானது.

குறிப்பிட்ட விஷயம் ஆய்வு செய்யப்படுகின்ற மொழியின் அறிவு, கடந்த காலங்களிலான ஆய்வுக்கும் அவசியம். எடுத்துக்காட்டாக, கணிதம் வானியலிலான முன்னேற்றங்கள் சாத்தியமாயின ஏனெனில் இத்துறைகளிலுள்ள அறிஞர்கள் அரபி, சமஸ்கிருத நூல்களில் பரிச்சயம் கொண்டிருந்தனர். அரேபிய அறிஞர்கள் கிரேக்கப் பிரதிகளை மொழிபெயர்த்திருந்தனர்; கணிதத்திலான இந்திய அறிஞர்களின் தேர்ச்சியை அங்கீகரிக்கவும் செய்திருந்தனர். கணிதத்தின் பகுதியான எண் கணிதத்தில் பயன்படுத்தப்படும் குறிகளின் மொழி தெரிந்திருந்ததுடன், சந்தேகத்திற்கு இடமின்றி சமஸ்கிருதப் பிரதிகளுடன் பரிச்சயம் பெற்றிருந்தனர். உடனிகழ்கால அறிவுடன் பணியாற்றுதல், அதன் மொழியை அறிந்திருப்பதை அர்த்தப்படுத்துவதாகும். இது சமூக அறிவியல்களுக்கும் இதர அறிவியல்களுக்கும் பொருந்தும்.

இந்தியத் துணைக் கண்டத்தில், அனைத்து நோக்கங்களுக்கும் எந்தவொரு காலத்திலும் பயன்படுத்தப்பட்ட ஒரே மொழியாக எதுவும் ஏகபோகம் கொண்டிருந்ததில்லை. பல்வேறு

மொழிகளின் செயல்பாட்டில் சிதறல் எப்போதும் இருந்தது. இப்போது நிகழ்வது போல தனித்து விடப்பட்டது. முறையாகத் தயாரிக்கப்பட்ட அமைப்பினை மேற்கொண்டால், இன்னும் திறம்பட்டதாக அமைக்கப்பட முடியும்.

ஆக கற்பித்தல் மொழியாக எது இருக்க வேண்டும்? சாதாரண உரையாடலுக்கு மூன்று மொழிகளைப் போதுமான அளவு தெரிந்திருப்பது ஒரு பிரச்சனையில்லை. அடிப்படை ஆய்வில் அதனைப் பயன்படுத்திட, ஒன்றினைச் சரியாக அறிந்திருப்பது பிரச்சனைக்குரியது. பொதுவாக ஒன்று விரும்பிய மொழியாகும். ஒரு மாணவன் இதர மொழிகளை நன்றாக அறிந்திருக்க வேண்டும் என்று வாதிடுவேன். முதலில் அது குடும்பத்திற்குள்ளும் சமூகத்திற்குள்ளும் பழகுவதற்கான மொழியாயிருக்க வேண்டும். பிறகு அறிவின் மொழி வருகின்றது. ஒரு மொழி அனைத்திற்கும் பொருந்தாது.

மாற்றியமைக்கப்பட்ட இருமொழிச் சூத்திரத்தை தெரிவு செய்வதாக இருப்பின்; தொடக்கப்புள்ளியில் கலந்துறவாடலின் மொழியுடன் ஆரம்பிக்கலாம்-மண்டல மொழியுடன்--குழந்தைப் பருவம், கவிதை போன்றவற்றின் மொழியுடன். தொடக்கப் பள்ளியின் இறுதியில், முதல் மொழியுடன் கூடுதல் மொழியாக ஆங்கிலத்தை அறிமுகப்படுத்தலாம். சில பாடங்கள் இரு மொழிகளில் கற்பிக்கப்பட்டால் நன்றாகப் புரிந்துகொள்ளப்படும். அது இருமொழிகளையும் நிச்சயமாக வலுப்படுத்தும், உயர்நிலைப் பள்ளியின் இறுதியில் ஒரு மாணவன் இருமொழிகளையும் ஒப்பீட்டளவிலான லகுத்தன்மையுடன் கையாள்பவனாக இருக்கவேண்டும்.

இன்று கல்வி, ஆங்கிலத்திலான பயிற்சிக்கு சற்று அழுத்தமளித்து, கூடுதல் மொழியாகவேணும், மண்டல மொழியில் தரப்படுவது அதிகரிக்கிறது. ஒரேயொரு உள்ளூர் மொழியில் கிடைப்பதாக, அறிவு குறைக்கப்பட்டு வருகிறது. அம்மொழியைப் பயன்படுத்துவதில் ஒரு வசதியை வளர்த்திட இது நல்லது ஆனால் நாளது தேதிவரையிலான அறிவைத் தொடர்புறுத்திட அதன் ஆற்றல் போதுமானதாயிருக்காது. அவ்வளவு பயன்பாட்டில் இல்லாத அறிவையையே திரும்பத்திரும்பத் தெரிவிப்பது, கல்வியின் நோக்கத்தை வீழ்த்திவிடும். மொழிபெயர்ப்பு புதிய அறிவுடன் ஈடுகொடுப்பதாக இல்லை. இந்தியர்களுக்கு இடையிலான செய்தித் தொடர்பும் குறைந்து வரும் என்பதுதான் ஆபத்து.

இவ்வத்தியாய ஆரம்பத்தில் நான் கூறியுள்ளவாறு, சமீப ஆண்டுகளில், சந்தைப் பொருளாதாரத்துடனும் அதன் தொழில்நுட்பங்களுடனும் பிணைந்துள்ள துறைகளுக்கு ஆதரவாக, கலை வரலாற்றுப் பிரிவுகளை ஓரங்கட்டும் சந்தை சக்திகளைப் பெற்றிருக்கிறோம். இது உலகெங்கிலுமுள்ள சிறந்த பல்கலைக்கழகங்கள் எதிர்கொள்ளும் பிரச்சனையாயிருக்கிறது. முன்னுரிமையளிப்பது புரிந்துகொள்ளத் தக்கது ஆனால் பயன்பாட்டு மதிப்பு தலையாய/தனியொரு கல்வி அளவுகோலாகிவிடக்கூடாது.

இந்திய மேதைமை இலக்கண நூல்களில் வெளிப்பாடு கண்டால், மொழி, தடையாக இல்லாது படைப்பாக்க ரீதியில் பயன்படுத்தப்பட்டது ஒரு காரணம். பலமொழிகள் சகவாழ்வு வாழ்ந்தன. வெவ்வேறு சமூக அடுக்குகளிலிருந்தும் மண்டலங்களிலிருந்தும் வெளிப்பட்ட அவை, வெவ்வேறு நடவடிக்கைகளுக்குப் பயன்படுத்தப்பட்டன, இரண்டு அல்லது மேற்பட்ட மொழிகளின் நெருக்கத்தில் சவ்வூடு பரவல் முறையில் தொடர்புறுத்தப்பட்டன. எனது தாத்தா பாட்டியரும் அப்பா அம்மாவும் பஞ்சாபி, இந்தி, உருது, ஆங்கில மொழிகளின் எழுத்து-பேச்சு வடிவங்கள் இரண்டிலும் அவ்வளவு லகுவாக இயங்கியது என் ஞாபகத்திற்கு வருகின்றது. குறிப்பான செயல்பாட்டுடன் ஒரே அலைவீச்சில் அமைந்திருப்பதாக ஆங்கிலம் தோன்றிற்று. இருமொழிக் கல்வியின் சாதகம், இருமொழிகளும் ஒன்று மற்றதன் கருத்தமைவுகளை இரவல்பெற்று, நீட்டிக்கப்பட்ட பணிகளை மேற்கொள்கின்றன.

★

பள்ளி-கல்லூரிக் கல்வியின் அடிப்படைப் பிரச்சனைகள் பலவும் நீடிக்கும்; கல்வி உள்ளடக்கம் மற்றும் அதன் வழிவகையை மேம்படுத்திட, நாம் திட்டமிட்டும் பிரக்ஞை பூர்வமாயும் தீர்மானிக்கும் வரை தொடரும். உள்கட்டமைப்பு சார்ந்தது கல்வி உள்ளடக்கத்தின் மிக நுணுக்கமானதுமான பிரச்சனைகளில் சிலவற்றை மீண்டும் முன்வைக்க அனுமதியுங்கள். தகுதியுள்ள ஆசிரியர்கள் மற்றும் துறையினரது ஆதரவில்லாமல், அதிக எண்ணிக்கையிலான மாணவர்களது ஆரம்பகட்ட அழுத்தம் கட்டுப்படுத்த முடியாதவாறு திருகுசுழலாகிறது. பல்கலைக்கழகத்தின் ஆதாரம், நன்கு பராமரிக்கப்படும் நூலகமும் நாளது தேதி வரையிலான பரிசோதனைக் கூடங்களுமே, எனினும் முன்னுரிமை பெறுவது நிர்வாகத்தின்

கட்டிடங்களுக்கே. போதுமான வசதிகளுள்ளதும் சரியாக நடத்தப்படுவதுமான விடுதிகள், பல்கலைக்கழகப் பண்பாட்டு கூடுதல் சிறப்பளிப்பவை ஆனால் இது கண்டுகொள்ளப்படுவதே இல்லை. தரமற்ற நிறுவனங்களை மேலும் மேலும் நிறுவி, தகுதியற்ற மாணவர்களை ஆசிரியர்களைக் கொண்டு நிரப்புவது அதற்குரிய பதிலில்லை. அறிவினை நாம் எண்களாகக் குறைத்து சுருக்கியிருந்தாலும், அது எண்களின் ஆட்டமில்லை.

நிலைமை இப்படி இருண்டிருப்பினும், தேர்ச்சி மிகு பகுதிகள் இருக்கவே செய்கின்றன. பிரகாசமான மாணவர்கள்-ஆசிரியர்களின் சிறியதொரு சதவீதத்தினர் மதிப்புமிக்க தொழில்துறையினராகின்றனர். இது முறையாகப் பயன்படுத்தப் பட்டால், இயற்கையான திறனிருக்க, இச்சதவீதம் இன்னும் உயரும். மாறாக சிந்தனை முன்னேற்றம், அதிக சதவீதத்திலான சாதாரண அல்லது பிற்போக்கு நடவடிக்கை-சிந்தனைக்கான தெரிவால் அழிக்கப்படுகிறது. இப்போதெல்லாம் பெரும்பாலான மாணவர்கள், கருத்துகளை விடவும் மதிப்பெண்களில் ஆர்வங் கொண்டவர்களாயுள்ளனர். உயர்ந்த தர நிர்ணயங்கள் இருக்கட்டும், கண்ணியமான கல்வியைத் தரவே மிக மிகச் சொற்பமான கவனம் செலுத்தப்படுகிறது. அது செய்யப்பட முடியுமாயின், கல்லூரிகளில் அனுமதிக்கப்படும் மாணவர்கள் மூன்றாம் கட்டத்திற்கு ஆயத்தமானவர்களாயிருப்பார்கள். காலனிய சுவீகரிப்பைத் தாண்டிச் செல்லக்கூடியவர்களாக, சமூக மேம்பாடு மற்றும் அறிவைப் பெறுதல் சார்ந்த நம் அபிலாஷைகளுக்கேற்ற, நம் கல்வித் தேவைகளை மறு உருவாக்கம் செய்துகொள்ள முடியும். நல்ல நிறுவனங்களிலிருந்து கற்று, அவற்றை நகல் செய்வதைவிடவும், மிகவும் கீழ்நிலையிலான பொதுப்பிரிவே நிலவும்படியாக, நல்ல நிறுவனங்களைத் தகர்த்திடும் ஆசையே இருப்பதாகத் தோன்றுகிறது.

★

விமர்சனபூர்வ விசாரணைக்கு முன்னுரிமை தரத்தக்கதாக கல்வியின் உள்ளடக்கம் இருக்க வேண்டுமென்று நான் வாதிட்டு வருவதை வற்புறுத்தி, இப்பகுதியை நிறைவு செய்ய விரும்புகிறேன். தாம் வாழும் உலகம் பற்றி கேள்விகள் கேட்கச் சுதந்திரமுடையவர்களாக மாணவர்கள் உணரும் வகையில் கற்பிப்பதை இங்கே அர்த்தப்படுத்துகிறேன்; மற்றும் தம் உலகிற்குள் புதிய அகப்பார்வைகளைத் தரத்தக்க

முறையான, தர்க்கபூர்வ, பகுத்தறிவான வகையில், அறிவைக் கேள்விகேட்கக் கூடியவர்களாக இருக்கவேண்டும். இது, முதல்தலைமுறை கற்போருடைய ஆற்றலை மட்டுமின்றி, தாங்கள் கேள்விகேட்க அனுமதிக்கப்படாத, காலாவதியான அறிவைக் கற்கவேண்டி இருப்பவர்களது ஆற்றலையும் விடுவிக்கக் கூடும். வேறு விதமான கல்வி புதிய அறிவின் கண்டறிதலுக்கு இட்டுச்செல்லக்கூடும். அப்போது மட்டுமே அக்கல்வி, நன்மையின் பொருட்டு மனநிலைகளை மாற்றத் துணை நிற்கும். விழுமியங்களை உள்வாங்கி வளர்த்தெடுக்க வேண்டும். விழுமியங்கள் திணிக்கப்படுமானால், அவை வாடி உதிர்ந்துவிடும். கலந்துற வாடுதலின் மொழி மற்றும் அறிவின் மொழி இரண்டையும் பயன்படுத்துவதன் வாயிலாக, இருமொழிக் கல்வியும் நடைமுறைப்படுத்த முடியுமாயின், ஏன் இப்படி வாழ்கிறோம் என உலகம் குறித்த பெரும் புரிதல் இருக்க முடியும். சிலவானவற்றைவிடவும் மேலும் பலவானவற்றிற்கு உலகம் திறந்துகொள்ளும். நம் பண்பாட்டில் முக்கிய உறுப்பான கல்வி இருப்பது நிச்சயமாக அதன் பொருட்டுத்தான்.

II

ஜவஹர்லால் நேரு பல்கலைக்கழகத்தின் நிறுவன ஆண்டான 1970-71-இல் நாங்கள் சேர்ந்தபோது எங்களில் சிலர் கொண்டிருந்த கருத்துகளையே இங்கு விவாதித்துள்ளேன். இந்தியாவில் இதனைத் தலைமை தாங்கும் பல்கலைக்கழகமாக எங்களால் உருவாக்க முடிந்தது. இதன் மாணவர்கள் இந்தியாவிலும் உலகின் இதர பகுதிகளிலுமுள்ள சீரிய பல்கலைக்கழகங்களில் கற்பிக்கின்றனர். சிலர் நிர்வாகத்தின் முதுநிலைப் பொறுப்புகளிலிருந்து தூதுவர்கள், மார்க்ஸிஸ்ட் கம்யூனிஸ்ட் கட்சியின் தலைமைக் குழு உறுப்பினர்கள் வரை, இந்தியாவில் பல்வேறு பணிகளில் ஈடுபட்டுள்ளனர். நல்லதொரு பல்கலைக்கழகத்திற்கு என்ன தேவை என்று அறிந்திருந்தோம், இதில் சமரசம் செய்துகொள்ள விரும்பவில்லை, அப்படிச் செய்திட கல்வி வளாக-அரசியல் தூண்டல்கள் எதுவாயினும்-என்பதுதான் இப்பல்கலைக்கழகத்தின் வெற்றி. இன்று இதனையும் பிற சமூக அறிவியல் ஆய்வு மையங்களையும் முறையாகத் தகர்ப்பதற்கு முயற்சி மேற்கொள்ளப்பட்டிருக்கிறது. ஏனெனில், விமர்சனபூர்வ

விசாரணையும் வெளிப்பாட்டுச் சுதந்திரத்தையும் ஊக்குவிக்கும் நிறுவனங்கள், மட்டம் தட்டப்பட வேண்டும் அல்லது அதிகபட்சம் வயது வந்த மாணவர்களுக்கான மழலையர் பள்ளிகளாக மாற்றப்படவேண்டும் என அதிகாரத்திலுள்ளோர் விரும்புகின்றனர்.

இப்பல்கலைக்கழகத்தை உருவாக்குவதில் அடங்கியுள்ளவற்றில் அதிகமானதை ஒருவிதத்தில் கொண்டுள்ள, வரலாற்று ஆய்வுகள் மையத்தை நிறுவுவதிலான என் அனுபவத்தை விவரிக்க விரும்புகிறேன். கடந்த காலத்தை விசாரித்தறிகின்ற முறைகளுடன் மாணவர்கள் பரிச்சயம் கொண்டிருக்கவேண்டும் என்பது போலவே, விமர்சனபூர்வ விசாரணை மீதான குவிமையம் மையமானதாயிருந்தது. இதன் பொருள் என்ன? முதல் காலடியாக, மாணவன் விஷயம் குறித்த முக்கிய நூல்களை வாசித்து, விசாரணைக்குப் பொருத்தமான தற்காலக் கேள்விகளைத் தயாரிக்கவேண்டியிருந்தது. வரலாற்றின் எந்தவொரு அம்சத்தையும் ஆய்வு செய்வதற்கு, முடிந்த அளவு அறிந்துள்ள ஆதாரங்களையெல்லாம் ஒன்றுதிரட்ட வேண்டும்; அவற்றின் நம்பகத்தன்மையை மதிப்பிட்டு, பொருத்தமான கேள்விகள் கேட்டு பகுப்பாய்வு செய்து, காரண-காரிய விளக்கங்களை நிறுவி, உருவான பொதுமைப்படுத்தல்கள், தர்க்கபூர்வ-பகுத்தறிவு சார்ந்த விவாதத்தைப் பெற்றுள்ளன என்பதை மாணவர்கள் உணருமாறு செய்யவேண்டியிருப்பதை அர்த்தப்படுத்துகிறது. எங்களிடம் வந்த மாணவர்களுக்கு இது புதிதாயிருந்தது.

இத்தகு அணுகுமுறைக்கான வாசிப்பு, குறிப்பிட்ட பாடம் சார்ந்தது மட்டுமல்லாது சமூக அறிவியல்களிலான விளக்கக் கோட்பாடுகள் மீதானதுமான புத்தகங்களையும் உள்ளடக்கும்-அது ஆதாரங்கள் மீதான விரிவான கேள்விகள் கேட்கவும், மற்ற சூழலுக்கு அதனைத் தொடர்புபடுத்திப் பார்க்கவும் பயன்படுத்தக்கூடியது-அது அடிக்கடி நிகழ்வதில்லை. இம்மையக்கருத்துகளின் மீதான விவாதங்கள் ஆங்கில நூல்களில் இடம்பெற்று, மொழியின் அடிப்படை அறிவுக்கும் மேலானதைக் கோரிற்று. பெரு நகரங்களிலிருந்தும் மேட்டுக்குடியினரின் பள்ளிகளிலிருந்து வந்தோருக்கும் இது அவ்வளவாகப் பிரச்சனையாயில்லை; மண்டல மொழியைப் பயிற்று மொழியாகக் கொண்டிருந்த பள்ளி-கல்லூரிகளிலிருந்து வந்த மாணவர்களுக்கு இது

மிகவும் பிரச்சனைக்குரியதாயிருந்தது. ஆங்கிலத்திலான பரிச்சயப் பிரச்சனை, கற்பித்தல் திட்டத்தில் தனிச் சிறப்பான அக்கறையாயிருக்க வேண்டியிருந்தது. அது மொழிப் பிரச்சனையாக மட்டுமிருக்கவில்லை. கருத்தமைவுகளின் புரிதலில் பெரிய பிரச்சனை இருந்தது. இருப்பினும் உறுதிப்படுத்துவதை, மாணவர்களுடன் சேர்ந்து நிறைவேற்றிட நூல்கள் தீர்மானகரமாயிருந்தோம்.

பொருளாதார ரீதியில் பின்தங்கிய பகுதிகளிலிருந்து வரும் மாணவர்கள் அனுமதிக்கப்பட உதவுவதென்று பல்கலைக்கழகம் மேலும் முடிவு செய்திருந்தது. எனவே முதல் பருவத்தில் நாங்கள் வெவ்வேறு நிலைகளில் கற்பித்துக் கொண்டிருந்தோம், அடுத்தடுத்த பருவங்களில் வசதிவாய்ப்பற்ற மாணவர்கள் எவ்வளவு துரிதமாக ஈடுதந்தனர் என்பது ஆச்சரியகரமானது. வகுப்பில் நிறைய விவாதித்து, நூலக வாசிப்பு, தனிப்பயிற்சிகளுக்கு அழுத்தமளித்து, பெரிதும் அது தனிப்பட்ட கற்பித்தல் வடிவம் கொண்டதாயிருந்தது என்பேன். கால அட்டவணைகள் பின்பற்றப்பட்டன ஆனால் சம்பிரதாயமற்ற, பயனுள்ள விவாதங்களுக்கு கூடுதல் நேரம் ஒதுக்கப்பட்டது. இப்பல்கலைக்கழகம் ஒரு பள்ளியல்ல என்பதால் ஆஜராவது கட்டாயமில்லை, இருப்பினும் வகுப்புகள் முழுமையாக நிறைந்திருந்தன.

நான் நவம்பர் 1970-இல் சேர்ந்தேன், முதலில் நியமிக்கப்பட்ட சிலரில் இருந்தேன். 1971-இல் கற்பிக்கத் தொடங்கினோம், பாடத்திட்டங்கள், கற்பிக்கும் முறையை ஆயத்தம் செய்ய போதுமான நேரம் இருந்தது. நான் டெல்லி பல்கலையிலிருந்து வந்தேன்-அங்கே வரலாற்றுத் துறையில் 7 ஆண்டுகள் கற்பித்திருந்தேன். அங்கு கற்பிக்கப்பட்ட பாடங்கள் சுமார் 30 ஆண்டுகளுக்கு முன்னர் வடிவமைக்கப்பட்டவை, அவற்றை மாற்றுவதில் பிரச்சனைகள் இருந்ததால் அங்கிருந்து கிளம்பினேன். அரசியல்-அரசு உறவுகளின் வரலாற்றின் மீது குவிமையம் இருந்தது-நியாயமானதுதான்-ஆனால் கடந்த காலத்தின் இதர அம்சங்கள் கவனிக்கப்படவில்லை. மேட்டுக்குடியினரது அரசியலுக்கான எடுத்துரைப்பாக வரலாறு இருந்தது. ஆனால் கடந்தகாலத்தில் நடந்தது என்ன, ஏன் என்பதற்கு விரிந்துபட்ட விளக்கங்கள், ஆதாரங்களைப் பகுப்பாய்வு செய்வதற்கான புதிய முறைகளுடன், வரலாறு ஒரு துறையாக மாறத் தொடங்கியிருந்தது.

பயனுள்ள தகவல்களளித்து, இந்தியவியலில் ஒரு பாடமாக இருப்பதினின்றும், சமூகவியல் அறிவியல்களில் ஒரு பாடமாக உருமாற்றம் அடைந்து கொண்டிருந்தது. ஆகவே, கடந்தகாலத்திற்கு புது அணுகுமுறையுடன் பணியாற்றிடும் வாய்ப்பை ஜவஹர்லால் நேரு பல்கலைக்கழகம் அளிக்கும் என்றெண்ணினேன்.

1960-களின் பிற்பகுதியில் இப்புதிய வரலாறு உருவம் பெற்றுக் கொண்டிருந்தது. பிற இடங்களில் இது விரிவாக விவாதிக்கப்பட, இந்தியாவிலோ சிலவான வரலாற்றாளர்களுடன் கட்டுண்டிருந்தது. அது விடுதலை இயக்கவியலுடன் தொடர்புடைய teach-ins[19] கூட்டம் 1967-இல் லண்டனில் நடந்த காலமாயிருந்தது; அது போன்ற நிகழ்வுகள் பிரான்ஸ், அமெரிக்க பல்கலைக்கழகங்களில் நடந்துகொண்டிருந்தன. பரந்துபட்ட விவாதங்களால் புதிய கருத்துகள் எழுந்தன, என்ன ஏன் கற்பிக்கப்பட்டது என்பது குறித்து சில எதிர்ப்புகளும் எழுந்தன. டெல்லி, கல்கத்தா பல்கலைக்கழகங்களில் மற்றும் வேறுசில இடங்களில் இதனுடைய சற்றே குறைந்து கேட்கப்பட்ட எதிரொலி இருந்தது. இருந்தபோதிலும் அது நன்னம்பிக்கை நிறைந்த, மேம்பட்ட உலகின் வருகை, அறிவார்த்த ரீதியில் எழுச்சிமிக்க பல்கலைக்கழகங்களின் காலமாக இருந்தது.

சமூகங்களின் வரலாற்று அடிப்படையை விளக்கும் கோட்பாடுகள், புதிய சட்டபூர்வ மதிப்பை பெற்றுக் கொண்டிருந்தன. கோட்பாடுகளை ஆட்சேபிக்கும் சவால்களில், சுதந்திர விவாதங்களை வற்புறுத்துவதில் பெரிய ஆர்வம் இருந்தது. மார்க்ஸிய, மார்க்ஸிய எதிர்ப்பு, நவ மார்க்ஸியத்திலிருந்து வெளிப்படும் கருத்துகளிலிருந்து, விளிம்புநிலை ஆய்வுகள், பின்நவீனத்துவம், பின் காலனியம் எனப் பின்னர் உருக்கொண்ட பிற கோட்பாடுகளுக்கு விரிவு கொண்டதாக விவாதங்கள் இருந்தன. ஆய்விலுள்ள சமூக இயக்கத்தை விளக்க சிலர் மார்க்ஸியத்தைப் பயன்படுத்தினால், மற்றவர்கள் அவர்களை விமர்சித்தனர்-இன்றைக்கு இந்துத்துவா சித்தாந்திகளிடையே மோஸ்தராக உள்ளது போல, அவர்களை அவமதிக்காமல், எதிர்வாதங்களை முன்வைத்து-வதந்தி/புனைவின் அடிப்படையில் அல்லாமல் ஆய்வின் அடிப்படையிலானவை. மார்க்ஸியப் பகுப்பாய்வுகளைப் புதியவழிகளில், குறிப்பாக சமூக அறிவியல்களில் பயன்படுத்தியது நவ மார்க்ஸிய

கோட்பாடுகளுக்கு இட்டுச் சென்றது. இவ்விவாதங்கள் பிற விளக்கக் கோட்பாடுகளை உணர்த்தின-அவற்றில் சில, இலக்கியப் பிரதிகளின் ஆய்வுகளுடன் பிணைந்திருந்தன, பின்நவீனத்துவம்-பின் காலனியத்தில் வாதிடப்படுவது போல, பிரதிகளைப் பகுப்பாய்வு செய்யும் மேலும் வழிமுறைகளைத் தேடியது-இலக்கியத் திருப்பத்தினைத் தேடியது. பிரதியையும் சூழலையும் புது வழியில் புரிந்து கொண்டு, பல அறிவார்த்த சர்ச்சைகளை எழுப்புவதாயிருந்தது. ஆதரவாகவோ எதிர்ப்பாகவோ, பங்கேற்பவரின் அறிவார்த்த நிலைப்பாடு எதுவாயினும், முழக்கமிடுவதாக மட்டுமில்லை. என்ன விவாதிக்கப்பட்டது என்பது குறித்த வாசிப்பிலும் சிந்தனையிலும் வேர்கொண்டிருந்தது. ஜவஹர்லால் நேரு பல்கலைக்கழகம் நிறுவப்பட்டபோது இருந்த அறிவார்த்தச் சூழல் இப்படியிருந்தது. பாராளுமன்றத்தில் பல்கலைக்கழகம் குறித்த விவாதங்கள், அப்பெயருக்குரியவரின் கருத்துகளின் மீது குவிமையம் கொண்டன. அதுதான் தொடக்கப்புள்ளி, ஆனால் அப்போதிருந்து சிந்தித்து எழுதப்பட்ட மற்றவற்றையே ஜவஹர்லால் நேரு பல்கலைக்கழகம் அறிவார்த்தத்துடன் விவாதித்தது.

நிறுவனத் துணைவேந்தர் GP என ஒவ்வொருவரும் அறிந்திருந்த ஜி. பார்த்தசாரதி. அவரது பணி கல்வி வளாகத்தைவிடவும் அரசு உறவுகளில் இருந்திருந்தாலும், பல கல்வி வளாகத்தினரைவிடவும் சீரிய துணைவேந்தராகத் திகழ்ந்தார். இந்தியாவில் துணைவேந்தர்களால் பல்கலைக்கழகங்களை ஆக்கவும் முடியும் அழிக்கவும் முடியும் என்பதால், கவனமாக தெரிவு செய்யப்படவேண்டியிருந்தனர். சிலர் தம் தனிப்பட்ட பேராசைகளைப் பல்கலைக்கழகச் செயல்பாட்டில் நுழைத்து விடுவர், அது நாசகரமானதாகிவிடும்.

ஜி.பி. தாராளவாதியாயிருந்தார்; கற்பித்தல்-ஆய்வு வாயிலாக அறிவையும் கருத்துகளையும் தேடிப் போதல், மாணவர்கள்-ஆசிரியர்களின் நலன்களில் அக்கறை கொண்டிருத்தலே ஒரு சீரிய பல்கலைக்கழகத்தை உருவாக்கும் என்பதை நன்கறிந்திருந்தார். அவரைப் பொறுத்தவரை இப்பல்கலைக்கழகம் தரமுள்ள பல்கலைக்கழகமாக, அறிவைத் தேடலில் புதுப்பாதை அமைப்பதாக இருக்கவேண்டும்; சமூகத்தின் ஒவ்வொரு பகுதியிலிருந்தும் வந்த மாணவர்களைச் சென்றடைவதாக இந்த அறிவை ஆக்கவேண்டும். இதனைச் சாத்தியமாக்கிட

பல்கலைக்கழகத்தின் சுயாட்சியை உறுதிப்படுத்தினர்-கல்வி அமைச்சகத்தால் கட்டுப்படுத்தப்படாததாக. ஏனெனில் பிற்பாடு மனிதவள மேம்பாட்டுத்துறை என அழைக்கப்பட்டது. அரசியல்வாதிகள்/நிர்வாகத்துறையினரை விடவும் கல்வி வளாக அபிப்ராய ஆதரவே அவருக்கு முக்கியமானதாயிருந்தது. நிர்வாகத்துறையினர், அரசியல்வாதிகளிடையே, கல்விவளாக அறிவு முன்னெடுக்கப்படும் இடந்தானே ஒரு பல்கலைக்கழகம்.

ஒன்று மற்றதிலிருந்து நாங்கள் தொடங்கியதால், பாடங்களையும் பயிற்றுதல் முறைகளையும் ஆயத்தப்படுத்த எங்களுக்கு நேரம் தேவைப்பட்டது. எனவே இதனை மேற்கொள்ளவும் மேலும் ஆசிரியர்களைத் தெரிவுசெய்யவும் எங்களுக்குச் சில மாதங்கள் தரப்பட்டன. வரலாற்று ஆய்வுகள் மையத்தின் ஆரம்பத்துறையினராக பேராசிரியர்கள் சதீஷ் சந்திரா, சர்வபள்ளி கோபால், பிபின் சந்திரா மற்றும் நான் இருந்தோம். எங்களது நிபுணத்துவம் இந்திய வரலாற்று வரிசையைத் தழுவியிருந்தது; மற்ற ஆசிரியர்களையும் தெரிவு செய்தோம். சீக்கிரமே சதீஷ் விலகிச் சென்று UGC தலைவரானார். பிபின் சந்திரா தீவிர அம்சத்தை (அக்காலத்தின் தீவிரத்தன்மையில்) கொண்டு வந்தார் எனில், சர்வபள்ளி கோபால் சாராம்சமான தாராளவாதி. இவ்விருவரது இணைப்பு, வரலாற்று ஆய்வுகள் மையத்தை பொருத்தமான சூழல் கொண்டதாக்கியது. சிறு சிறு விஷயங்கள் தாக்கத்தைக் கொண்டுவரும் என்பதன் அடிப்படையில், துறையிலுள்ள நாங்கள் ஒருவரையொருவர் முதல் பெயர்களால் அழைத்துக் கொண்டோம்-அது அந்நாட்களில் சம்பிரதாயத்தை மீறி இருந்தது. அது படிமுறை உணர்வை அகற்றாதபோதும், குறிப்பிடத்தக்க விதத்தில் குறைத்திருந்தது.

சிறிய ஆசிரியர் குழுவாகச் சேர்ந்தோம், என்ன கற்பிக்கவேண்டும் என்ற விவாதங்கள் எதிர்கொள்ளக்கூடிய பயிற்சி ஆனது. எங்கள் பாடங்கள் வேறெந்த பல்கலைக்கழகத்தின் எம்.ஏ. வரலாற்றுப் படிப்பின் நகலாக இருக்கவில்லை; பல்துறை சார்ந்ததாக, கல்வித்தரத்தைக் கூட்டுவதாக இருந்தது. நாங்கள் யாரைத் தெரிவு செய்கிறோம், யாருக்குக் கற்பிக்கிறோம், யார் என்ன கற்பித்தார் என்ற விஷயங்களில் ஜி.பி. எங்களைக் கட்டுப்படுத்த முடியவில்லை. முழுமையான சுதந்திரம் பெற்றிருந்த நாங்கள், தொழில்முறைப் பொறுப்புணர்வில் கனத்த அழுத்தம் இருப்பதை உணர்ந்தோம்.

இது எந்தவொரு பல்கலைக்கழகத்தின் அறிவார்த்த வாழ்வுக்கும் அது சாதிக்க விரும்பும் தரத்திற்கும் அடிப்படையானது.

இந்தியச் சமூகத்தின் புரிதலை அதிகரித்திடும் பாடங்களை நடத்துவதில் அக்கறை கொண்டிருந்தோம். மேற்கின் சிறந்த பல்கலைக்கழகங்களின் பாடங்களை அப்படியே நகலெடுக்க நாங்கள் விரும்பவில்லை, ஏனெனில் அவற்றில் சில இன்னும் காலனியத் திசைவழியைக் கொண்டுள்ளன-புதிய வரலாற்றை நாங்கள் எப்படிக் கண்டோம் என்பதாக இல்லை. காலனிய கட்டம் குறித்த விளக்கத்தில், வரலாற்று ஆய்வுகள்மையத்திற்கும் கேம்பிரிட்ஜ் பள்ளி எனப்பட்டதற்கும் இடையே, நவீன இந்தியாவின் வரலாற்றாளர்களிடையே ஒரு விவாதம் நடந்துகொண்டிருந்தது. எங்களைச் சுற்றி உள்ள உலகிடத்தேயான எங்களின் உணர்வு நுட்பம், சமூக ஏற்றத்தாழ்வு, ஆதாரங்களைக் கட்டுப்படுத்தல்-தொழிலாளர் வகைமைகள், அல்லது பல்வேறு வடிவங்களில் பண்பாடுகளை எடுத்துரைத்தல், அல்லது சமூக நிறுவனமாக மதத்தைக் காணல் ஆகியவை தொடர்பான பிரச்சனைகளில் கேள்விகளை எழுப்பிடும், சில பாடங்களை நடத்தும் முயற்சிக்கு எங்களை இட்டுச் சென்றது. சமூகக் கட்டமைப்பை அதன் மாற்றங்களை, எழுந்த பண்பாட்டு அமைப்புகளைப் புரிந்து கொள்வதின் அடிப்படை அம்சங்களாக, வரலாற்று மாற்றம்/இடைநிலை மாறுதலின், புள்ளிகளைப் புரிந்துகொள்வதன் முக்கியத்துவம் இதனுடன் சேர்ந்து கொண்டது. எங்கள் முயற்சி, புதிய அறிவினைச் சிந்திக்கவும் உருவாக்கவும், ஆராய்ச்சியை பிரதான செயல்பாடாக்கவும் சுதந்திரமான வெளியை ஏற்படுத்துவதாக இருந்தது.

மையக்கருத்துகளுக்கும் ஆதாரங்களுக்கும் சிறிய அறிமுகங்களாயிருந்த அல்லது கருத்தமைவுகளின் பயன்பாட்டை விளக்குவதாயிருந்த, சிறிய படிப்புகளை பருவமுறை அமைப்பு ஊக்குவித்தது. இப்பாடங்கள் மையமாக, தன்னிறைவுள்ளதாக, நான்கு மாதங்களில் முடிக்கக்கூடியனவாக இருந்தன. ஆதாரங்களைப் பகுப்பாய்வு செய்வது மற்றும் கருத்தமைவுகளைப் புரிந்து கொள்வது எப்படி என்பது மாணவர்களுக்கு கிட்டிட, பாடம் நடத்துதலை ஒரு மதிப்பீட்டு முறையாக அழுத்தம் தந்தது உதவிற்று. நாங்கள் கற்பித்துக் கொண்டிருந்த வரலாற்றின் தன்மைக்கு இது அவசியமாயிருந்தது. பாடம் நடத்தும் பொருட்டு வாசித்தலின் தேவை, நன்கு பராமரிக்கப்படும் நூலகத்தைச் சார்ந்தது.

கட்டுரை எழுதுவது, முறையாக அதனை விவாதிப்பது இந்தியப் பல்கலைகழகங்களின் கற்பித்தல் முறைகளில் ஒரு புத்தாக்கமாயிருந்தது. பெரும்பாலான பல்கலைக்கழகங்களில் தகவலின் மீது மட்டும் குவிமையம் கொள்ளும் அமைப்பு, மனனம் செய்வதாகச் சீர்கெட்டுப் போனது. பாடம் எடுக்கும் அமைப்பு, பயிற்றுவிப்பவருக்கும் மாணவருக்கும் இடையே பெரும் செய்தித் தொடர்பினைக் கொண்டு வந்தது. எனினும், நமது படிமுறைச் சமூகம் காரணமாக, உள்ளார்ந்திருந்த படிமுறை மறையவில்லை, தகுதி வாய்ந்த ஆசிரியர்கள் மற்றும் புத்தகங்கள் கிடைப்பது இணையான அளவில் அதிகரிக்காமல், மாணவர் எண்ணிக்கை யதேச்சையாக அதிகரித்தது இன்னொரு தடையாயிருந்தது. இது நிகழ்கையில் கல்வித்தரம் பெரிதும் பாதிக்கப்படுகிறது.

மாணவருக்கும் கற்பிப்பவருக்கும் இடையிலான தொடர்பாக பாடம் எடுக்கும் அமைப்பு, சில வேளைகளில் விசித்திரமான பக்கத்தைக் கொண்டிருந்தது. பாடம் எடுத்தலின் மூலம் எனக்குத் தெரியவந்த ஒரு மாணவிக்கு உணர்வார்ந்த பிரச்சனை; அதனை நாங்கள் விலாவரியாக விவாதித்ததும், ஒரு உளவியல் சிகிச்சையாளரிடம் தான் பேசினால் அது உதவிகரமாக இருக்கும் என்றாள். எனவே அவள் சந்திப்பதற்காக AIIMS-இல் சந்திப்பு நேரம் வாங்கிக் கொடுத்தேன். நானும் அவளுடன் வரவேண்டும் என வற்புறுத்தினாள். இதனைச் சில வேளைகள் செய்த நான் பிறகு நிறுத்திவிட்டேன்- என் வருகைகளைக் கவனித்து வந்த என் நண்பரொருவர் எனக்கு ஏதேனும் பிரச்சனையா? என்று கேட்டதால்.

பரிந்துரைக்கப்பட்ட நூல்கள் நூலகத்தில் கிடைப்பதைப் பொறுத்திருந்தது பாடம் எடுக்கும் முறையும் தேர்வுகளும். இதனை உறுதிப்படுத்திட வேண்டியது துறையின் பொறுப்பு. அந்நாட்களில் புத்தகங்களைத் தேடி அலைந்து திரிய வேண்டியிருந்தது, தனியார் நூலகங்களைக் கூட அணுகவேண்டியிருந்தது, அப்படித்தான் டி.டி.கோசாம்பி நூலகத்திலிருந்து மகிழ்வுடன் பெற்றோம். இதில் எங்களுக்குக் கிடைத்த போனஸ், அப்புத்தகங்களின் ஓரங்களில் அவர் எழுதியிருந்த கடுமையான/குதூகலமான குறிப்புகளை வாசிக்கும் வாய்ப்புதான்.

எம்.ஏ. பாடத்தில், ஆரம்பத்தில் உள் மதிப்பீடு குறித்து ஒரு விவாதம் இருந்தது. எங்களது படிப்புகள் இதர

பல்கலைக்கழகங்களிலிருந்து வேறுபட்டிருந்தன, பிற இடங்களிலிருந்து வந்த ஆசிரியர்களுக்கும் மாணவர்களுக்கும் பரிச்சயமற்றவை. வெளியிலிருந்து வரும் தேர்வாளர்கள் கடுமையாயிருப்பார்கள் எனச் சிலர் வாதிட்டனர். கடைசியில் எம்.ஏ. அளவிலாலான மதிப்பீட்டை துறைக்குள்ளாகவே நடத்துவது என்று தீர்மானிக்கப்பட்டது. துறையினர் தரநிர்ணயங்களைப் பின்பற்ற வேண்டியிருந்தது; ஏனெனில் பல்கலைக்கழகத்தின் புகழ், பட்டமளிக்கப்பட்ட மாணவர்களின் தகுதியைச் சார்ந்திருந்தது. இது தொழில்முறைப் பொறுப்புணர்வை அழுத்திக் கூறும் இன்னொரு வழியாயிருந்தது. தவிர்க்க முடியாதபடி, சில சமயங்களில் மதிப்பெண்கள் தொடர்பாக சிறு கருத்துவேறுபாடுகள் நிலவின, ஆனால் ஒட்டுமொத்தமாக நன்றாக அமைந்தது. குறை தீர்க்கும் அமைப்புகள் பயன்பாட்டில் இருந்தன, தொடர்கின்றன. ஆசிரியர்கள் மீதான மாணவர்களின் மதிப்பீட்டு முறை இந்திய நிறுவனங்களில் வேர் பிடிக்காதிருந்தது-காரணங்கள் இயல்பானவை. சீடனால் குரு மதிப்பிடப்படுவதென்றால், அது இந்திய மனநிலையைத் தலைகீழாக்கிவிடும்.

ஜவஹர்லால் நேரு பல்கலைக்கழகத்தின் மாணவர் சேர்க்கைக் கொள்கை விரிவாக விவாதிக்கப்பட்டது. நுழைவுத்தேர்வு, நேர்முகம், பல்வேறான பிரிவுகளுக்கு இழப்பீட்டுப் புள்ளிகள் முதலானவை குறித்து வாதங்கள் எழுந்தன. மாணவர் சேர்க்கை கொள்கைக்காக அல்லது பல்கலைக்கழக நிர்வாகத்தின் பிற அம்சங்களுக்காக, துணைவேந்தரோ துறைத்தலைவரோ அவ்வப்போது கெரோ செய்யப்பட்டார். இக் கெரோக்கள் வேறு பயன்களைக் கொண்டிருந்தன. இவ்வேளைகளில் துறைத் தலைவர் துணைவேந்தருடன் அப்பிரச்சனைகள் குறித்து விரிவாக விவாதிக்க முடிந்தது. கெரோ செய்யப்பட்டது துறைத் தலைவராயிருந்தால், (துறைத்தலைவராக நானொரு முறை சிக்கியிருந்தது ஞாபகத்திற்கு வருகிறது), போராட்டக்காரர்களுடன் பாடம் எடுக்கும் முறை குறித்து நீண்ட உரையாடல் நடத்துவேன்.

சுதந்திரமாகச் சிந்திக்கக் கற்பிக்கப்படும் மாணவர்கள் பலவிஷயங்களை எதிர்ப்பார்கள் என்னும் கருத்தினை நாங்கள் எதிர்கொள்ளவேண்டியிருந்தது. எதிர்ப்புகள் பற்றி பேசித் தீர்க்க வேண்டும். இவ்வுரையாடலில் பங்கேற்றிட, பல்கலைக்கழகம் தன் உறுப்புகளையெல்லாம் கொண்டிருக்க வேண்டும்.

இத்தகைய விவாதங்கள் வகுப்பறையிலோ திறந்த வெளியிலோ நிகழ்ந்தன. கல்வி வளாகங்களில் போதுமான teach-ins இல்லை என்பதுதான் பரிதாபம்-பல பிரச்சனைகள் குறித்த பாடம் சாராத உரையாடல்களின் முக்கிய வடிவமாக அவை இருக்கமுடியும்.

மாணவர் சேர்க்கை குறித்த ஆட்சேபணை நேர்முகத்துடன் சேர்ந்த நுழைவுத் தேர்வுக்கு இட்டுச் சென்றது. பல தேர்வு மையங்கள் அமைக்கப்பட்டன; குறுகிய பிரதேசத் தன்மையுடன் இருக்கத் தலைப்படும் பெரும்பாலான பிற பல்கலைக்கழகங்கள் போலன்றி, அனைத்திந்திய அளவில் ஜவஹர்லால் நேரு பல்கலைக்கழகம் மாணவர்களை ஈர்த்தது. இது அதன் தேசியப் பண்பை உயர்த்த, அது, நாட்டின் வெவ்வேறு பகுதிகளிலான மாணவர்களின் ஒன்றிணைப்பாகியது. மாணவர் சேர்க்கையின்போது, இழப்பீட்டுப் புள்ளிகள் அளிக்கின்ற எங்கள் அமைப்பு-பொருளாதார ரீதியில் பின்தங்கிய பகுதியைச் சேர்ந்த மாணவர்களுக்குக் கூடுதல் புள்ளிகள் வழங்குவது-சாதாரணமாக பல்கலைக்கழகங்களில் எளிதாக அனுமதி கிட்டாத சமூக வர்க்க மாணவர்களைக் கொண்டுவந்தது. சரிவர அறியப்பட்டிராத முதல்தலைமுறை கல்லூரி மாணவர்கள் பெருநகரப் பின்புலமுடைய மாணவர்களுடன் கலந்து கொண்டனர். பெரும்பாலானவர்கள் கலை-வரலாற்றிலிருந்தும் சிலர் அறிவியல் பிரிவிலிருந்தும் வந்து சேர்ந்தனர். வரலாறு எதைப்பற்றியது என்ற உணர்வு ஆரம்பகட்டத்தில் தொடர்புறுத்தப்படுவது மட்டுமின்றி, விமர்சனபூர்வ விசாரணையிலிருந்து எழும் முறையில் சிந்திக்குமாறு பயிற்றுவிக்கவும், ஒரு பாடத்திட்டத்தை நாங்கள் வடிவமைக்க வேண்டியிருந்தது. கேள்வி கேட்பது ஆதாரமானது, பதில்கள் எதுவாயினும் பதில்களைத் தரக்கூடிய கேள்விகள் கேட்பது எப்படி என்று ஒருவர் கற்றுக்கொள்ள வேண்டியுள்ளது.

நீர்ப்பிடிப்புப் பகுதியை விரிவுபடுத்த, தம் மண்டலங்கள் சார்ந்த அக்கறைகளை மாணவர்களிடத்தே ஏற்படுத்தியது. இது தவிர்க்க முடியாதபடி ஆய்வெல்லையின் புவியியல் பரப்பை விரிவாக்கியது. அதுபோலவே சமூகப் பின்புலங்களின் பல் திறத்தன்மையும், எம்.பில். மட்டத்தில் சேர்க்கப்பட்டிருந்த மையக் கருத்துகளை விரிவாக்குவதற்கான தேவை குறித்து எங்களை விழிப்புற வைத்தது. நாங்கள் கற்பித்து வந்த பகுப்பாய்வு முறையைப் புரிந்துகொள்ள சிரமப்பட்டவர்களுக்கு, மொழிப்பயிற்சி மற்றும் முறையை சார்ந்து ஓராண்டு பயிற்சித்

திட்டத்தை ('பற்றிக்கொள்ளல்') தயாரித்தோம். நன்கு ஆயதப்படுத்திக்கொள்ள விரும்பும் மாணவர், இரண்டாண்டு எம்.ஏ. படிப்புக்கு முன், இதில் சேர்ந்து கொள்ளலாம். ஆனால் மாணவர்கள் இதனை நிராகரித்தனர்-அதற்கென்று மானியம் வழங்கப்பட்டாலும், எம்.ஏ. படிப்புக்காக ஓராண்டு நீட்டிப்பு செய்திட அவர்கள் விரும்பவில்லை, காலப்போக்கில் இதுவே பலபிரச்சனைகளுக்குரிய நிலைமையின் மையமாக இருந்து வருகிறது, சமீபகாலங்களில் அதிகரித்திருக்கிறது. அந்நாட்களைப் போலவே இப்போதும் பள்ளிக் கல்வி பரிதாபமிக்கதாகத் தொடருமானால், பல பல்கலைக்கழகங்களால் இது கவனமாகப் பரிசீலிக்கப்படவேண்டும்.

பெரிதும் வரலாற்றிலும், சில தொடர்புடைய சமூக அறிவியல் துறைகளிலுமாக, எம்.ஏ. 16 பாடங்களைக் கொண்டிருக்கிறது. இரு ஆண்டுகளில் கற்பிக்கப்பட வேண்டும். மாணவனின் தாய்மொழி தவிர்த்து கூடுதல் மொழி வகுப்பு இருந்தது; அவன் பயன்படுத்த வேண்டிய ஆதாரங்களுடன் தொடர்புடையதாக அம்மொழி இருக்கவேண்டும். இது மாணவனுக்கு கூடுதல் சுமையாயிருக்கும் என்று சிலர் எண்ணியதால், இது விலாவரியாக விவாதிக்கப்பட்டது. பாரசீகம்/சமஸ்கிருதம் கற்கவேண்டிய இடைக்கால, தொல்கால வரலாற்று மாணவர்களுக்கு மிகச் சிரமமானது என்றெண்ணப்பட்டது. தொல்கால இந்தியாவைப் பயிலும் மாணவர்களுக்கு ஓரளவு சமஸ்கிருதப் பரிச்சயம் அவசியமானது என எங்களில் சிலர் கருதினோம். இந்தியாவில் ஜவஹர்லால் நேரு பல்கலைக்கழகம் மட்டுமே, தொன்மையான வரலாற்றில் பட்டம் பெற சமஸ்கிருத அறிவை அவசியமாக்கியது. எங்கள் துறையில் இருமொழி அறிந்த கே.மீனாட்சி இருந்ததால் நாங்கள் நல்வாய்ப்பினராயிருந்தோம்-திராவிட மற்றும் இந்திய-ஆரிய மொழியியல்களில் நிபுணத்துவமுள்ள அவர் சமஸ்கிருதம், தமிழ் இரண்டையும் கற்பித்தார்.

இரு ஆண்டு எம்.ஏ. படிப்பில் கற்பிக்கப்பட்ட 16 பாடங்களில், நான்கு எல்லா மாணவர்களுக்கும் கட்டாயமானது எனத் தீர்மானித்தோம். இப்பாடங்களில் வரலாற்றின் இரு அம்சங்கள் மீது நாங்கள் கவனக் குவிப்பு செய்வோம். ஒன்று ஆய்வு முறைகள் மற்றும் வரலாற்று விளக்கங்கள் சார்ந்து. சமூக அறிவியல்கள் அனைத்தும், குறிப்பாக ஆய்வுக்கென்று விசாரணை முறையைக் கொண்டுள்ளன என்பது அனுமானம்.

வரலாற்றில் கடந்தகாலத்தின் மீது தகவல் பெறுவது, மற்றும் கடந்த காலத்தில் என்ன, ஏன் நிகழ்ந்தது என்று விளக்குவதுதான் நோக்கம். ஆதாரங்களின் சாத்தியப்படும் வீச்சை அங்கீகரிப்பது-பகுப்பாய்வு செய்வது மற்றும் முதல் காலடியாக அவற்றின் நம்பகத் தன்மையைச் சரிபார்ப்பது என இதற்குப் பொருள். இரண்டாவது சம அளவிலான முக்கிய அம்சம், கடந்த காலத்தில் நிகழ்ந்தது குறித்து விளக்கும் பொருட்டு, ஆதாரங்கள் சார்ந்து கேள்விகள் கேட்பது. பல்வேறு வழிகளில் முன்னேறியிருக்க, நிலவுகின்ற அறிவு சரிபார்க்கப்படவேண்டும். பிறசமூகங்கள் குறித்த மிகுந்த தகவலாக மட்டுமின்றி, இவற்றின் ஆய்வில் வரலாற்றுக் கருத்தமைவுகள் எப்படிப் பயன்படுத்தப்படுகின்றன என்று காண்பதற்காக ஒப்பியல் வரலாறு உதவும் என்றெண்ணினோம். இத்தகைய பகுப்பாய்வுகள் நம் வரலாற்றிற்குப் பொருத்தமானவையா?

நான்கு கட்டாயப் பாடங்கள், வரலாற்று முறை, தொன்மையான சமூகம், நிலபிரபுத்துவம் மற்றும் முதலாளித்துவம்-காலனித்துவம். இந்நான்கும் எங்கள் பாடத்திட்டத்தில் மிகவும் புத்தாக்க முள்ளவை மற்றும் அதன் முதுகெலும்பாக இருப்பவை. சமீப காலம் வரை, பிற பல்கலைக்கழகங்களில் கேள்விப் பட்டிராதவை. இவற்றை வடிவமைப்பதில் அதிக பட்சம் மூளையைக் கசக்க வேண்டியிருந்தது. இந்த ஆரம்ப ஆண்டுகள், துறையினராகிய எங்களுக்கு அறிவார்த்த ரீதியில் மிகவும் தூண்டுதல் மிக்கவையாக இருந்தன ஏனெனில், கற்பிப்பதற்கு என்ன உத்தேசித்திருந்தோம், வழமையானதிலிருந்து அவ்வளவு வேறுபட்டிருந்த பாடங்களை எப்படி நியாயப் படுத்தப் போகிறோம் என்று எங்களை விமர்சனபூர்வமாகச் சிந்திக்குமாறு அவை நிர்ப்பந்தித்தன.

வரலாற்று ஆய்வுகள் மையத்தின் மூளையைக் கிறுக்கும் நடவடிக்கை அவ்வப்போது ஆட்சேபணைக் குரியதாய் இருந்தது ஆனால் இறுதியில் பயனுள்ளதாக இருந்தது-விரிவான விவாதத்தால் வேறுபாடுகள் நீக்கப்பட்டு. டெல்லி பல்கலைக்கழகத்திலுள்ள அன்பான நண்பர்கள், நாங்கள் ஒருபோதும் பிரகாசமான மாணவர்களைப் பெறப்போவதில்லை எனவே ஏன் இப்படியான வழமைக்கு மீறிய பாடத் திட்டங்களில் நேரத்தை வீணாக்க வேண்டும் எனப் புதிய பாடத்திட்டம் குறித்துச் சீண்டினர். இருந்தும் எங்கள் மாணவர்கள் பிரகாசமானவர்களிடையே இடம் பெற்று, எங்கள்

பாடங்களால் உற்சாகமடைந்து, அவை வித்தியாசமாயும் கடந்த காலப் புரிதலுக்கு மிகப் பொருத்தமாயும் இருந்ததை உணர்ந்து கொண்டதுடன், இப்பாடத்திட்டம் படிப்படியாக வேறு சில பல்கலைக்கழகங்களில் நுழைந்து கொண்டிருந்ததை நாங்கள் காணுமாறும் வழிவகை செய்தது.

அப்போது எங்களிடையே நாங்கள் கற்பித்துக் கொண்டிருந்தது சார்ந்தும், பொதுப் பிரச்சனைகளில் நாங்கள் கொண்டிருந்த நிலைப்பாடு சார்ந்தும் பொதுவானதும் வலுவானதுமான உறுதிப்பாடு நிலவியது. அதீதத் தன்மையிலான மததேசிய வாதமாக விவரிக்கப்படுவதற்கு, வரலாறே தெரிவு செய்யப்பட்ட யுத்தகளனாக இருந்ததால், பொதுப் பிரச்சனைகள் நிறைய இருந்தன. ராமஜென்ம பூமியின் வரலாற்றுத் தன்மை குறித்த பிரச்சனை பொது விவாதமானபோது, ஆரம்பத்தில் தெளிவாக ஒரு பிரிவினைக் காணப்பட்டது-ராமன் பிறந்த இடமாக அடையாளப் படுத்தப்பட்ட இடத்தின் வரலாற்றுத் தன்மையைக் கேள்விக்குள்ளாக்கிய வரலாற்றாளர்கள் மற்றும் ராமஜென்ம பூமி என அடையாளப்படுத்தப்பட்ட ஆலயத்தின் இடத்திலே பாபர் மசூதி நிர்மாணிக்கப்பட்டது- மசூதி கட்டும் பொருட்டு ஆலயம் தகர்க்கப் பட்டிருக்கிறது என்னும் கருத்தை ஆதரித்திட வேறு காரணங்கள் கொண்டிருந்த வரலாற்றாளர் அல்லாதவர்கள் ஆகியோருக்கு இடையே.- அவ்விடத்தை சந்தேகத்திற்குரியதாக்கிடும் காரணங்களை முன்வைத்து ஒரு சிறு கட்டுரையை நாங்கள் வெளியிட்டோம். வரலாற்று ஆய்வுகள் மையத்திலுள்ள எங்களில் பலரால் இது ஆதரிக்கப்பட, சிலரால் ஆதரிக்கப்படவில்லை. வரலாற்றுத் தரவுகளின்றி, விவாத வடிவில். நிர்ப்பந்தமில்லாததால், இது தனிப்பட்ட தெரிவாயிருந்தது. 1975-இல் அவசர நிலை பிறப்பிக்கப்பட்டபோது வரலாற்று ஆய்வுகள் மையத்திலுள்ள நாங்கள் பலர் எதிர்த்தோம், பிற துறையினர், மாணவர் எதிர்ப்பை ஆதரித்தோம்.

எங்களில் சிலருக்கு வரலாற்று ஆய்வு, தன்னளவிலே மட்டும் கடந்த காலத்தைப் புரிந்து கொள்வதாக இல்லாமல், கடந்த காலம் நிகழ்காலத்திற்குள் தொடர்வதை/தொடராதிருப்பதைத் துலக்கிக்காட்டும் வழிமுறையாக, நிகழ்காலம் கடந்த காலத்தை வடிவமைத்துப் பயன்படுத்தும் விதமாகவும் இருந்தது. கடந்த காலத்தை விளக்குவதே, பலவிதங்களில் அதனை ஆய்வு செய்வதன் நோக்கமாக உள்ளது; ஆனால் பல்நோக்கங்களுக்காக

கடந்த காலம் நிகழ்காலத்துடன் பிணைந்திருப்பதால், வரலாற்றாளர்களும் வரலாற்றின் இவ்வம்சத்தைப் புரிந்து கொள்ள வேண்டியுள்ளது. அத்துடன், பல்வேறான தேசியவாதங்களில் வரலாறு ஒரு முக்கிய உட்கூறாக உள்ளது எனச் சுட்டிக்காட்டப்பட்டிருக்கிறது. அரசியல் கூட்டத் திரட்டலுக்காக வரலாறு பயன்படுத்தப்படுவது குறித்து கவனமாயிருக்க வேண்டுமென்று இதுவும் அவசியப்படுத்துகிறது.

வரலாற்றின் நோக்கம் கடந்த காலம் குறித்த உண்மையைக் கண்டறிய முற்படுவதே என்று கூறப்பட்ட காலம் இருந்தது. இப்போது இக்கூற்று அரிதாகவே முன்வைக்கப்படுகிறது. கடந்த காலம் குறித்த உண்மை எந்தவொரு முறையாலும் அறியப்பட முடியாதது ஏனெனில் கடந்த காலம் மறைந்துள்ளது, மீண்டும் மறு கட்டுமானம் செய்ய முடியாதது அல்லது யூகித்துக் கொள்ளக் கூடியது அல்ல. நமக்குக் கிடைக்கின்ற ஆதாரங்களை வைத்து, கடந்த காலத்தில் நடந்தவற்றை எப்படி விளக்குவது என்பதுதான் நமது இப்போதைய அக்கறை. எனவேதான், கடந்த காலத்தை விளக்க, நாம் உருவாக்கும் காரண-காரிய பிணைப்புகள், நன்கு பகுத்தறியப்பட்ட, தர்க்கபூர்வ தொடர்புகளின் மீதமைய வேண்டும். சீரான விளக்கத்தின் மீதமைந்ததாக இறுதி அறிக்கை இருப்பின், அவ்வளவு உறுதிப்பட்டதாகும்.

ஆனால் புதிய அறிவு வந்து சேர்ந்தால், எடுத்துரைப்பும் விளக்கமும் மாறவேண்டியிருக்கும். தொல்வரலாற்றிலான எனது நிபுணத்துவத்திலிருந்து இதனை விளக்குவேன். இந்நூலிலும் வேறொரு இடத்திலும் ஏற்கனவே நான் குறிப்பிட்டுள்ளபடி, 19-ஆம் நூற்றாண்டில் இந்திய வரலாறு எழுதப்பட்டபோது, மௌரிய சக்கரவர்த்தி அசோகர் பற்றி அநேகமாக எதுவும் தெரியாது. பிராமணிய ஆதாரங்கள் அவரைக் குறித்து மௌனம் காட்டுகின்றன. கல்கணர் ராஜதரங்கிணியில், தன் அரசில் காஷ்மீரை இணைத்துக் கொண்ட ஆட்சியாளர் என அவரைக் குறிப்பிடுகிறார். பௌத்தப் பிரதிகள் அவரைக் குறிப்பிட்டன ஆனால் அவை அவ்வளவாகக் கவனத்தைப் பெறவில்லை. பத்து நூற்றாண்டுகளுக்கு மேலாக இந்தியர்கள் அறியப்படாதவராய் இருந்தார்- அவரது கல்வெட்டுகள் வாசிக்கப்படாது இருந்ததால், பிந்தைய ஆட்சியாளர்கள் அவரைக் குறிப்பிடவில்லை போலும். பௌத்தம் செல்வாக்கினை இழக்கவும், அந்த ஆதாரமும் மௌனமாக்கப்பட்டது. அவை 19-ஆம் நூற்றாண்டின்

ஆரம்பத்தில் வாசித்து புரிந்துகொள்ளப்பட்டன- ஆனால் அவற்றை வெட்டுவித்த *தேவனாம்பிய பியதஸ்ஸி* யாரென்று ஒருவருக்கும் தெரியவில்லை. பத்தொன்பதாம் நூற்றாண்டில் கடைசியில் சிறிலங்காவின் பாலி பௌத்த சரிதங்கள் ஆய்வு செய்யப்பட்ட போதுதான், அசோகருடனான அடையாளம் முன்வைக்கப்பட்டது. அது இந்திய மன்னர் அசோகரைக் குறித்தது. *தேவனாம்பியஸ்ஸ அஸோகஸ்ஸரைக்* குறிப்பிடும் கல்வெட்டு கண்டறியப்பட்டது 1915-இல்தான். மன்னரின் அடையாளம் வெளிப்படுத்தப்பட்டதும் மௌரிய வரலாறு மாறியது. புதிய குறிப்பு எங்கே தோன்றுமென்று யாருக்கும் ஒருபோதும் தெரியாது.

வரலாற்று ஆய்விலான தேடல், கடந்தகாலம் குறித்த எடுத்துரைப்பை விரிவுபடுத்திட, புதிய ஆதாரங்களை வெறுமனே பயன்படுத்துவது மட்டுமின்றி, சான்றினைத் தொடர்புபடுத்தவும் பகுப்பாய்வு செய்யவும் புதிய வழிகளை முன்வைப்பதும் ஆகும். நான்கு கட்டாயப் பாடங்களில் மற்ற மூன்று, தனித்த சமூகங்களின் மீது குவிமையம் கொள்ளாமல், வெவ்வேறு காலங்கள்-இடங்களுடன் தொடர்பு கொண்டுள்ள பல்வேறு கருத்தமைவுகள் மீது கொண்டிருந்தன. சமூகங்கள் சமூக ஏற்றத்தாழ்வை பதிவு செய்கின்றன என்பது அங்கீகரிக்கப்படுகிறது, இதனை நாம் கடந்த காலத்திற்கான நுழைவுப் புள்ளியாக எடுத்துக் கொள்கிறோம். சமூகங்கள் உயர் சாதியினராகக் கூறிக் கொண்ட மன்னர்களால் அல்லது குலத்தலைவர்களால் நிர்வகிக்கப்பட்டன. படிமுறையின் மறுநுனியில் அடிமைகளும் தாழ்ந்த சாதிகளும் இருந்தன. உயர்ந்தவர்களுக்கும் தாழ்ந்தவர்களுக்கும் இடையிலான, ஏற்றத்தாழ்வு-படிமுறையின் ஒட்டுமொத்த வீச்சினை வரலாற்று ஆசிரியன் பரிசீலிக்க வேண்டியிருக்கிறது. அதே வேளையில், இத்தகைய ஏற்றத்தாழ்வின் சூழலை விளக்குவதும், ஏற்றத் தாழ்வுகளை மட்டுமின்றி, இச்சமூகங்களின் இதர அம்சங்களையும் பரிசீலிப்பதும் அவசியமாயிருந்தது.

மாணவர்கள் மெஸபடோமிய சமூகம் மற்றும் பிந்தைய கிரேக்க-ரோமானிய சமூகத்தைப் பற்றி வாசிக்க வேண்டுமென்று விரும்பினோம். இவ்வரலாறுகள் அப்போது தொன்மையான பிற சமூகங்களை விடவும் அதிகம் கிடைக்கக்கூடிய பகுப்பாய்வு பற்றியே இருந்தன. இச்சமூகங்கள் தம் பண்பாட்டு அமைப்புகளில் எப்படி வேறுபட்டன? இச்சமூகங்களின்

பண்பு நலன்களை உருவாக்கிய பண்பாடு என்ன விதமானது, பிற வரலாறுகளுடன் எப்படித் தொடர்பு கொண்டிருந்தது? வளங்களைக் கட்டுப்படுத்தியது யார், உழைத்தது யார்? கிரேக்க-ரோமானிய சமூகம் அடிமை உழைப்பின் மீதமைந்ததாகப் பொதுவாகக் கூறப்படுகிறது. வரலாற்றாளர்கள் வெவ்வேறு வகைமைகளையும் இது எப்படி பண்பாட்டைப் பதித்தது எனவும் விசாரணை செய்துள்ளனர். ஏதென்ஸின் நகர அரசு தனிப்பட்ட அடிமைகளான டவ்ளோஸ்களை உரிமைப்படுத்தி, வேலைக்கு அமர்த்தியது-இவர்கள் ஒருவர் மற்றவருடன் தொடர்பில்லாதவர்கள்; ஸ்பார்ட்டாவின் நகர அரசு அடிமைகளின் தனித்த சமூகத்தைக் கொண்டிருந்தது-ஹெலாட்ஸ் எனப்படும் இவர்கள் நகருக்கு வெளியே, சுதந்திரக் குடிமக்களிடமிருந்து விலகி, குடும்பங்களாக வசித்தனர். நகருக்கு வெளியே, சாதிச் சமூகத்திலிருந்து வெளியேற்றப்பட்டு அவர்ணர்களாக சேரிகளில் வசித்தவர்களின் சாதிகளுடன் இவ்வடிவம் ஒப்பிடப்பட்டிருக்கிறது. சில ஒப்புமைகள் இருப்பினும் ஒப்புமை இன்மைகள் அதிகம். மாற்று அமைப்புகளாக இருந்தவை எவை, அவை வேறுபட்டு இயங்கினவா? என்பதே கேட்கப்படவேண்டிய கேள்வி. பண்பாட்டின் இதர அமைப்புகள் மீது இது தாக்கத்தைக் கொண்டிருந்ததா? வரையறைகளைக் கூர்மைப்படுத்துவதில், புதிய விளக்கக் கோட்பாடுகளைக் கண்டறிவதில் ஒப்பாய்வுகள் உதவிகரமாயிருக்கக் கூடும்.

ஆரம்பநிலைச் சமூகங்கள் குறித்த இந்த ஒப்பாய்வுகளில் சில, தொல்லியல் தரவுகளை விரிவாகப் பயன்படுத்தி, பெரிதும் சவால்விடுபவையாகி உள்ளன-தம் வாழ்வமைப்பின் மறு கட்டுமானத்திற்கு சில துல்லியத்தன்மைகளை இத்தரவுகள் தந்துள்ளன. ஆரம்பகால இந்தியா குறித்து அதிகம் கிடைக்கக் கூடியதாயிருந்தவை இத்தரவுகளே. எங்கள் உத்தேசம் அகழ்வாய்வு மேற்கொள்வதல்ல மாறாக ஆரம்பநிலைச் சமூகங்கள் எப்படி செயல்பட்டன என்பதற்கான சான்றாக கிடைத்துவந்த, தரவுகளின் மீது பணியாற்றுவதுதான்-அகழ்வாய்வுக்குத் தனி தொல்லியல் துறையே தேவைப்படும். இதில் சமூகமானுடவியலின் அகப்பார்வைகளும் பயனுள்ளவையாயிருந்தன. சமூகங்களின் வெவ்வேறு வகைமைகளைப் பிரித்தறிவதும், இவ்வெவ்வேறு வகைமைகளின் உருவாக்கத்தில் பங்கேற்றவற்றின் வடிவங்களையும் பணிகளையும் கண்டுகொள்வதும், வரலாற்றுச்

சான்றிலிருந்து இவ்வகைமைகள் சிலவற்றைக் கண்டுகொள்வதில் வரலாற்றாளர்களுக்குத் துணைபுரிந்தன. உலகின் பல பகுதிகளிலுள்ள ஆரம்பநிலைச் சமூகங்களின் ஆய்வில் கொண்டுவரப்பட்டு, இந்தியா தொடர்பான ஆய்வுக்குரிய கேள்விகளை உருவாக்குவதில் உதவிகரமாயிருந்தன.

ஒரு சமூகத்திலுள்ள வாழ்க்கை அமைப்பு என பண்பாட்டை மறுவரையறை செய்தது, சந்தேகத்திற்கிடமின்றி, இந்திய சமூக ஆய்வுகளுக்குள் ஒரு பெரிய பங்களிப்பாகும். வாழ்க்கை அமைப்புகள் மேட்டுக்குடியினருடன் கட்டுப்படுத்தப் பட்டதல்ல; பெரிய சமூகத்தின் விவாதத்தைக் கோருவது. எனவே பிரதிகள், நினைவுச் சின்னங்கள், கட்டிடக் கலை, அரச குடும்பத்தினர்-செல்வந்தரின் கலை ஆகியவற்றுடன் மட்டும் பண்பாடு கட்டுண்டதல்ல மாறாக பொருட்கள் மட்டுமின்றி, சமூகத்தை ஒட்டுமொத்தமாக அடையாளப்படுத்தும் சமூக வடிவங்களையும் ஆய்வு செய்யக் கோரும். ஆகவே பொருளாதாரம், சாதி, பாலின உறவுகள் குறித்த ஆய்வுகள், பண்பாட்டின் எந்தவொரு வரையறைக்கும் அவசியமானதாகும். சமூக வரலாறு இத்தகு மாற்றங்களுக்கு இடமளித்திருக்கிறது. வரலாற்று ரீதியிலான காலகட்டப் படுத்தலில், ஆரம்பகட்டத்தில் உள்ளடக்கப்பட்ட சமூகங்களுக்கும் இடைக்காலங்களில் உள்ளடக்கப்பட்டவற்றிற்கும் இடையே, அது தெளிவு படுத்தியதுடன் வித்தியாசப் படுத்தியும் காட்டிற்று.

உலகின் பல சமூகங்களில், நவீனத்திற்கு முந்தைய காலகட்டம், இடைக்காலத்தினதாக விவரிக்கப்படுகிறது. சமூக-பொருளாதாரக் கட்டமைப்பு நிலபிரபுத்துவ அமைப்பில் அமைந்திருந்ததாகக் கருதப்பட்டதாக இது எடுத்துக்கொள்ளப்படுகிறது-சில நேர்வுகளில் இவ்வமைப்பு இல்லையென்றாலும். கருத்தமைவின் அர்த்தமும் அதன் வேறுபாடுகளும் விவாதிக்கப்பட்டு, குறிப்பிட்ட வரலாற்றுக்கு அது எந்த அளவில் பொருந்தியது என்பதும் விவாதிக்கப்பட்டு, நிலபிரபுத்துவத்தின் மீதான பாடத்திட்டம் உருவானது. இப்போது அங்கீகரிக்கப்படுவது போல, அவ்வேறுபாடுகள் அளப்பரியவை. அநேகமாக ஒவ்வொரு சமூகமும் தனது வேறுபாடுகளைக் கொண்டிருக்கிறது, இந்தியத் துணைக் கண்டத்தின் விரிவான ஆய்வுகளில் இது வெளிப்படுகிறது. குறிப்பிட்ட வடிவிலான இந்திய நிலபிரபுத்துவம் இருந்ததா, அல்லது ஒன்றுக்கு மேற்பட்டது இருந்ததா, அவ்வடிவங்கள் எப்படி வேறுபட்டன

என்பவற்றைப் புரிந்து கொள்வதில், ஒப்பாய்வுகள் துணை நின்றன. அல்லது அய்ரோப்பிய கடந்தகாலத்திற்காக இன்று விவாதிக்கப்படுவது போல, அது பயன்படுத்தப்படுவது போன்ற அதன் பயன்பாடு செல்லுபடியாகுமா?

ஆரம்ப காலங்களுடன் ஒப்பிடுகையில், ஆதாரமாக நிலத்தின் மீது அதிகக் குவிமையம் உள்ளது. இவ்வாதாரத்தைக் கட்டுப்படுத்துவது யார், அதனை உற்பத்தித் திறனுள்ளதாக்க அதில் உழைப்பவர் யார், அதன் உற்பத்தித் திறனால் ஆதாயமடைபவர் யார், தொடர்புடைய பண்பாட்டு அமைப்பு என்ன? என்பது போன்ற கேள்விகள் எழுகின்றன. அது ஆதரிக்கின்ற பண்பாட்டு அமைப்புகள் மேற்கொள்ளும் வடிவங்களுடன் இந்நடவடிக்கையின் எதிர்நிலை நிறுத்தம் உள்ளது.

முதலாளித்துவம் - காலனித்துவம் மீதான மூன்றாவது பாடத்திட்டம் நவீன காலங்களைச் சிறப்பித்துக் காட்டியது. காலனியிலும் காலனித்துவ வாதியின் தாயகத்திலும் இரண்டுக்கும் இடையிலான கலந்துறவாடலை எடுத்துக்காட்டுவது இம்முயற்சி. காலனியத்தின் பிற அமைப்புகள் குறித்த ஒப்பாய்வுகள் உள்ளடக்கப் பட்டிருந்தாலும், பிரித்தானிய காலனித்துவம் தெளிவான எடுத்துக்காட்டை முன்வைத்தது. உலகின் பிற பகுதிகளது அய்ரோப்பியக் கட்டுப்பாட்டிலிருந்து இவை எடுக்கப்பட்டன. முதலாளித்துவ வளர்ச்சிக்கு இது எந்த அளவுக்கு உரமூட்டியது என்பது உறுதிப்படுத்தப்பட வேண்டும். முதலாளித்துவத்திற்கும் காலனித்துவத்திற்கும் இடையிலான கலந்துறவாடல், விலாவரியான விளக்கக் கோட்பாடுகளை உருவாக்கியவர்களால் கூட போதுமான அளவு அங்கீகரிக்கப் படவில்லை. காலனித்துவ வாதியின் சமூகத்தில் இவ்வகையான காலனித்துவம், முதலாளித்துவம் முன்னேறுகின்ற விதத்தைப் பாதிக்கின்றதா? காலனித்துவ சமூகங்களிலுள்ள முதலாளித்துவத்திற்கும் முந்தைய காலனியிலுள்ள முதலாளித்துவத்திற்கும் இடையிலான வேறுபாடு என்ன? காலனிகளாக இருந்திராத சமூகங்களுடன் இதனை வேறுபடுத்த முடியுமா?

இந்நான்கு பாடத்திட்டங்களும் 'மையப்பாடங்க'ளென்று நாங்கள் அழைப்பவை, ஒருவகையில், நம் காலங்களில் வரலாறு விவாதிக்கப்படுகின்ற, கருத்தமைவுகளையும் அக்கறைகளையும் முன்வைப்பவை. முந்தைய நூற்றாண்டுகளில்

இச்சமூகங்கள் எப்படி ஆய்வு செய்யப்பட்டன, அவை ஏன் வித்தியாசமாக ஆய்வு செய்யப்படலாயின என்று எடுத்துக்காட்டி இது தெளிவுபடுத்தப்பட்டது. வாசிப்பு நாளைய தேதி வரையினதாக இருக்கவேண்டி வந்தது; மற்ற வரலாறுகளிலான நடப்பு விவாதங்கள் குறித்த ஒரு கருத்தினை மாணவர்களைப் பெறுமாறு நிர்ப்பந்தித்தது. பிற பகுதிகளான ஒரு காட்சியை இது வழங்கி, வரலாற்று மாற்றத்திற்கு வெவ்வேறு சமூகங்கள் எதிர்வினைபுரிவதைப் பார்க்கவேண்டியதைச் சுட்டிக்காட்டியது-அது ஒருபாதி ஒத்ததாயும் ஒரு பாதி வேறுபட்டும் இருந்தது. இப்பாடங்களுக்கு அடிப்படையான கருத்தமைவுகளைக் கைக்கொள்வது, வரலாற்றுச் சந்தர்ப்பங்களிலிருந்து எழும் பிரச்சனைகளைக் கையாளும் வகையில், மாணவர்களைத் தயார்படுத்தியது. அவை திறந்தநிலைப் பாடத்திட்டங்களாதலால், அவற்றைக் கற்பிக்கும் அடுத்த நபர், ஒப்பீட்டுக்கு பிற சமூகங்களை அறிமுகப்படுத்த முடியும்-அப்பாடத் திட்டம் அக்கருத்தமைவுகளின் மீதமைந்து முன்னேறிய அறிவின் வெளிச்சத்தில் இவைகூட எப்படி மறுவடிவமைப்பு செய்யப்படுகின்றன என்று பரிசீலிக்க முடியும். 1970-களில் நாங்கள் தயாரித்த பாடத்திட்டங்கள், தற்போதைய காலங்களில், சமீபத்தைய கோட்பாடுகளின் மீதமையும் கூடுதல் கேள்விகளைக் கேட்கவைக்கும்.

இப்பாடங்கள் புதிதாக வடிவமைக்கப்பட்டவை ஆதலால், பலமாணவர்களுக்கு ஆரம்பநிலைச் சிரமங்கள் இருக்கும் என உணர்ந்தோம். ஆகவே பாடத்திட்டத்தின் தொடக்கத்திலேயே, ஒரு தலைப்பு குறித்து மேலும் விளக்கத்தை வேண்டும் அல்லது விளக்கங்களில் பிரச்சனைகள் உள்ள அல்லது மாறுபடும் மாணவன், விரிவுரையில் குறுக்கிட சுதந்திரம் கொண்டவன், விவாதம் தொடரும் என நாங்கள் குறிப்பாக அறிவித்திருந்தோம். ஒரு சந்தர்ப்பம் என் நினைவுக்கு வருகிறது.

வரலாற்று முறை பாடத்தில் வரலாற்றில் தவறுகள் குறித்து ஒரு விரிவுரை தந்துகொண்டிருந்தேன். அப்பாடத்தை அறிமுகம் செய்யத் தொடங்கியபோதே, ஒரு மாணவன் எழுந்து மாவோவின் *Little Red Book* இன் வங்காள மொழியாக்கத்தை எடுத்து, அதிலிருந்து வாசிக்க ஆரம்பித்தான். வகுப்பும் நானும் குழப்பமுற்றோம். பத்து நிமிடங்களுக்குப் பிறகு புத்தகத்தை மூடிவைத்து அமர்ந்தான். எங்களைனைவருக்கும் வங்காளி தெரியாததால், அவன் என்ன வாசித்தான் என்று

விளக்குமாறு கேட்டேன். ஒரு சமூகத்தைப் புரிந்துகொள்ள உற்பத்தி முறைகள் அவசியம் என்பது குறித்த மார்க்ஸின் கொள்கைகள் மீதான மாவோவின் குறிப்புகளைத் தன்னால் முடிந்த அளவுக்கு விளக்கினான். நான் பேசிக்கொண்டிருந்தது அதுவல்ல, எனவே இரண்டுக்கும் என்ன தொடர்பு என சிலர் கூறினர். மற்றவர்கள் தொடர்பு ஏற்படுத்திட முயன்றனர். இசைவு-இசைவின்மையுமாக உற்சாகமான விவாதம் தொடர்ந்தது. விவாதிக்கப்படும் தலைப்பிலிருந்து விலகாமல் நான் பார்த்துக்கொள்ள, இது ஒரு மணிநேரத்திற்கு மேல் நடந்தது. அனைத்துவகையான வரலாற்றுத் தவறுகளும் மேற்கோள் காட்டப்பட்டன, அங்கீகரிக்கப்பட்டன, அல்லது தகர்க்கப்பட்டன. அங்கிருந்த ஒவ்வொரு மாணவனும் தலைப்புக்கு ஆதரவாகவோ எதிராகவோ வலுவான அபிப்பிராயம் கொண்டிருந்தான். இது எனது மிக வெற்றிகரமான வகுப்புகளில் ஒன்றாயிருந்தது, அது *Little Red Book* லிருந்து தொடங்கியதால் அல்ல, ஒவ்வொரு மாணவனும் ஆவேசமாக விவாதித்ததால். பிற்பாடு, ஒரு வரலாற்றுத் தவறை விவரிப்பதில் ஒவ்வொருவரும் நம்பிக்கையுடன் இருந்தனர் என்று கேள்விப்பட்டேன்!

விவாதிக்க ஆயத்தமாயிருப்பதில்தான் அழுத்தம் அதிகமிருந்தது. இது வகுப்பறையில் மட்டுமல்ல வெளியிலும். துறையினரும் மற்ற பேச்சாளர்களும் வளாகத்தில் பேச அழைக்கப்பட்டபோதெல்லாம், அது வரலாற்றிலிருந்து பிற துறைகளுக்கும் விரிவடைந்தது; வலுவான அபிப்பிராயங்கள் வெளிப்படுத்தப்பட்டு, விவாதிக்கப்பட்டன. ஒவ்வொருவரும் ஒத்துக்கொள்கிறபடி, பல்கலைக்கழகம் என்பது பேசுவதற்கான சுதந்திரத்தையும் பொருத்தமானதாகத் தோன்றும் எந்த விஷயம் குறித்தும் விவாதிப்பதற்கான சுதந்திரத்தையும் அனுமதிக்கும் இடம். இதனைத் திறம்படப் பராமரிக்க விரும்பினோம், கடந்த இரு ஆண்டுகள் வரை அப்படித்தான் இருந்தது.

வரலாற்றில் விளக்கக் கோட்பாடுகள் பலவானவை மற்றும் நிறைய உள்ளன. மார்க்ஸ் வரலாற்றினைக் காலகட்டப்படுத்துவது, மேக்ஸ் வெபெருடையதை விடவும், சீரான வரிசையில் வரலாற்று விளக்கங்களைக் கொண்டுள்ளன. நாங்கள் இரண்டையும் மற்றவற்றையும் விவாதித்தோம், எங்கள் தெரிவுகளைச் செய்தோம். உற்பத்தி முறைகளின் கருத்தமைவை அறிந்திருந்தோம்-இந்திய வரலாற்றின் மாறாத

விளக்கமாக அல்லாமல், கேள்விகள் கேட்கப்படுவதற்கான தொடக்கப்புள்ளியாக-வரலாற்று நிகழ்வுகளுக்கு திசைவழி தந்திருக்கக்கூடிய சமூக உருவாக்கங்கள் குறித்தும், விரிவான விவாதங்களின் சூழலில் காரண-காரியம் மற்றும் வரலாற்று மாற்றம் குறித்தும், வரலாற்று ஆய்வில் முக்கியமான பிற பிரச்சனைகள் குறித்தும். விளக்கக் கோட்பாடுகள் இந்திய வரலாற்றுக்கு எப்படி, ஏன் பொருத்தமானது என்று விவாதிப்பதே எங்கள் அக்கறையாயிருந்தது-கேள்விகளை எழுப்பிவிடுவதற்காக அவற்றினைப் பயன்படுத்துவதில் மேலும் கூடுதலாக இருந்திருக்கக்கூடும்.

ஜவஹர்லால் நேரு பல்கலைக்கழகம் தன் திசைவழியில் மார்க்ஸிஸ்டாக இருப்பது பற்றி நிறையவே கூறப்பட்டது, கூறப்படுகிறது. இக்குறிப்புகள் அப்போது வரலாற்று ஆய்வுகள் மையத்தின் மீதும் வீசப்பட்டன. எனினும் அனைத்து விளக்கக் கோட்பாடுகளும் மதிப்பிடப்பட வேண்டியுள்ளது, ஆகவே கிழித்தெறியப்பட வேண்டியுள்ளன என்பதால் இத்தகு குறிப்புகள் தோற்றுப் போகின்றன. ஒரு கோட்பாட்டை விவாதிப்பது, அது பரித்துரைக்கப்படுகிறது என்று பொருள்படாது என்றாலும், அது தீவிரத்துடன் எடுத்துக்கொள்ளப்படுகிறது, மதிப்பீடு செய்யப்படுகிறது, அதுவே ஏற்பதையோ நிராகரிப்பதையோ தீர்மானிக்கிறது. ஒரு கோட்பாட்டினை மேற்கொள்வதை சோதித்துப் பார்ப்பது, புதிய கேள்விகளை எழுப்பும் வடிவமாகலாம். அரை நூற்றாண்டுக்கு முன்னர், உலகெங்கிலும் கல்வி வளாகங்களில் அறிவார்த்த வட்டாரங்களில் மார்க்ஸியம் நிறைய விவாதிக்கப்பட்டது என்பது, மற்ற இடங்களில் என்ன விவாதிக்கப்படுகிறது என்பதுடன் நாமும் பரிச்சயம் கொள்ள வேண்டியுள்ளது என்பதை அர்த்தப்படுத்துவதே. ஒரு கோட்பாட்டினைப் பரிசோதிக்கும் நிகழ்வுப் போக்கில், மற்ற கோட்பாடுகளும் ஒப்பாய்வாகப் பார்க்கப்பட்டன. அதற்காக இப்பல்கலைக்கழகத்திலுள்ள ஒவ்வொருவரும் மார்க்ஸிஸ்டாக இருக்கவேண்டிய தேவையில்லை, ஆனால் JNU வழக்கத்திற்கு மாறானது, ஏனெனில் மார்க்ஸியம் இங்கே நற்செய்தியாகக் கருதப்படவுமில்லை, விலக்கப்பட்டதாகவும் பார்க்கப்படவில்லை. மார்க்ஸிய வாசிப்புகள் குறித்து இயல்பான சர்ச்சைகள் இருந்தன, இவை பொதுவாயும் பகுப்பாய்வாகவும் சிலவேளைகளில் எரிச்சலுடனும் வாதிடப்பட்டன.

இப்பாடங்களைக் கற்பித்ததன் விளைவுகளில் ஒன்று, பயன்படுத்தப்பட்ட கருத்தமைவுகள், அவை முன்வைத்த விளக்கங்கள், இந்திய வரலாற்றிற்கு அவற்றின் பொருத்தப்பாடு என்பவற்றின் அர்த்தம் குறித்து பரந்துபட்ட விவாதத்திற்கு இட்டுச் சென்றது என்பதை நான் குறிப்பிட்டாக வேண்டும். இவ்விவாதம் JNU-க்கு மட்டும் கட்டுண்டதாக இல்லை மாறாக மற்ற நிறுவனங்களிலும் நடப்பில் இருந்தது. எடுத்துக்காட்டாக, பல மார்க்ஸிய வரலாற்றாளர்கள், இந்திய வரலாற்றில் நிலபிரபுத்துவ முறையிலான உற்பத்திக்கு ஆதரவாக வாதிட்டனர். ஆனால் இந்தியாவின் கடந்த காலத்திற்கு இம்முறையைப் பரிந்துரைப்பதை ஆரம்பத்தில் கேள்விக்குள்ளாக்கியவர்கள், திரும்பவும் மார்க்ஸியர்களே, அவர்களில் சிலர் JNU வில் இருந்தனர்.

மார்க்ஸியரும் மார்க்ஸியர் அல்லாத அனைத்து வகையினரும் இவ்விவாதத்தில் அபிப்பிராயங்கள் கொண்டிருந்தனர், சில ஆண்டுகள் இது நடந்து கொண்டிருந்தது. இடைக்கால வரலாற்று ஆய்வுக்கு இது பெரிதும் பயனுள்ளதாயிருந்தது. சான்றில் பெரும்பகுதி மண்டல வரலாற்று ஆதாரங்களிலிருந்து வந்ததால், மண்டல வரலாறு கவனக் குவிப்புக்கு உள்ளானது. ஆய்வுகள் வேளாண் வரலாறுகளிலிருந்து, பல்வேறான குத்தகை வாரங்கள், வேறுபட்ட சாதி உறவுகளின் அமைப்புகள், உள்ளூர் மதங்களை மைய நீரோட்டத்திற்கு கொண்டுவருவது வரை விரிந்திருந்தன. வேறுபாடுகள் சுற்றுச் சூழல், சமூக-பொருளாதார, நிர்வாக, பண்பாட்டு வரலாற்றின் அம்சங்களில் வரலாற்றாளர்களிடையே ஆர்வத்திற்கு இட்டுச் சென்றன. சுல்தானிய அரசுகளையும் மொகலாய ஆட்சியையும் நிறுவுவது பற்றிய அரசியலையே வரலாற்றாளர்கள் விவாதித்துக் கொண்டிருந்த, இருண்ட காலம் என முன்னர் அழைக்கப்பட்ட இடைக்கால வரலாறு, இப்போது மற்ற தகவல்-பகுப்பாய்வுகளால் வெளிச்சம் பெற்றது, முன்நவீன இடைக்கால இந்திய வரலாற்று ஆய்வில் இவ்விவாதம் பெரும் மாற்றத்தைக் கொண்டு வந்துள்ளது.

எஞ்சியுள்ள பன்னிரண்டு பாடங்களில் மூன்று மாணவர்களின் தெரிவாக விடப்பட்டிருந்தது. இவை இந்திய வரலாறு அல்லாத அல்லது சமூக அறிவியல்களின் பிற பிரிவுகளாக இருக்கமுடியும். நவீன வரலாற்று மாணவர்கள், சமூகவியல் மற்றும் பொருளாதார அம்சங்களைக் கற்கத் தலைப்படுகின்றனர். முன்நவீன உலகம் குறித்து கற்பித்துக் கொண்டிருந்தவர்கள்

சமூக, பொருளாதார மானுடவியலைக் கற்குமாறு ஊக்குவிக்கப்பட்டனர். எங்களது சகாவான சமூகவியலாளர் சதீஷ் சாபெர்வால் இதில் எங்களது சொத்தாக இருந்தார்; மற்றவர்களும் இப்பாடத்தை எடுத்தனர். சம்பிரதாயமான 'துறை' என்பதை விடவும் 'மையம்' விரும்பப்பட்டது-பிரதானப் பிரிவுடன் ஒத்திசைகின்ற பொது ஆய்வு அக்கறைகளுடன் பிணைந்ததாக ஒவ்வொன்றும் பல்துறை ஆசிரியர் குழுவைக் கொண்டிருந்தது.

எஞ்சிய ஒன்பது பாடங்கள் இந்திய வரலாற்றின் விரிவான காலகட்டத்தில் குவிமையம் கொண்டன. தொன்மைக்காலம், இடைக்காலம், நவீன காலம் என்ற சம்பிரதாயமான காலவகைப்படுத்தலை நாங்கள் பின்பற்ற வேண்டுமா என்று விரிவாக விவாதித்தோம். வரலாற்று ரீதியில் இது குறைபாடுடையது ஏனெனில் இடைவெளிகள் எந்தவொரு பெரும் வரலாற்று மாற்றத்தை அடையாளப்படுத்தவில்லை, கி.பி.12-ஆம் நூற்றாண்டு வம்சங்கள் சிலவற்றின் மதத்திலான மாற்றத்தையே குறித்தன; மீண்டும் 18-ஆம் நூற்றாண்டிலிருந்து பிரித்தானியர் வருகையைக் குறித்தன. ஒன்றிற்கும் மற்றதிற்கும் இடையிலான ஒன்றன் மீதான இன்னொன்றின் படிதலையும் நாங்கள் நன்கறிந்திருந்தோம். பாடத்திட்டத்தின் காலவகைப்படுத்தலை மாற்றாமல் எங்களைத் தடுத்தது, வரலாற்று ஆசிரியர்களுக்கான விளம்பரங்களை இம்மூன்றில் ஒன்று குறிப்பிடப் பட்டிருந்ததுதான், எனவே நாங்கள் அதனைத் தொடரவில்லையானால், எங்கள் மாணவர்களுக்கு வேலை கிடைப்பதில் பிரச்சனை இருக்கும். ஆதலின் இம்மூன்றினை, தேவைப்படும் இடங்களில் தொடர்ச்சிகளையும் ஒன்று மற்றதின் மீது படிதலையும் மாற்றுகளையும் சிறப்பித்துக்காட்டித் தொடர்ந்தோம்.

இம்மூன்றில் ஒன்றில் நிபுணத்துவம் தேவைப்பட்டது. இவை ஒவ்வொன்றிலும் மையப்பாடங்களின் வரிசை இருந்தது; அக்காலத்து வரலாற்றின் குறிப்பான அம்சங்களை- அரசியல், பொருளாதார, சமூக, மத, பண்பாட்டு மற்றும் அவற்றிற்கிடையிலான உறவுகளை-எவ்வாறு பரிசீலிப்பது என்று கற்பித்தது. ஒவ்வொரு மையக் கருத்துக்கும் பொருத்தமான, வெவ்வேறு விதங்களிலான பிரதான ஆதாரங்களுடன் பரிச்சயம் மற்றும் அவற்றை எப்படிக் கையாள்வது என்பதிலான பயிற்சி தேவைப்பட்டது. எஞ்சிய நான்கும், அதே காலகட்டத்தின் பிற அம்சங்கள் குறித்த விருப்பப் பாடங்கள்.

இப்பாடத்திட்ட கட்டமைப்பின் உத்தேசம், தெரிவு செய்யப்பட்ட காலகட்டங்கள்-மையக்கருத்துகளில் ஆய்வு வாயிலாக, வரலாற்றுச் சூழல்-பின்புலம் என்றால் என்னவென்று மாணவனுக்கு ஒரு கருத்து கிடைக்கவேண்டும் என்பதே; வரலாற்றுப் பகுப்பாய்வுகளில் பயன்படுத்தப்படும் கருத்தமைவுகள் குறித்து ஒரு புரிதல் வேண்டும் என்பதே; கடந்த காலத்தைப் பகுப்பாய்வு செய்யும் முறையில் பரிச்சயம் பெறுவது மற்றும் வரலாறு, கடந்த காலத்தை விளக்குகிறது என்றால் என்ன அர்த்தப்படுத்தப்படுகிறது என்பதைப் புரிந்துகொள்வது என்பதே. இதுபோன்ற பகுப்பாய்வு முறைகள், எந்தவொரு சமூக அறிவியல் ஆய்விலும் அர்த்தமுடையனவாயிருக்கும்.

நாங்கள் என்ன கற்பித்தோம் என்பது குறித்த சில விமர்சனபூர்வ எதிர்வினைகளை குறிப்பிடப்போகிறேன். எங்கள் பாடத்திட்டத்தில், குறிப்பாக மார்க்ஸியக் கோட்பாட்டின் போதாமை குறித்து சில மார்க்ஸியர்களிடமிருந்து விமர்சனம் வந்தது. கோட்பாடென்பது கடந்தகாலத்தைப் புரிந்துகொள்வதற்கான சாதனம், ஆனால் குவிமையம் தனித்ததாக இருக்க இயலாது, ஆதாரங்களின் இயல்பு-நிகழ்ச்சிநிரலுடன் பரிச்சயமாயிருப்பது சம அளவில் தேவையானது, இது போன்ற பிற அம்சங்களும் ஆய்வு செய்யப்பட வேண்டும் என்பது எங்கள் எதிர்வினையாயிருந்தது. எங்கள் வரலாறு மிகவும் கோட்பாட்டு ரீதியிலானது என பழைமைவாத-தாராளவாத அபிப்பிராயம் மறுகோடியில் நிலவியது. எங்களது ஆவேசமான விமர்சகர்கள் சிலரது பாடத்திட்டத்தில் எங்களது பாடத்திட்டத்தை ஒத்திருந்த பாடங்கள் சேர்க்கப்பட்டிருந்ததுதான் இன்னும் மர்மமாயிருந்தது!

தர்க்கபூர்வ-மதச்சார்பற்ற விளக்கங்களிலிருந்து வெளிப்படும் வரலாற்று விளக்கங்கள் அர்த்தம் கொண்டிருந்தன. இதனை நாங்கள் வரலாற்று ஆய்வுகள் மையத்தின் பங்களிப்பாகப் பார்த்தோம். வரலாற்றினைக் கற்பித்தல், அரசியல்-மதக்காரணிகளுக்கு அப்பால், அதுவும் மேலோட்டமான நிலையில் வெடித்த காலகட்டம் அது. உள்ளார்ந்துள்ள நோக்குநிலையிலிருந்து வரலாற்றை எழுதுவதாகக் கூறிக் கொண்டவர்களும், கொள்பவர்களும்-அதன் பொருள் என்னவாயினும்-காலனிய வாசிப்புகளில் குளிர்காய்ந்து கொண்டிருந்தவர்களே. இந்திய வரலாற்றின் காலனியப்

பதிப்புகளை நாங்கள் விமர்சித்துக் கொண்டிருந்தோம். மதச் சார்பற்ற-பகுத்தறிவு ரீதியிலான பகுப்பாய்வுக்கு பெரும்பாலான நாங்கள் இப்பதிப்புகளை உள்ளாக்கினோம். கடந்தகாலத்தின் காலனிய வாசிப்புக்கு இது சரிப்படுத்துவதாக இல்லையெனினும், ஒரு மாற்றாகியது. பிந்தையது திருகலான வரலாற்று வாசிப்பாயிருந்தது, அதீத மத தீவிரவாதத்திற்கான நியாயத்தை முன்வைத்தது. இவை வரலாறு சாராதவை, எனவே வரலாறாக ஏற்க முடியாதவை என்று எடுத்துக்காட்டப்பட்டன. வரலாறாக இருப்பதில் புனைவு ஆட்டம் போடுகின்ற முரண்பாட்டினை எங்கள் பங்கிற்குப் பெற்றிருந்தோம்.

1960-களின் பிற்பகுதியிலிருந்து இந்திய வரலாறு இந்தியவியலிலிருந்து சமூக அறிவியல்களுக்கு நகர்ந்து கொண்டிருந்தது என்பது நினைவில் கொள்ளத்தக்கது. இம்மாற்றத்தில் வரலாற்று ஆய்வுகள் மையத்தின் பங்கு அற்ப சொற்பமானதில்லை. கடந்த அரை நூற்றாண்டுகாலமாக வரலாற்று ஆய்வுகளின் பல புலங்களில் தாக்கத்தைக் கொண்டுள்ள முன்னோடி முயற்சியாக அது இருந்தது. நாங்கள் நகல்படிவங்களைத் தேடவில்லை, ஆனால் சில பல்கலைக்கழகங்களின் புதிய பாடத்திட்டங்கள் இத்திசைவழியிலான சிறு மாற்றத்தைப் பிரதிபலித்தன-அதற்கு ஒரு பாதிக் காரணம், எங்கள் மாணவர்களில் சிலர் அங்கே கற்பித்துக் கொண்டிருந்ததுதான், ஆனால் பெரும்பகுதிக் காரணம், வரலாற்றின் வரையறுப்பில் இது படிப்படியாக உள்ளார்ந்த மாற்றமாகிக் கொண்டிருந்தது.

வரலாற்று ஆய்வுகள் மையம் எப்படி ஆரம்பித்தது மற்றும் அதன் ஆரம்ப வாழ்வைக் குறிப்பிட்டுள்ளேன். மக்கள் வருகின்றனர், போகின்றனர், ஜவஹர்லால் நேரு பல்கலைக்கழகத்தில் நிறையவே மாறியிருக்கிறது, தவிர்க்க முடியாதவாறு மையத்திலும். 25 ஆண்டுகளுக்கு முன் ஓய்வு பெற்றேன். எனவே ஆரம்ப காலங்கள் குறித்த ஏக்கம் கொண்டுள்ளேன் எனக் குற்றம் சாட்டப்பட்டிருக்கிறேன். ஆனால் நாங்கள் தொடங்கியதில் பெரும்பகுதி தொடர்கின்றது என நம்புகிறேன். தற்போதைய மிரட்டல்கள் எவ்வளவு கடுமையாயினும், வருமாண்டுகளில் நாங்கள் நிர்மாணித்த அடித்தளங்கள் புரட்டிப் போடப்பட்டுவிட முடியாதவை என நம்புகிறேன்.

JNU வை நிறுவியது சவாலாயிருந்தது; வேறெங்கிலுமுள்ள சிறந்த பல்கலைக்கழகங்களின் வசதி வாய்ப்புகளைக்

கொண்டிராத போதும், அது உருவாக்கிய மாணவர்களின் அறிவார்த்தத் தரத்திற்காகவும் அவர்களின் ஆய்வுக்காகவும் அதன் ஆசிரியர்களுக்காகவும் மதிக்கத்தக்கதாயுள்ள பல்கலைக்கழகத்தைக் கொண்டிருக்க முடியுமா? அநேகமாக அரை நூற்றாண்டு காலமாக, அதன் இருப்பில் எங்கள் மாணவர்கள் இச்சவாலைச் சந்தித்துள்ளனர். மற்ற இந்தியப் பல்கலைக்கழகங்களில் ஆர்வத்தைத் தூண்டிவிட்டிருப்பதுடன், இந்தியாவுக்கு வெளியிலுள்ள சீரிய பல்கலைக்கழகங்களில், நன்கு பயிற்றுவிக்க சிந்தனை வளமுள்ள இளைஞர்களாக வரவேற்கப்படுகின்றனர். தாம் வாழும் உலகம் குறித்த புரிதலை JNU தமக்கு அளித்துள்ளது என மாணவர்கள் குறிப்பிட்டுள்ளனர்; இதனைச் சிலர் அனுபவித்திராதபோதும், அவர்கள் அனுபவித்திருப்பது, வேறெந்த பல்கலைக்கழகத்தை விடவும் வேறுபட்டது. நம் சமூகத்தில் பல்கலைக்கழகங்களின் செயல்பாட்டைப் புரிந்து கொள்ளாதவர்கள் அல்லது புரிந்து கொள்ள விரும்பாதவர்கள், இப் பங்களிப்பை எதிர்க்கின்றனர். எனவே, தடையின்றி சிந்திக்கும் இடத்திலிருந்து, பட்டங்கள் வாங்கக்கூடிய கடைக்கு பல்கலைக்கழகத்தை இட மாற்றிடும் முயற்சி மேற்கொள்ளப்படுகின்றது.

கல்வியின் உள்ளடக்கம், சமூகத்தின் பண்பாட்டுப் பிரதிபலிப்பில் முக்கிய அம்சமாகும். கேள்வி கேட்காததாக, அடங்கியதாக, எது குறித்தும் ஒவ்வொன்று குறித்துமான நம்பிக்கைக்குப் பணிவதாக, அடிபணிவதாக அது இருக்க முடியும். மக்களிடத்தே குறிப்பிட்ட சிந்தனை முறையைத் திணிக்க விரும்புவோர்க்கு அது பொருத்தமானது; அது குறிப்பிட்ட சித்தாந்தத்தை ஏற்பதாகிவிடும். வேறுபட்ட உள்ளடக்கம், ஒரு சமூகத்தைக் கேள்வி கேட்பதாக, செயல் துடிப்புள்ளதாக, உலகம் குறித்த பெரும்புரிதலைக் கோருவதாக, சமூக அறங்களைப் பிரதான அக்கறையாகக் கொண்டுள்ளதாக ஒரு சமூகத்தை ஆக்கும். இன்று பலர் பரிந்துரைக்கும் பண்பாடு, சமூக அறங்களில் கொண்ட கடப்பாட்டிலிருந்து தொலைவில் உள்ளது.

எதிர்காலம் என்ன வைத்திருக்கின்றது என்பதை, சிலவான குறிப்புகளைத் தவிர முன்னுரைக்க முடியாது. அறிவிப்புப் புலங்களாக திறனற்றவை ஆகிவிடும் வகையில் நீர்த்துப் போய்விடும் அபாயத்தில் சமூக அறிவியல்கள் உள்ளன- குறிப்பாக அறிவார்த்த எல்லைகளை நகர்த்திக் கொண்டிருக்கும்

சிறந்த பல்கலைக்கழகங்களில். கலை வரலாறோ அறிவியல்களோ சமூக அறிவியல்களோ எந்த ஒன்றைக் கலைத்தாலும் அறிவின் அமைப்பைச் சீர்குலைத்துவிடும். ஏனெனில் இம்மூன்றும் தம்முள் சார்ந்திருப்பவை. சிந்தனை நிகழ்வுப் போக்குகளில் பரிச்சயமற்று, குறைந்தபட்ச ஆய்வில் ஈடுபட்டுள்ளோர் கூட, சமூக அறிவியல்களைச் சிதைப்பது அறிவியல்களுக்கும் நாசகரமானதாகும் என்பதை அறியாதுள்ளனர். ஏனெனில் இவ்விரண்டும் தொழில்நுட்ப அளவில் அல்லாமல், பொருத்தமான கேள்விகள் கேட்பது மற்றும் அறிவியலின் முன்னேற்றத்துடன் தொடர்புடைய கேள்விகளுக்கான பதில்களை விசாரிப்பதன் அளவில் தொடர்புடையவை. அப்போது நாம் நம்முடையது தவிர்த்த, சமூகங்களின் சிந்தனை-செயல்பாடுகளின் பார்வையாளர்களை விடவும் மேலானவர்களாயிருக்க மாட்டோம்.

நிலவுகின்ற அறிவில் விமர்சனபூர்வ விசாரணையை மேற்கொள்வதிலிருந்து வரும் அறிவியல்களின் முன்னேற்றங்களை அங்கீகரித்திட அதிக ஞானம் தேவையில்லை. சமூக அறிவியல்களில் முன்வைக்கப்படும் கேள்விகளால் இது பெரிதும் உந்திவிடப்படுகிறது. ஒவ்வொரு அறிவின் பிரிவிலும் வேரில் இருப்பது விமர்சனபூர்வ விசாரணை-நம் சிந்தனைகளை நாம் உரித்தாக்குவது சாக்ரடீஸுக்கு அல்லது உபநிடதங்களுக்கு என்று எதுவாயிருப்பினும். ஒவ்வொரு புலத்திலான அறிவு முன்னேற்றங்களுக்கு ஈடுதரவேண்டும் இல்லாவிடில் அழிந்துவிடும்.

JNU-வின் கடந்த காலத்தை அறிந்து கொள்வது, இப்பல்கலைக்கழகம் உருவாக்கப்பட்டது அறிவை முன்னெடுத்துச் செல்லவும், அதில் சேரவிரும்பு வோருக்கெல்லாம் சேரும் வழிவகையை வழங்கவும் என நமக்கு நினைவூட்டிக் கொள்ளவே. இதற்கு நிலவுகின்ற அறிவைக் கேள்விக்குள்ளாக்குவதும், சுதந்திரமானதும் தடையற்ற முறையிலும் கேள்விகளுக்கு விடைகள் காண்பதும் தேவை. நமக்குப் பின் வருவோர்க்கு நாம் விட்டுச்செல்லும் பாரம்பரியமே அறிவு. எனவே தற்போதைய அரசியல் சிக்கல்களை எதிர்த்தும் அதனைப் பண்படுத்த வேண்டும், வளர்த்தெடுக்க வேண்டும்.

பின்னுரை

பின்னுரை இறுதியில் இடம் பெறுவதால், இறுதியாக ஒருவர் சொல்ல விரும்புவது இடம்பெற வேண்டும். ஆனால் எந்த முடிவுகளையும் கொண்டிருக்க வேண்டியதில்லை. நான் அதற்குக் கட்டுப்படுவேன்.

இந்நூலின் முதல் அத்தியாயத்தில் நான் சுட்டிக்காட்ட முயன்றுள்ளதுபோல, பண்பாடுகள் கடந்தகாலத்தில் வேர் கொண்டிருப்பதாகக் கருதப்படுவதால் வரலாற்றுடன் கணிசமான அளவு பண்பாடு கலந்துள்ளது. புதிய ஆதாரங்கள் கண்டுபிடிக்கப்படுகையில் அல்லது அறியப்பட்ட ஆதாரங்களை புது வழிகளில் பகுப்பாய்வு செய்கையில் மாறக்கூடிய வரலாற்று விளக்கங்களாக, பண்பாட்டைக் கட்டமைப்பதும் நிலைத்த கருத்தமைவு அல்ல. பண்பாடுகள் வரலாற்றுடன் ஆழ்ந்து பிணைந்திருப்பதால், அவையும் மாறக்கூடியான பண்பாடு, வரலாறு இரண்டும் எடுத்துரைப்பிலிருந்து எடுத்துக்கொள்பவை, இரண்டும் அதிகாரத்துடன் பல்வேறு வழிகளில் பிணைந்துள்ளன அல்லது பிணைந்திருக்க முடியும்; இரண்டும் அடையாளத்துடன் அக்கறையுள்ளவை, தகுதி நிலையுடன் மிகக் குறுகிய அக்கறையுள்ளவை.

பண்பாடு வெறுமனே அடங்கிய வாழ்க்கை அமைப்பல்ல, அது அப்படி இருப்பதுமில்லை என்பதை நாம் அடிக்கடி மறந்து போகிறோம். வாழ்க்கை அமைப்பு, மேலோங்குதல்-அடங்கிப்போதலின் வடிவங்களில் ஈடுபடமுடியும்போது, பண்பாடும் போராட்டக் கருவியாயுள்ளது. சுதந்திரப் பிரச்சனை மையமானதாகிறது. ஒருவர் தனக்கான பண்பாட்டு மரபைத் தெரிவு செய்யும் சுதந்திரம், ஒருபாதி ஒருவரது சூழலால் கட்டுப்படுத்தப்படுகிறது, ஆனால் எந்த விதமான அடிமைத்தனத்தையும் நிராகரித்திடும் அபிலாஷையும் உள்ளது,

கண்ணியத்துடன், குறைந்தபட்சம் மனிதராயிருப்பதன் குறைந்தபட்ச கண்ணியத்துடன் நடத்தப்பட வேண்டுமென்ற அபிலாஷையும் உண்டு. பண்பாடு பேச்சில் வெளியிடப்படுவது தடுக்கப்படுகையில், அவமானப்படுத்தப்படுவதை எதிர்க்கும் ஆத்திரத்தை, பண்பாட்டு மரபில் வெளிப்படுத்த முடியும். வாழ்தல் அமைப்புகள், பண்பாடுகளாகத் தீர்மானிக்கப் படுகையில், இப்பண்புகளை எந்த அளவுக்கு மதிக்கின்றன என்பதைப் பரிசீலிக்க வேண்டும். வளங்கள், சமமற்ற விநியோகத்தைப் பெற்றிருக்கையில், வரலாற்றுக் காலகட்டங்கள் மற்றும் பலர் விளிம்போரத்தில் அபாயகரமாக வாழவேண்டி யிருக்கிறது; சாராம்சமான சுதந்திரங்களும் சட்டப்படியான உரிமைகளும் எச்சரிக்கைக்குள்ளாகின்றன அல்லது ஒதுக்கித் தள்ளப்படுகின்றன. அபிலாஷைகளுக்கான உரிமைகூட மீறப்படுகிறது. மிதிக்கப்படுகிறது.

இத்தகைய வேளைகளில் 'பண்பாடு' என்னும் பெயரில் உள்ளது, நுட்பமாக விசாரிக்கப்படவேண்டியுள்ளது. சமூகத்தைக் கட்டுப்படுத்திட ஒட்டுமொத்தமாகப் பயன்படுத்தவேண்டிய மேலாதிக்க பண்பாட்டை உருவாக்கிட ஆர்வமுள்ளவர்களால், மோசமான வரலாறுகள் தயாரிக்கப்படுகின்ற நேரமும் அதுவே. இத்தகைய கட்டுப்பாடுகள், பண்பாடுகளைப் போராட்ட ஆதாரங்களாகப் பற்றவைக்கின்றன. இப்போராட்டங்கள், கடந்தகாலத்துடன் தொடர்புடைய எடுத்துரைப்பின் அசல் தன்மை மீதானவை, ஆனால் நிகழ்காலத் தேவைகளால் தீர்மானிக்கப்படுபவை; அதிகாரத்தின் ஆதாரமும் அடையாளத் தன்மையும் போராட்ட அம்சங்களாயுள்ளன. அப்போது தேசியப் பண்பாடு என்றழைக்கப்பட்டதை உருவாக்கியவற்றுடன் இவை தொடர்பில்லாதவை அல்ல. ஏற்கனவே வாதிட்டுள்ளவாறு, மேலாதிக்கப் பண்பாடுக்கான ஒப்புதல் வரவேண்டியுள்ளது, அது அரசிடமிருந்தன்றி குடிமைச் சமூகத்திடமிருந்தே வருகிறது, அப்போதுதான் இத்தகு பண்பாடு, சமூகத்தின் தார்மிக இசைவைப் பெற்றிருப்பதாகக் கூறிக்கொள்ள முடியும். இம் மேலாதிக்க பண்பாட்டைக் கேள்விக்குள்ளாக்குவது, எதிர்ப்பு வடிவமாக, பண்பாட்டின் பாத்திரத்தை ஆரம்பித்து வைக்கிறது. வரலாற்றின் ஆய்வில் இன்னொரு பரிமாணத்தையும் அறிமுகப்படுத்துகிறது.

எனினும் வரலாறும் பண்பாடும் வேறுபடுகின்றன, வேறுபடமுடியும். வரலாறு கடந்த காலத்தை எடுத்துரைக்கிறது, விளக்குகிறது. வரலாற்றுச் சான்றின்

சான்றிதழ் தேவைப்படாமலேயே, பண்பாடு கடந்த காலத்தை மிகச் சுதந்திரமாக கண்டுபிடிக்கக் கூடியது. வரலாறு சில நேர்வுகளில் செய்வது போல, பண்பாடும் கூட்டு ஞாபகத்திலிருந்து பெறுகின்றது. ஆனால் வரலாற்றைப் பொறுத்தவரை, நம்பகமானதும் சோதித்தறியப்பட்டதுமான ஆதாரங்களின் பயன்பாட்டின் மூலம், இந்நிகழ்வுப் போக்கு எடுத்துக்காட்டப்பட வேண்டியுள்ளது, பண்பாட்டைப் பொறுத்தவரை, அது இன்னும் ரகசியமானதாக இருக்கக்கூடும். போலியான வரலாறு அதனை அவ்வளவு வலுவானதாக்குகிறது. இத்தகு வரலாறு, மொகலாயர் காலம் போன்ற பெரிய வரலாற்றுக் காலகட்டங்களைப் பாடநூல்களிலிருந்து அகற்றிவிடலாம் என அனுமானிக்கிறது-அக்காலத்தின் நினைவுச் சின்னங்கள் நிலப்பரப்பை அலங்கரித்தபோதும்-அவை சுற்றுலா மூலம் பெரும் வருவாயைத் தருகின்றது பற்றிச் சொல்லவே வேண்டாம். யுத்தகளத் தோல்விகளை வெற்றிகளாக மாற்ற முடியும். கடந்த கால நாயகிகளை வசீகரப்படுத்தும் கவிதாபூர்வப் புனைவை வரலாற்று யதார்த்தமாக்கி, தணிக்கையை நியாயப்படுத்தும் மரபாக முடியும், மேலாதிக்கப் பண்பாட்டை உறுதிப்படுத்த முடியும்.

மேலாதிக்கப் பண்பாடுகளை ஆதரிக்க, கூட்டு ஞாபகம் களத்திற்கு வருகிறது. ஞாபகம் என நம்பப்படும் சில்லுகள் பல்வேறு ஆதாரங்களிலிருந்து சேகரித்துத் தொகுக்கப்பட்டு, பண்பாட்டு ஞாபகத்தை ஆக்குகின்றன. தொட்டுணரக்கூடிய துணுக்குகள் அருங்காட்சியகங்களில் காணப்படுகின்றன. அருங்காட்சியகத்தில் வைக்கப்பட்டுள்ளவை வழக்கமாக போதாதிருப்பவை ஏனெனில் அவற்றின் முத்திரைகள், எடுத்துரைப்பின் ஒரு துளியைத்தான் கூறுகின்றன. ஒவ்வொரு விஷயம் குறித்தும் இணையதளத்தில் கிடைக்கின்ற கணினி விளக்கவுரையால், ஒவ்வொரு அருங்காட்சியகமும் இட்டு நிரப்பப்பட்டால், பொதுமக்களுக்குத் தெரிவிக்கவும், ஒரு விஷயத்தைத் தேடியறியுமாறு தனிநபர்களை ஊக்குவிக்கவும் ஆற்றல் வாய்ந்த வழியாயிருக்கும். எப்படி எதைக் காட்சிப்படுத்துகின்றனர், எடுத்துரைப்பு தொடர்புறுத்துவது என்ன என்பதில் காப்பாளர்களை மிகவும் சிந்தனையுள்ளவர்களாகவும் ஆக்கும்.

தனிநபர்களாலோ சமுதாயங்களாலோ பண்பாடென்று பார்க்கப்படுவது மாறுகின்றது. அனைத்துப் பண்பாடுகளும்

தனியொரு ஆதாரத்திலிருந்து உருவாக்கப்படுவதுமில்லை. ஆனால் இந்த ஆதாரங்களின் பல்திறத்தன்மை எப்போதும் ஒருவித ஒருங்கிணைப்பை வெறுப்பதில்லை. தனித்துள்ளவை தவிர்த்து, அதிகச் சமூகங்கள், தம் பண்பாடுகளின் வளர்ச்சியையும் நீட்சியையும் அனுபவிக்கின்றன-சமூகத்திற்குள்ளேயும், வேறெங்கோ ஆரம்பம் கொள்ளும் அம்சங்களிலிருந்தும். பிந்தையவை, பல்வேறு காரணங்களுக்காக அப்போது இறக்குமதி செய்யப்பட்டு, உள்ளூர்த் தன்மையதான பூச்சைப் பெரும் இத்தகைய சமூகங்களால் பலவான பண்பாடுகளைப் பெறாமல் இருக்க இயலாது, அதற்கு இந்தியா முக்கிய எடுத்துக்காட்டு. கடந்த காலத்திலிருந்தான தொடர்ச்சியால் பலவான தன்மை இருக்கக்கூடும் மற்றும் பாரம்பரியத்தைக் கட்டமைக்கும் அல்லது உடனிகழ்காலங்களின் புதிதாய் உருவாக்கப்பட்ட வடிவங்களாக இருக்க முடியும். பண்பாடு என வரையறுக்கப்படுவது, கடந்த காலத்திலிருந்து தற்காலத்திற்கு வந்திருப்பதாகக் கூறிக்கொள்ள முடியும்; சிலநேரங்களிலேனும், அது தற்காலத்தின் கண்டுபிடிப்பாக காணப்படுகிறது. பண்பாடு எப்போதும் தொட்டுணரக்கூடிய வாழ்தல் அமைப்போ கடந்து காலத்துப் பொருளோ இல்லை, ஆதலின் அதன் வடிவங்கள், பலகாரணிகளின் கலந்துறவாடலிலிருந்து எழுகின்றன.

ஒரு பண்பாட்டின் தனித்தன்மையை, தேசியவாதக் கூற்றுகளில் அடிக்கடி அங்கீகரிக்கப்படும் தனித்தன்மையை இது கேள்விக்குள்ளாக்குகிறது. இருப்பினும், தனித்தன்மைக்கான இக்கூற்று தேசியவாத அடையாளத்தைச் சித்தரிக்கிறதா என்பது விவாதத்திற்குரிய கேள்வியாகும். வரையறைப்படி தேசியவாதம் கூட்டான, உள்ளடக்கும் நிலை, ஆதலின் நிலவுகின்ற பண்பாடுகளையெல்லாம் உள்ளடக்கிக் கொள்ளவேண்டும். இத்தகைய ஒருங்கிணைவிலிருந்து எழும் தனித்துவம், அடையாளத்தில் வேறுபட்ட புத்தாக்க வகையாயிருக்கும், நிலவுகின்ற தனித்துவத்துடன் ஒத்திசைந்து போகாது. எனினும், அதன் தொடக்க நிலைகளில், சமூகத்தில் மேலாதிக்க நிலையிலுள்ள குழுவின் எடுத்துரைப்பாகப் பெரிதும் இருக்கிறது; எடுத்துக்காட்டாக எழுச்சி கொள்ளும் நடுத்தர வர்க்கம் அல்லது மத அல்லது மொழி சார்ந்த பெரும்பான்மையினர். இது வாழ்தலமைப்பாக, மேலாதிக்க குழுவுடன் தொடர்புடையதாகக் கருதப்பட்டாலும், தேசியப் பண்பாடாக கூறிக்கொள்ளப்படுகிறது. எனவே ஒரு சமூகத்தின்

பண்பாட்டை வரையறுப்பது யார் என்னும் கேள்வி மையக் கேள்வியாகிறது, ஏனெனில் அது எதை உள்ளடக்கலாம், எதை வெளியேற்றலாம் என்று தீர்மானிக்கிறது. பிந்தையது பெரிதும் அறையிலுள்ள யானை. இந்நூலில், பல்வேறான பண்பாட்டு வடிவங்களை முன்வைக்கும் சூழல்கள் சிலவற்றை முன்வைக்க முயன்றுள்ளேன். பண்பாட்டை வரையறுக்கையில் பரிசீலிக்கப்படவேண்டியவை அவை, ஆனால் பெரிதும் புறக்கணிக்கப்படுகின்றன.

பண்பாடு என்பதன் கீழ் வரும் அனைத்து விஷயங்களையும் உள்ளடக்குவது என் உத்தேசமாக இல்லை, அப்படியே ஒவ்வொன்றுக்கும் அறிமுகம் அளிப்பதும். அதன் புரிதலுக்குத் தொடர்புடைய துணைக் கேள்விகளின்றி, அடிக்கடி இயல்பாகப் பயன்படுத்தப்படும் வார்த்தை ‘பண்பாடு’ என்பதன் விமர்சனபூர்வ ஆய்வாகவே உத்தேசிக்கப்பட்டது. பண்பாடுகளுக்குச் சூழல்களை ஆக்கித் தருவதன் அவ்வம்சங்கள் சிலவற்றின்பால் கவனத்தை ஈர்ப்பதிலேயே மிகவும் அக்கறை கொண்டிருந்தேன், ஆனால் பிரக்ஞைபூர்வமாக பெரிதும் அப்படியில்லை. இவை பொதுவாக, பண்பாட்டின் பரிசீலனைக்கு அப்பாற்பட்டதாகவே புறக்கணிக்கப்படுகின்றன, அவை சூழல்சார்ந்த பின்புலத்தை உருவாக்கவே செய்கின்றன என்று உணர்த்துவதே என் முயற்சி. பண்பாட்டு உள்ளடக்கத்தின் பரவலான விளக்கங்களில், கணிசமான அளவு மதம் உள்ளடக்கப்படுகிறது. வேறொரு இடத்தில் இதுபற்றி எழுதியுள்ளேன்; *The Past as present* மற்றும் *Indian Society and the Secular* என்னும் எனது முந்தைய நூல்களிலும்; எனவே இந்நூலுக்கு வேறு மையக்கருத்துகளைத் தெரிவு செய்திருக்கிறேன்.

பண்பாட்டை வரையறுப்பதில் சில அம்சங்களை சிறப்பித்துக் காட்டியுள்ளேன்-அவற்றை நாம் புறக்கணிக்க; தலைப்பட்டுள்ளோம் அல்லது அவற்றிற்கு குறைந்த முன்னுரிமை தந்துள்ளோம். ‘உயர்’ பண்பாடு எனப்பட்டதின் மீது குவிமையம் கொண்ட முந்தைய வரையறை, பிந்தைய 19-ஆம் நூற்றாண்டு மற்றும் இருபதாம் நூற்றாண்டில், எந்தவொரு சமூகத்தினுடைய வாழ்தல் அமைப்பைக் காண்பதாக மாறியது. இது பெரிதும் சமூக அறிவியல்களின் கண்ணாடி மூலம் பண்பாடைப் பார்த்ததன் விளைவாகும். அதிகாரத்துடனான வளங்களுடனான பிணைப்புகள் பண்பாட்டு வடிவங்களை

உருவாக்குவதில் மட்டுமின்றி, அது மேற்கொள்ளும் வடிவத்தையும் ஒரு பாதி தீர்மானிக்கிறது. ஒரு பண்பாட்டைப் புரிந்து கொள்வதற்கு, அதன் புரவலர்கள் யார், அது எப்படி உருவாக்கப்பட்டது, அதனை தமதாக்கிக் கொண்டவர்கள் யார் என்று அறிந்துகொள்வது அவசியம். இதனை அறிந்து கொள்ளும் வகையில், பண்பாட்டின் எடுத்துரைப்பு பொதுவாக 'உயர்' பண்பாட்டிற்கு பொறுப்பானவர்களான மேட்டுக்குடி புரவலர்களுடன் கட்டுண்டு விடக்கூடாது. எவ்வளவு பல்திறந்தவராயினும், பண்பாட்டை உருவாக்கியோர்கள் மற்றும் அதன் அமைப்புகளுக்கேற்ப வசித்தவர்கள் அதன் புரிதலில் ஈடுபடுத்தப் படவேண்டும். அது ஒருபோதும் தனித்ததாகப் பார்க்கப்பட்டதில்லை. ஆகவே, இந்தியாவின் கடந்தகாலம், நிகழ்காலம் போன்ற, சமூகங்களின் யதார்த்தத்தைப் பிரதிபலித்திட, பண்பாடுகளுக்கு (பன்மையில்) குறிப்பு மேற்கொள்ளப்பட வேண்டும்.

பாரம்பரியம் மற்றும் பண்பாடு மீதான அத்தியாயங்கள், பண்பாட்டை வரையறுத்திடும் வழக்கமான பொருள்கள்-கருத்துகளிலிருந்து தூரப்படுத்தப்பட்ட அம்சங்கள் மீது குவிமையம் கொண்டன-இலக்கியம்-தத்துவம் அல்லது அருங்காட்சியகத்தில் காட்சிப்படுத்தப்பட்டுள்ள கலைப் பொருள்கள் அல்லது நிலப்பரப்பில் எழுந்து நிற்கும் கட்டிடக்கலை அல்லது கையெழுத்துப்படிகள் போன்ற அம்சங்கள் மீது. முக்கியத்துவமுள்ள சில அம்சங்களைப் பார்த்திருக்கிறேன் ஆனால் பண்பாட்டு ஆய்வுகளில் அவ்வளவாக இல்லை.

கடந்த காலத்தில் சமூகச் செயல்பாட்டை நிர்வகித்த பல நடவடிக்கைகளுக்கு காலக்கருத்தமைவுகள் அடிப்படையானவை-காலத்தருணங்கள் குறித்த மூடநம்பிக்கைகளைச் சேர்த்துக் கொள்ளும் சோதிடம், கிரியைகள் போன்றவை இவற்றில் பெரிதும் தொடர்கின்றது. கெடுவாய்ப்பாக, மக்களில் சிறந்தோர் இப்பிணைப்பை சந்தேகித்ததற்காக படுகொலை செய்யப்பட்டனர். இந்நம்பிக்கைகளையும் நடவடிக்கைகளையும் அப்படியே எடுத்துக் கொள்கிறோம்; ஆனால் அவை தொடராது இருக்கவேண்டுமானால், அவை ஏன் இருந்தன, இன்னும் இருக்கின்றன, சமூகத்தின் சில பகுதிகளுக்கு மையமாக இருக்கின்றன என்பவற்றை நாம் அறிந்துகொள்ள வேண்டியுள்ளது.

பின்னுரை | 267

கடந்த காலத்து அறிஞர்கள் பலர், காலக் கருத்தமைவுகளைப் பகுத்தறிவு ரீதியில் ஒழுங்கமைக்கப்பட்ட அமைப்பாகக் கணித்தனர்; அது காலக் கணிப்பை, இருந்து வருவதும் தொடர்ந்திருப்பதுமான வடிவில் பின் தொடர்ந்தது; நம் வாழ்வுக்குப் பெரும் உதவியாக உள்ளது. உலகின் மீதான பிற நோக்குநிலைகளில் போல, இதில், பகுத்தறிவிலிருந்து பெறப்பட்டு, எடுத்துக்காட்டாக கணிதத்திலும் வானியியலிலும், ஓரளவுக்கு மருத்துவத்திலும் உள்ளதுபோல, நாம் கவனியாது விடத்தலைப்பட்டுள்ள பண்பாட்டு அம்சங்களின் அத்தியாவசியப் பண்புகள் இவை. பல்வேறான விதங்களில் காலத்தை அளவிடுவது ஒவ்வொரு பண்பாட்டினுடைய சாராம்ச பண்பாடும். வேறுபாடுகளில் இந்நாட்களில் தொடர்கின்றன. திருவிழாக்கள் சந்திர நேரத்தில் கணக்கிடப்பட, நம் அன்றாட வாழ்க்கை சூரிய நேரத்தில் அமைக்கப்படுகிறது; பிற நடவடிக்கைகளுக்கு வழிகாட்டும், காலத்தின் தொழில்முறைப் பயன்கள் குறித்து எப்போதும் விழிப்புணர்வு உள்ளது.

சமூக கட்டமைப்புகள் பல பண்பாட்டு நடவடிக்கைகளை வரையறுக்கின்றன ஏனெனில் இவை வாழ்தலின் அமைப்புகளுக்கு சட்டகமிடுகின்றன. 'உயர்' பண்பாட்டு விஷயத்தை முன்வைப்பதாக, உயர்சாதியின் பாத்திரத்தை அங்கீகரிக்கிறோம், ஆனால் மற்றவர்களைப் பற்றி அதிகம் சொல்லப்படுவதில்லை, சமூகத்தின் மேட்டுக்குடிகளால் விதிக்கப்பட்ட சமூக நெறிமுறைகளான தர்ம சாத்திரங்களின்படி, மதிப்புக் குறைந்தவர்களாகக் கருதப்பட்டனர். கடந்த காலத்தின் செவ்வியல் காலகட்டங்களாகக் கருதப்பட்ட கலை இலக்கியத்தில் பெண்கள் பிரதானமான நிலை வகித்திருந்தாலும், விடுபட்டவர்களாக உள்ளனர். இத்தகைய ஆவணங்களில், பெண்களின் உல்லாசமான வசீகரப் புனைவான படிமங்களை எழுப்புவதில் கற்பனை முழுதாக வினையாற்றியுள்ளது, ஆனால் சமூக யதார்த்தத்தில் அவர்தம் மையத்திற்கு சிறிது சலுகைகூட தரப்படவில்லை. ஏனெனில் பெண்கள் பாத்திரத்தை புனைவு வசீகரமாக்குவது, கவர்ச்சிகரமான கற்பனைப் பயிற்சியாயிருக்க முடியும் அல்லது சில வேளைகளில் சமூக அபிலாஷைகளாயிருக்க முடியும், ஆனால் உண்மையான வாழ்க்கைச் சந்தர்ப்பங்களில் அவர்களைப் பிரதிநிதித்துவப்படுத்துவது, வேறொரு கதையைச் சுட்டிக்காட்ட முடிவதாய் இருக்கும்.

இன்னொரு தீவிரமான விடுபடல், பண்பாட்டு விவாதங்களில் அரிதாக தெளிவு தரப்படும் நிழல் உருவங்களான- வெளியேற்றப்பட்ட அவர்ணர் குழுக்கள்-தீண்டப்படாதவரான அஸ்பிரிஷ்யாக்கள், நேர் பொருளிலும் உருவகமாயும் விளிம்பில் வாழ்ந்தவர்கள், அவமதிக்கப்பட்டவர்கள். அவர்களைப் பற்றிய குறிப்புகள் இலக்கியத்தில் பெரிதும் சந்தர்ப்பவசமானதாக இருக்கக்கூடும். ஆனால் அவர்களும் அவர்களது வாழ்தல் அமைப்புகளும் அவர்கள் உருவாக்கும் கைவினைப் பொருள்களும், கடந்தகாலம் சார்ந்தோ நிகழ்காலம் சார்ந்தோ, எந்தவொரு பண்பாட்டின் பகுதியாக குறிப்பிடப்படுவதே இல்லை.

மேட்டுக்குடியினருடையதாக அல்லது எஞ்சிய சமூகத்தினரை உள்ளடக்கியதாக பண்பாடு வரையறுக்கப்படுகையில், அதன் புரிதலுக்கு அவசியமான ஓரம்சம், தனக்குக் கற்பித்துக் கொள்ள சமூகம் தெரிவு செய்யும் மதிப்பீட்டு முறையாகும். கடந்த காலக் குறிப்புகளுடன் இதனை நான் விளக்கவில்லை ஏனெனில் கல்வி அல்லது மேற்கொள்ளப்படும் நிகழ்வுப் போக்குகளின் வாயிலாக பெறப்படும் திறன்களைப் போல, சமூகத்தின் வெவ்வேறு பகுதிகளுக்கிடையே கல்விக்கான வழிவகை பல்வேறாக இருந்தது ஒரே காரணம். இதனை விவாதிக்க ஒரு கட்டுரைக்கு மேல் தேவைப்படும். எனவே நான் உடனிகழ்காலக் கல்வி மீது குவிமையம் கொண்டேன். நம் சமூகத்தில் எதிர்நிலைப் படுத்தப்பட்டுள்ள பலபண்பாடுகளை கல்விகற்றோர் உணர்ந்துகொள்ள வேண்டும் என்பதே அதன் உத்தேசம். பண்பாடுகளின் பெருக்கத்தைப் பற்றி தெரிவிப்பதனால் மட்டுமின்றி அவை குறித்து பொருத்தமான விசாரணைகளை மேற்கொள்ள கற்பிக்கப்படுவதனாலுமே இந்த உணர்வு வரும். தொடக்க நிலையினதாயினும் அறிவை விசாரிப்பதில் ஈடுபடும் நிகழ்வுப் போக்கைப் புரிந்து கொள்வது சம அளவில் அவசியமானதாகும்; மற்றும் இன்றைய உலகில் நாம் உயிர்பிழைத்திருக்க வேண்டுமாயின், ஓடிக்கொண்டிருக்கும் அறிவின் போக்கில் பரிச்சயம் கொண்டிருக்க வேண்டும்.

நிலவுகின்ற அறிவை சிறப்பித்துக் காட்டுவது, JNU-வில் எங்கள் பாடத்திட்டத்தில் நாங்கள் குவிமையம் கொண்ட அறிவை கேள்விக்குள்ளாக்குவது, நிலவுகின்ற அறிவை பதியச் செய்வதையும் அறிவுத்தேடல் வெளியிடக்கூடிய புதிய திசைவழிகளை சுட்டிக் காட்டுவதையும் உத்தேசித்திருந்தது. கெடுவாய்ப்பாக, தற்போதைய அரசியல் சூழலில் அறிவுத் தேடல் பலியாக்கப்பட்டிருக்கிறது.

பின்னுரை | 269

நமது பலபண்பாடுகளைப் புரிந்துகொள்வதையும், இன்னும் அதிகமாக, அறிவின் நீட்சியைப் பின்தொடர்வதையும் இது தடுக்கிறது. ஒரு நூற்றாண்டுக்கும் முன்னதாக, மேக்ஸ்வெபெர், பல்கலைக்கழக விவாதங்களில் வெளியிடப்படும் ஒவ்வொரு அபிப்பிராயத்தையும் - பழைமைவாதிகளுடையதாயினும் சரி, சோசலிஸ்டுகள், அராஜகவாதிகளினுடையதாயினும்சரி- அனுமதிப்பதை ஆதரித்து விரிவாக எழுதினர்; பல்கலைக்கழக ஆசிரியர்கள் நியமனத்தைப் பல்கலைக்கழக அதிகாரத்தில் இருப்போர் கட்டுப்படுத்துவதை வன்மையாக எதிர்த்தார். இந்தியாவில் தற்போது சமூக அறிவியல்கள், அதிகாரத்தில் உள்ளவராலோ பிறராலோ குறுக்கப்படுவதும் மதிப்பிழக்கச் செய்வதும், எதிர்மறை விளைவையே கொண்டிருக்கும். கடந்தகாலப் பண்பாடுகளை மறுநிர்மாணம் செய்வதற்கான ஆதாரங்கள் பொதுவாக, உயிர்தப்பிப் பிழைத்திருப்பவை மற்றும் அதிகார மிக்கோரின் செல்வந்தரின் பார்வைகளைத் தவிர்க்க முடியாதபடி பிரதிபலிப்பவை. மிகச் சமீபத்தில் லாஸர் படிமங்களின் துணையுடன், தொல்லியல் அகழ்வாய்விலிருந்து கடந்தகாலத்தை மீட்கும் புது உத்திகளுடன், இந்நிலை சற்று குறைந்து வருகிறது. மக்கள் தொகை ஆய்வுகளில் இப்போது *DNA* பகுப்பாய்வுகள் பயன்படுத்தப்படுகின்றன ஆனால் சில முடிவுகளைப் பொறுத்தவரை, இன்னும் ஒருவிதத்தில் சர்ச்சைக்குரியதாகவே உள்ளது.

எழுதப்பட்டுள்ள ஆதாரங்கள், அரசவைகள் மற்றும் கற்றறிந்தோரின் மொழியில் உள்ளது போல, மக்கள் செல்வாக்குள்ள மொழியிலிருந்து வேறுபட்டு, சமூக வேறுபாடுகளைக் கொண்டுள்ளன. சம்பவங்கள் நிகழ்வுகளின் ஆவணத்தைப் பராமரிப்பதற்கு மட்டுமின்றி, ஆட்சியாளரின் சட்டபூர்வத் தகுதியை உறுதிப்படுத்திய, மரபுகளின் பராமரிப்பாளர்களாகவும் ஆவணக் காப்பாளர்கள் அரசுகளுக்குப் பொதுவானவர்களாயிருந்தனர். சமயங்களில் புனையப் பட்டிருந்தாலும், ஆட்சித் தகுதிக்கு அத்தியாவசியமான, ஆட்சியாளர்களின் வம்சாவளிகளைப் பராமரித்தது யார்?

நான் வாதிட்டுள்ளபடி, கல்வி இரு காரணிகளைப் பெரிதும் சார்ந்திருக்கிறது: கற்பிக்கப்படுவதன் உள்ளடக்கம் மற்றும் உள்ளடக்கத்தை தொடர்புறுத்தும் மொழி. கல்விகற்காதவரிடமிருந்து கற்றவரை எப்போதும் தனித்துக் காட்டியிருப்பது, கோட்பாட்டையும் நடைமுறையையும்

கேள்விகேட்கும் திறமை மற்றும் அதனை மற்றவர்களுக்கு தொடர்புறுத்தும் சாமர்த்தியம் வாயிலான அறிவுக்கான வழிவகை. வரலாற்று ரீதியில் பல சமூகங்களில், அதிகாரத்தின் ஆதாரமாக கல்வி பார்க்கப்பட்டது, எனவே சிலபேரிடம் கட்டுண்டிருந்தது. நவீனச் சமூகங்கள் இத்தடைகளினூடே நொறுக்கிச் சென்றுள்ளன. ஆனால் நம்முடையது போன்ற சிலவற்றில், கல்வி உள்ளடக்கம், நிலவுகின்ற அறிவை கேள்விக்குள்ளாக்கும் முனைப்பு இல்லாதிருக்கிறது; தொடர்புறுத்தும் மொழி தொடர்ந்து விவாதிக்கப்படுகிறது. ஆதலின் கல்வி தனக்கான பாதையை மேற்கொள்கிறது. நமது கல்வி அமைப்பிலிருந்தான பரிதாப முடிவுகளிலிருந்து தெளிவாவது போல,-சில விதிவிலக்குகளுடன்-இயல்பான அணுகுமுறை விரும்பிய முன்னேற்றத்தை கொண்டு வந்திருக்கவில்லை. அதனைப் பிடித்து வைத்திருப்பவர் யாரென்று? ஒருவர் வினவலாம். ஒரு சில கல்வி நிறுவனங்கள் நீங்கலாக, கற்பிக்கப்படுவது பொருத்தமின்றி நிகழ்கிறதா அல்லது கற்பிக்கப்படும் உள்ளடக்கமும் பொருத்தமற்றதா? நிலவுகின்ற அறிவை திருப்பிக் கூறுவதும் அதனைக் கேள்விக்குள்ளாக்காததுமான பண்பாடா? தற்போதைய அறிவின் மொழியிலிருந்து வேறுபட்டதாக சமூகக் கலந்துறவாடலின் மொழியைக் கையாளும் திறமையின்மையுடன் இது குழப்பிக் கொள்ளப்படுகிறதா? ஒவ்வொரு குழந்தையும் கல்விக்கான வழிவகை பெற்றிராததால், அறிவைப் பின்பற்றுவோருக்கான வாய்ப்புள்ள நீர்ப்பிடிப்பு பகுதி குறைக்கப்பட்டு இருக்கிறதா?

எளிய வடிவிலேனும் சமஸ்கிருதம் பரந்துபடப் பேசப்படுகிறதா அல்லது பல்வேறான பிராகிருதங்கள் பொதுச் சொல்லாடலிலும், சில மத-அறிவார்த்த எழுத்திலும் விரிவாகப் பயன்படுத்தப்படுகிறதா? சண்டாள மொழி போன்ற அவர்ணர்களின் மொழியைப் பிராகிருதம் பேசுவோர் இணைத்துக் கொண்டனரா? தீபகற்பத்தின் திராவிடமொழிகள் போன்ற பிறமொழிகளுடன், ஆதிவாசிகள் - அவர்களால் சிலர் பெரியதொரு மொழியின் நிலப்பரப்புக்கு அருகில் தொகுப்புகளாக வாழ்ந்தனர்-பேசிய மொழிகளுடன் என்ன உறவு நிலவியது? மண்டல மொழிகள் எப்போது எப்படி தோற்றம் கொண்டன, அவை ஏன் பிராகிருத மொழிகளையும் அபப்ராம்ஸவையும் இடப்பெயர்ச்சி செய்தன? மொழியின் இடப்பெயர்ச்சி தவிர்த்து, இது அரசியல்-

சமூக நெறிகளின் வழிவகையுடைய பரந்துபட்ட அளவில், பல்வேறு பண்பாடுகளில் என்ன தாக்கம் கொண்டிருந்தது? மேட்டுக்குடியினரின் மொழியாக பாரசீகம் பயன்பட்டது மற்றும் உருது போன்ற மண்டல மொழிகளின் எழுச்சி தொடர்பாக இதே கேள்விகளைக் கேட்க முடியும். ஆங்கிலத்தின் பயன்பாடு குறித்து இதே கேள்வியைக் கேட்கமுடியும். நிர்வாகத்தில் பயன்படுத்துவது போல மொழியும் அதிகாரத்திரட்சியைப் பராமரிக்கும் வடிவமாயிருந்தது. அதிகார மையங்கள் சமஸ்கிருதத்தைப் பயன்படுத்துவதிலிருந்து பாரசீகத்திற்கும் ஆங்கிலத்திற்கும் மாறியபோது இது தெரியவருகிறது. ஒருவரிடமிருந்து இன்னொருவருக்கு மாறக்கூடியதாயினும் மொழி, தகுதிநிலையைச் சுட்டிக்காட்டுவதாக இருக்க முடியும். தொடர்புறுத்தலிலிருந்து வேறுபட்டதாக, கற்றலின் நிகழ்வுப் போக்கிற்கு ஆதாரமாயிருப்பது, உடனிகழ்கால அறிவின் மொழியை அறிவதாகும்.

சமூக குழுக்களை உள்ளடக்குவதும் வெளியேற்றுவதுமான நிகழ்வுப்போக்கு, பண்பாட்டைத் தீர்மானிப்பதில் அத்தியாவசியமான பகுதியாகும்-சாதிச் சமூகத்தின் கட்டமைப்பில் இருப்பதுபோல. அதிகாரத்திற்கான வழிவகையும் தகுதிநிலையுடைய பொருளாதார ஆதாரங்களும் பின்னிக்கிடப்பதிலிருந்து பிரதானமாக சாதி தீர்மானிக்கப்பட்டது; அதனால் விளைந்த படிமுறை, தெய்வீக அனுமதி அல்லது அதுபோன்ற கூற்றுகளால் நியாயப்படுத்தப்பட்டது. நான் எடுத்துக்காட்ட முற்பட்டுள்ளது போல, சாதியின் உறுப்புகள் மாறிய போதும், இந்நிகழ்வுப் போக்கு வரலாற்றினூடே தொடர்ந்தது. இது சில சாதிவகைமைகளை அறிமுகப்படுத்திற்று அல்லது நிலவுகின்ற சாதிகளுக்கு புதிய தொழில்களை அனுமதித்தது. இதனால் வாழ்தல் அமைப்புகளில் சிறிது பலதிறத்தன்மை இருந்தது.

ஆதிவாசிகள் மைய நீரோட்ட சமூகத்திலிருந்து எப்போதும் விலக்கிவைக்கப் பட்டுள்ளவர்கள் அல்லது தாமாகவே தனிமைப்பட்டுள்ளவர்களாக, வனக் குடியிருப்புகளில் வாழ்வோர்கள் போல, தனித்துவமான வேறுபட்ட வாழ்தல் அமைப்புகொண்டிருப்பதால் தெள்ளத் தெளிவான விலக்குதல் இருந்திருக்க முடியும். இந்தியப் பண்பாட்டின் பல அம்சங்களுக்கு காடு ஆற்றல் மிக்க இடத்தை வழங்கிற்று. மக்கள் செல்வாக்குள்ள தொன்மங்களில் அது அரக்கர்கள்

வாழிடம். எனினும், வேறுபட்ட காடுவாழ் மக்கள் உள்ளனர்-காலப்போக்கில் அந்நியமானவர்கள் அல்லது நட்பார்ந்தவர்களாக மாறியவர்கள் என. காட்டுவாசிகள் சிலவேளைகளில் தோற்றத் தொன்மங்களுடன் பிணைக்கப்படுகின்றனர். சில ஆதிவாசிக் குலங்கள் சாதித் தகுதி நிலை பெற்றன.

இதிகாசங்களில் காடு, நாடு கடத்தப்படுவதற்கான இடம். பல்வேறு காரணங்களுக்காக நாடு கடத்தப்படவேண்டியவர்கள், காட்டுக்கு அனுப்பப்படுகின்றனர். இவர்கள் பெரிதும், வாரிசுரிமைக்கான போட்டியிலுள்ள அண்டை அரசுகளின் ஆளும்குடும்பங்களைச் சேர்ந்தவர்களாயிருப்பார்கள். விருப்பமின்றி ஈடுபட்டிருந்தாலும். காடுகளில் விளைந்தவற்றை நிர்வாகத்திடம் ஒப்படைப்பது தவிர்த்து, காட்டில் வசிப்போருடன் நிர்வாகத்திற்கு வேறெந்தத் தொடர்புமில்லை. அரசின் பெரிய வேலையான, யானைகளைப் பிடிப்பது அவ்வப்போது காட்டு மக்களின் உதவியைக் கோரும் என்பதில் சந்தேகமில்லை. அரசரின் வேட்டை காட்டில் தனித்துவமாகப் பராமரிக்கப்பட்டது, உள்ளூர் மக்களின் தலையீடு இல்லாமல், விலங்குகள் மீது குவிமையம் கொண்டது. தன் குடிமக்களது நல்வாழ்வுக்கு முன்னுரிமையளித்த அசோகர் போன்ற ஆட்சியாளர்கூட, காட்டில் வாழ்பவர்களிடம் கடுமையான அணுகுமுறை கொண்டிருந்தார்.

நிலம் எளிதாகக் கிடைத்தமையால், அலைந்து திரிகின்ற ஆரியர்களால் தாமே முன்வந்து மேற்கொள்ளும் வெளியேற்றம் சமூக ஒழுங்கில் பெரும் தாக்கத்தை ஏற்படுத்திவிடவில்லை.

ஒப்பீட்டளவில் தனிமைப்படுத்தப்பட்ட இடங்களில் பிராமணரிடையே நடந்த கற்றலிலும் புலமையிலும், குடியிருப்புகளிலிருந்து தொலைவாக்கிக் கொள்ளும் குறிப்புக்கும் மேலானதாக இருக்கிறது. மடங்கள் பொதுவாக குடியிருப்புகளிலிருந்து விலகியிருந்தன, அப்படி இருந்ததில் அவை வெற்றிபெறாதபோதும், ஒப்பீட்டளவில் அப்படி இருந்தன. அது, குப்தர்களுக்குப் பிந்தைய காலத்தில் அவை அரச குடும்பப் புரவலர்களிடமிருந்து கணிசமான மானியங்களைப் பெறத் தொடங்கியதால், மடங்களை நிறுவ வழிவகை செய்ததா அல்லது பைத்தியக்கார உலகிலிருந்து விலகிச் செல்லும் தேடலா? சிராமணத் துறவிகளால் நிறுவப்பட்ட மடங்கள், தம் இயல்பிலேயே, குடியிருப்பிலிருந்து கணிசமான தூரத்தில் இருந்தன. அல்லது கற்றலையும்

அறிவையும் பின்தொடர்வது பொதுவாகவே தனிமையை வேண்டியதா? மடங்களில் வாழ்வோர் அசாதாரணமான அதிகாரங்களையும் செல்வத்தையும் பெறுகையில், இத்தனிமை மாயையாகிவிடும் என்று சொல்லத் தேவையில்லை.

முற்றிலும் வேறான காரணங்களுக்காக அதிக எண்ணிக்கையில் விலக்கப்பட்டிருந்தோர், சாதிக்கு வெளியிலிருந்த அவர்ணர்கள்; இதற்கு எதிர்நிலையில் நால்வர்ண உறுப்பினர்களாக, சிலர் மைய நீரோட்டத்தைச் சேர்ந்தவர்களாக இருந்தவர்கள் சவர்ணர்கள். கற்பனாவாத கடந்த காலத்தில் பிரிவினைகள் இல்லை, சமூக நெறிகளில் வீழ்ச்சி ஏற்படவும், நான்கு வெவ்வேறு வர்ணங்கள் எழுந்தன. பாகவத புராணத்திலும் *(9.14.48)* மகாபாரதத்திலும் *(12.59.1ff)* குறிப்பிட்டுள்ளவாறு இப்படிமுறை தெய்வீகத்தால் விதிக்கப்பட்டது என கூறப்பட்டது. காலத்திற்கு காலம், அவர்ணர்களின் அடிமைத்தனம் கேள்விக்குள்ளானது ஆனால், அவர்கள் கண்ணியமாயும் சமூகத்தின் சமமான உறுப்பினர்களாகவும் நடத்தப்படவேண்டும் என்னும் கோரிக்கை, தொலைதூர நிஜமாக இருந்தது.

புலம்பெயர்ந்துவந்தவர்கள் உள்ளூரில் உள்ளீர்த்துக் கொள்ளப்படும் வரையும், விலக்கப்பட்ட குழுக்களாகவே நடத்தப்பட்டனர். துணைக் கண்டத்தின் மக்கள் தொகை வரலாறு, உள்நாட்டிலிருந்தும் வெளியிடங்களிலிருந்தும் வந்த பல்வேறானவர்களின் தொடர்ச்சியான கலவையாக இருந்து வந்துள்ளது. அரேபியர், துருக்கியர், ஆப்கானியர், மங்கோலியர் போல, பல நூற்றாண்டுகளுக்கு முன்னர் இந்தியாவுக்குப் புலம்பெயர்ந்து வந்த சிலர், தாங்கள் நிலைபெற்று பொதுவாகக் கலப்பு மணம் புரிந்து கொண்ட பகுதிகளில் தம் வாழ்தல் அமைப்பு பொதிந்து வைக்கப்பட, அவர்தம் சந்ததியர் இப்போது பல்வேறான உடனிகழ்கால அரசியல் காரணங்களுக்காக, பிரிவினை செய்யப்பட்ட குழுக்களாக நடத்தப்படுகின்றனர். ஏற்கனவே துணைக் கண்டத்தில் வாழ்ந்து கொண்டிருப்போரால், கிறித்தவம், இஸ்லாம் போன்ற புதிய மதம் ஏற்றுக் கொள்ளப்படுவது, புதிய மக்கள் தொகை வரவாக எடுத்துக்கொள்ளப்படுகிறது, ஆனால் அப்படியில்லை. வாழ்தலின் அமைப்புகளிலான தொடர்ச்சிகளிலிருந்து இது தெளிவாகிறது.

இந்தியாவிலிருந்து ஈரேஷியாவின் பிற பகுதிகளுக்குப் புலம்பெயர்ந்து சென்று, காஸ்பியனிலிருந்து சீனாவரை, செங்கடலிலிருந்து இந்தோனேஷியா வரை, தொலைதூர நாடுகளில் குடியமர்ந்தவர்கள் பற்றி நமக்கு ஒன்றும் தெரியாது என்பதே ஆர்வத்திற்குரியது. அவர்தம் புது வாழ்தல் அமைப்பிலிருந்து வெளிப்பட்ட, புது பண்பாட்டு வடிவங்களிலுள்ள இந்தியக் குடியிருப்புகளுக்கு சாட்சியத்தை வழங்கியுள்ளவை இவ்விடங்கள். இதில் சில அவ்வப்போது செதுக்கப்பட்ட சிற்பம் அல்லது துணிமணியின் பாணியில் பிரதிபலிக்கப்படுகிறது அல்லது இந்தியாவிலிருந்து புலம்பெயர்ந்து வந்தவர்களை ஏற்றுக்கொண்ட இப்பகுதிகளின் உள்ளூர் மக்களால் கையெழுத்துப் படிகளில் சற்றே விவரிக்கப்படுகிறது. இவ்விவரிப்புகள், அவர்களுடன் வந்துசேர்ந்த மத நடவடிக்கைகளைப் பெரிதும், இவ்விடங்களில் மேட்டுக்குடியினர் மேற்கொண்ட கலை-கட்டிடக்கலை வடிவங்கள் சார்ந்தும் இருந்தன. ஆனால் இந்தியர்கள் சென்ற இடங்கள் அல்லது அங்கு அவர்கள் வாழ்ந்த வாழ்க்கை குறித்த எந்த இந்திய விவரிப்பும் நம்மிடம் இல்லை. இது இந்தியாவுக்கு வந்த கிரேக்க, சீன, அரேபியரின் பதிவுகளுக்கு நேர் மாறானது-இந்தியப் பண்பாட்டு வடிவங்கள்-நடைமுறைகள் குறித்த விவரிப்புகளால் நிறைந்துள்ளன அவர்தம் பதிவுகள், இந்தியர்கள் தம்மைச் சுற்றியிருந்த வாழ்வில் பரிச்சயமானதோ இல்லையோ, அக்கறை இல்லாதிருந்தனரா அல்லது புதிய சூழலில் தாம் பார்த்ததை/உணர்ந்ததை விவரிக்கும் நாட்டம் இல்லாதிருந்தனரா?

பண்பாட்டில் மிகவும் தகவமைத்துக் கொள்ளக்கூடிய எடுத்துரைப்புகளில் மதம் சார்ந்தவை இடம்பெறும். ஏனெனில் மதப்பிரிவுகள் உள்ளூர் படிமுறைகளுக்கும் சம்பிரதாயத்திற்கும் உடனடியாகத் தம்மை தகவமைத்துக் கொள்ளும், தேவைப்பட்டால் சம்பிரதாயங்களை இரவல் பெற்றுக்கொள்ளும். சம்பிரதாயங்கள் இரட்டைச் செயல்பாட்டைக் கொண்டவை. அவை நம்பிக்கையைச் சுட்டிக் காட்டுபவை, தகுதி நிலையின் கையொப்பங்கள். ஆகவே, நன்கு நிறுவப்பட்ட, உயர் தகுதிநிலையுள்ள மக்களின் சம்பிரதாயங்களை தாம் தகவமைத்துக் கொண்டிருப்பதாக, புதிய குழுக்கள் உணர்த்துவதான போக்கு இருக்கும். இது எப்போதும் வெற்றிபெறாது, ஆனால் இந்நோக்கிலிருந்து சம்பிரதாயங்களை விசாரிப்பது நல்லது.

ஒரு சம்பிரதாயமோ சமூக வடிவமோ குறிப்பிட்ட குழுவுக்குக் கேடாக இல்லாதபோது, அது உணர்வுத் தளத்தில் ஈர்ப்பதையும், சமூகரீதியில் உதவிகரமாயும் இருப்பின், அமைதியாக அதனை இணைத்துக் கொள்ளும் போக்கு நிலவும். சிறிய குழுவினரால் பெரிய பிரிவுகளின் தெரிவு செய்யப்பட சம்பிரதாயங்களை மேற்கொள்ளப்படுவது அல்லது இணைத்துக் கொள்ளப்படுவது, அறியப்படாத ஒன்றில்லை, இன்றளவும் தொடர்கிறது. மண்டலத்திற்கு மண்டலம் வேறுபடும்போது, ஏன், எது மேற்கொள்ளப்படுகிறது என்பது சுவையான ஆய்வுப் பொருளாயிருக்கும். அறிவிக்கப்பட்ட தகுதிநிலைக்கேற்ப, சம்பிரதாயச் செயல்களைக் கட்டுப்படுத்தினாலும், சாதி ஒரு சம்பிரதாயமாக இல்லாதபோதும், அது செயல்படும் அளவுக்கு, பிந்தைய சமூகங்களால் உள்வாங்கப்பட்டுள்ளது.

மதநம்பிக்கை-நடைமுறையுடன் பிணைந்து, முரண்பட்ட செயலிலும் சிந்தனையிலும் முடிந்து இருக்கும் பிரச்சனைகளில் ஒன்று சமூக சமத்துவப் பிரச்சனையாகும். பக்திகால அடியவர்களின் சில மதப்பிரிவுகள், சமூக சமத்துவத்தைப் பரப்புவதில் திடமாக இருந்தன; அவர்ணவகைமையின் ஆசிரியர்கள் இதில் இடம்பெற்றனர். ஆனால் சமத்துவமின்மை வற்புறுத்தப்படுவது எப்போதும் வலுவானதாயிருந்துள்ளது ஏனெனில் சமூகத்தையும் பொருளாதாரத்தையும் கட்டுப்படுத்தியவர்களின் ஆதரவு அதற்கு இருந்தது. சமூகத்தின் எப்பகுதியினர் சமத்துவத்தை ஆதரித்தனர் என்று விரிவாக விசாரணை செய்வது பயனுள்ளதாயிருக்கும். பொதுவாக நினைக்கப்படுவதை விடவும் எண்ணிக்கை அதிகமாகவே இருக்கும், ஆனால் மேட்டுக்குடியிலிருந்து/மேலாதிக்கக் குழுக்களிலிருந்து சொற்பமாகவே இருக்கும்.

பண்பாட்டு அம்சங்கள், சம்பிரதாயம்/சம்பிரதாயமான சட்டம் என அடிக்கடிக் குறிப்பிடப்படும், ஏற்கப்பட்ட நடைமுறைகளின் வடிவங்களில் வரமுடியும். அவற்றின் வலிமை, முன்னிருந்தவைகளிலும் சம்பிரதாயங்களிலும் காணப்படுவதில் உள்ளது. ஆனால் நடைமுறைகளும் நெறிப்படுத்தப்படுகின்றன; தர்மசூத்திரங்கள், தர்மசாத்திரங்கள் வடிவில் இத்தகு நெறிகள் பல உள்ளன; பிற பிரிவுகளில் ஷரியா நெறிகளாக உள்ளன, மற்றவற்றைப் பற்றி கூறவேண்டியதில்லை. விதிகளாக கருதப்பட்ட, நெறிப்படுத்தப்பட்ட நடைமுறைகள், உயர்சாதி-பழைமைவாத வட்டாரங்களில் வலுவான தெய்வீக

அனுமதி கொண்டிருந்தன. சில குழுக்களின் நடைமுறைகள் பிரதிகளில் குறிப்பிடப்படவில்லை ஆனால் தொடர்புடைய தொழிலில் உள்ளோரால் மெய்நிகர் விதியாகக் கருதப்பட்டன; எடுத்துக்காட்டாக, கைவினைத் தொழில் கூட்டமைப்பின் ஷிரேனி-தர்மம். அர்த்தசாத்திரமும் *(3.1.15;38)* வேறுசில பிரதிகளும் சம்பிரதாயத்திற்கும் சட்டத்திற்குமிடையே பிரித்தறியவே செய்கின்றன. சில நடைமுறைகள் ஏன் சம்பிரதாயமாக இருந்தன, மற்றவை மெய்நிகர்ச் சட்டங்களாக இருந்தன என்னும் சுவையான கேள்வி இருக்கிறது. திரும்பவும் ஒவ்வொன்றின் சூழலும் முக்கியமானதாயிருக்கும். பிரதிகளை அறிந்தவர்கள், சட்டங்களை அறிந்தவர்களாக பார்க்கப்பட்டனர்.

ஆனால், மாறிய வரலாற்றுச் சூழல்களில் சில விதிகள் மாறவே செய்தன. கி.பி. இரண்டாம் ஆயிரத்தில் எழுதப்பட்ட இப்பிரதிகளின் விளக்கவுரைகளில் இம்மாற்றங்கள் விவாதிக்கப்படுகின்றன-பரிந்துரைக்கப்பட்டோ மறுதலிக்கப் பட்டோ; உயர்சாதி சமூகத்திற்கும் அதன் பண்பாட்டு நெறிகளுக்கும் முக்கியத்துவமிக்கதான நிகழ்வுப் போக்கைக் கொண்டுள்ள ஆதாரங்களாயின. சமயங்களில் விதிகள், புதிய சமூகக் குழுக்களைத் திரட்டும் பொருட்டு திரிக்கப்பட்டன. இதற்கு சுவையான எடுத்துக்காட்டு, அதிகபட்ச தகுதிநிலை கொண்டிருந்தது *ஸ்ட்ரோட்ரியாவா*/கற்றறிந்த பிராமணனா/ கோயில் பூசாரியா என்பது குறித்த விவாதம்.

கி.பி. இரண்டாவது ஆயிரத்தின் ஆரம்பம் மற்றும் முதல் ஆயிரத்தின் இறுதியிலிருந்து, பெரிய-செல்வந்த ஆலயங்கள், தகுதிநிலையும் செல்வமுமிக்க புரவலர்களின் ஆதரவு குறித்து பீற்றிக் கொண்டபோது கோயில் பூசாரிகள் உயரிய முக்கியத்துவம் பெறலாயினர்-இக்காலத்தில்தான் இக்கேள்விகள் பதிவு பெற்றன. கோயில்கள் வழிபாட்டுத் தலங்களாகி, ஏராளமான சொத்தினையும் நிலத்தையும் பெற்றபோது, கோயில் பூசாரி என்னும் புதிய சமூக வகைமை உருவாக்கப்பட்டிருந்தது. தகுதிநிலைப் படிமுறையில் கோயில் பூசாரிகள் தம் இடத்தைக் காண வேண்டி இருந்தது.

பண்பாடுகளை உருவாக்குகின்ற அல்லது அறுதியாக பண்பாடுகளாக கட்டமைக்கின்ற நடவடிக்கைகளை உருவாக்குகின்ற, வரலாற்றின் பலபெரிய அம்சங்களை விவாதிப்பது என் முயற்சியாயிருக்கவில்லை. பண்பாட்டைப் புரிந்துகொள்வதற்கு, கைவிடப்பட்டது அல்லது விளிம்பு

நிலையினதாக இயல்பாகக் கருதப்பட்ட அல்லது பொருத்தமற்றதாக கருதப்பட்டதற்கு சில எடுத்துக்காட்டுகளை முன்வைப்பதே என் உத்தேசமாயிருந்தது. பண்பாட்டு-வரலாற்று வடிவங்கள், இந்நாட்களில் சில வேளைகளில் இருப்பது போல, குறைந்தபட்சம் எதிர்நிலையாக்கப்பட முடியும் ஆனால் அவற்றின் கலந்துறவாடல் வெளிப்படுத்தப் படுவதாயின், அது மிகவும் வெளிச்சம் பாய்ச்சுவதாயிருக்கும். பண்பாட்டு வடிவங்கள் அடையாள அரசியலுக்கு உடனடியாக உட்படுத்தப்பட்டு, பல பண்பாடுகள் ஓரங்கட்டப்படும் போது, தற்போது குறிப்பாக முக்கியமானதாகும். அல்லது உலகின் பிறபகுதிகளது பண்பாடுகளை ஆய்வு செய்வதில் தயக்கம் உள்ளது-தமக்கு முக்கியமற்றதாயிருக்கும் என்ற எண்ணம் உள்ளது. சர்வதேச உறவுகளின் பகுதியாக நவீன வரலாற்றின் மீதான சில வாசிப்புகள் தவிர, துணைக்கண்டத்திற்கு வெளியிலுள்ள பண்பாடுகளை ஆய்வு செய்வதிலும் புரிந்து கொள்வதிலும், பொதுவான/அறிவார்த்த அக்கறை ஏதுமில்லை. இத்தகை ஆர்வத்தை ஊக்குவிக்க எந்த வசதிகளும் இல்லாததால் இது இருக்கலாம்.

ஒவ்வொரு பண்பாடும் தன் செயல்பாட்டைக்காணும் வகையில், ஒப்பீட்டளவில் ஆய்வு செய்யப்பட முடியும், மற்றவற்றின் பகுப்பாய்வு ஒருவருடையதை இன்னும் புரிந்துகொள்ளப் பயன்படுத்தப்பட முடியும் என்பது நமது பாடத்திட்டத்தில் இன்னும் அரிதானதே. பிரதிநிதித்துவப் பண்பாடாக எடுத்துக் கொள்ளப்படுவதை யார் தெரிவு செய்கின்றனர் என்னும் அடிப்படைப் பிரச்சனை, இத்தகைய ஆய்வுகளுக்கு முக்கியமானதாயிருக்கிறது; ஆனால் இக்கேள்வி அடிக்கடி கேட்கப்படுகிறது. இது புரவலர் உதவியுடன் தொடர்புகொண்டிருக்கிறது. கடந்தகாலத்தை பிரதிநிதித்துவம் செய்வது எது, எது பாதுகாக்கப்படவேண்டும், உடனிகழ்காலப் பண்பாட்டிற்கு வடிவமளிப்பது எது என்னும் நிகழ்ச்சி நிரலைப் புரவலர் உதவி பெரிதும் நிர்ணயம் செய்கிறது. கடந்த காலத்து துண்டு துணுக்குகளே நிகழ்காலத்தில் கிடைப்பதால், கடந்த காலத்தை உருவாக்கிட துண்டு துணுக்குகளுக்குப் பொருந்துவதாய் நிகழ்காலமே உள்ளது. இது ஒவ்வொரு தலைமுறையும் ஈடுபடுகின்ற தொடர்ச்சியான செயல்பாடு. ஒவ்வொன்றும் முந்தையவற்றின் முயற்சிகளின் மீது நிர்மாணிக்கிறது. இதுவும் அதிகாரத்தைப் பொதிந்து வைக்கிறது. அழகியல் குறித்த வரையறைக்கு அழுத்தம் தருகிறது,

சிலவேளைகளில் இயற்பியல் வடிவங்கள் பொதிந்துள்ள பண்பாட்டு உறவுகளை உருவாக்குகிறது. கடந்த காலம் குறித்த உடனிகழ்காலக் கருத்தமைவு எழுகின்றது. சிலர் இதனை அப்படியே ஏற்றுக்கொள்வர்: மற்றவர்கள் இதனை வரலாற்று கூராய்வுக்கு உட்படுத்துவார்கள்.

பண்பாடு, பல்திறத்தன்மை இரண்டும் அதிகாரத்துடன் பிணைந்திருப்பவை என்னும் விபரத்தை பண்பாட்டு பல்திறத்தன்மை செல்லாததாக்குவதில்லை. தேசியப் பண்பாடாகப் பார்க்கப்படுவது, மண்டல/உள்ளூர் மயமாக்கப்பட்ட பண்பாடுகளால்/மத-சாதி அடையாளத்தைச் சுற்றி கட்டமைக்கப்பட்டவையால் மோதி முரண்பட்டு நிற்கப்படுகையில், பல்திறத்தன்மை பிரச்சனை முன்னணிக்கு வருகின்றது. தேசம்/நாட்டின் உருவாக்கத்தில் சேர்ந்துள்ள, நிலவுகின்ற அரசுகளுடன் மண்டலத்தைப் பொருந்திப் போகச்செய்வது சாத்தியமில்லாதபோது, ஒரு மண்டலத்தை எப்படி வரையறுப்பது? வரலாற்று ரீதியில் மண்டலங்கள் பல்திறத்தனவாயுள்ளன அவற்றின் புவியியல், சூழலியல், சமூக அமைப்புகள் அவற்றின் மதப் பிரதிகள் மற்றும் பேசப்படும் மொழிகள் காரணமாக-எடுத்துக்காட்டாக, அவற்றின் சாதிகளது வலைப் பின்னல்-ஒரு மண்டலத்தின் உறுப்புகள் கால-வெளியில் வேறுபடுகின்றன. அவற்றின் எல்லைகள் மாறுகின்றன, அவற்றின் வடிவங்கள், இயற்கை-வரலாற்று மாறுதல்களால் கட்டுப்படுத்தப் படுகின்றன. பெரிய அரசின் பகுதியாயிருப்பது அல்லது சிறிய, சுதந்திர அரசுகளாக இருப்பது என்பவற்றிற்கிடையே அவை வரலாற்று ரீதியில் ஊசலாடியுள்ளன. அவற்றின் அரசியல்-பொருளாதார அடையாளங்கள், அவற்றின் இயக்கத்திற்கு அடிப்படையானது எது மற்றும் விலக்கப்பட்டது எது என்பவற்றைப் பொறுத்துள்ளன; செங்குத்துப் பிணைப்புகள், நிலவளங்களைச் சுரண்டுதல் போன்ற சில வடிவங்களை ஆழப்படுத்தலாம்; கிடைமட்டப் பிணைப்புகள், வணிகத்தில் உள்ளதுபோல மற்ற அரசுத் துறையாளர்களுடன் பரிவர்த்தனை வடிவங்களை உருவாக்க முடியும். மதம் மற்றும் மொழியின் பண்பாட்டுப் பயன்பாடு, பயன்பாட்டைப் பொறுத்து, ஒன்றுபடுத்தும் அல்லது பாகுபடுத்தும் முகமைகளாக இருக்கமுடியும்.

தேசியப் பண்பாடு என்னும் கருத்தமைவு அதன் கட்டமைப்பு உறுப்புகளெல்லாம் அடித்தளத்தில் ஒத்தவை, அதனால் தேசியப்

பண்பாடுக்கான அடித்தளத்தை முன்வைப்பதாக அனுமானிக்கத் தலைப்படுகின்றது. ஒத்திராத தன்மைகள் பார்க்கப்படுகையில், இவற்றையெல்லாம் வார்ப்பிற்குள் எப்படிப் பொருத்துவது என்னும் பிரச்சனை எழுகின்றது. தேசியப் பண்பாட்டுக்கான தேடல், மேலோங்கியுள்ள பண்பாட்டுடன் ஒத்தியையாதவற்றை ஓரங்கட்டி, தேவையானதும் நீடிக்கக்கூடியதுமான இடங்களுக்குத் தள்ளிவிடுகிறதா? அல்லது உள்ளடக்குதல், பிணைப்புகளை அங்கீகரிப்பதை அர்த்தப்படுத்துகிறதா? ஒரு காலகட்டம், வரலாறு, காலத்தின் பிரதிநிதித்துவப் பண்பாடென்று நாம் விவரிக்கும் பண்பாடு, மேலோங்கிய குழுக்கள், மேட்டுக்குடிகளின் வரம்புக்குட்பட்ட பண்பாட்டை எந்த அளவுக்கு உண்மையிலேயே பிரதிநிதித்துவம் செய்கின்றன? உட்குழுக்களின் பண்பாடுகளை எப்படி பிரதிநிதித்துவப்படுத்துவது?

பண்பாடுகள் உண்மையான வாழ்தல் அமைப்புகளாகியிருக்க முடியும் அல்லது மாற்றான வகையில், ஒரு சமூகத்தின் அனுமானங்களை/அபிலாஷைகளைப் பிரதிநிதித்துவப்படுத்தும் கற்பித அமைப்புகளாயிருக்க முடியும். இங்கே, வசீகரப் புனைவின் மீதமைந்த படைப்பாக்க வெளிப்பாட்டின் இயல்பான வடிவமாக தொன்மம் மாறுகின்றது, சமயங்களில் கணிக்கக் கூடியதும், சமயங்களில் வழக்கத்திற்கு மாறானதுமான, உறவுநிலைகளில் தெய்வங்களை மட்டுமோ தெய்வங்களையும் மனிதர்களையுமோ ஈடுபடுத்துகிறது. விலங்குகள்-தாவரங்களின் பங்கேற்பு, தொன்மத்தில் தனிப்பட்டதாக ஆகும்போது, வசீகரப் புனைவை அதிகரிக்கிறது. பண்பாட்டு எடுத்துரைப்பின் கற்பனை வசீகரப் புனைவு ரூபம் கொள்ள முடியும், ஆனால் பண்பாடு, வாழ்தல் அமைப்பாக இருக்கையில், யதார்த்தம் நுழையும். தன் இயல்பால் தொன்மம், வரலாற்றிலிருந்து தனித்துவமானது. அதிகபட்சம், சமூகத்தின் சில சமூக அனுமானங்களைக் குறிப்பிட முடியும்.

மிகவும் கணிக்க முடியாத பண்பாட்டு அம்சங்களிடையே, பண்பாடுகள் சந்திக்கின்ற அல்லது ஊடறுக்கின்ற சந்தர்ப்பங்கள் உள்ளன. இவை பெரிதும் இயல்பானவையாகக் கருதப்பட்டு, ஒதுக்கித் தள்ளப்படுகின்றன. செல்வாக்கு என நாமழைப்பது ஒருபோதும் நேரடியானதில்லை, நாம் நம்பவிரும்புவது போல எளிதில் கண்டு கொள்ளத்தக்கதில்லை. ஆகவே, செல்வாக்குச் செலுத்துகின்ற கூற்றினை விரிவாகப் பகுப்பாய்வு

செய்யவேண்டும். இன்னொரு பண்பாட்டு ஓட்டத்திலிருந்து ஓரம்சம் இறக்குமதி செய்யப்பட்டிருந்தாலும், அதன் தாக்கம் மிக முழுமையாக ஆராயப்படவேண்டும், இத்தகு ஊடறுப்புகள் இயற்கை எல்லைகளின் அரிமானத்திற்கும் விசித்திரமான பண்பு நலன்களின் தேய்வுக்கும் இட்டுச் செல்லும். புலம்பெயர்ந்தோர், வணிகர், இறைப்பணி ஊழியர், படைவீரர் வருகை வாயிலாக தற்செயலாக இது நிகழ முடியும். அல்லது, பண்பாட்டின் குறிப்பிட்ட அம்சங்கள் அல்லது வாழ்தல் அமைப்புகள், தனித்துவமாக வேறுபட்டுள்ள ஆனால் பின்பற்ற வேண்டிய பண்பாடுகளிலிருந்து தகவமைத்துக் கொள்ளப்படுகையில் அல்லது மேற்கொள்ளப்படுகையில், அது திட்டமிட்டதாக இருக்க முடியும். நம் காலத்தில் ஜீன்ஸ் அணிவது குறித்த சர்ச்சைகள் இதனை விளக்கும். *அக்கமேனிட்* மற்றும் மௌரியப் பொருள்களிலான பொதுக் கருத்திழைகள் அல்லது குப்தர் காலத்தில் இரவல் பெறப்பட்ட மௌரிய வடிவங்கள் அல்லது மொகலாயர் காலத்தில் பல்வேறான மேட்டுக்குடியினரிடையேயான உடையில் பரந்துபட்ட அளவில் மேற்கொள்ளப்பட்ட அரசவை பாணி என முந்தைய காலங்களில் இது இயல்பாக நிகழ்ந்தது.

நூற்றாண்டுகளில் உள்வாங்கப்பட்ட பல புதிய வடிவங்களை பண்பாடுகள் பிரதிபலிக்கக் கூடியவை. இவற்றில் சில இயல்பாக உருக்கொண்டவை; சில, அடுத்தடுத்த பகுதிகளில் தோற்றம் கொண்டு, முன்நவீன காலங்களில் இந்தியாவில் குடியமர்ந்தோரிடமிருந்து வந்தன. எனவே அவை பரிச்சயமானவை, அறியப் படாதவையில்லை. துணைக் கண்டத்தில் எல்லைப் பகுதிகள் தவறாமல் கலப்பு பண்பாடுகளைக் கொண்டிருந்தன. வரலாறு முழுவதிலுமான கணிசமான குடியிருப்புகளின் ஒரு துரிதமான கணக்கெடுப்பு தெளிவான சித்திரத்தைத் தருகிறது. சிந்துவெளி நாகரிகத்தின் பண்பாடுகள் அண்டை மண்டலங்களின் குறுக்கீடுகள் கொண்ட, உள்ளூர் தோற்றமுள்ளவையாக இருந்திருக்க வேண்டும். கி.மு. இரண்டாவது ஆயிரத்தில் ஆரியமொழி பேசுவோரின் வருகை, நிலவுகின்ற பண்புகளுடனான கலந்துறவாடல் மூலம் பயன்படுத்தப்பட்ட, பேசப்பட்ட மொழிகளில் புதிய வடிவங்களை அறிமுகப்படுத்திற்று, ஈரானிய வடிவங்களின் அண்மைத்தன்மை, கி.பி. முதலாயிரத்தின் *அவெஸ்தா*வை விடவும் *அக்கமேனிட்*களிடமும் சென்று சேர்ப்பவை. அவை

புவியியல் ரீதியில் அருகருகே உள்ளவை. இந்திய-பாக்ட்டீரிய[18] கிரேக்கரின் ஹெல்லெனிய வடிவங்கள் இவற்றையடுத்து வந்தன, ஆக்ஸஸ்[10] சமவெளிக்கு நீட்சி கொண்டன. மத்திய ஆசியாவிலிருந்து சாகர்கள், குஷாணர்கள் வந்தது, புத்தாக்கங்களைக் கொண்டு வந்தது. ஹூணர்கள் சிறிய பதிவை விட்டுச் சென்றனர். துணைக் கண்டத்தின் வடமேற்குப் பண்பாடுகளில் இப்புலம்பெயர்ந்து வந்தோர் மாற்றங்களை அறிமுகப்படுத்தினர்; ஆனால் எஞ்சியவை தன் உத்திகளில் உருவாக்கிக் கொண்டன. இந்திய வர்த்தகர்கள், பௌத்த இறைப் பணியாளர்கள், சில பிராமணர்கள், சந்தேகத்திற்கிடமின்றி சில இந்தியக் கைவினைக் கலைஞர்கள் பயணித்து மத்திய ஆசியாவிலும் தென்கிழக்கு ஆசியாவிலும் குடியமர்ந்து, இப்பகுதிகளில் புதிய பண்பாட்டு வடிவங்களின் வரிசையை உருவாக்கியதும் இக்காலத்தில்தான்.

கி.பி. இரண்டாவது ஆயிரத்தில் வந்த துருக்கியரும் ஆப்கானியரும் சில பகுதிகளில் குறிப்பிடத்தக்க தாக்கத்தை ஏற்படுத்தினர், நிலப்பரப்பில் சிதறிக்கிடக்கும் அவர்தம் நினைவுச் சின்னங்களிலும் இது பிரதிபலிக்கப்படுகிறது; மொழிகள், இலக்கியங்கள் பல்வேறான தொழில் நுட்பங்கள், வணிக அமைப்புகளிலான மாற்றங்களைப் பற்றிச் சொல்லவே வேண்டியதில்லை. மேற்கு கரையோரம் சமுதாயங்களாகத் தங்கிவிட்ட அரேபிய வணிகர்கள், உள்ளூரில் மணந்து, புதிய சமூக-மதச் சமுதாயங்களையும் பிரிவுகளையும் ஏற்படுத்தினர்; இஸ்லாமிய-இந்து நடைமுறைகளையும் நம்பிக்கைகளையும் பிரதிபலிக்கும் இக்கலவை, இச்சமுதாயங்களில் ஒரு சம்பிரதாய விதியைக் கொண்டு வந்தது-பிறபகுதிகளுக்கும் பொதுவான ஒரு தொடர்ச்சியான அமைப்பினை. மொகலாயர்கள் மத்திய ஆசியாவிலிருந்து தம்முடன் வேறுவடிவங்களை எடுத்து வந்தனர், ஈரானில் தோற்றம் கொண்டிருந்த சிலவற்றை ஊக்குவித்தனர்.

எந்தவொரு கால்வாயினூடேயும் வந்து சேர்ந்த ஒவ்வொரு நேர்விலும், முதலில் வந்த இடத்தில் குடியமர்ந்து, புதிய பண்பாடுகளை உருவாக்கினர். பின்னர் வந்து சேர்ந்த காலனிய வணிகர்கள், நிர்வாகிகளின் புராட்டஸ்டண்ட்-கத்தோலிக்கப் பிரிவுகளிலிருந்து பலவழிகளில் வேறுபட்டதான, சிரிய கிறித்தவர்களின் குடியிருப்புகளிலிருந்து, புது வடிவங்களிலான கிறித்துவம் எழுந்தது. இவ்வாரம்ப நிலைச் சமுதாயங்கள்

தம் பண்பாடுகளையும் வந்த இடத்துப் பண்பாடுகளையும் கலந்துவிட, புதுபண்பாட்டு வடிவங்களும் சமுதாயங்களும் பிறந்தன. அவர்கள் ஈட்டிய செல்வமெல்லாம் மீண்டும் இங்கேயே மறுமுதலீடு செய்யப்பட்டது, பண்பாடுகளுக்கு இடையிலான கலந்துறவாடல்களும் ஊக்குவிக்கப்பட்டன. இத்தகு கலந்துறவாடல்கள் பெரிதும் இணைப்பின் வடிவம் பெற்றன, ஆனால் சமயங்களில், மற்றவரது பண்பாட்டின் தெரிவு செய்யப்பட்ட அம்சங்களின் நிராகரிப்புக்கும் இட்டுச்சென்றது. இரு நிகழ்வுப் போக்குகளும் தென்படுகின்றன, இரண்டையும் விளக்க முடியும். சிறிய எண்ணிக்கையிலோ அதிக எண்ணிக்கையிலோ குடியேறியவர்கள் திரும்பவில்லை. அவர்கள் குடியமர்ந்த மண்ணிலிருந்து அவர்தம் பண்பாடு வளர்ந்தது. உள்ளூர் மக்களைச் சேர்த்துக் கொண்டு அவர்கள் சமுதாயங்கள் வளர்ந்தன.

இந்த ஆரம்ப நிலையின் பல குடியமர்வுகள்-கலந்துறவாடல்களின்போது, உருக்கொண்ட பண்பாடுகள் தம் வெவ்வேறான அனுபவம் குறித்து, தம் குறிப்புகளை மேற்கொண்டன; ஆனால் இவை வரலாற்றாளர்களிடமிருந்தும் பண்பாடு குறித்து எழுதுவோரிடமிருந்தும் போதுமான கவனத்தைப் பெறவில்லை. இறுதியில் நிறுவப்பட்ட சமுதாயங்களாக எழுச்சிகொண்ட, பண்பாடுகளின் இடைநிலை மாற்றங்களை அவை விளக்கின. இக்கலப்பு-பண்பாட்டுச் சமுதாயங்களில், புரவலர்கள்-வாடிக்கையாளர்கள் என்னும் பெரும் அமைப்புகளைக் கட்டமைத்தவர் யார்? என்னும் சுவைகூட்டும் கேள்வியையும் அவை எழுப்பின. புதிய பண்பாட்டு வடிவங்களை உண்மையில் உருவாக்கியவர் யார்? நிலவுகின்ற பண்பாடுகள் மற்றும் உள்ளே வரும் வடிவங்களால் தொடப்படாதவை ஆகியவற்றின் பங்களிப்பு, இடத்திற்கு இடம் வேறுபட்டு, மதிப்பிட வேண்டியதாயிருக்கும். மிக முக்கியமாக எந்தப்புள்ளியில் இடைநிலை மாறுதல் முடிந்தது மற்றும் பண்பாடுகள் தமதாக்கப்பட்டன? இக்கேள்விகளின் மீது நாம் குவிமையம் கொள்ளவேண்டாமா? அது வழமையாகப் பெறும் மேலோட்டமான கவனத்தை விடவும், ஒரு பொருளின் சூழலுக்கு மாபெரும் கவனம் அவசியம்.

இந்நிகழ்வுப் போக்கின் மலர்ச்சியாக ஒன்றிரண்டு எடுத்துக்காட்டுகளை மேற்கோள் காட்டுகிறேன். ஒரு நாணயம் சிறியதொரு கைவினைப் பொருள், நாணய உருவாக்கம்,

பொருளாதார நடவடிக்கைகளில் பங்கு பெற்றுள்ளது. அரசியல், சமூக முறைகள், மதம் போன்ற, பொதுவாழ்வின் இதர அம்சங்களின் மீதான அறிக்கையாகவும் இருக்க முடியும். ஓர் அரசமைப்பில் வெளியிடப்பட்ட நாணய வகை, வெளியிடப்பட்ட தருணத்து வரலாற்றுடன் தொடர்பு கொண்டிருக்க முடியும். பிற கருத்துகளின் சூழலை அது சுட்டிக்காட்டவும் முடியும்.

துணைக்கண்டத்தின் வடக்கில் *கஸ்னாவித்*[17] அதிகார வருகையின்போது, வடமேற்கில் கஸ்னாவித் நாணயங்கள் லாகூர் நகரம் போன்ற இடங்களில் வெளியிடப்பட்டன. சில நாணயங்கள் மகமதுவின் படையெடுப்புகளைக் குறிப்பிட, மற்றவை வேறுபட்ட செய்தியைக் கொண்டுள்ளன. ஏ.கே. பட்டாச்சார்யாவைப் பொறுத்தமட்டில், இந்நாணயங்களிலுள்ள தொல்கதை அரபி, சமஸ்கிருதம் என இரு மொழிகளிலுள்ளது; சாரதா லிபியிலுள்ள சமஸ்கிருதம், பிந்தைய சமஸ்கிருதத் திற்காகப் பயன்படுத்தப்பட்ட சமஸ்கிருதத்தின் காஷ்மீரிப் பதிப்பாகும். பேச்சு வழக்கு சமஸ்கிருதத்தில் இவ்வாசகம், ‘உருக்காட்டாதவர் ஒருவரே, முகமது அவரின் அவதாரம் மற்றும் மஹ்முத் மன்னன்’ என்று பொருள்படும். இது உள்ளூர் உணர்வுக்கும் தகுதி நிலைக்குமான கணிசமான சலுகை. சில அரசவைச் சரிதக்காரர்களின் இஸ்லாமிய அடுக்கு மொழியுடன் இது முரண்படுகிறது. ஆனால் இங்கே முன்வைக்கப்படும் கருத்து, உள்ளூர் மக்கள் கண்டுகொள்ளும் படியாக, அதிகாரத்தின் தொடர்ச்சியை கூறிக்கொள்வதாக இருக்கலாம். இது கஸ்னாவித் ஆட்சி மற்றும் புது பண்பாட்டு வடிவங்களின் அறிமுகம் ஆகியவற்றின் மேல் வேறுபட்ட அழுத்தத்தை வைக்கின்றது.

இத்தகு சலுகைகள் பிற நாணயங்களிலும் பதியப் பெற்றுள்ளன. ஆரம்பகட்ட குரீத் நாணயங்கள், இஸ்லாமிய விருதுப் பெயர்களுடன் சிவனின் நந்தி மற்றும் *சிறி சாமண்ட தேவா*வின் தொல்கதையைக் கொண்டுள்ளன. இத்தொடரைப் பயன்படுத்தியிருப்பது பெரிய விஷயமாகும். பரிச்சயமான தொடர்களையும் திருவுருக்களையும் பயன்படுத்தி, இடைநிலைக்கால தகுதிநிலையை பிரதிபலிப்பதாய் இருந்தது. சுல்தான் மூ’யிஸ்-அல்-தின் முகம்மது பின் ஸாமால் வாரணாசியில் வெளியிடப்பட்ட குரீத்களின் தங்க நாணயங்கள், வழமைபோல அவரது பெயரை சமஸ்கிருதத்தில்

பெற்றிருந்தன. மறு புறத்தில் லட்சுமி உருவம். புதிய நாணயம், சட்டரீதியில் செல்லுபடியாகும் பொருட்டு, பழைய பரிச்சயமான அம்சங்களைக் கொண்டிருக்க வேண்டியிருந்ததா? உள்ளூர் மக்களை வெற்றிகொள்வதற்கான முயற்சி மட்டும்தானா? பொருளாதார அவசியத்தின் பொருட்டு வணிகரின் ஏற்பினை உறுதிப்படுத்தலா? இந்நாணயங்களைப் பயன்படுத்தியோர் எப்படி எதிர்வினை ஆற்றினர்? ஒவ்வொரு புதிய ஆட்சியாளரும் தன் அதிகாரத்தைப் பிரகடனம் செய்ய இப்படி நடந்து கொள்வார் என இயல்பாக எடுத்துக் கொண்டனரா? அவரது அலுவலர்கள் இதனை எதிர்பார்க்கப்பட்ட நடவடிக்கையாகக் கருதினரா? நாணயக் கதையை மாற்றி வடிவத்தை மாற்றாமலிருந்த உள்ளூர் நாணய சாலைப் பொறுப்பாளர்களின் எதிர்வினை என்ன? குறைந்தபட்சம் சில முக்கிய நடைமுறைகளிலாவது, முடிந்தவரை பழையதை ஒட்டையின்றி தைத்துவிடும் முயற்சிதானா இதுவும்?

குதுப்-உத்-தின் அய்பக் தன் வெற்றிகளுக்குப் பிறகு 1193-இல், உச்சிக்குப் போகும் உள்படிக்கட்டுடன் உயரிய கோபுரம் குதுப்மினாரை நிர்மாணிக்கத் தொடங்கினார். அவ்விடம் மசூதியாக மாற்றப்பட்டிருந்த இந்து ஆலயம்; ஆலயத்தின் மிச்ச சொச்சங்கள் மசூதியின் முற்றப் பகுதியாயிருந்தன. டெல்லியிலுள்ள கீலா ராய் பிதோரா என்னும் விரிந்த கோட்டையில் அமைந்துள்ளது; குவத்துல் இஸ்லாம் மசூதி என்று அறியப்பட்டிருக்கிறது. சுல்தானும் அவனது வாரிசுகளும் புரவலராயிருக்க, வாடிக்கையாளர்கள், அங்கு வழிபட்ட மேட்டுக் குடியினரும், அதனை அதிகாரத்தின் வடிவமாகக்கண்ட மற்றவர்கள்.

குதுப்மினாரின் உட்சுவர்கள், சமஸ்கிருதத்தில் பல கல்வெட்டுகளைக் கொண்டுள்ளன; ஒன்றுக்கு மேற்பட்ட தடவைகள் மின்னலால் தாக்கப்பட்டு, சீரமைக்கப்பட்டதாகத் தெரிவிக்கின்றன. சீரமைத்த கொத்தனார்கள் முதலில் நிர்மாணித்த கைவினைக் கலைஞர் சமுதாயத்தைச் சேர்ந்தவர்களாயிருக்க வேண்டும். ஒரு கல்வெட்டு கூறுகிறது: ‘கி.பி.1369-இல் சுல்தான் ஃபெரோஸ் ஷா ஆட்சிக் காலத்தில், மினார் புதுப்பிக்கப்பட்டது. சிறி விஸ்வகர்மா அருளால் இப்பணி நிறைவடைந்தது. இதன் சூத்ரதாரி தேவபாலாவின் மகன் சாஹத்... சில்பி சூத்ரர் நாநா சல்ஹா மற்றும் தருகர்மர் (தச்சர்) தர்முவாணனி.’

இன்னொரு கல்வெட்டு சேதாரம் நடந்த துல்லியமான நாளை பெரோஜ் ஸாஹி ஆட்சிக் காலத்தில் தருகின்றது, அதனைச் சீர்படுத்திய கொத்தனார்கள் நாநா சல்ஹா, லோலா மற்றும் லஷ்மணா என்கிறது.

வேறொரு கல்வெட்டு சூத்ரர் லஷ்மணா மற்றும் சஹாதைராவின் மகன் ஹரிமணி காவேரி ஆகியோரைக் குறிப்பிடுகிறது.

16,17-ஆம் நூற்றாண்டைச் சேர்ந்த, சுல்தானிய அரசுக்குப் பிந்தைய கல்வெட்டுகள், தற்போது உள்ளவற்றை விடவும் கூடுதலாக குறிப்பிட்டிருக்கக்கூடும், ஆனால் அவை அழிந்துபோயின. முந்தைய பாணியை ஒத்திருப்பதால், சீர்படுத்திய விபரத்தைக் கொண்டிருக்கலாம். பிந்தைய கல்வெட்டுகள் நாட்களையும் பெயர்களையும் தருவதால், மினார் இன்னும் சரிசெய்யப்பட்டது என்று தோன்றும். இவற்றில் உள்ள பெயர்களில் சில, கோபா, கல்தச்சர் சிஷா-இவர் ஹீராவின் மகன், இப்போது சமஸ்கிருதத்தில் சங்கத்ரஸூ எனக் குறிப்பிடுகிறார்-அது பாரசீகத்தில் கல் தச்சர் என்று பொருள்படும் சங்கத்ரஸூ என விளக்கப்படுகிறது. இன்னொரு கல்வெட்டு, துளசி, ஹீரா தேவிதாஸ், மாதோலால், பத்ராகு, கல்தச்சர் சங்கத்ரஸூ சண்டாளவம்ச ராமா ஆகியோரைக் குறிப்பிடுகிறது.

இப்பெயர்கள் தாழ்ந்த சாதியினரைக் குறிக்கின்றன, அதில் ஒரு கல்தச்சர் சண்டாளர் எனக் கல்வெட்டு குறிப்பதால் அது உறுதிப்படுத்தப்படுகிறது. ஒரு சண்டாளரைத் தவிர்த்து அனைவரும் இந்து கைவினைக் கலைஞர்கள். எனினும் சுவைகூட்டும் விதத்தில் சண்டாளர் மற்ற கைவினைக் கலைஞர்களுக்குச் சமமாக பணியாற்றுகிறார். இஸ்லாமியப் பெயர்கள் இல்லை. இப்பதிவுகளெல்லாம் புரவலர்களையோ மேட்டுக்குடியினரையோ பற்றி அல்லாமல், உழைப்பாளர்களைப் பற்றி உள்ளன என்பது முக்கியமானது; சேதாரங்களைச் சரி செய்வதிலும் பராமரிப்பதிலும் கணிசமான நம்பிக்கையை வெளியிடுகின்றன. அது தொழில்முறைப் பெருமிதம் மற்றும் அடையாளத்தின் அறிக்கை. இக்கல்வெட்டுகள் பேச்சு வழக்கிலான சமஸ்கிருதத்தில் உள்ளன; கொத்தனார், கைவினைக் கலைஞர், கல்தச்சராக இருப்பினும், அரச நினைவிடத்தில் பதிவுகள் மேற்கொள்ளப்படுகின்றன; அவர்தம் தொழில்முறை தகுதிநிலைக்கு இக்கல்வெட்டுகள் சான்று பகருகின்றன.

அவர்களே சமஸ்கிருதம் கற்றிருந்தனரா அல்லது தொழில்முறை கல்வெட்டாளரால் இது பொறிக்கப்பட்டதா? கல்வெட்டு விஷயமும் அவற்றின் இருப்பிடமும், இத்தொழிலாளர்கள் கற்றறிந்தவர்களாக இருக்கலாம் என்பதை உணர்த்துகின்றன. அவர்கள் பாரசீகத்திலன்றி சமஸ்கிருதத்தில் எழுதியிருப்பது, தொழிலாளரின் நோக்கு நிலையில் சமஸ்கிருதம் முக்கிய ஆவணங்களின் மொழியாகத் தொடர்வதைச் சுட்டிக்காட்டுகிறது. இக்கல்வெட்டுகள், இச்சாதியினர் மேற்கொண்ட பணியின் பண்பாட்டிடத்தைச் சுட்டிக்காட்டுவதுடன், வேறுபட்ட சமூக ஆதரவுடனும் சமூக-மத நடவடிக்கைகளுடனும் பிணைந்துள்ள நினைவுச் சின்னத்தின் மீதுள்ள அவர்தம் பண்பாட்டையும் தெய்வத்தையும் தயக்கமின்றி அடையாளங் காட்டுகின்றன. அல்லது இயல்பான கேள்வி எழுகிறது-அவர்களெல்லாம் அவ்வளவு வேறுபட்டவர்களா? குறிக்கப்பட்டிருக்கும் காலநேரம், ஒரு சுல்தானின் நினைவுச் சின்னத்தில் எதிர்பார்க்கக் கூடியதான, ஹிஜ்ரா சகாப்தத்தில் அல்லாமல், குப்தர்காலத்திற்குப் பின்னர் பரவலாக பயன்பட்ட சம்வாத் சகாப்தத்தில் தரப்படுகின்றன.

குரான் வரிகளுடன் அலங்கரிக்கப்பட்டு, ஒரு மசூதியுடன் நெருக்கமாகத் தொடர்பு கொண்டுள்ள இஸ்லாமிய நினைவுச் சின்னமாக இது இருந்தபோதும், புதுப்பித்தலின் வெற்றியை உரித்தாக்குவதில் தயக்கம் இல்லை. ஆலயங்களில் வழமையாயுள்ள வாழ்த்து இங்கே ஒரு மசூதிக்கு நீட்சி கொண்டுள்ளது. முந்தைய ஆலயத்தின் புலனாகக் கூடிய மிச்ச சொச்சங்களுடன் நிர்மாணிக்கப்பட்டது மசூதி என்பது பற்றி எதுவும் குறிப்பிடவில்லை. ஆலயத்தின் தெய்வம், அக் கொத்தனார்களும் கல்தச்சர்களும் வழிபட்ட தெய்வங்களின் பகுதியாக இருந்திருக்கவில்லையா? சீர்திருத்த வேலைகளுக்கான வெற்றியைத் தமது தெய்வத்திற்கு உரித்தாக்குவதால், தம் தெய்வங்கள் முக்கியத்துவம் குறைந்துவிட்டதாக உணர்ந்தனரா? அவர்களது பண்பாட்டுச் சூழல் என்னவாக இருந்திருக்கும் என்னும் கேள்விக்குப் பதிலளிக்க முற்படுகையில், கேள்விகளின் வரிசையே எழுகிறது. ஒரு பண்பாட்டு நினைவுச் சின்னமாக குதுப் மினாரின் சூழலைத் தேடுகையில், பண்பாட்டு உறவுகளின் வேறுபட்ட பகுதி திறந்து கொள்கிறது. பரந்துபட்ட சூழலை முன்வைத்து, இந்நினைவுச் சின்னத்தின் பண்பாட்டு புரிதலின் உருவரைகள் சிலவற்றை இது மாற்றுகிறது.

குரான் வரிகள் மினாரின் வெளிப்பரப்பில் பொறிக்கப்பட்டுள்ளன-மினார் முதலில் நிர்மாணிக்கப்பட்டபோது, இது செய்யப்பட வேண்டியிருந்திருக்கும். இப்பொறிப்பாளர்கள் இவ்வரிகளுடனும் அரபு லிபியுடனும் பரிச்சயம் கொண்டிருந்தார்களா? அல்லது குரானும் அரபியும் அறிந்தோரால் இவ்வரிகள் கல்லின் மீது படியவைத்து, பிறகு உள்ளூர் பொறிப்பாளர்களால் பொறிக்கப்பட்டதா? இந்நினைவுச் சின்னத்தை அலங்கரிக்க பொறிப்பாளர்கள்-கல்தச்சர்களின் குழு, மேற்கு ஆசியாவிலிருந்து வரவழைக்கப்பட்டிருக்கச் சாத்தியமில்லை. அதிகபட்சம் அப்பணியை மேற்பார்வையிடச் சிலர் இருந்திருப்பார்கள். இவ்வரிகளைப் பொறித்தவர்கள், அக்கட்டிடத்தை நிர்மாணித்தவர்களிடமிருந்து தம்மைப் பண்பாட்டு ரீதியில் தனித்துவமாகப் பார்த்தனரா? அல்லது தம் பொறிப்புத்திறன் தேவைப்பட்ட இது, இன்னொரு வேலைதானா? நல்லபடியாகச் செய்து முடிக்கும்வரை, தாம் பொறித்துக் கொண்டிருந்தது பற்றிய அக்கறையில்லாது இருந்தனரா? முதலில் அச்சின்னத்தை நிர்மாணித்த அல்லது வரிகளைப் பொறித்தவர்களின் வாரிசுகளாக அக் கொத்தனார்கள் இருந்தனரா?

அந்நினைவுச் சின்னம் நிர்மாணிக்கப்பட்டு ஒரு நூற்றாண்டோ கூடுதலாகவோ ஆனபிறகு, மின்னலால் தாக்கப்பட்டு, மேற்கொள்ளப்பட்ட பெரிய சீர்திருத்தப் பணியின் இயல்பான பதிவுகளாக இக்கல்வெட்டுகள் உள்ளன. குதுப்மினாரின் சீர்திருத்தப் பணிகளை நெறிப்படுத்தி முடித்த அதே சூத்திரதாரரே, ஆலயம் ஒன்று நிர்மாணிக்கத் தொடர்பு கொள்ளப்பட்டிருக்க வேண்டும்; ஏனெனில் பணியை முடித்து கல்வெட்டுகளை நிறுவும் சாமர்த்தியமுள்ள கொத்தனார்கள் இவரிடம் இருந்ததாகத் தெரிந்திருக்க வேண்டும். கைவினைத் தொழிலாளர்கள் ஏன் தம் பணியை ஆவணப்படுத்தினர்? மசூதிக்கு வருபவர்களாலும் வரும் தலைமுறையினராலும் வாசிக்கப்படுவது தமக்கு தகுதிநிலை அளிக்கும் என்று அறிந்திருப்பார்களோ? அல்லது தம் தொழிலுக்குச் சாதகமான அறிக்கையை மேற்கொள்ளவா? அவர்கள் பணிசெய்து கொண்டிருந்தபோது அவர்களின் உரையாடல் என்னவாயிருந்திருக்கும் என்பது பற்றி நாம் சற்று சிந்திக்க வேண்டியிருக்கலாம். மசூதியாக மாற்றப்பட்ட ஆலயத்தின் இடத்திலே பணிசெய்து கொண்டிருந்தது பற்றி கவலைப் பட்டிருப்பார்களோ-நம் காலத்தில் சிலரைத் தொந்தரவு

செய்கின்ற விஷயம் அது, ஆனால் அவர்களைத் தொந்தரவு படுத்தியதாகத் தெரியவில்லை. அல்லது அப்பணி ஒரு வருவாயைத் தருகிறது, ஒரு நூற்றாண்டுக்கும் மேலான பிறகு மினார் எப்படியும் சரிசெய்யப்படும் என்பதால் அது ஒரு விஷயமாக இருக்கவில்லையா? இக் கேள்விகள் கேட்கப்பட வேண்டியவை. இக்கட்டுமானத்தின் புரவலர்கள் ஒருபுறமிருக்க, இக்கேள்விகளின் வாயிலாக, குதுப் மினார் பலரது பணியும் அக்கறையும் கொண்டதாகிறது.

ஒரு பண்பாட்டில் மிகப்பெரிய பங்கு யாருக்குள்ளது? என்னும் இன்னொரு கேள்விக்கு இட்டுச் செல்கின்றன இத்தகு கேள்விகள். நிதிவசதி சார்ந்தும் பிறவகைகளிலும் இதனைச் சாத்தியப்படுத்திய புரவலரா?-ஆனால் புரவலர் ஆதரவு சில தலைமுறைகளுக்குப் பிறகு வீழ்ச்சி காணலாம் அல்லது மறைந்தே போகலாம். அல்லது ஒரு வழிபாட்டுப் பொருளாக பண்பாட்டு அம்சத்தைப் பயன்படுத்திடும் அல்லது தாங்கள் அடிபணியும் அதிகார அடையாளமாகக் காண்கின்ற வாடிக்கையாளரா? குதுபைப் பொறுத்தவரை, மொகலாயர் காலத்தில் அது நன்கு பராமரிக்கப்பட்டதாக ஆவணங்கள் தெரிவிக்கின்றன. புரவலர்கள் வேறுபட்டாலும், உதவி வந்து கொண்டிருந்தது; புரவலர் உதவிக்கான காரணங்கள் அவ்வளவாக மாறாதிருந்திருக்கலாம். பிந்தைய மொகலாயர்கள் ஏன் மினாரின் பராமரிப்பை உறுதிப்படுத்தியிருந்தனர்? கடந்தகால நினைவுச் சின்னங்களைப் பராமரிப்பது தமக்கு வரலாற்று நியாயத்தை வழங்கும் என்றெண்ணினரா? பிரபந்த சிந்தாமணியில் பதியப் பெற்றுள்ளபடி, இது ஒரு காரணமாக இருந்திருக்கலாம் என்று தோன்றுகிறது-சாளுக்கிய மன்னன் குமாரபாலாவிடம் சோமநாதபுரத்தில் ஆலயத்தை மறுகட்டுமானம் செய்யுமாறு அமைச்சர் ஹேமசந்திரர், ஆலோசனை கூறினார். முந்தைய காலங்களில் பாரம்பரியம் உறுதிப்படுத்தப்பட்டபோது, வாடிக்கையாளர்கள் புரவலர்களின் பார்வையைப் பின்தொடர்வார்கள் அல்லது வதந்தியைக் கேட்டு அதற்கேற்ப நடப்பார்கள். நம் காலங்களில், பாரம்பரியத்தைக் கட்டமைத்து பாதுகாக்கப்பட வேண்டியதைத் தீர்மானிப்பதாக இருப்பது சுற்றுலாவே.

இந்நிகழ்வுப் போக்குகளையடுத்து வந்தது காலனிய பண்பாட்டுத் தாக்கம். முந்தைய வடிவங்களிலிருந்து விலகிச் செல்லலில், பிற்பாடு, பொன்களிலும் சிந்தனை

முறைகளிலும் காலனிய வடிவங்களை எடுத்துக் கொண்டதில் இந்நிகழ்வுப் போக்கு நாடகபூர்வமாக விளக்கப்படுகிறது. புறக்காரணிகளின் மட்டத்தில், இது செல்வாக்குள்ளதாகத் தோன்றுகிறது, எடுத்துக்காட்டாக நகரங்களிலுள்ள இந்திய ஆண்களிடமுள்ள சில ஆடை நெறிகளில், உணவு-பானத்தின் நுகர்வு முறைகளில், மிக முக்கியமாக, இந்தியாவைச் சார்ந்திராத ஆதாரங்களிடமிருந்து பெறப்படும் பல வழமையான உத்திகளைப் பயன்படுத்துவதில். முன்நவீன காலங்களிலான பிற அந்நியப் பண்பாடுகளைவிடவும், பல்வேறு நிலைகளில் இப்பண்பாட்டின் தாக்கத்தால் அதிக இந்தியர் பாதிப்புக் குள்ளாயினர். முன்னர் வந்தவர்களைப் போல, பிரித்தானியர் இந்தியாவைக் காலனியப்படுத்தினாலும், இந்தியாவில் குடியமராதவர்கள் அவர்கள் மட்டுமே என்பதுதான் முரண்பாடான நிலை. தொடர்ச்சியை ஒருங்கிணைத்திருப்பது தொழில்நுட்பம், உலகமயமாதலுடன் வந்த சந்தைப் பொருளாதாரத்தின் மீதான சார்பு, சில வாழ்க்கை முறைகளில் மாற்றத்தைப் பதிவு செய்யும், ஆனால் இதுவரையும் அடிப்படையில் மேலோட்டமானதாக இருக்கும் நவீனத்துவக் கருத்தமைவு. மனப்போக்கிலான மாற்றமே, சமூக சமத்துவம், பாலின நீதி, மனித உரிமைகளை உறுதிப்படுத்துவதில் முன்னுரிமை தரும் என்பது இன்னும் எதிர்பார்க்கப்படுகிறது. இருப்பினும், பண்பாடுகளிலான வேறுபாடாகப் பேசப்படுவது விசாரிக்கப்பட வேண்டும்.

ஆசியாவின் அய்ரோப்பியக் காலனித்துவவாதிகளைப் போல, காலனிய சக்திகளின் வருகை அடிப்படையில் நிலவுகின்ற மக்களுடன் இணைந்துவிடும் புதிய சமுதாயங்களை உருவாக்கிடும் அமைப்புடன் ஒத்தியையவில்லை; ஒருவர் மற்றவரின் பண்பாடுகளைத் தமதாக்கிக் கொள்ளவில்லை. காலனித்துவவாதிகள், விதிவிலக்கின்றி காலனியில் குடியமரவில்லை. காலனியப் பேரரசில், ஆசியாவைத் தவிர்த்து, காலனியவாதிகள் நிரந்தரமாகக் குடியமர்ந்தனர், புதிய பொருளாதாரங்களை நிர்மாணித்தனர். அவற்றின் மீது தம் பண்பாட்டு நெறிகளைப் பதியமிட்டனர். ஆசியாவில், நிலவுகின்ற பொருளாதார அமைப்பின் செல்வத்தைக் கொள்ளையடித்து, தம் நாட்டின் பொருளாதாரத்தை வளர்க்கக் கொண்டு சென்றனர்.

ஆசியாவிலும் வடக்கு ஆப்பிரிக்காவிலும் பண்பாட்டு உருமாற்றத்தை எதிர்த்த பண்பாடுகளை அவர்கள் சந்தித்ததாலா? லத்தீன் அமெரிக்காவில் ஸ்பெய்னாலும் போர்ச்சுகலாலும் மேற்கொள்ளப்பட்ட காலனியத்தின் அமைப்புடன் இவ்வனுபவம் சில ஒத்ததன்மையைக் கொண்டிருந்தது. சில பண்பாடுகள் மாற்றப்பட்டன, மற்றவை அழிக்கப்பட்டன. இவற்றின் ஒப்பாய்வு காலனியப்படுத்தலின் அமைப்புகளை துலக்கப்படுத்தும். சொற்பமான உள்ளூர் மக்களுடன் நிலம் கிடைக்குமிடங்களில் காலனித்துவவாதிகள் குடியமர்ந்து, இப்பகுதிகளைப் புதிய பொருளாதார அமைப்பாக மாற்றினர். அய்ரோப்பியக் காலனியம் அருகருகே இருந்த பகுதிகளை அல்லது நீண்ட காலமாக நெருங்கிய தொடர்பு கொண்டிருந்த பகுதிகளைக் காலனித்துவப்படுத்தவில்லை. காலனிகள் தொலைதூர இடங்களாயிருந்தன. உள்ளார்ந்த மற்றும் காலனியப் பண்பாடுகள் தனித்திருக்கத் தலைப்பட்டன. பிரித்தானிய வணிகர்கள் உள்ளூர் ராஜாக்கள், நவாப்களின் மேட்டுக்குடியினரை நகல் செய்து அல்லது அவர்களில் சிலர் தாங்கள் நிர்வகித்த பண்பாடுகளை முறையாக ஆய்வு செய்யும் ஆர்வம் கொண்டிருந்தபோது, ஆரம்ப காலகட்டங்களில் விதிவிலக்காக நடந்தன. இவ்வாய்வுகளில் பெரிதும் யூகவகைப்பட்டதான சில, முன்னாள் காலனியப்படுத்தப்பட்டவர்களின் சுயகண்ணோட்டமாயின.

1857 கலகத்திற்குப் பிறகு, காலனி நேரடியான முடியாட்சியின் கீழ் வந்தபோது, காலனியாக்கப்பட்டவர்களுக்கும் காலனியப்படுத்தியவர்களுக்கும் இடையிலான தூரம், நிர்வகிப்போருக்கும் நிர்வகிக்கப்பட்டோருக்கும் இடையிலான கூரான பிரிவினையுடன் மிகவும் சம்பிரதாயமானது, தெரிந்தெடுக்கப்பட்ட நகரங்களின் பிரிக்கப்பட்ட பகுதிகளான, பிரித்தானிய ராணுவக் குடியிருப்புகள் அமைந்ததில் இது வெளிப்பட்டது. இங்கே நன்கு வரையறுக்கப்பட்ட காலனிய வாழ்க்கை முறை, நிர்வாகம் மற்றும் வாழ்தல் அமைப்புகளுக்கு ஏற்றவிதத்தில் அமைந்திட, நிறுவப்பட்டது. ராணுவ பண்பாட்டைச் சித்தரித்த கட்டமைவுகளும் அமைப்புகளும் குறுகிய காலம் வாழ்ந்த அனுபவமாயிருந்தது, காலனிய முடிவுடன் மங்கிப் போயின. இருப்பினும், அவர்கள் விட்டுச்சென்ற எச்சங்கள் இப்போது ஏறுமுகமாயுள்ள உடனிகழ்காலப் பண்பாடுகளுக்குள் கலந்துவிட்டன.

நவீனத்துவப் பண்பாடுகள் சிலவேளைகளில், ஆரம்பத்தில் தேசியவாதத்துடன் பிணைக்கப்பட்டிருந்ததாக விளக்கப்படுகின்றன. தேசியவாதம் சமுதாயங்களின் வரிசைகளில் பல்திறமான பண்பாடுகள் தோன்றச் செய்ததால் இவை பல்வேறாயுள்ளன. குடிமகன் விசுவாசமாயுள்ள தேச அரசன் தனியொரு தேசிய அடையாளத்திற்கு அனைத்து அடையாளங்களையும் அடங்கிப்போக வைக்கிறது தேசியவாதம். தனிநபர், மத/சாதி/மொழிச் சமுதாயத்துடன் நிலவுகின்ற அடையாளத்தைக் கீழ்ப்படுத்தி வைக்கிறார்; தேசத்தின் குடிமகனாய் இருப்பதை முதன்மை அடையாளமாக்கிக் கொள்கிறார். தேச அரசு தன் குடிமகனுக்கு அவனது உரிமைகளை, குடிமைச் சட்டங்களின் கோரிக்கையை, அனைத்துக் குடிமக்களது சமத்துவச் சூழலில் சமூகநீதி- பாதுகாப்பு எதிர்பார்ப்பை உத்தரவாதப்படுத்துகிறது. லட்சியபூர்வமாக குடிமகனுக்கும் அரசுக்குமிடையே புதிய உறவு நிறுவப்படுகிறது. தவிர்க்க முடியாதபடி இது தன்னுடன் புதிய வாழ்தல் அமைப்பையும் மதிப்புகளையும் கொண்டுவருகிறது, ஆதலின் புதிய பண்பாட்டு வடிவங்களைக் கொண்டுவருகிறது. ஆனால் இது சிந்திக்கப்படவேண்டும், தெரிவுகள் செய்யப்படவேண்டும்.

தேசியவாதத்தின் உண்மையான பொருளைப் புரிந்து கொண்டுள்ளவர்களுக்கு, அது பழைய அடையாளங்களுக்குத் திரும்புவதல்ல அல்லது பெரும்பான்மையோரின் அடையாளத்தைத் தெரிவு செய்து அதனை 'தேசிய' என்று கூறிக்கொள்வதல்ல என்பது தெரியும். அது சரியாகப் புரிந்து கொள்ளப்பட்டால், மேலோங்கியோர் மற்றும் கீழ்நிலைப்படுத்தப்பட்டோர் இருவரையும் உள்ளடக்குவதான அடையாளத்தை முன்வைக்கவேண்டும். புதிய பண்பாட்டுச் சாத்தியப்பாடுகளுடைய சமூகத்தை நோக்கி பணியாற்றுமாறு பலரை ஊக்குவிக்கும் அது, அவர்களுக்கு ஒரு குறிக்கோள் உணர்வை அளிக்கும். எனினும் உலகமயமாதலின் வருகை இக்கருத்தினின்றும் நம்மை வெளியேற்றி இருக்கிறது. பல விஷயங்களில் தேசத்தின் உணர்வை அறிமுகப்படுத்தியுள்ள அது, பொருளாதார முன்னேற்றத்தை முன்னெடுப்பதில் பலருடன் போட்டியிடவேண்டியுள்ளது. இப்போட்டியில் கடுமையான பாதுகாப்பின்மை இழை ஓடுகிறது. தனிச்சிறப்பானது, ஆட்சேபிக்க முடியாதது என தேசியப் பண்பாட்டை விவரித்திட

அனுமதிக்கும் கடந்தகால கற்பனாவாதச் சமூகத்திற்குத் திரும்பிடும் ஆசையைப் பரப்பும் சித்தாந்தங்களுக்கு இது இட்டுச் சென்றுள்ளது. அது உண்மையிலேயே அங்கீகரிப்பது, கடந்தகாலப் பொற்காலத்தின் சமூகம் மற்றும் பண்பாடாக நம்பப்படுவதின் மறுகண்டுபிடிப்பையே.

உயர் வர்க்கம்/உயர்சாதியின் காட்சியால் இத்தகைய கடந்தகாலத்தை வடிவமைக்கும் வழிமுறை வாயிலாக, இம்மறுகண்டுபிடிப்பு பெரிதும் வழிநடத்தப்படுகிறது. இக்காட்சியின் பண்பாடுகள் இம்மேலோங்கிய குழுக்களிலிருந்து எழுகின்றன ஆனால் தேசியவாத மற்றும் பின் தேசியவாத காலங்களில் மேலோங்கிய குழுவைவிடவும் கூடுதலாக உள்ளடக்கிடும் குடிமைச் சமூகத்தின் இசைவை எடுத்துச் செல்லவேண்டியுள்ளது. இவ்விசைவு அரசினை விடவும், குடிமைச் சமூகத்தின் நிறுவனங்கள் மூலம் ஒழுங்கமைக்கப்பட வேண்டியுள்ளது; ஏனெனில் அரசு, குடிமக்களுடன் வித்தியாசமான உறவைக் கொண்டுள்ளது.

மிகப் பொருத்தமானவையாகக் கருதப்படும் உடனிகழ்காலப் பண்பாடுகளின் குறிப்பிட்ட வடிவங்களை ஆதரிக்கும் கடந்தகாலப் பண்பாடுகளைத் தெரிவு செய்வதால் இது நிகழ்கிறது. உடை, உணவு, வாழும் பாணிகளிலான நவீனத் தோற்றம், நவீன மனவார்ப்பைச் சுட்டிக்காட்ட வேண்டிய அவசியமில்லை. குறிப்பாக முன்நவீனக் காலங்களின் சமூக அணுகுமுறைகளின் ரீதியில், நவீனத்துடன் முரண்படும் பலவும், 'மரபார்ந்த விழுமியங்கள்' என விவரிக்கப்பட்டு, சுவீகரித்தலாகக் கருத்தப்பட்டது, எனவே நிகழ்காலத்திற்குள் இணைக்கப்படவேண்டிய தேவை இருந்தது; ஆனால் அதன்மீது புலப்படுவதும் முழுமையற்றதுமான நவீனத்தின் கரடுமுரடான விளிம்புகள் பதிக்கப்படுகின்றன. இப்போது நாம் உலகளாவிய அமைப்பின் பகுதியாக இருப்பது, பிற பண்பாட்டு அமைப்புகளைத் தெரிவுசெய்ய வாய்ப்பைத் தருவதில்லை, எனினும் நம்பிக்கையை அனுமதிப்பதாக இருப்பது, பண்பாடுகளை மாற்றிக்கொள்ள முடியும், நேர்மறை மாற்றத்தை ஏற்படுத்துவதற்கான போதுமான உறுதிப்பாடு இருப்பின், அம்மாற்றம் அவ்வளவு தொலைவில் இல்லை என்பதே.

★★★

குறிப்புகள்

1. orthopraxy	நடைமுறை சார்ந்து அறநெறிகளையும் வழிபாட்டையும் வற்புறுத்தும் மதம். orthodoxy–க்கு எதிரானது.
2. khenqahs	சூஃபி ஆலயத்தைக் குறிக்கும் பாரசீகச் சொல்.
3. astrolabe	விண்கோள்கள், நட்சத்திரங்களை அறிய முன்னர் பயன்படுத்திய கருவி.
4. hypogamy	உயர் சாதி / உயர் மட்டத்திலுள்ள பெண்ணை ஒருவர் மணந்து கொள்வது. பிரதிலோமா எனப்படுவது. தாழ்ந்த சாதி / தாழ்ந்த மட்டத்திலுள்ள பெண்ணை மணந்து கொள்வது hypergamy.
5. theodicy	கடவுள் நீதியின் நியாயம். தீவினையை ஏற்றுக்கொள்பவர், இறைநீதி வழுவற்றது என்று வற்புறுத்துவது.
6. helot	கிரேக்க அடிமை
7. டவ்ளோஸ்	தனி அடிமை
8. அவெஸ்தா	ஈரானில் தொல்காலத்தில் வாழ்ந்த ஆரியரது ஒரு பிரிவினரது பனுவல், சமஸ்கிருத வேதங்களைப் போன்றது.
9. vishti, begar	கட்டாய உழைப்பு வடிவங்கள்
10. oxus	அமுதார்யா நதியின் இன்னொரு பெயர். லத்தீன் மொழிச்சொல். தஜிகிஸ்தான், ஆப்கானிஸ்தான், துர்க்மேனிஸ்தான், உஸ்பெகிஸ்தான் வழியே 2400 கி.மி. ஓடி அரால் ஏரியில் கலப்பது.
11. அக்கெமெனிட்	பாரசீகத்தைக் குறிக்கும். மாபெரும் சைரஸால் மேற்கு ஆசியாவில் நிறுவப்பட்ட பேரரசு (கி.மு. 550–330)
12. Ecumenical seience	ecumenical என்பது ‘எல்லாத் தேவாலயங்களையும் பிரதிநிதித்துவப்படுத்துகின்ற’ என்ற பொருளுடையது. பல்வேறு நகரங்களில் பல்வேறாக ஆய்வு செய்யப்பட்ட அறிவியல் இது. பல்பண்பாட்டு அறிவியல் என்று ஒரு தொடராகக் குறிப்பிடலாம்.

13. aerofoil — விமானம், டர்பைன், பாய்மரம் போன்றவற்றில் பயன்படுத்தப்படுவது. உயர்த்தவும், இழுத்துச் செல்லவும் உதவுவது. வளைந்துமுள்ளது திரவத்தினூடே செல்கையில் கிடைக்கும் காற்றியக்க ஆற்றலைப் பெற்று விரைவாகச் செல்ல வைப்பது.

14. hetaera — பண்டைய கிரேக்க அரசில் இருந்த கற்றறிந்த நாட்டிய மாது அல்லது காமக்கிழத்தி. 'போர்னாய்' (pornai) தாசி நிலையில் இருந்தவள், ஹெடேரா, அரசவை நாட்டியப் பெண்ணின் நிலையில் இருந்தவள்.

15. ரஸ்கான் — காபூலைச் சேர்ந்த இஸ்லாமியக் கவிஞர். சையத் இப்ராஹூம் ரஸ்கான் (1548–1628) என்பது முழுப்பெயர். ரஸ்கான் ரத்னாவளி இவரது கவிதைத் தொகுப்பு. கிருஷ்ண பக்தராகி வைணவத்தில் சேர்ந்தவர். பிருந்தாவனத்திலே தன் ஆயுளைக் கழித்தவர். மதுராவுக்கு அருகிலுள்ள மகாபனில் இவரது சமாதி உள்ளது.

16. அத்தர்மி — பஞ்சாபில் ரவிதாஸ் என்னும் பக்தி அடியாரைப் பின்பற்றும் தலித் மக்களது ஆன்மிகப் பிரிவு. 'புராதன ஆன்மிகப் பாதை' என்பதைக் குறிப்பது. 20–ஆம் நூற்றாண்டின் ஆரம்பத்தில் தாழ்த்தப்பட்டோர் சீக்கிய மதத்தில் சேர்ந்தும் தமது சமூக இழிவு நீங்காததால் தமக்காக ஏற்படுத்திக் கொண்டது.

17. Ghazavid — துருக்கியைச் சேர்ந்த இஸ்லாமிய வம்சம் (977–1186). ஈரான், ஆப்கானிஸ்தான், இந்திய துணைக்கண்டத்தின் வடமேற்குப் பகுதிகளை ஆட்சி செய்தது.

18. கிரேக்க – பாக்ட்ரிய — பாக்ட்ரியா என்பது ஹெல்லெனிய உலகின் கிழக்குப் பகுதி. மத்திய ஆசியாவின் பாக்ட்ரியா, செக்டியனாவைக் கொண்டது. கி.மு. 250–125–னைச் சேர்ந்த இந்த அரசு, இன்றைய ஆப்கானிஸ்தானை மையமாகக் கொண்டிருந்தது.

19. 1967, லண்டன் மாநாடு – Teach–ins — அனைத்து வடிவங்களிலுமான மனித வன்முறையின் மர்மத்தை விளக்குவதும் அது வெளிப்படும் சமூக அமைப்புகள், புது வடிவிலான செயல்பாட்டு வடிவங்களையும் பற்றிப் பேசிய மாநாடு. அரசியல் ரீதியிலும் சமூக வகையில் அங்கீகரிக்கப்பட்டதுமான பொய்களின் வழியே பார்க்குமாறு கற்பிக்கப்பட்டுள்ளதை அம்பலப்படுத்தியது. ஆர்.டி.வெய்ங், டேவிட் கூப்பர், ஜோஸப் பெர்க், லியான் ரெட்லர் ஆகிய நான்கு உளவியல் சிகிச்சையாளர்களின் கூட்டு முயற்சியால் நடந்தது.

சொற்கள் / தொடர்கள் பயன்பாடு

1.	காரண-காரியக் கண்ணி (தற்செயலானதல்ல, காரண-காரியத் தொடர்பு பெற்றிருப்பது என்ற பொருளமைதியில்)	...	teleology
2.	எதிர்நிலை நிறுத்தல்	...	juxta position
3.	நாளிடுதல்	...	dating
4.	முல்லை நிலத்தினர்/இடையர்	...	pastoralists
5.	வகைமை	...	category
6.	பன்மைத்துவம்	...	multiplicity
7.	தாயகப் பண்பாடு	...	homeland culture
8.	விருந்தளிக்கும் நாட்டுப் பண்பாடு	...	host country culture
9.	தகவமைப்பு	...	acculturation
10.	ஒன்றிணைதல்	...	syncretism
11.	பிரிவாக்கம்	...	segmentation
12.	சேரியாக்கப்பட்ட	...	gheltoized
13.	புகுந்து கலத்தல்	...	infusion
14.	பண்பாட்டு மரபு	...	cultural idiom
15.	மூதாதை வழி	...	ancestry
16.	சுழல்முனை	...	pivot
17.	நுண்ணோவியம்	...	miniature painting
18.	புரவலர் ஆதரவு	...	patronage
19.	மூலமுன்மாதிரி	...	exemplar
20.	அக காலனியமாக்கல்	...	internal காலனியமாக்கல்
21.	படியாக்கம்	...	cloning

22. பார்வையியல்	...	optics
23. அரசு உறவுகள் சார்ந்த	...	diplomatic
24. காலவகைப்படுத்தல்	...	periodizarion
25. புனைவு வசீகரமாக்கல்	...	romantizing
26. பொற்காலச் சமூகம்	...	utopia
27. சீர்கெட்டச் சமூகம்	...	dystopia
28. சுழற்சிக்காலம்	...	cyclic time
29. நேர்கோட்டுக் காலம்	...	linear time
30. முடிவுச் சித்தாந்தம் (மரணம் உள்ளிட்ட எல்லாவற்றிற்கும் முடிவானவை பற்றிய கோட்பாடு)	...	eschatology
31. பதிப்பாசிரியர்கள்	...	redactors
32. ஆசிரியத்துவம்	...	authorship
33. ஊடறுத்தல்	...	intersection
34. உள்ளடக்குதல்	...	encompassment
35. காற்றியக்க அறிவியல்	...	aerodynamies
36. வரலாற்று எழுதியல்	...	hystriography
37. நிர்ணயவாத	...	determinist
38. பூசாரி–மந்திரவாதி	...	shaman
39. மூல–அறிவியல்	...	proto–seience
40. துறவுக்கன்னி	...	nun
41. மாற்றுநிலை இணைப்பு	...	contrapuntal
42. மேசை நாகரிகம்	...	commensality
43. ஒத்தியையாதவர்கள்	...	non confirmists

REFERENCES AND FURTHER READING

INTRODUCTION

Anderson, B., Imagined Communities: Reflections on the Origin and Spread of Nationalism, London: Verso Books, 1983.

Berger, P. and Luckmann, T., The Social Construction of Reality, Harmondsworth: Penguin Books, 1966.

Beteille, A., Caste, Class and Power: Changing Patterns of Stratification in a Tanjore Village, Berkeley: University of California Press, 1965.

Bourdieu, P., Outline of a Theory of Practice, Nice, Richard, trans., Cambridge: Cambridge University Press, 1977.

Childe, V. G., What Happened in History, London: Verso Books, 1942.

Davids, T. W. and C. A. F. Rhys, ed. and trans., Digha Nikaya, Sacred Books of the Buddhists, Vols. II, III, IV, Parts I to III, London: Oxford University Press, 1971.

Frank, A. Gunder, ReOrient: Global Economy in the Asian Age, Berkeley: University of California Press, 1998.

———, and Gills, B. K., The World System: Five Hundred Years or Five Thousand?, London: Psychology Press, 1996.

Hall, S., Cultural Studies, Durham: Duke University Press, 2016.

Hobsbawm, E., Nations and Nationalism since 1780: Programme, Myth, Reality, Cambridge: Cambridge University Press, 1990.

Huntington, S., The Clash of Civilizations, New York: Simon and Schuster, 1997.

Kosambi, D. D., An Introduction to the Study of Indian History, Bombay: Popular Prakashan, 1956.

Rudolph, L. and S., The Modernity of Tradition: Political Development in India, Chicago: University of Chicago Press, 1967.

Saberwal, S., Wages of Segmentation: Comparative Studies on Europe and India, New Delhi: Orient Blackswan, 1995.

210 romila thapar

Thapar, R., The Historian and her Craft, Vol. I-IV, New Delhi: Oxford University Press, 2018.

Toynbee, A., A Study of History, abridged ed., by D. C. Somerville, London: Oxford University Press, 1961.

Wallerstein, I., World-Systems Analysis : An Introduction, Durham: Duke University Press, 2004.

White, L., The Science of Culture: A Study of Man and Civilisation, New York: Grove Press, 1949.

Williams, R., Keywords: A Vocabulary of Culture and Society, New York: Oxford University Press, 1976.

CHAPTERS 1 and 2

Fleet, J. F., ed., Inscriptions of the Early Gupta Kings, Corpus Inscriptionum Indicarum Vol III, Calcutta: Superintendent of Government Printing, 1888.

Flood, F. B., Objects of Translation: Material Culture and Medieval "Hindu-Muslim" Encounter, Princeton: Princeton University Press, 2009.

Gunther, R. T., The Astrolabes of the World, Vols. I and II, Oxford: Oxford University Press, 1932.

Higham, Charles, The Civilization of Angkor, Berkeley: University of California Press, 2001.

Hultzch, E., ed., The Inscriptions of Asoka, Corpus Inscriptionum Indicarum Vol I, London: Clarendon Press, 1888-1925.

Kangle, R. P., The Kautiliya Arthasastra, Bombay: Motilal Banarsidass, 1965.

Kothari, A., 'Revisiting the Legend of Niyamgiri', The Hindu, 2 January 2015.

Lorenzen, D., Bhakti Religions in North India : Community Identity and Political Action, New York: SUNY Press, 1995.

Morrison, J., The Astrolabe, Great Shelford: Janus, 2007.

Merutunga, Prabandhachintamani, Jinvijaya, Muni, ed., Tawney, C. H., trans., Shantiniketan: Vishvabharati, 1933.

Ram, R., 'Ravidass Dera Sachkhand Ballan and the Question of Dalit Identity in the Punjab', Journal of Panjab Studies, 16 (1). 2, 2009. Santa Barbara: University of California, 2009.

Raychaudhuri, H. C., Political History of Ancient India, Calcutta: University of Calcutta, 1923.

indian cultures as heritage 211

Thapar, R., Asoka and the Decline of the Mauryas, New Delhi: Oxford University Press, 1997.

———, 'Death and the Hero' in Humphreys, S. and King, H., eds., Mortality and Immortality: The Anthropology and Archaeology of Death, London: Academic Press, 1981, pp. 293-316.

———, The Past Before Us: Historical Traditions of Early North India, New Delhi: Permanent Black, 2013.

———, Somanatha : The Many Voices of a History, New Delhi: Penguin Books, 2004.

Trautmann, T. R., Kautilya and the Arthasastra: A Statistical Investigation of the Authorship and Evolution of the Text, Leiden: Brill, 1971.

CHAPTER 3

Bechert, H., ed., The Dating of the Historical Buddha, Vols. I and II, Goetingan: Vandenhoeck & Ruprech, 1991.

Benjamin, W., Illuminations, London: Random House, 1968.

Eliade, M., The Myth of the Eternal Return: Cosmos and History, Princeton: Princeton University Press, 1971.

Epigraphia Indica, Vol. VI., p. 11 Aihole Inscription.

Landes, B., Revolution in Time: Clocks and the Making of the Modern World, Boston: Belknap Press, 2000.

Olivelle, P., ed. and trans., Manu Dharmashastra, New Delhi: Oxford University Press, 2005.

Ruesen, J.,Time and History: The Variety of Cultures, New York: Berghahn Books, 2008.

Thapar, R., Time as a Metaphor of History: Early India, New Delhi: Oxford University Press, 1996.

———, Somanatha: The Many Voices of a History, New Delhi: Penguin Books, 2004.

Whitrow G. J., Time in History: Views of Time from Prehistory to the Present Day, Oxford: Oxford University Press, 1980.

Wilson, H. H., trans., The Vishnu Purana: A System of Hindu Mythology and Tradition, Calcutta: Punthi Pustak, 1840, 1961 (reprint edition).

CHAPTER 4

Bernal, J. D., Science in History: The Scientific and Industrial Revolution, Vols. I to IV, London: Watts, 1954.

212 romila thapar

Childe, V. G., Man Makes Himself, London: Mentor Books, 1951.

Gould, S. J., Ever Since Darwin: Reflections in Natural History, New York: W. W. Norton and Company, 1977.

Hobsbawm, E., Nations and Nationalism since 1780: Programme, Myth, Reality, Cambridge: Cambridge University Press, 1990.

Ifrah, G., A Universal History of Numbers: From Prehistory to Computers, New York: John Wiley & Sons, 2000.

Joseph, G. G., The Crest of the Peacock: The Non-European Roots of Mathematics, Princeton: Princeton University Press, 2000.

Kuhn, T., The Structure of Scientific Revolutions, Chicago: University of Chicago Press, 1962.

Needham, J., Science and Civilization in China, Cambridge: Cambridge University Press, 1954 sq.

Pingree, D., 'The Logic of Non-Western Science: Mathematical Discoveries in Medieval India', Daedalus, 132, 4, 2003, pp. 45-54.

Sarma, K. V. ed., Lilavati of Bhaskaracara with the Commentary Kriyakramkari, Hoshiapur: Vishveshvaranand Institute, 1975.

Uberoi, J. P. S., Science and Culture, New Delhi: Oxford University Press, 1978.

Varamihira, Brihat Samhita, Bhat, M. R., Sastri, P. V. S., trans., Bangalore: V. B. Subbiah & Sons, 1946.

CHAPTER 5

Basham, A. L., trans., Mricchakatika, The Little Clay Cart, New York: SUNY Press, 1994.

Basu, A., Two Faces of Protest: Contrasting Modes of Women's Activities in India, New Delhi: Oxford University Press, 1993.

Chakravati, U., Gendering Caste Through a Feminist Lens, Kolkata: Sree, 2002.

Dumont, L., Homo Hierarchicus: The Caste System and its Importance, Chicago: University of Chicago Press, 1970.

Hallisey, C., trans., Therigatha: Poems of the First Buddhist Women, Cambridge: Harvard University Press, 2015.

Hawley J. S., ed., Sati, The Blessing and the Curse: The Burning of Wives in India, New York: Oxford University Press, 1994.

Keith, A. B., trans., Aitareya Brahmana, Rigveda Brahmanas, Patna: Motilal Banarsidass, 1971.

indian cultures as heritage 213

Marglin, F. A., Wives of the God-King: The Rituals of the Devadasis of Puri, New Delhi: Oxford University Press, 1985.

Menon, N., Seeing Like a Feminist, New Delhi: Penguin Books, 2012.

Olivelle, P., ed. and trans., Manu Dharmashastra, New Delhi: Oxford University Press, 2005.

Power, E., Medieval People, New York: Doubleday, 1924.

Radhakrishnan, S., trans., Brihadaranyaka Upanisad: The Principal Upanisads, London: George Allen and Unwin Ltd., 1953.

Roy, K., The Power of Gender and the Gender of Power: Explorations in Early Indian History, New Delhi: Oxford University Press, 2010.

Sangari, K. and Vaid, S., eds., Recasting Women: Essays in Colonial History, New Delhi: Kali for Women, 1989.

Sarkar, T., and Butalia, U., eds.,Women and the Hindu Right: A Collection of Essays, New Delhi: Kali for Women, 1995.

Schopen, G., Buddhist Nuns, Monks and Other Worldly Matters: Recent Papers on Monastic Buddhism in India, Honolulu: University of Hawaii Press, 2014.

Shah, K. K., ed., The Problem of Identity: Women in Early Indian Inscriptions, New Delhi: Oxford University Press, 2001.

———, History and Gender: Some Explorations, Jaipur: Rawat Publications, 2005.

CHAPTER 6

Ahmed, I., Caste and Social Stratification among Muslims in India, New Delhi: Manohar, 1978.

Ambedkar, B. R., Annihilation of Caste, Jullundar: Bheem Patrika Publications, 1968.

Banabhatta, Harshacharita, Cowell, E. and Thomas, F. W., eds. and trans., The Harsacarita of Bana, London: Royal Asiatic Society, 1897.

Cowell, E. B., ed. and trans., Jataka, The Jatakas, Cambridge: Cambridge University Press, 1905.

Desai, A. R., Peasant Struggles in India, Bombay: Oxford University Press, 1979.

Faxian, A Record of Buddhist Kingdoms, Legge, J. ed. and trans., Oxford: Clarendon Press, 1886, 104 ff.

Davids, T. W. Rhys, trans., Milinda-panha, Questions of King Milinda, 214 romila thapar

Sacred Books of the East, Vols. XXXV and XXXVI, Oxford: Oxford University Press, 1890-94.

Dumont, L., Homo Hierarchicus: The Caste System and its Importance, Oxford: Oxford University Press, 1970.

Gupta, D., ed., Social Stratification, New Delhi: Oxford University Press, 1992.

Gopal Guru, 1993, 'Dalit Movement in Mainstream Sociology', Economic and Political Weekly, 28 (14) 3 April, 370-73.

Gopal Guru, ed., Humiliation: Claims and Context, New Delhi: Oxford University Press, 2011.

Jaffrelot, C., India's Silent Revolution: The Rise of the Lower Castes in North India, London: C. Hurst and Co., 2003.

Jha, V., Candala: Untouchability and Caste in Early India, New Delhi: Primus, 2017.

Karve, I., Hindu Society: An Interpretation, Poona: Deccan College, 1968.

Klass, M., Caste: the Emergence of the South Asian Social System, Philadelphia: Institute for the Study of Human Issues, 1980.

Megasthenes, Indica, McCrindle, J. W., trans., Ancient India as Described by Megasthenes and Arrian, London: Trubner and Co., 1877.

Omvedt, G., Dalit Visions: The Anti-Caste Movement and the Construction of an Indian Identity, New Delhi: Orient Blackswan, 1995.

Parasher-Sen, A., Subordinate and Marginal Groups in Early India, New Delhi: Oxford University Press, 2004.

Shah, A. M., The Household Dimension of the Family in India: A Field Study in a Gujarat Village and a Review of Other Studies, New Delhi: Orient Longman, 1973.

Sharma, R. S., Shudras in Ancient India, Patna: Motilal Banarsidass, 1980.

Singh, Hira, Recasting Caste: From the Sacred to the Profane, New Delhi: Sage Publications, 2014.

Singh, K. S., Tribal Ethnography, Customary Law and Change, New Delhi: Concept Publishing Company, 1993.

———, Tribal Society in India: An Anthropo-Historical Perspective, New Delhi: South Asia Books, 1985.

Srinivas M. N., Caste in Modern India and Other Essays, Bombay: Asia Publishing House, 1999.

Thapar, R., The Aryan: Recasting Constructs, New Delhi: Three Essays Collective, 2008.

indian cultures as heritage 215

Weber, Max, trans., The Religion of India: The Sociology of Hinduism and Buddhism, Glencoe: The Free Press, 1959.

Zelliot, E., From Untouchable to Dalit: Essays on the Ambedkar Movement, New Delhi: Manohar, 1992.

CHAPTER 7

Desai, S., and Kulkarni, V., 'Changing Educational Inequalities in India in the Context of Affirmative Action', Demography, Vol. 45, 2, 2008, 245-270.

Jayatillake, K. N., Early Buddhist Theory of Knowledge, London: George Allen and Unwin Ltd., 1963.

Kumar, K., Prejudice and Pride: School Histories of the Freedom Struggle in India and Pakistan, New Delhi: Penguin Books, 2001.

Mohanty, J. N., Reason and Tradition in Indian Thought, Oxford: Clarendon Press, 1992.

Sgharfe, H, Education in Ancient India, Boston: Brill, 2002.

EPILOGUE

Bhattacharya, A. K., 'Bilingual Coins of Mahmud of Ghazni', Journal of the Numismatic Society of India, XXVI, 1964, pp. 53-56.

Chattopadhyaya, B. D., Representing the Other?, New Delhi: Manohar, 1998.

Dreijmanis, J., Max Weber's Complete Writings on Academic and Political Vocations, New York: Algora Publishing, 2008.

Flood, F. B., Objects of Translation: Material Culture and Medieval 'Hindu-Muslim' Encounter, Princeton: Princeton University Press, 2009.

Gramsci, A., Selections from The Prison Notebooks, New York: International Publishers, 1971.

Gupta, P. L., Coins, New Delhi: National Book Trust, 1969.

Hall S., Cultural Studies 1983: A Theoretical History, Durham: Duke University Press, 2016.

Hobsbawm, E., Nations and Nationalism since 1780: Programme, Myth, Reality, Cambridge: Cambridge University Press, 1990.

Lubin T., 'Custom in the Vedic Ritual Codes as an Emergent Legal Principle,' Journal of the American Oriental Society, 136, 4, 669-87, 2016.

Prasad, P., Sanskrit Inscriptions of Delhi Sultanate, 1191-1526, New Delhi: Oxford University Press, 1990.

Skinner, Q., ed., The Return of Grand Theory in the Human Sciences, Cambridge: Cambridge University Press, 1990.

Thapar, R., Somanatha: The Many Voices of a History, New Delhi: Penguin Books, 2004.

———, Cultural Pasts: Essays in Early Indian History, New Delhi: Oxford University Press, 2008.

———, Indian Society and the Secular: Essays, New Delhi: Three Essays Collective, 2016.

———, The Past as Present: Forging Contemporary Identities through History, New Delhi: Aleph Book Company, 2013.

———, Talking History, New Delhi: Oxford University Press, 2017